ராஜீவ் காந்தி படுகொலை

கற்பனையைவிட விநோதமானது

ஹரிஷ் வேணுகோபாலன்

மொழிபெயர்ப்பாளர் -
மரியா சுந்தர ராஜ்

ISBN 979-8-88935-927-2

பொருளடக்கம்

முன்னுரை மூலம் — 5

அறிமுகம் — 9

முன்னுரை - மோகன்ராஜ் ஜெபமணி -
ஒய்வு பெற்ற போலீஸ் அதிகாரி — 13

முகப்புறுப்பு — 21

பகுதி 1

1. தலைவர் தேர்ந்தெடுக்கப்படுகிறார். — 25

2. அணி உருவாகிறது — 33

3. முதல் துப்புகள் — 39

4. சந்தேகநபர்கள் நேரில் — 45

5. நரிகளின் நாள் — 53

சதித்திட்டத்தை நிறைவேற்றுதல்

6. ஒரு ஃப்ளாஷ்பேக் மற்றும் ஒரு சில கொலைகள் — 61

7. மேடை அமைக்கப்படுகிறது — 69

8. அந்த முக்கிய தருணம் — 78

பகுதி 2 கேள்வி பதில்கள்

9.	கார்த்திகேயன்	101
10.	மரகதத்தின் அப்பாவித்தனம்	117
11.	வைகோவின் பங்கு	133
12.	பிரபாகரன்	150
13.	பா.ஜ.க.வின் மௌனம்	163
14.	நீதிபதி கே.டி.தாமஸ்	178
15.	பெல்ட் வெடிகுண்டு - மேலும் தகவல்	194
16.	யாசர் அராஃபத் எச்சரிக்கை	209
17.	சிவராசனை பாதுகாப்பதா?	225
18.	ஃபேர்ஃபாக்ஸ்	248
19.	போபர்ஸ் மற்றும் ராஜீவ் படுகொலை	261
20.	போபர்ஸ்போரின் போது பிற சுவாரஸ்யமான கண்டுபிடிப்புகள்	275
21.	ராஜீவின் பயணம் பற்றி	290
	முடிவுரை	311
	ஒப்பீடுகள்	319

முன்னுரை மூலம்

மோகன்ராஜ் ஜெபமணியின் மதிப்புமிக்க உள்ளீட்டிற்கு நன்றி தெரிவித்துக் கொள்கிறேன். புத்தகத்தில் நிறைய தகவல்கள் அவரால் வழங்கப்பட்டன.

காலஞ்சென்ற ரகோத்தமன் (சிறப்புப் புலனாய்வுக் குழு - SIT), துரைசாமி (நளினி முருகனின் வழக்கறிஞர்), பொன் கிருஷ்ணமூர்த்தி (மரகதம் சந்திரசேகரின் நெருங்கிய உதவியாளர்) திருச்சி வேலுச்சாமி (எழுத்தாளர் மற்றும் காங்கிரஸ் தொண்டர்), அனுசுயா டெய்சி (முன்னாள் காவல்துறை அதிகாரியும் ஸ்ரீபெரும்புதூர் குண்டுவெடிப்பில் படுகாயமுற்றவர்களில் ஒருவரும்) ஆகியோருக்கு எனது நன்றியைத் தெரிவித்துக் கொள்கிறேன். கராத்தே தியாகராஜன் (முன்னாள் காங்கிரஸ் தொண்டரும் தற்போது பாரதிய ஜனதா கட்சியின் உறுப்பினர்), தனஞ்செழியன் (மூப்பனாரின் கீழ் முன்னாள் காங்கிரஸ் தொண்டர்), டாக்டர் எச் வி ஹாண்டே (மூத்த அரசியல்வாதி) மற்றும் ரமேஷ் தலால் (எழுத்தாளர் மற்றும் சந்திரசாமியுடன் நெருக்கமாக பழகிய நபர்) ஆகியோர் எனக்கு அவர்களின் மதிப்புமிக்க நேரத்தை வழங்கியதற்காக.

நான் கிறிஸ்டோபர் க்ளூங்கர் அவர்களுக்கு (ஜெர்மனியில் உள்ள எனது நண்பர்), நன்றி கூறுகிறேன். பரணிதரன் ராமசாமி (ஆல்ஃபா மெட்ரிகுலேஷனில் இருந்து எனது நண்பர்) மற்றும் ஜெ.வி. ரஜினிகாந்த் பத்மா சேஷாத்திரி மற்றும் ஆல்பா மெட்ரிகுலேஷனில் இருந்து எனது நண்பர்) ஆகியோர் எனது புத்தகத்தின் வரைவு நகல்களைப் படித்து, சரியான நேரத்தில் மற்றும் மதிப்புமிக்க கருத்துக்களை வழங்கியதற்காக நன்றி தெரிவித்துக் கொள்கிறேன்.

எடிட்டிங், பிழைதிருத்தம் செய்தல் மற்றும் செய்தி மற்றும் தொலைக்காட்சி ஊடகங்களுக்காக சென்னையில் அவரது மதிப்புமிக்க தொடர்புகளுக்காக டாக்டர் சாந்தம் அவர்களுக்கு (பத்மா

சேஷாத்திரியிலிருந்து என் நண்பர்) நான் நன்றி தெரிவிக்கிறேன். இந்தி மொழிபெயர்ப்பின் சில மாதிரி அத்தியாயங்களைப் படித்ததற்காக வெங்கட சுப்பா ராவ் பள்ளியைச் சேர்ந்த எனது நண்பரான முகேஷ் சோர்டியாவுக்கு நான் நன்றியுள்ளவனாக இருக்கிறேன். ராசிபுரத்தை சேர்ந்த சேது அவர்களுக்கும் தொலைக்காட்சி மற்றும் இணையத்தளம் தொடர்பகளுக்காக நன்றி தெரிவித்து கொள்கிறேன்.

மோகன்ராஜ், தனஞ்செழியன் மற்றும் என்னையும் ஒரு மழை நாளில் ஸ்ரீபெரும்புதூருக்கு ஓட்டிச் சென்ற பிஎஸ்பிபி அறிமுகமான எம். கார்த்திக் அவர்களுக்கு நன்றியைத் தெரிவித்துக் கொள்கிறேன். அது ஒரு அற்புதமான செயல்.

நோஷன் பதிப்பகத்தில் பப்ளிஷிங் மேனேஜர் ரசிகா வுக்கும் தட்டச்சு செய்பவரான விஜயலட்சுமிக்கும், சார்மென்க்கும், கவர் வடிவைம்பாலார்ரஷ்மிமெண்டோனுக்கும், வெளியிட்டு ஆலோசகர் பநஷ்ரிக்கும், தர சோதனை குழு உறுப்பினர்களுக்கும் எனது நன்றியை தெரிவித்து கொள்கிறேன். தாக்கரின் மொழிபெயர்ப்புப் பணிக்காகவும், அவரது அன்பான நிதி நன்கொடைக்காகவும் நான் அவருக்குக் கடன்பட்டிருக்கிறேன்.

இந்த உரையை முறையே தமிழிலும் ஹிந்தியிலும் மொழிபெயர்த்த மரியா சுந்தர ராஜ் மற்றும் தேஜஸ்வினியை பாராட்டுகிறேன்.

தில்லியின் பிரானிக் ஹீலிங் அறக்கட்டளையைச் சேர்ந்த விபாஜிக்கு (திருமதி விபா ஷர்மா) நான் எளிதாக சுவாசிக்கவும் புத்தகத்தில் கவனம் செலுத்தவும் நிதி உதவி அளித்ததற்காக நன்றி கூறுகிறேன்.

நான் குறிப்பாக என் தந்தை மற்றும் தாய், தொடர்பு திறனுக்காக தந்தைக்கு நன்றி கடன் பட்டிருக்கிறேன். நான் ஒரு புத்தகத்தை முடிக்க முடிந்தது என்பதை அறிந்து மற்றவர்களைப் போலவே என் தாயும் ஆச்சிரியப்படுகிறார் (மகிழ்ச்சியுடன்).

இறுதியாக, இந்த புத்தகத்தை எழுத எனக்கு உதவிய மற்றும் என்னை வழிநடத்திய கிராண்ட் மாஸ்டர் சாவ் கோக் சூய் மற்றும் பிற ஆன்மீக ஆசான்கள் மற்றும் குருக்களுக்கு எனது நன்றியை தெரிவித்துக் கொள்கிறேன்.

இந்தப் புத்தகத்தை இளையராஜாவுக்கு அர்ப்பணிக்கிறேன். அவர் எனக்கு ஒரு உத்வேகம். நிச்சயமாக, அவரது மில்லியன் கணக்கான ரசிகர்களைப் போலவே, கிட்டத்தட்ட எல்லா மாலைகளிலும், அவரது இசை என்னை தூங்குவதற்கு முன்பு அற்புதமான புதிய உலகங்களுக்கு அழைத்துச் செல்கிறது. காலை 06.30 மணிக்கு வீட்டிலிருந்து புறப்பட்டு தன் வேலையை தொடங்குவார் என்று கேள்வி பட்டிருக்கின்றேன். எனவே அவர் காலை 06.30 மணிக்கு வெளியேற வேண்டும் என்றால், அவர் எந்த நேரத்தில் எழுந்திருக்க வேண்டும் என்பதை ஒருவர் கற்பனை செய்து பார்க்க வேண்டும்? முற்பகல் 03.30, முற்பகல் 04.00 மணி. அவரது இசை எனக்கு மிகவும் பழக்கமான இனிமையான, குளிரூட்டும் உணர்ச்சியை தருகிறது. தமிழில் எம்.எஸ்.விஸ்வநாதன், ஏ.ஆர்.ரஹ்மான், ஹாரிஸ் ஜெயராஜ் போன்ற சிறந்த இசையமைப்பாளர்கள் இருக்கிறார்கள். இருப்பினும், என்னைப் பொறுத்தவரை, அவர்களுக்கும் இளையராஜாவின் இசைக்கும் உள்ள வித்தியாசம் என்னவென்றால், மற்றவர்களின் இசை என் காதுகளுக்கு இதமாக இருக்கிறது. இளையராஜாவின் இசையோ என்னுளே பயணித்து என் ஆன்மாவுடன் தொடர்பு கொள்கிறது. எனவே எனது துரோணாச்சாரியாரான இளையராஜாவுக்கு இந்த நூலை சமர்ப்பிக்கிறேன்.

அறிமுகம்

எந்த ஒரு கொலையிலும் சதித்திட்டம் தீட்டியவர் தான் மிகப்பெரிய குற்றவாளி. கொலையை நிறைவேற்றியவர், குற்றவாளியாக இருந்தாலும், கொலை செய்ய முடிவு செய்து பலன் அடைந்தவர் அளவுக்கு பெரிய குற்றவாளி இல்லை. ராஜீவ் கொலைவழக்கில் கைது செய்யப்பட்ட ஏழு பேரும் காரியத்தை முடித்த அடியாட்கள்தான் என்பது அனைவருக்கும் தெரிந்திருந்தும், அவர்கள் பிடிபட்டு, கடும் தண்டனை பெற்று, அவர்கள் தான் முக்கிய குற்றவாளிகள் என்று சொல்லி அந்த முடிவுக்கு கொண்டு வர முயற்சி நடக்கின்றது. தமிழகத்தில், ஏழு பேரும் விடுதலை செய்யப்படுவதை உறுதி செய்ய மக்கள் ஆர்வமாக உள்ளனர். அதில் ஒன்று - அவர்களில் அறிவு முதலில் விடுதலை ஆகிவிட்டார். பின்பு அந்த ஆறு பேரும் விடுதலை செய்ய பட்டனர். அவர்கள் உண்மையான குற்றவாளிகள் இல்லை என்று கூட பலர் கூறுகின்றனர். அவர்கள் உண்மையான குற்றவாளிகள் இல்லை என்றால், யார் உண்மையான குற்றவாளிகள்? என்ற கேள்வியை யாரும் கேட்கத் தயாராக இல்லை.

படுகொலையின் போது சிபிஐக்கு தலைமை தாங்கிய முன்னாள் சிபிஐ தலைவர் ராஜா விஜய் கரண், ராஜீவ் சர்மா படுகொலையில் தனது முன்னுரையில் அரசியல் படுகொலைகள் உண்மையை அறிவதற்கு மிகவும் கடினமானது என்று குறிப்பிட்டுள்ளார். ஆனால் என்னைப் பொறுத்தவரை, அது சரியான கருத்து அல்ல. அரசியல் படுகொலைகளில் உண்மையை எளிதாக அறிந்துவிடலாம். சர்வதேச உறவுகள் சம்பந்தப்பட்டிருந்தாலும் கூட, நோக்கங்களைத் தெளிவாக அறிந்துகொள்ள முடியும் ஆனால், ஒரு சட்டபூர்வமான வழக்கைக் கொண்டு வருவதும், அதை நிரூபிப்பதும் கடினமாக இருக்கும். ஏனெனில், ராஜீவ் வழக்கில் காணப்பட்டதைப் போல, வழக்கை அதன் தர்க்கரீதியான முடிவுக்குத் தொடர வேண்டாம் என்று புலனாய்வாளர்கள் மீது பெரும் அழுத்தம் இருக்கும். எனவே,

அரசியல் படுகொலை வழக்குகளில் உண்மை எளிதாக அறிந்துவிட முடியும். ஆனால் சட்டபூர்வமாக நிரூபிப்பது மிகவும் கடினமானது. ராஜீவ் கொலை வழக்கு விசாரணையாளர்களுக்கு ஒரு தட்டில் வழங்கப்பட்டது. ஆனால் எஸ்.ஐ.டி சிபிஐ புத்தகத்தை முடிப்பதற்குள் வாசகருக்கு தெளிவாகிவிடும் காரணங்களுக்காக வேறு வழியைத் தேர்ந்தெடுத்தது.

ராஜிவ் கொலை நடந்தபோது, நான் அப்போதுதான் 10-ம் வகுப்பு படித்து முடித்துவிட்டு, சென்னை கே.கே.நகரில் உள்ள பத்மா சேஷாத்திரியில் இருந்து ஆல்ஃபா மெட்ரிக்குலேஷன் என்ற புதிய பள்ளிக்கு மாறவிருந்தேன். நான் 10 ஆம் வகுப்பில் (என் ஆச்சரியத்திற்கு) நல்ல மதிப்பெண்கள் பெற்றதால் நான் மகிழ்ச்சியுடன் ஓய்வெடுத்துக்கொண்டிருந்தேன். ஆனால் மே 21 அன்று நடந்த படுகொலை பற்றிய செய்தி என்னையும் முழு நாட்டையும் உலுக்கியது. விசாரணை நடந்து கொண்டிருந்த விதம் பற்றி சில வதந்திகளும் விமர்சனங்களும் இங்கே இருந்தன. ஆனால் மதராஸைச் சேர்ந்த இரண்டு புகழ்பெற்ற பத்திரிகையாளர்கள் - மைய-வலது பகுதியைச் சேர்ந்த சோ ராமசாமி மற்றும் மைய்ய-இடது பகுதியைச் சேர்ந்த என்.ராம் ஆகியோர் எஸ்.ஐ.டி தலைவர் கார்த்திகேயன் மற்றும் அவரது குழுவைப் பாராட்டினர். எனவே விசாரணை சரியான முறையில் நடக்கிறது என்றும் அந்த நேரத்தில் நான் உறுதியாக நம்பினேன், அந்த நேரத்தில் 31 ஆண்டுகளுக்குப் பிறகு, விசாரணையில் உள்ள குறைபாடுகளையும் வேண்டுமென்றே மூடி மறைக்கப்பட்ட விஷயங்களையும் சுட்டிக்காட்டி ஒரு புத்தகத்தை எழுதப் போகிறேன் என்பதை நான் உணரவில்லை. ஆனால் சதித்திட்டத்தின் மையப்பகுதிக்குள் செல்ல முயற்சி செய்கிறேன்.

வழக்கைப் பொறுத்தமட்டில், ஒருவர் வலது அல்லது இடது பக்கம் சாய்ந்தாலும், பாஜக அல்லது காங்கிரஸ் பக்கம் சாய்ந்தாலும், அதிமுக அல்லது திமுக பக்கம் சாய்ந்தாலும் அல்லது அரசியலையே வெறுத்தாலும், இந்த நாட்டின் முன்னாள் பிரதமர் ஒருவர் கொல்லப்பட்டார் என்பதுதான் உண்மை. 15 பேருடன் சேர்ந்து மிகக் கொடூரமான முறையில் (கொலையில் பங்கேற்ற

இருவரை விட்டுவிட்டு) கொலை செய்யப்பட்டனர். உண்மையை வெளிக்கொண்டு வர வேண்டும். அதற்கான எனது முயற்சி இது.

யார் வேண்டுமானாலும் எதையும் எழுதலாம். ஆனால் ஒருவர் தனது கோட்பாட்டை ஆதரிக்க என்ன ஆதாரம் உள்ளது? அதுதான் முக்கியம். புத்தகத்தைப் படித்த பிறகு நான் எழுதியவற்றின் தகுதியைப் பற்றி வாசகர் தனது சொந்த முடிவுக்கு வர வேண்டும் என்று தாழ்மையுடன் கேட்டு கொள்கின்றேன்..

மகிழ்ச்சியான வாசிப்பு!

முன்னுரை - மோகன்ராஜ் ஜெபமணி - ஓய்வு பெற்ற போலீஸ் அதிகாரி

1990ஆம் ஆண்டு ஜூன் மாதம் மயிலாப்பூர் காவல் நிலையத்தில் குற்றப் புலனாய்வுப் பணியாளராகப் பணியாற்றிக் கொண்டிருந்தபோது, ஈழமக்கள் புரட்சிகர விடுதலை முன்னணியின் (ஈ.பி.ஆர்.எல்.எஃப்) தலைவர் பத்மநாபா என் வீட்டிற்கு வந்து என் தந்தையுடன் பேசிக் கொண்டிருப்பதாக என் மனைவியிடமிருந்து எனக்கு தொலைபேசி மூலம் தகவல் வந்தது. என் தந்தை நெல்லை ஜெபமணி காங்கிரசின் மூத்த தலைவராகவும், காமராஜரின் நெருங்கிய நம்பிக்கைக்கு உரியவராகவும் இருந்தார். எனவே நான் போலீஸ் ஜீப்பில் வீட்டிற்கு விரைந்தேன்.

ஆனால் என் வீட்டின் நுழைவாயிலில் ஒரு நபர் நின்று கொண்டிருந்தார், அவர் என்னை உடல்ரீதியாக சோதிக்காமல் உள்ளே அனுமதிக்க மறுத்துவிட்டார். அது என் வீடு என்று நான் அவரைக் கடிந்துகொள்ள முயன்றேன். ஆனாலும் அவர் மறுத்து, என் சோதனையை வலியுறுத்தினார். சோதனைக்குப் பிறகு, பத்மநாபாவின் மெய்க்காப்பாளர்கள் என்னை உள்ளே அனுமதித்தனர். உள்ளே பத்மநாபா அமர்ந்திருந்தார். ஆனால் அவரது முத்திரை தாடி காணவில்லை. அவர் சுத்தமாக சவரம் செய்திருந்தார். நான் அவரிடம் விசாரித்தபோது, பிரபாகரன் தன்னைக் குறிவைத்துள்ளதாகவும், விரைவில் தான் கொலை செய்யப்படுவார் என்றும் அவர் என்னிடம் கூறினார். துரதிருஷ்டவசமாக அவர் சொன்னது சரிதான் என்று நிரூபிக்கப்பட்டது. பத்மநாபா எங்களைச் சந்தித்த ஓரிரு வாரங்களில் பிரபாகரனும் அவரது கும்பலும் பத்மநாபாவை படுகொலை செய்தனர்.

1991 வரை வேகமாக முன்னேறி, டிரிப்ளிகேன் எல்லையை உள்ளடக்கிய மெட்ராஸ் சிட்டி காவல்துறையின் புலனாய்வுப்

பிரவில் இருந்தேன். ஏப்ரல் 18, 1991 அன்று, ராஜீவ் காந்தி சென்னை அமீர் மஹாலுக்குச் செல்வதாகத் திட்டமிடப்பட்டது. நான் அப்பகுதியின் பொறுப்பாளராக இருந்தேன். செல்வதற்கு முன், ஜப்பானில் உள்ள செம்படையைச் சேர்ந்தவர்களின் சில புகைப்படங்கள் என்னிடம் காட்டப்பட்டன, மேலும் இந்த தீவிரவாத அமைப்பைச் சேர்ந்தவர்கள் ராஜீவை குறிவைக்கக்கூடும் என்றும் நான் கவனமாக இருக்க வேண்டும் என்றும் கூறப்பட்டது. மேலும், சிறப்பு அழைப்பாளர்களுக்கு மட்டுமே ராஜீவ் சாப்பாட்டு அறையில் மதிய உணவு சாப்பிட அனுமதி அளிக்கப்பட்டுள்ளது என்று என்னிடம் கூறினார்.

நான் மதிய உணவு அறைக்குச் சென்றபோது, எனக்கு அதிர்ச்சியாக, அறையில் சுமார் 50 பேர் இருந்தனர். ராஜீவ் காந்தி உண்மையில் கும்பலால் நசுக்கப்பட்டார். அவர் தெளிவாக மூச்சுத் திணறினார்.

நான் கீழே சென்று, சட்டம் மற்றும் ஒழுங்கு துணை கமிஷனராக (டிசி) இருந்த முகமது அலியிடம் இது குறித்து தெரிவித்தேன். "குடாபிஸ்", "குடாபிஸ்" என்று அனைவரையும் வரவேற்றுக்கொண்டிருந்தார்.

இதை நான் அவரிடம் சொன்னபோது, அவர் என்னிடம் "உங்கள் சொந்த விஷயத்தை கவனியுங்கள்" என்றார். நான் கோபமடைந்து வெளியே சென்று உளவுப்பிரிவு உதவி ஆணையராக (ஏசி) இருந்த ஹ்ருதயதாஸை தொலைபேசி மூலம் அழைத்தேன். நான் அவரிடம் தெளிவாகச் சொன்னேன் "ஐயா, இந்த நேரத்தை கவனமாக குறித்து கொள்ளுங்கள். இதற்குப் பிறகு, ராஜீவ் காந்தி கொல்லப்பட்டால், அதற்கு நான் பொறுப்பேற்க (மாட்டேன். பின்னர் நான் B2 சட்டக் கல்லூரி காவல் நிலையத்தில் இன்ஸ்பெக்டராக நியமிக்கப்பட்டேன் - சட்டம் மற்றும் ஒழுங்கு. மே 21 அன்று இரவு ஹ்ருதயதாஸ் எனக்கு போன் செய்து "மோகன்ராஜ், நீங்கள் சொன்னது உண்மையாகிவிட்டது. ராஜீவ் கொல்லப்பட்டுவிட்டார். பின்னர், "அதிர்ஷ்டவசமாக, அவர்கள் அவரை சென்னையில் அல்ல, ஸ்ரீபெரும்புதூரில் முடித்துவிட்டார்கள்" என்று விகாரமாகச் சொன்னார்.

படுகொலைசெய்யப்பட்ட சில நாட்களுக்குப் பிறகு எஸ்ஜடி குழுவில் உள்ள எனது நண்பர்களிடமிருந்து ஒரு அழைப்பை நான்

திரும்பப் பெற்றேன். அவர்கள் என்னிடம் சொன்னார்கள் "ஜோ (எனது செல்ல பெயர்), விசாரணை சரியாக நடக்கவில்லை. எனவே நீங்கள் சேர வேண்டும் என்று நாங்கள் விரும்புகிறோம். பின்னர், நான் சென்று சேர்ந்தேன், ஏனென்றால் அந்த நேரத்தில் எஸ்ஐடிக்கு அதிக அதிகாரிகள் தேவைப்பட்டனர். அவர்கள் கூறியதற்கு உண்மையாக, இந்த வழக்கு முறைகேடுகள் நிறைந்ததாக இருந்தது.

நான் பவானியின் (டேரில் பீட்டரின் மனைவி) (டேரில் பீட்டர் குண்டு வெடிப்பில் இறந்து விட்டார்) முகவரியும் கடிதத்தில் அவர் இவ்வாறு குறிப்பிட்டிருந்தார், "லலித் சந்திரசேகரால்தான் நாம் அனைவரும் அமெரிக்காவில் துன்பப்படுகிறோம். எனவே நாங்கள் கடிதத்தை எடுத்து கார்த்திகேயனிடம் கொடுத்தோம், அவர் கடிதத்தை வாங்கி கொண்டு மகிழ்ச்சியுடன் என்னிடம் கூறினார் "இதைப் பார்த்தால் ரகோத்தமன் ஷாம்பெயின் பாட்டிலை அடிப்பார்."

அந்த நேரத்தில், ரகோத்தமன் அமெரிக்காவில் இருந்தார், ஏனெனில் அவர் வழக்கு தொடர்பான ஒரு வேலைக்காக அங்கு சென்றிருந்தார். கார்த்திகேயனை நம்பி, நான் போய்விட்டேன். ஒரு வாரம் அல்லது 10 நாட்களுக்குப் பிறகு ரகோத்தமன் திரும்பி வந்தபோது, நான் ஆவலுடன் சென்று அவரிடம் "பவானியைச் சந்தித்தீர்களா?" என்று கேட்டேன். அவர் திரும்பி "எந்த பவானி? பவானி யார்? நீங்கள் எதைப் பற்றிப் பேசுகிறீர்கள்?" என்று என்னிடம் கேட்டார். அப்போதுதான் நரி தனது விளையாட்டை விளையாடியது எனக்குத் தெரிந்தது.

நாங்கள் மிகவும் கடினமாக உழைத்தோம், ஒரு நாளைக்கு சுமார் 3-4 மணி நேரம் மட்டுமே தூங்கினோம். 1991 செப்டம்பர் ஒரு நன்னாளில், நாம் அனைவரும் ஏழு வெவ்வேறு இடங்களுக்குச் சோதனைகளுக்குப் போகிறோம் என்று எங்களுக்குத் தெரிவிக்கப்பட்டது. இதற்காக 14 கார்கள் தயார் நிலையில் இருந்தன. ரெய்டு செய்யப்பட வேண்டிய இடங்களில் ரவிச்சந்திரன் (வைகோவின் சகோதரர்) மற்றும் சுப்புலட்சுமி ஜெகதீசன் ஆகியோரின் வீடுகளும் அடங்கும். ஆனால் கடைசி நேரத்தில், டெல்லியில் இருந்து ஒரு அழைப்பு வந்தது, அனைத்து சோதனைகளும் ரத்து செய்யப்பட்டன. இது என்ன காரணத்திற்காக

செய்யப்பட்டது என்பது என்னால் இன்னும் பதிலளிக்க முடியாத ஒரு கேள்வியாகும்.

பின்னர், சிவராசன் வேண்டுமென்றே தற்கொலை செய்து கொள்ள வைக்கப்பட்டார். அவரைப் பிடிக்க எந்த முயற்சியும் எடுக்கவில்லை. உண்மையில் மேஜர் ரவி அழுதுகொண்டே அந்த இடத்தில் (கோணனகுண்டே) கார்த்திகேயனுடன் வாக்குவாதத்தில் ஈடுபட்டார். ஆனால் காதுகேளாத காதுகளைத் திருப்பி நரி அனுமதி அளிக்க மறுத்துவிட்டது. இந்த சம்பவம் நடந்த சில நாட்களுக்குப் பிறகு நடந்த எஸ்ஐடி கூட்டத்தில், கார்த்திகேயன் இந்த வழக்கைப் பற்றி விளக்கிக் கொண்டிருந்தபோது, "எஸ்ஐடி இப்படி' நடந்து கொண்டிருந்தால், கைது செய்யப்படுவதில் இருந்து நான் கூட தற்கொலை பண்ணி கொன்றிருப்பேன்" என்று நான் கருத்து தெரிவித்தேன். என் நண்பர்கள் / சகாக்கள் சிரிக்கத் தொடங்கினர். சலசலப்பைக் கேட்ட கார்த்திகேயன், "நகைச்சுவையை என்னுடன் பகிர்ந்து கொள்ளுங்கள். நானும் ரசிக்கிறேன்."

வருங்காலத்தில் எந்த ஒரு புலிப் போராளியும் சந்திக்க நேர்ந்தால், எப்படியும் விசாரணை சரியாக நடக்காததால், அவரை முடித்து விடுவது என்று அப்போதுதான் முடிவு செய்தேன். அந்த முடிவின் அடிப்படையில் திருச்சி சாந்தனை (விடுதலை புலி) முடித்துவிட்டேன். திருச்சி கண்டோன்மென்ட் காவல் நிலையத்தில் எங்களில் சிலர் நின்று கொண்டிருந்தோம். டெல்லியில் இருந்து திருச்சிக்கு தனது ஹெலிகாப்டரில் ஸ்டைலாக பறந்தார் கார்த்திகேயன். விறுவிறுவென நடந்து காவல் நிலையத்திற்குச் சென்று, நான் நின்றிருந்த இடத்திற்கு வந்து, "உலகம் முழுவதும் மகிழ்ச்சியாக இருக்கிறது. ஆனால் நான் மகிழ்ச்சியாக இல்லை" என்று வறண்ட கமென்ட் செய்தார்.

அவர் சொன்னது என்னவென்றால், நான் சாந்தனை உயிருடன் பிடித்து விசாரித்திருக்க வேண்டும். இந்த கார்த்திகேயன்தான் சிவராசனை வேண்டுமென்றே தற்கொலை செய்ய வைத்தார். உண்மையில் கார்த்திகேயன் தான் எழுதிய புத்தகத்தில் என் பெயரை சேர்க்கவில்லை. மற்ற அனைத்து எஸ்ஐடி அதிகாரிகளின் பெயர்களும் குறிப்பிடப்பட்டுள்ளன. ஆனால் என் பெயர் விடுபட்டுவிட்டது.

1

ஏனென்றால், அவர் சதியை மூடிமறைக்கும் மோசடி முறையை ஆரம்பத்திலிருந்தே நான் எதிர்த்தேன். அதைப் பற்றி மேலும் புத்தகத்தில்.

இந்த சம்பவத்திற்கு முன்பும், பூந்தமல்லி பெட்ரோல் பங்கில் இருந்து சிவராசனையும், சுபாவையும் அழைத்து வந்து பெங்களூரில் இறக்கிவிடுமாறு திராவிடர் கழகத்தின் (தி.மு.க.) கொளத்தூர் மணி தான் அறிவுறுத்தியதாக வாக்குமூலம் அளித்த டேங்கர் டிரைவர் தனசேகரை அழைத்துப் பார்த்தோம். அப்போது அவர் எங்களிடம், "கொளத்தூர் மணியின் ஒரு முடியைக் கூட உங்களால் பிடுங்க முடியாது" என்று கூறினார். ராதாவினோத் ராஜு எஸ்ஐடியில் மென்மையான அதிகாரிகளில் ஒருவர். அவர் நல்ல மனிதர். சேலம் விருந்தினர் மாளிகையில் கொளத்தூர் மணியிடம் இரண்டு மணி நேரம் விசாரணை நடத்தினார். கொளத்தூர் மணி போன்றவர்களிடம் அவரைப் போன்ற மூத்த அதிகாரிகளால்தான் விசாரிக்க முடியும். அவரை விசாரிக்க எங்களுக்கு அனுமதி இல்லை.

மூன்று மணி நேரம் கழித்து, ராதாவினோத் ராஜு முற்றிலும் சிவப்பு நிறமாக வெளியே வந்து, அவரைக் கைது செய்யுமாறு எங்களிடம் கத்தினார். அந்தச் சந்தர்ப்பத்திற்கு முன் அவரை இவ்வளவு கோபமாக நான் பார்த்ததில்லை. கொளத்தூர் மணி நடந்துகொண்ட விதமும் ஒத்துழைத்த முறையும் அவரை அப்படி கத்த தோன்றியது. எனவே அவரைக் கைது செய்து, சென்னைக்கு அழைத்துச் சென்று, போலீஸ் காவலில் வைத்து மல்லிகையில் விட்டுச் சென்ற பிறகு, "காலையில் வந்து உன்னை பார்க்கிறேன்" என்றேன். ஆனால் மறுநாள் காலை நான் வந்தபோது, அவர் மகிழ்ச்சியுடன் வெளியே ஒரு டீக்கடையின் முன் நின்று ஒரு கோப்பை டீயை பருகிக்கொண்டிருந்தார். தனசேகர் சொன்னது சரிதான். கொளத்தூர் மணியின் ஒரு முடியைக் கூட எங்களால் பிடுங்க முடியவில்லை.

2006 ஆம் ஆண்டில், எம்.டி.எம்.ஏ. அதன் கண்டுபிடிப்புகள் எதையும் அதுவரை (இப்போது வரை) வெளியிடாததால், என்ன கண்டுபிடித்து என்பதை அறிய விரும்பி நான் ஒரு வழக்கைத் தாக்கல் செய்தேன். அப்போது சிபிஜெ வழக்கறிஞர் நீதிமன்றத்தில் நீதிபதியிடம் 1998-ம் ஆண்டிலேயே என்னை அவமதிப்புக்காகப் பிடித்திருக்க வேண்டும் என்று கூறினார். வழக்கறிஞர் கூறியது

என்னவென்றால், 1998 டிசம்பரில், ராஜீவ் படுகொலை வழக்கின் தீர்ப்புக்கு முன்பே, தமிழன் எக்ஸ்பிரஸில் சிறப்புப் புலனாய்வுக் குழு (எஸ்ஐடி/சிபிஜ) வேண்டுமென்றே மூடிமறைத்ததைப் பற்றி நான் அளித்த பேட்டியை முழுமையாக தி தமிழன் எக்ஸ்ப்ரெஸ்மற்றும் தி இந்தியன் எக்ஸ்பிரஸின் டெல்லி பதிப்பில் ஒரு சிறிய கட்டுரையாக வெளியிடப்பட்டது.

நீதிபதி என்னை அவரது அறைக்கு அழைத்து என்னிடமும் எனது வழக்கறிஞரிடமும் பேசினார். சிறிது நேரத்தில், நான் நடந்த சம்பவங்களை விவரிக்க ஆரம்பித்ததும், நீதிபதி எனது வழக்கறிஞரை அறையை விட்டு வெளியேறுமாறு அறிவுறுத்தினார். ஊழல் SIT/ CBI பற்றி நான் கூறியதைக் கேட்டு நீதிபதி பதறிப் போனார். அவர் வெளியே வந்து, என் வழக்கைப் பொறுத்த வரையில், இது தொடர் விசாரணை என்பதால் தள்ளுபடி செய்தார். ஆனால் தீர்ப்பில், அவர் எனக்கு ஒரு பாராட்டையும் பதிவு செய்தார், "முடிவு வரிகளை வரைவதற்கு முன், இந்த மன்றம் ஒரு தேசபக்தராகவும், கடமை உணர்வுள்ள குடிமகனாகவும், இருப்பதைப் பதிவு செய்ய விரும்புகிறது. ராஜீவ் காந்தி படுகொலை வழக்கில், மனுதாரர் (மோகன்ராஜ்) இதுபோன்ற ஒரு பொது விஷயத்தில் ஆர்வத்தையும் வெளிப்படுத்தியிருப்பது பாராட்டத்தக்கது, போற்றுதர்க்குரியது மற்றும் வரவேற்கத்தக்கது. இன்னும், கடுமையான சட்ட அர்த்தத்தில், இந்த மன்றம் இது சம்பந்தமாக அவருடன் பயணம் செய்ய முடியாத நிலையில் உள்ளது."

2013-ம் ஆண்டு சீமான் தொகுத்து வழங்கிய ராஜீவ் கொலை குறித்த தொலைக்காட்சி நிகழ்ச்சியில் நான் பங்கேற்ற பிறகு, சிறப்புப் புலனாய்வுக் குழுவின் (எஸ்ஐடி) தலைமை விசாரணை அதிகாரி ரகோத்தமன் என்னுடன் பேசி, கிடைத்துள்ள தகவல்களுடன், இந்த வழக்கில் முதல் குற்றவாளி வைகோவாகத்தான் இருந்திருக்க வேண்டும் என்று கூறினார். 1991-ன் பிற்பகுதியிலோஅல்லது 1992-ன் தொடக்கத்திலோ வைகோவைப் பற்றி பேசுகையில், வைகோவை விசாரணைக்கு அழைத்து வரப்பட்டார். ஆனால் அவர் கொண்டு வரப்பட்டபோது மல்லிகையில் நான் இல்லாமலிருக்க முயற்சிகள் மேற்கொள்ளப்பட்டன. ஆனால் எப்படியோ எனக்கு தகவல் கிடைத்து வெளியே செல்ல மறுத்துவிட்டேன். ஆனால்

வழக்கம்போல், நமது அன்புக்குரிய கார்த்திகேயன் வந்து, "வாங்க எம்.பி (வெல்கம் எம்.பி)" என்று கூறி அவரை மனதார போர்டிகோவில் வரவேற்று முயற்சிகளைக் கெடுத்துவிட்டார். பின்னர் அவர் அவரை மாடிக்கு அழைத்துச் சென்றார், அவருடன் தனது அறைக்கு அழைத்துச் சென்றார். வைகோ மீதான விசாரணை அதோடு முடிந்தது.

நான் ஹரீஷுடன் கிட்டத்தட்ட தினசரி அடிப்படையில் பேசி வருகிறேன், அவருடன் பல உண்மைகளை விவாதித்து வருகிறேன். இந்தியாவிலும் வெளியிலும் உள்ள ஒவ்வொருவரும் தெரிந்து கொள்ள வேண்டிய பல மறைக்கப்பட்ட உண்மைகள் இந்த புத்தகத்தில் உள்ளன.

முகப்புறுப்பு

இபிகஸ் 6 ஆம் நூற்றாண்டில் வாழ்ந்த ஒரு பண்டைய கிரேக்க பாடல் கவிஞர் ஆவார். அவர் ரேஜியத்தில் பிறந்தார், பின்னர் சமோஸுக்கு குடிபெயர்ந்தார், அந்த நேரத்தில் கொடுங்கோலனின் தந்தையான பாலிகிரேட்ஸ் ஆல் ஆளப்பட்டது. ஒரு நாள், இபிகஸ் கொரிந்துவின் காடுகளைக் கடந்து சென்று கொண்டிருந்தபோது, அவர் வழிமறித்து மற்றும் ஒரு சில கொள்ளையர்களால் பிடிக்கப்பட்டார். அவர் உதவிக்காக கூச்சலிட்டார். அது ஒரு தனிமைப்படுத்தப்பட்ட பகுதியாக இருந்தது, எனவே யாரும் வரவில்லை. அவர் விரைவில் இறக்கப் போகிறார் என்பதை உணர்ந்து படுத்துக் கொண்டார். அப்போதுதான் கொக்குகளின் மந்தை ஒன்று மேலே பறந்து கிறீச்சிடும் சத்தங்களை எழுப்புவதைக் கேட்டார். அவர் கத்தினார் "ஓ கொக்குகளே! என் நிலையைப் பாருங்கள். என் மரணத்தை பழிவாங்கும்படி உம்மைக் கூப்பிடுகிறேன்." சிறிது நேரத்தில், அவர் தனது இறுதி மூச்சை விட்டார். பின்னர் இபிகஸின் மரண உடல் கண்டுபிடிக்கப்பட்டது. ஆனால் அவரைக் கொன்றது யார் என்று யாருக்கும் தெரியாது. அது ஒரு மர்மமாக இருந்தது.

ஒரு சில நாட்களுக்குப் பிறகு, கொள்ளையர்கள் ஒரு நாடகத்தைப் பார்க்க நகரத்திற்கு வந்தனர். நாடகத்தின் போது, கொக்குகளின் ஒரு மந்தை மேலே பறந்தது - அதே மந்தை. கொள்ளையர்களில் ஒருவன் இதைப் பார்த்துஉள்ளனமாக "இதோ! பாருங்கள், இபிகஸின் கொக்குகள் எங்களை பழிவாங்க வந்துரிக்கன்றன." மக்கள் இதைக் கேட்டார்கள், யாரோ கத்தினார்கள் "யார் அப்படிச் சொன்னது?" மற்றொருவர் சொன்னார், "அது அவர்தான். அந்த குற்றவாளியைப் பிடியுங்கள்." கொள்ளைக்காரன் தன் தவறை உணர்ந்தான். ஆனால் அவனது வார்த்தைகளை திரும்பப் பெற மிகவும் தாமதமாகிவிட்டது. அவரைப் பிடித்து விசாரித்தனர். அவனுடன் அமர்ந்திருந்த கும்பலில்

இருந்த மற்றவர்களும் பிடிபட்டனர். அவர்கள் தங்கள் குற்றத்தை ஒப்புக்கொண்டனர். மரணதண்டனை விதிக்கப்பட்டது.

கொக்குகள் மகிழ்ச்சியில் தங்கள் சிறகுகளை அசைத்து பறந்தன.

பகுதி 1

தலைவர் தேர்ந்தெடுக்கப்படுகிறார்.

மே 20, 1991 – 13.00 மணி

காவல் துணைக் கண்காணிப்பாளர் (ஏடிஎஸ்பி) பிரதீப் பிலிப், உதவிக் கண்காணிப்பாளர் ஏஎஸ்பி ராமகிருஷ்ணன் ஆகியோர் ஸ்ரீபெரும்புதூரில் உள்ள கோயில் திடலுக்கு வந்தனர். அவர்களுக்கு காலையில் முகமது இக்பாலிடமிருந்து அழைப்பு வந்தது. காஞ்சிபுரம் காவல் கண்காணிப்பாளராக இருந்த இக்பால், ராஜீவ் காந்தி பங்கேற்கும் தேர்தல் பேரணியை நடத்த அனுமதி கோரிய காங்கிரசுக்கு பள்ளி மைதானத்தில் பேரணி நடத்த அனுமதி வழங்கப்பட்டதாக தொலைபேசியில் தெரிவித்திருந்தார். ராஜீவ் காந்தி பிரசாரத்துக்கு வரும் ஸ்ரீபெரும்புதூர் நாடாளுமன்ற உறுப்பினர் (எம்.பி.) வேட்பாளராக இருந்த மரகதம் சந்திரசேகர், தானாக இடத்தை மாற்றிக்கொண்டு, தெரிவிக்காமலும், காவல்துறையின் அனுமதியைப் பெறாமலும் கோயில் மைதானத்தில் ஆயத்தப் பணிகளை மேற்கொண்டு வருவதாக அவருக்குத் தகவல் கிடைத்தது.

மரகதம் சந்திரசேகர் நிகழ்விடத்திற்கு வந்து ஏற்பாடுகளை மேற்பார்வையிட்டார். பிலிப்பும், ராமகிருஷ்ணனும் மரகதத்துக்கு எதிர்ப்புத் தெரிவித்து, அவர்களே எப்படி இடத்தை மாற்றுவது என்று கேள்வி எழுப்பினர். மரகதம், மற்ற இடம் உள்பகுதியில் இருப்பதால், கூட்டத்தைக்கூட்டுவதுகடினம்என்றுபெருமிதத்துடன்பதிலளித்தார். மேலும், புதிய திட்டத்தின்படி ராஜீவ் காந்தி இந்திரா காந்தியின் சிலைக்கு மாலை அணிவிப்பார் (இந்திரா காந்தியின் சிலை புதிய இடத்திற்கு அருகில் நெடுஞ்சாலையில் அமைந்திருந்தது). சுமார் பதினைந்து நிமிட வாக்குவாதத்திற்குப் பிறகு, மரகதம் பிடிவாதமாக இருப்பதை உணர்ந்த காவல்துறை அதிகாரிகள், திரும்பிச் சென்று எஸ்பி முகமது இக்பாலை தொலைபேசி மூலம் அழைத்து என்ன

நடந்தது என்று விளக்கினர். இதனால் எஸ்பி அதிர்ச்சியடைந்தார். அவர்களை அவ்விடத்தை விட்டு வெளியேறுமாறு கூறிய அவர், ஏதாவது நடந்தால் போலிசார் பொறுப்பேற்க மாட்டார்கள் எனவும் குறிப்பிட்டுள்ளார்.

மே 21, 1991

பிற்பகலில் பிரதீப் பிலிப் சம்பவ இடத்திற்கு வந்து பாதுகாப்பு ஏற்பாடுகளை மேற்பார்வையிட்டார். நன்றாகப் பார்த்தார்கள். சுமார் 250 போலீசார்/பெண்கள் இருந்தனர். போலீஸ் இன்ஸ்பெக்டர் ஜெனரல் (ஐஜி) மற்றும் எஸ்பி அவருக்கு விளக்கம் அளித்து என்ன செய்ய வேண்டும் என்பது குறித்து அவருக்கு விரிவான வழிமுறைகளை வழங்கினர். ராஜீவ் காந்தியைச் சந்திக்கும் அனைவரையும் மெட்டல் டிடெக்டர் மூலம் சோதனை செய்யுமாறும், அவர்களின் பெயர்களை அமைப்பாளர்களால் தெளிவுபடுத்துமாறும் அவரிடம் கூறப்பட்டது.

காவல் துணைக் கண்காணிப்பாளர் (எஸ்ஜி) ராஜேந்திரன், பெயர் பட்டியலைத் தயாரிக்கவும், அவற்றைச் சரிபார்க்கவும் அங்கு நியமிக்கப்பட்டார். அவர் அதை ஒரு காகிதத்தில் முறையாகச் செய்து கொண்டிருந்தார். கூட்டம் இரவு 08.00 மணிக்கு தொடங்குவதாக இருந்தது. ஆனால் சில காரணங்களால் ராஜீவ் காந்தி வருவதில் தாமதம் ஏற்பட்டது. இறுதியாக, இரவு 10.00 மணியளவில், ராஜீவ் வந்துவிட்டதாகவும், அவர் தனது அன்னை இந்திரா காந்தியின் சிலைக்கு மாலை அணிவித்து நெடுஞ்சாலையில் இருந்ததாகவும் தகவல் கிடைத்தது. கொண்டாட்டத்தின் ஒரு பகுதியாக ஒரே நேரத்தில் பட்டாசுகள் வெடித்தன. தலைவரை ஏற்றி வந்த ஒயிட் அம்பாசிடர் கார் மேடைக்குச் செல்லும் சிவப்புக் கம்பளத்தின் அருகே வந்து நின்றது. கார் கதவு திறந்தது.

மே 21, 1991 – 23.23 மணி, ஹைதராபாத்

தேவரண்யபுரம் ராமசாமி கார்த்திகேயன் (டி.ஆர்.கார்த்திகேயன்) தனது அதிகாரப்பூர்வ ஹைதராபாத் இல்லத்தில் இருந்தபோது, பிரஸ் டிரஸ்ட் ஆஃப் இந்தியா (பி.டி.ஐ) இலிருந்து அழைப்பு வந்ததும், ராஜீவ் காந்தி படுகொலை செய்யப்பட்டதாக கிடைத்த தகவலைக் கேட்டு அதிர்ச்சியடைந்தார். அவர் 1964 ஆம் ஆண்டில் உயரடுக்கு இந்திய

போலீஸ் சேவையில் சேர்ந்தார். அவரது தொழில் வாழ்க்கையில், அவர் கர்நாடக போலீஸ் பயிற்சி அகாடமியின் இயக்குனர் போன்ற முக்கிய பதவிகளை வகித்தார்; உளவுத்துறை மற்றும் பாதுகாப்புத் துறைத் தலைவர், கர்நாடக மாநிலம்; அவர் மாஸ்கோவில் உள்ள இந்தியத் தூதரகத்தில் சான்செரியின் தலைவராகவும் சில காலம் இருந்தார். இது 1974 முதல் 1977 வரை இருந்தது. சமீபத்தில், 1985 மற்றும் 1989 க்கு இடையில், அவர் ஆஸ்திரேலியாவின் சிட்னியில் உள்ள இந்திய தூதரகத்தில் பணியமர்த்தப்பட்டார். ஆஸ்திரேலியா, நியூசிலாந்து மற்றும் பிஜி ஆகிய நாடுகளுக்கு இந்திய ஏற்றுமதியை ஊக்குவிப்பதற்கு அவர் பொறுப்பாக இருந்தார்.

மே 22ம் தேதி காலை 10.00 மணியளவில் கார்த்திகேயனின் தொலைபேசி மீண்டும் இருமுறை ஒலித்தது. மத்திய ரிசர்வ் போலீஸ் படையின் தலைமை இயக்குனர் கே.பி.எஸ்.கில் மற்றும் சிபிஐ இயக்குனர் ராஜா விஜய் கரண் ஆகியோர் நெருக்கமான இடைவெளியில் அழைத்தனர். ராஜிவ் கொலை வழக்கின் தலைவராக சிபிஐயின் சிறப்பு விசாரணைக் குழுவின் தலைவராக அவரை நியமிக்க வேண்டும் என்று ஆட்சியின் உயர்மட்டத்தில் முடிவு செய்யப்பட்டுள்ளதாக அவர்கள் அவரிடம் தகவல் தெரிவித்தனர்.

ராஜா விஜய் கரண் மேலும் கூறுகையில், அந்த நேரம் வரை, அதை யார் செய்தார்கள் என்பது குறித்து எங்களுக்குளந்த துப்பும் இல்லை என்று கூறினார். இது இன்டெலிஜென்ஸ் பியுரோ (IB) மற்றும் ஆராய்ச்சி மற்றும் பகுப்பாய்வு பிரிவு (RAW) ஆகியவற்றால் வழங்கப்பட்ட பின்னூட்டமாகும். இந்தியாவுக்கு வெளியே வெளிநாட்டு உளவுத்துறைக்கு பொறுப்பான அமைப்பாக RAW இருந்தது, அதே நேரத்தில் உள்நாட்டு உளவுத்துறைக்கு IB பொறுப்பாக இருந்தது. ஜான் எஃப் கென்னடி படுகொலை வழக்கைப் போலவே இதுவும் தீர்க்கப்படாமல் போகக்கூடிய சாத்தியக்கூறுகள் உள்ளன என்று ராஜா விஜய் கரண் மேலும் கூறினார்.

கொடுக்கப்பட்ட பொறுப்பை ஏற்க கார்த்திகேயன் மூன்று நிபந்தனைகளை விதித்தார். முதலாவதாக, அவர் எந்த அரசியல் தலையீட்டையும் அனுமதிக்க மாட்டார். இது முன்னாள் பிரதமர் (பிஎம்) படுகொலை என்பதால், சில அரசியல் தலையீடுகள்

இருக்கும் என்பது தர்க்கரீதியானது. இரண்டாவது நிபந்தனை, சந்தேக நபர்களின் மூன்றாம் நிலை சித்திரவதையை அவர் அனுமதிக்க மாட்டார் அல்லது பொறுத்துக்கொள்ள மாட்டார். மூன்றாவது நிபந்தனை, மத்திய ரிசர்வ் போலீஸ் படையின் (CRPF) இன்ஸ்பெக்டர் ஜெனரலாக அவர் தொடர்ந்து பதவியில் இருக்க விரும்புவதாகும்.

கேபிஎஸ் கில் மற்றும் ராஜா விஜய் கரன் ஆகியோருடன் இந்த உரையாடல்கள் காலை 11 மணி முதல் 12 மணி வரை நடந்தன. மூன்றாவது நிபந்தனை தந்திரமான ஒன்றாக இருந்தால் ராஜா விஜய் கரன் சொந்தமாக ஆலோசனை செய்ய வேண்டியிருந்தது. ஆனால், மூன்று நிபந்தனைகளையும் மத்திய அரசு ஏற்றுக்கொண்டதை உறுதி செய்து, மாலை 3.00 மணியளவில் கார்த்திகேயனிடம் தொலைபேசி மூலம் தெரிவித்தார். இதனால் சிபிஐ சிறப்பு புலனாய்வுக் குழுவுக்கு (எஸ்ஜடி) கார்த்திகேயன் தலைமை தாங்குவது என முடிவு செய்யப்பட்டது.

மே 21, 1991, 21.45 மணி. பெங்களூர் இரயில் நிலையம்.

சி.பி.ஐ.யின் சிறப்புக் குற்றப் பிரிவு அதிகாரியான ரகோத்தமன், பெங்களூரிலிருந்து சென்னைக்கு பெங்களூர் மெயிலில் சென்று கொண்டிருந்தார். அவர் முந்தைய நாள்தான் சில உத்தியோகபூர்வ வேலைகளுக்காக பெங்களூர் வந்திருந்தார், அதை சுமூகமாக முடித்திருந்தார். மெட்ராஸ் சென்ட்ரல் ரயில் நிலையத்தில் ரயில் நின்றபோது அவர் இறங்கினார். உடனடியாக ஏதோ தவறு நடந்ததை அவரால் உணர முடிந்தது. நிலையம் உண்மையில் காலியாக இருந்தது. இந்த நேரத்தில் நிலையம் வழக்கமாக செயல்பாடுகளால் பரபரப்பாக இருக்கும். போர்ட்டர்கள் சுற்றி ஓடிக் கொண்டிருப்பார்கள். டீ விற்பவர்கள் தேநீர் மற்றும் காபியை எடுத்துக்கொண்டு நடந்து கொண்டிருப்பார்கள். செய்தித்தாள் கடைகள் மற்றும் தின்பண்டங்கள் மற்றும் காலை உணவை விற்கும் சிறிய கடைகள் திறந்திருக்கும் மற்றும் பிஸியாக இருக்கும்.

ஆனால் இன்று, அவர்களில் யாரும் அங்கு இல்லை, அனைத்து கடைகளும் மூடப்பட்டன. அன்று பந்த்களோ, வேலை நிறுத்தங்களோ நடக்கவில்லை. அது அவருக்குத் தெரியும். நிச்சயமாக ஏதோ ஒன்று நடந்திருக்கிறது. ஆனால் என்னவென்று

தெரியவில்லை. அவர் மெதுவாக ஸ்டேஷனை விட்டு வெளியே வந்து பார்க்கிங்கில் தனது வழக்கமான இடத்திற்கு நடந்து சென்றார், அங்கு அவரது அலுவலக கார் வந்திருக்கும், ஓட்டுநர் வெளியே நின்று கொண்டிருப்பார். ஆனால் இன்றோ, டிரைவர் இல்லை, கார் இல்லை. குழம்பிய அவர், ஏதோ தவறு நடந்திருக்கிறதா என்று ஒரு வழிப்போக்கனிடம் கேட்டார். அதற்கு அந்த வழிப்போக்கர் ராஜீவ் காந்தி கொல்லப்பட்டதாக விரைவாக பதிலளித்துவிட்டு அங்கிருந்து சென்றுவிட்டார்.

இப்போது ரகோத்தமன் சரியாக என்ன நடந்தது என்பதை உணர்ந்தார். தனது கார் வரப்போவதில்லை என்பதையும் அவர் உணர்ந்தார், மேலும் அவர் வேறு வழியில் சமாளிக்க வேண்டியிருந்தது. ஆட்டோக்கள் அல்லது டாக்ஸிகளும் இல்லை. எனவே அவர் தனது சூட்கேஸுடன் நடக்கத் தொடங்கினார். அது வெளிச்சமாக இருந்தாலும், சுமார் 2 கி.மீ தூரத்தில் இருந்த எழும்பூர் வரை மட்டுமே அவரால் நடக்க முடிந்தது. 'இனி முடியாது' என்று அவர் முடிவுசெய்து, ஒரு பப்ளிக் டெலிபோன் பூத்தைத் தேடத் தொடங்கினார். அதிர்ஷ்டவசமாக அவர் இரண்டு நிமிடங்களுக்குப் பிறகு ஒன்றைக் கண்டுபிடித்தார்.

அவர் தனது நண்பரின் பயண நிறுவனத்திற்கு டயல் செய்து ஒரு காரை அனுப்பச் சொன்னார். கடைசியில் அவரது நண்பன் ஒருவரை பைக்கில் அனுப்ப சம்மதித்தார். மோட்டார் சைக்கிள் வந்ததால் ரகோத்தமன் தான் குடியிருந்த கே.கே.நகரில் உள்ள சிபிஐ குடியிருப்புக்கு வந்தார். இருப்பினும், அவர் வீட்டிற்குள் நுழைந்தவுடன், காவல்துறை துணைக் கண்காணிப்பாளர் (டிஐஜி) ரமணி அவரை அழைத்து, நுங்கம்பாக்கம் சாஸ்திரி பவனில் அமைந்துள்ள சிபிஐ அலுவலகத்தில் விரைவில் புகாரளிக்குமாறு அவருக்கு "அவசர செய்தி" கொடுத்தார். அலுவலகத்திற்கு வந்த பிறகு படுகொலை பற்றிய விளக்கத்தைப் பெற்றார்.

மே 22, 03:00 முற்பகல், ஸ்ரீபெரும்புதூர்

அந்த இடத்தைச் சுற்றி பயங்கரமான குழப்பம் நிலவியது. போலீஸ் புகைப்படக் கலைஞர் வரதன் உள்ளே வந்து, குற்றம் நடந்த முழு இடத்தையும் புகைப்படம் எடுக்கத் தொடங்கினார். அது

சாதாரண நடைமுறையாக இருந்தது. அதற்குள், ராஜீவ் உடல் மருத்துவமனைக்கு கொண்டு செல்லப்பட்டது. அந்த நேரத்தில், அவர் புகைப்படங்களை கிளிக் செய்து கொண்டிருந்தபோது, திடீரென்று ஒரு இறந்த மனிதனின் தோளில் தொங்கிக் கொண்டிருந்த ஒரு கேமராவை அவர் கவனித்தார். இது மிகவும் விலையுயர்ந்த கேமராவாக இருந்தது, மேலும் அவர் தூரத்திலிருந்து கூட இதை அறிந்து கொண்டார்.

குண்டுவெடிப்பின் தாக்கத்தால் அதை வைத்திருந்த நபர் இறந்துவிட்டார் என்ற உண்மை தெரிந்த போதிலும் கேமராவுக்கு எதுவும் ஆகவில்லை என்பதும் ஆச்சரியமாக இருந்தது. அது தனது அதிர்ஷ்டமான தருணம் என்று முடிவு செய்து, கேமராவை கழூற்றிவிட்டு மெதுவாக நடக்கத் தொடங்கினார், இன்ஸ்பெக்டர் கிருஷ்ணன் அவரைத் தடுத்து நிறுத்தினார், அவர் கேமராவுடன் எங்கே போகிறாய் என்று கேட்டார். கேமராவில் சில முக்கிய ஆதாரங்கள் இருக்கலாம் என்றும், அதை சரிபார்க்க முயற்சிப்பதாகவும் அவர் பதிலளித்தார். இன்ஸ்பெக்டர் நம்பவில்லை, ஆனால் கேமராவின் உள்ளே என்ன இருக்கிறது என்ற பெரிய பிரச்சினையில் கவனம் செலுத்த முடிவு செய்தார். பின்னர் அவர்கள் இருவரும் தாங்கள் இருந்த இடத்திலிருந்து சுமார் 2 கி.மீ தூரத்தில் அமைந்துள்ள சுங்குவார் சத்திரம் பகுதிக்கு செல்ல முடிவு செய்தனர். அருகில் இருந்த ஸ்டூடியோ அங்கே இருந்தது.

எனவே அந்த அதிகாலை நேரத்தில், அது இன்னும் மிகவும் இருட்டாக இருந்தபோது, அவர்கள் சுங்குவார் சத்திரத்திற்குச் சென்றனர். ஸ்டூடியோ மூடப்பட்டிருந்தது. எனவே அவர்கள் அருகில் அமைந்திருந்த புகைப்படக் கலைஞரை எழுப்பினார்கள். அவர்கள் அனைவரும் ஸ்டூடியோவுக்குச் சென்றனர். ஸ்டூடியோவின் உரிமையாளருடன் உள்ளே செல்லுமாறு வர்தனிடம் கேட்டபோது இன்ஸ்பெக்டர் கிருஷ்ணன் வெளியே காத்திருந்தார். ஒரு சில நிமிடங்களில், வரதன் வெளியே வந்து, கேமராவில் வெளிப்படுத்தப்படாத எதிர்மறைகளைத் தவிர வேறு எதுவும் இல்லை என்று கூறினார். பின்னர் அவரகள் திரும்பிச் செல்ல முடிவு செய்து, ஓட்டுமொத்த ஏற்பாடுகளுக்கும் பொறுப்பாக இருந்த காவல்துறை ஜிஜி (ஐ.ஜி) ஆர்.கே.ராகவனிடம் கேமரா ஒப்படைக்கப்பட்டது.

மே 22, அதிகாலை 01மணி, பூந்தமல்லி காவல் நிலையம்

தேள்கடி ராமமூர்த்தி என்ற ஃப்ரீலான்ஸ் புகைப்படக் கலைஞர் பூந்தமல்லிகாவல்நிலையத்தில்தஞ்சம் புகுந்தார். சுபாசுந்தரம்காவல் நிலையத்திற்கு ஒரு அழைப்பு விடுத்து தேள்கடி ராமமூர்த்தியிடம் பேசச் சொன்னார். சுபா சுந்தரம் மெட்ராஸில் சுபா ஸ்டுடியோ என்ற புகழ்பெற்ற புகைப்பட ஸ்டுடியோவை நடத்தி வந்தார். சுபா சுந்தரத்தின் புகைப்படக் கலைஞரான ஹரிபாபு கழுத்தில் கேமரா தொங்கிக் கொண்டு இறந்ததை தேள்கடி ராமமூர்த்தி அறிந்திருந்தார். ஹரிபாபு இறந்துவிட்டதாக சுபா சுந்தரத்திடம் கூறினார். ஹரிபாபு இறந்ததும் கவலைப்படாமல் அந்த கேமராவை எடுத்து வரச் சொன்னார், மேலும் அதன் மதிப்பு ஒரு மில்லியன் டாலர்கள் என்றும் அவரிடம் குறிப்பிட்டார். இதைக் கேட்டு அதிர்ச்சியடைந்த தேள்கடி ராமமூர்த்தி, இது ஒரு குற்றச் சம்பவம் என்றும், இது எல்லாம் போலீஸ் சொத்து என்றும், தான் எதையும் தொடக் கூடாது என்றும் மறுத்துவிட்டார்.[2]

மே 22, 07.45 முற்பகல், காஞ்சிபுரம் பொது மருத்துவமனை

அடையாளம் தெரியாத சடலத்தின் பைகளில் கிரைம் இன்ஸ்பெக்டர் கிருஷ்ணன் இரண்டு விசிட்டிங் கார்டுகளை வைத்திருந்தார். ஆனால் இப்போதுஅவர்ஆண்உடலைஅடையாளம்காணவேண்டியிருந்தது. முதல் விசிட்டிங் கார்டில் "ரவிசங்கர்" என்ற பெயர் அச்சிடப்பட்டது. குறிப்பிடப்பட்ட ஒரு தொலைபேசி எண்ணும், 'வைடு ஆங்கிள்' என்ற பெயரில் ஒரு நிறுவனத்தின் பெயருடன் பத்திரிகையாளர் என்ற பெயரும் இருந்தது. அவர் அந்த எண்ணை அழைத்து அது ரவிசங்கரின் வீடு என்பதை உறுதிப்படுத்தினார். ஆனால் அவரது தந்தை காமராஜ் அந்த அழைப்பை எடுத்து, ரவி சங்கர் ராஜீவின் உடலை புகைப்படம் எடுக்க பொது மருத்துவமனைக்கு (ஜி.எச்) சென்றதாக கூறினார். எனவேஇறந்தது ரவிசங்கர் அல்ல என்பதை உணர்ந்தவுடன், அவர் 2வது எண்ணை டயல் செய்தார். இரண்டாவது விசிட்டிங் கார்டில் 'ஹரி பாபு' என்ற பெயரும், நிறுவனத்தின் பெயர் 'சுபா ஸ்டுடியோ' என்றும் குறிப்பிடப்பட்டிருந்தது. பேச்சாளர் தன்னை சுபா சுந்தரம் என்று அடையாளப்படுத்திக் கொண்டார். ஆனால் தனக்கு 'ஹரிபாபு'

---

2   ரகோத்தமன் (தமிழ்) – பக்கம் 39

என்று எவரையும் தெரியாது என்றும் சொன்னார். இன்ஸ்பெக்டர் கிருஷ்ணன் பதிலால் குழப்பமடைந்தார்.[3]

என்று எவரையும் தெரியாது என்றும் சொன்னார். இன்ஸ்பெக்டர் கிருஷ்ணன் பதிலால் குழப்பமடைந்தார்.[3]

3   ராகோத்தமன் (தமிழ்) – பக் 22-23

அணி உருவாகிறது

சி.சி.பி.ஏ. கூட்டப்படுகிறது

பிரதமர் சந்திரசேகர் மே 22 ஆம் தேதி காலை அரசியல் விவகாரங்களுக்கான அமைச்சரவைக் குழுவை (சி.சி.பி.ஏ) கூட்டினார். அது ஒரு அவசரநிலையாக இருந்தது. RAW தலைவர் ஜி.எஸ்.பாஜ்பாய், IB தலைவர் எம்.கே.நாராயணன் மற்றும் சட்ட அமைச்சர் சுப்பிரமணியம் சுவாமி ஆகியோர் சி.சி.பி.ஏ.வின் மற்ற உறுப்பினர்களில் இந்த கூட்டத்தில் கலந்து கொண்டனர். படுகொலை பற்றிய ஆரம்ப கட்ட விளக்கத்திற்குப் பின்னர் அங்கு ஒரு கேள்வி கேட்கப்பட்டது. 'யார் இதைச் செய்திருக்க முடியும்' என்பதுதான் கேள்வி. அது விடுதலைப் புலிகள்தான் என்று சுப்பிரமணியம் சுவாமி கருத்துத் தெரிவித்தார். ஆனால் இதை மறுத்த பாஜ்பாய், விடுதலைப் புலிகள்தான் அதைச் செய்தார்கள் என்று நிச்சயமாக கூறமுடியாது என்று கூறினார். இவ்வாறு கருத்துக்கள் பகிர்ந்து கொள்ளப்பட்டு கடைசியில் RAW தலைவர் மற்றும் IB தலைவரை வழக்கமான புதுப்பிப்புகளை வழங்குமாறு பிரதமர் கேட்டுக் கொண்டதுடன் கூட்டம் முடிவடைந்தது.[4]

கார்த்திகேயன் சென்னை மீனம்பாக்கத்தில் தரையிறங்கியதும், நேராக அழகிய மெரினா கடற்கரைக்கு எதிரில் இருந்த போலீஸ் தலைமையகத்திற்குச் சென்றார். மாநாட்டு அறையில் உள்ள போலீஸ் தலைமையகத்தில், தமிழக காவல்துறை தலைமை இயக்குநர் (டிஜிபி) பி.பி.ரங்கசாமி, போலீஸ் ஐ.ஜி ஆர்.கே.ராகவன் மற்றும் ஸ்ரீபெரும்புதூரில் பாதுகாப்பு ஏற்பாடுகளுக்கு பொறுப்பான நபருடன் இருந்தார். அங்கு ஒரு சில விவாதங்களுக்குப் பிறகு,

---

4 சுப்பிரமணியம் சுவாமி – பக்கம் 125

கார்த்திகேயன் அப்போலோ மருத்துவமனைக்குச் சென்றார், அங்கு அவர் குண்டுவெடிப்பில் காயமடைந்தவர்களைச் சந்தித்தார்.[5]

டாக்டர் சிசிலியா சிரில் ராஜீவின் உடலில் பிரேத பரிசோதனை செய்தார். மொத்தம் 22 காயங்கள் இருந்ததாக அவர் குறிப்பிட்டார். உச்சந்தலையில் மிகவும் கடுமையான காயங்களில் ஒன்று காணப்பட்டது, இது அனைத்து எலும்புகளின் கூட்டு முறிவுடன் மண்டை ஓட்டின் குழியை வெளிப்படுத்தியது. அவரதுமூளை முற்றிலும் காணாமல் போயிருந்தது. உதடுகள், கண்கள் மற்றும் மூக்கு முற்றிலும் அழிக்கப்பட்டிருந்தன.

மார்பின் வலது பக்கத்தில் பல, ஊடுருவும் காயங்கள் இருந்தன. இடது நுரையீரல் காணவில்லை. அடிவயிற்றின் இடது பக்கத்தின் முன்புறத்தில் ஆழமான வெட்டுக்காயங்களும் சிதைவும் இருந்தன, குடல், கல்லீரல் மற்றும் வயிற்றின் சுருள்களை வெளிப்படுத்தியன. வலது கட்டைவிரல் மற்றும் ஆள்காட்டி விரல்கள் சேதமடைந்திருந்தன. பெரும்பாலான எலும்புகளில் பல எலும்பு முறிவுகள் காணப்பட்டன. உடல் துகள்களால் நிரம்பியிருந்தது.[6]

மத்திய தடய அறிவியல் துறையின் வல்லுநர்கள (சி.எஃப். எஸ்.எல்), தேசிய பாதுகாப்புக் காவலர்கள் (என்.எஸ்.ஜி) மற்றும் தமிழ்நாடு தடய அறிவியல் ஆய்வகம் (டி.என்.எஃப். எஸ்.எல்) ஆகியவற்றின் வல்லுநர்கள் ஒன்றாக இணைந்து தடயங்களுக்காக இடங்களைத் துடைத்தனர். இந்த வழக்கு முதலில் [7]மாநில அரசின் கட்டுப்பாட்டின் கீழ் வந்த குற்றப் பிரிவு, குற்றப் புலனாய்வுத் துறை (சிபிசிஐடி) ஆகியவற்றுக்கு ஒதுக்கப்பட்டதால், சிபிசிஐடி அதிகாரிகள் டி.என்.எஃப்.எஸ்.எல் அதிகாரிகள், ஒரு வீடியோக்ராஃப்பர், ஒரு புகைப்படக்கலைஞர்மற்றும் பிறருடன்மே22[8]ஆம் தேதிகாலைஅந்தஇடத்தைப்பார்வையிட்டனர். இதைத் தொடர்ந்து, இந்த வழக்கை சி.பி.ஐ.யிடம் ஒப்படைப்பது என்று முடிவு செய்யப்பட்டதால், மே 23 ஆம் தேதி, சிபிஐ இயக்குநர்

---

5   கார்த்திகேயனும் ராதாவினோத் ராஜீவும் – பக்கம் 21

6   கார்த்திகேயனும் ராதாவினோத் ராஜீவும் – பக்கம் 24

7   கார்த்திகேயனும் ராதாவினோத் ராஜீவும் – பக்கம் 23

8   https://www.youtube.com/watch?v=m85jzhZHsHc–   சித்தண்ணனுடன் ரகோத்தமன் நேர்காணல் (ஆங்கிலம்) – அத்தியாயம் 1 – 3 இலிருந்துrd மிகச்சிறிய

ராஜா விஜய் கரண், இரண்டு இணை இயக்குநர்கள், சி.எஃப்.எஸ்.எல். லின் மூன்றுடைய வியல் நிபுணர்கள், ஒரு கணினி நிபுணர் மற்றும் டெல்லியைச் சேர்ந்த ஒரு வரைபட நிபுணர் ஆகியோரைக் கொண்ட ஒரு குழுவை அமைத்தார். அவர்கள் ஒரு சிறப்பு விமானத்தில் வந்தனர்.

அவர்கள் நேராக ஸ்ரீபெரும்புதூருக்குச் சென்றனர். சி.பி.ஐ.யின் சிறப்புக் குற்றத் துறையின் தலைவராக ரகோத்தமன் இருந்தார். எஸ்.கே.தத்தா அவரைச் சேருமாறு கேட்டுக் கொண்டார், இதனால் ரகோத்தமனும் அணியின் ஒரு பகுதியாக ஆனார். அந்த இடம் தரிசாகவும் வெறுமையாகவும் இருந்தது. அது ஒரு திறந்த வெளியாக இருந்தது. அங்கே எதுவும் இல்லை. இறந்த உடல்கள் அனைத்தும் மருத்துவமனைக்கு கொண்டு செல்லப்பட்டன. காயமடைந்தோர்களையும்மருத்துவமனைக்கு எடுத்துச் சென்றனர்.. ஒரு சில செருப்புகளும் காலணிகளும் சுற்றிலும் சிதறிக் கிடந்தன. அவர்கள் சுற்றி நடந்து கொண்டிருந்தபோது தடயவியல் நிபுணர் ஆண்டனி ஒரு பொருளைக்கண்டார், அதை அவர்விரைவாக மூளைப் பொருள் என்று அடையாளம் கண்டார். அது ராஜீவினுடையதா அல்லது இறந்த மற்றவர்களில் ஒருவருடையதா என்பது இன்னும் உறுதி செய்யப்படவில்லை. பின்னர் அது ராஜீவினுடையதுதான் என்று உறுதி செய்யப்பட்டது. மேலும், ராஜீவ் ஒருவர்தான் குண்டு வெடிப்பில் தனது தலையை இழந்திருந்தார்.

அந்த நேரத்தில், அனைத்து உடல்களும் காஞ்சிபுரம் மருத்துவமனைக்கு கொண்டு செல்லப்பட்டதாகவும், அவற்றில் அடையாளம் தெரியாத இரண்டு சடலங்கள் - ஒரு ஆண் மற்றும் ஒரு பெண் என்றும் விஜய் கரனுக்கு தெரிவிக்கப்பட்டது. எனவே குழு காஞ்சிபுரம் மருத்துவமனைக்கு விரைந்தது. மருத்துவமனையை அடைந்ததும், அவர்கள் நேராக சடலங்கள் வைக்கப்பட்டிருந்த சவக்கிடங்கிற்குச் சென்றனர். உடனடியாக இரண்டு உடல்களும் ஒரு ஸ்ட்ரெச்சரில் கொண்டு வரப்பட்டன. கூடுதலாக, பிணவறை எழுத்தர் ஒரு மூங்கில் கூடையை எடுத்து வந்து அதிகாரிகள் முன் வைத்தார். அவர்கள் முக்கியமாக அந்த பெண் உடலை பார்க்க ஆர்வமாக இருந்தனர், ஏனென்றால் இந்த நேரத்தில் இது சாத்தியமான தற்கொலை குண்டுதாரியாக இருக்கலாம் என்பதை

அவர்கள் அறிந்திருந்தனர். குமாஸ்தா கூடையைத் திறந்து அந்தப் பெண்ணின் தலையை அகற்றினார். தலை, முகம், வலது கை மற்றும் கீழ் மூட்டுகள் அப்படியே இருந்தன. மார்பிலிருந்து இடுப்பு வரையிலான பகுதியாக இருந்த உடற்பகுதியை முற்றிலுமாக காணவில்லை. உடல் எரிந்து மிகவும் கருமையாக இருந்தது. அவளுடைய தலைமுடி அடர்த்தியாகவும் கருப்பாகவும் இருந்தது.

விஜய் கரண், ஒரு தயக்கமுமின்றிகன்று தசையை அழுத்தி, அது ஒரு பயிற்சி பெற்ற தசையைப் போல தோற்றமளித்தது என்று கருத்து தெரிவித்தார்.[9] கார்த்திகேயனும் சில மூத்த அதிகாரிகளும் விடுதலைப் புலிகளுடன் தொடர்பு வைத்திருந்ததால் தமிழ்நாட்டின் சென்னையில் உள்ள முன்னாள் டிஜிபி (உளவுத்துறை) மோகன்தாஸின் இல்லத்திற்குச் சென்றனர். இந்தியாவுடன் ஒரு நல்ல மற்றும் ஆரோக்கியமான உறவைக் கொண்டிருப்பதன் முக்கியத்துவத்தை அவர்கள் அறிந்திருந்ததால், அந்த வேலையைச் செய்தது விடுதலைப் புலிகளாக இருந்திருக்க முடியாது என்று மோகன்தாஸ் கருதினார். அந்த கருத்து எடுத்துக்கொள்ளப்பட்டது, அங்கிருந்து அனைவரும் ஒரு கூட்டத்திற்காக நுங்கம்பாக்கத்தில் உள்ள ரயில்வே விருந்தினர் மாளிகைக்கு வந்தனர்.[10] அவர்கள் கேட்டுக்கொண்டபடி மாநாட்டு அறைக்குள் சென்றனர்.

அந்த அறையில், ஏற்கனவே 15 பேர் அமர்ந்திருந்தனர். அவர்களில் சிலர் IB-யைச் சேர்ந்தவர்கள் மற்றும் சிலர் RAW-வைச் சேர்ந்தவர்கள். தமிழ்நாட்டைச் சேர்ந்த உளவுத்துறை அதிகாரிகள் மற்றும் காவல்துறை அதிகாரிகள் இருந்தனர் - கியூ பிரிவு மற்றும் உள்ளூர் காவல்துறையைச் சேர்ந்தவர்கள். கூட்டத்தில் ரகோத்தமன் தலைமை விசாரணை அதிகாரியாக இருப்பார் என்று அறிவிக்கப்பட்டது. விடுதலைப்புலிகளின் உதவியுடன் திராவிட முன்னேற்றக் கழகம் (தி.மு.க.) இதைச் செய்திருக்கலாம் என்று டெல்லியைச் சேர்ந்த அதிகாரிகள் கருத்துத்[11] தெரிவித்தனர். தத்தா ரகோத்தமனை நோக்கித் திரும்பி,

---

9   ராகோத்தமன் (தமிழ்) – பக்கம் 19-20

10   https://www.youtube.com/watch?v=IlhVahYBhUQ– சித்தண்ணன் (தமிழ்) உடனான ரகோத்தமன் நேர்காணல் – பாகம் 1, 5 இலிருந்து மிகச்சிறிய

11   தமிழ்நாட்டின் முக்கிய அரசியல் கட்சிகளில் ஒன்று

அவரது கருத்து என்ன என்று கேட்டார். அதற்கு பதிலளித்த ரகோத்தமன், தமிழ்நாட்டில் 60 சதவீதத்தினர் தமிழீழத்தை ஆதரிப்பதாகவும், 20 சதவீத மக்கள் விடுதலைப் புலிகளை ஆதரிப்பதாகவும், 10 சதவீதம் பேர் LTTE யின் தீவிர ஆதரவாளர்களாகவும் உள்ளனர்.

தி.மு.க.வின் தலைவரான கருணாநிதி பழிவாங்கும் நபராக இருந்தாலும், ஒருவரைக் கொல்லும் அளவுக்கு அவர் செல்ல மாட்டார் என்று ரகோத்தமன் மேலும் கூறினார். இந்தக் கூற்றுக்கு நம்பிக்கை சேர்க்கும் வகையில் அவர் ஒரு சம்பவத்தைக் கூறினார். 1970 களின் பிற்பகுதியில், அவர் சி.பி.ஐ.யின் ஒரு அதிகாரியாக இருந்தார், மேலும் கருணாநிதி முதல்வராக இருந்தபோது செய்த முறைகேடுகள் குறித்து விசாரிக்கும் சர்க்காரியா கமிஷன் சார்பாக கருணாநிதிக்கு தொடர்ந்து சம்மன் அனுப்புவதை வழக்கமாகக் கொண்டிருந்தார். அத்தகைய ஒரு சந்தர்ப்பத்தில், அவர் அழைப்பாணைகளை அவரிடம் ஒப்படைக்க வேண்டியிருந்தது. கருணாநிதி ஒன்றிரண்டு பேருடன் பிஸியாக இருந்ததால், பாதுகாப்பு ஆட்கள் அவரை லாபி/ காத்திருப்பு அறையில் காத்திருக்க வைத்தனர். சி.பி.ஐ. அதிகாரியாக இருந்த அவர், சிவிலியன் உடைகளை மட்டுமே அணிந்திருந்தார். எனவே அவர் ஒரு சிபிஐ அதிகாரி என்பதை யாரும் உணரவில்லை.

அங்கே தி.மு.க. கட்சித் தொண்டர்கள் இருவர் அவருக்கு முன்னால் அமர்ந்திருந்தனர். அவர்கள் 'பழக்கடை' பாண்டியன், மற்றும் 'மதுரை' முத்து. அவர்கள் உரக்கப் பேசிக்கொண்டிருந்தார்கள். மதுரை முத்துதான் பேசிக்கொண்டிருந்தார். எம்.ஜி.ஆர் - எம். ஜி.ராமச்சந்திரனை (உடல் ரீதியாக) முடிக்க வேண்டும் என்று தங்கள் தலைவரிடம் தான் முன்மொழிந்ததாக அவர் கூறினார், ஆனால் அவர்கள் அவ்வாறு செய்தால், அவர் (கருணாநிதி) (அரசியல் ரீதியாக) முடிக்கப்படுவார் என்று கூறி, அந்த யோசனையை சுட்டுவீழ்த்தினார். இதிலிருந்து ரகோத்தமன் கூட்டத்தில் கலந்து கொண்ட மற்றவர்களிடம், ஒரு நபரின் உயிரைப் பறிக்கும் அளவுக்கு கருணாநிதி செல்ல மாட்டார் என்பது தெளிவாகத் தெரிகிறது என்று குறிப்பிட்டார். பின்னர் ரகோத்தமன், இந்த பெண் தற்கொலை குண்டுதாரியாக இருந்திருக்கக்கூடும் என்பதாலும், அவர்தான் முழு அத்தியாயத்திற்கும் திறவுகோல் என்பதாலும், அவளைப் பற்றிய

அனைத்து விவரங்களையும் சேகரிக்க முடிந்தால் முழு வழக்கையும் வெடிக்கச் செய்யலாம் என்றும் கூறினார்.[12]

இதனால் அணிகளை உருவாக்குவதில் கவனம் செலுத்தப்பட்டது மற்றும் பல்வேறு அணிகள் உருவாக்கப்பட்டன.

கண்காணிப்புக் குழு, விசாரணைக் குழு, புலனாய்வுக்குழு மற்றும் தடயவியல் குழு ஆகிய நான்கு குழுக்கள் அமைக்கப்பட்டன. ரகோத்தமன் அனைத்து அணிகளுக்கும் ஒருங்கிணைப்பு புள்ளியாக இருப்பார், மேலும் அவர்தான் வழக்கு-டைரிகளை எழுதுவார். மே 21 ஆம் தேதி நள்ளிரவு 1 மணிக்கு ஸ்ரீபெரும்புதூரில் முதல் விசாரணை அறிக்கை (எஃப்.ஐ.ஆர்) இன்ஸ்பெக்டர் மதுரம் என்பவரால் பதிவு செய்யப்பட்டது. 22 ஆம் தேதி, இந்த வழக்கு மாநில அரசாங்கத்தின் புலனாய்வு அமைப்பான சிபிசிஐடி-யால் எடுத்துக் கொள்ளப்பட்டது. பார்த்தசாரதி விசாரணை அதிகாரியாகவும், துணை போலீஸ் சூப்பிரண்டு (டிஎஸ்பி) ஆகவும் இருந்தார். பிரேதப் பரிசோதனைகள் செய்யப்படுவதற்கான கோரிக்கைகளை அவர் வழங்கினார்.

இதில் 17 பேர் சம்பவ இடத்திலேயே உயிரிழந்தனர். காவலர் முருகன் பின்னர் மருத்துவமனையில் இறந்தார். 18 பேரில் 9 காவலர்கள் இறந்தனர். காயமடைந்தவர்களில் 25 போலீசாரும் அடங்குவர். இது புதிய குழுவால் நகலெடுக்கப்பட்டது. "இந்திய அரசின் உத்தரவுகள் மற்றும் மாநில அரசு வழங்கிய ஒப்புதலின் படி, இந்த வழக்கு எங்களால் (சிபிஐ) எடுத்துக் கொள்ளப்படும்" என்று அதில் சேர்க்கப்பட்டது. எஃப்ஐஆரில் 302 பிரிவு மட்டுமே வெடிகுண்டு செயல் என்று குறிப்பிடப்பட்டுள்ளது.[13] இதற்கிடையில் சென்னை அடையாறில் மல்லிகை என்ற கட்டிடம் சிறப்பு புலனாய்வுக் குழுவுக்கு மாநில அரசால் ஒதுக்கப்பட்டது. கூடுதலாக, இயக்கத்திற்காக பல கார்கள், சுமார் 10 தொலைபேசி இணைப்புகள் மற்றும் டி.என்.எஃப்.எஸ்.எல் இன் விஞ்ஞானிகள் சிறப்பு புலனாய்வுக் குழுவுக்கு ஒதுக்கப்பட்டனர்.[14]

---

12   https://www.youtube.com/watch?v=m85jzhZHsHc–   சித்தண்ணுடன் ரகோத்தமன் நேர்காணல் (ஆங்கிலம்) – அத்தியாயம் 1 – 20 இலிருந்துth

13   https://www.youtube.com/watch?v=IlhVahYBhUQ–   சித்தண்ணுடன் ரகோத்தமன் நேர்காணல் (தமிழ்) – பாகம் 1

14   கார்த்திகேயனும் ராதாவினோத் ராஜூவும் – பக்கம் 22

அத்தியாயம் 3

முதல் துப்புகள்

ரகோத்தமன் ஏப்ரல் 24 அன்று "தி இந்து" வை முதன்முதலில் திறந்தபோது, அவர் மிக பெரிய அதிர்ச்சி அடைந்தார். நாளிதழில் வெளியான புகைப்படத்தில் கொலையாளி பெண் அடையாளம் காணப்பட்டுள்ளார். கொலையாளி என்று சந்தேகிக்கப்படுவதைத் தவிர, படத்தில் மேலும் இரண்டு பெண்கள் இருந்தனர். இந்த படங்களை எப்படி "தி இந்து" படங்களைப் பெற்றிருக்க முடியும்? அவர்களின் அணி எந்த விதத்திலாவது சமரசம் செய்து கொண்டதா? இருப்பினும், அதில் எந்த சர்ச்சையும் இல்லை. ஒரு கேமரா கண்டுபிடிக்கப்பட்டதாக ஒருபோதும் குறிப்பிடப்படவில்லை. அவர் பணிக்கு வந்தவுடன் டிஜிபி ரங்கசாமி அவரை அழைத்து "தி இந்து" வில் படங்கள் எப்படி வெளிவந்தது என்று கேள்வி எழுப்பினார்.

என்ன நடக்கிறது என்று விசாரிக்க அவருக்கு அலைபேசி அழைப்புகள் வந்தன. இதற்கிடையில், அவர் அதே நேரத்தில் சி.பி.சி.ஐ.டியிடம் இருந்து வழக்கை எடுத்து கொண்டதற்கான சம்பிரதாயங்களை செய்ய வேண்டி இருந்தது.. அதனால் புகைப்படங்களின் மர்மத்தில் கூட அவரால் கவனம் செலுத்த முடியவில்லை. பின்னர் ரகோத்தமன் 'தி இந்து' அலுவலகம் சென்றார். அப்போது என் ராம் அங்கு இல்லாததால், ரகோத்தமன் வந்தபின் ராமை போன் செய்ய சொல்லிவிட்டு போன் செய்யச் சொல்லிவிட்டு மல்லிகைக்கு வந்தார். திரும்பி வந்ததும், என் ராமிடம் இருந்து அழைப்பு வந்தது.

என் ராம் ரகோத்தமனுக்குத், இது அவரது புகைப்படக்காரரின் வேலை அல்ல என்று தெரிவித்தார். ஆனால் அவரால் ஆதாரத்தை வழங்க முடியவில்லை. சில பதட்டமான கருத்துப்

பரிமாற்றங்களுக்குப் பிறகு, ரகோத்தமன் ராம் மீது வழக்குத் தொடரப்படலாம் என்று எச்சரித்தார், ஏனெனில் இது சாட்சியங்களையும், சட்ட அமலாக்க அதிகாரிகளுக்கும் மட்டுமே வழங்கப்படும் (அதில் ராம் இல்லை). ஆதாரத்தை பின்னர் வெளியிடுவதாக உறுதியளித்த ராம், அது குற்றம் நடந்த இடத்தில் இருந்து எடுக்கப்பட்டதாகக் குறிப்பிட்டார். அதன்பிறகு ரகோத்தமன் சிபிசிஐடி அலுவலகத்துக்கு விரைந்தார்.

அவர்கள்தான் அந்த இடத்தில் ஆரம்பகட்ட விசாரணையை நடத்திக்கொண்டிருந்தனர். அவர்களுக்கு சில தடயங்கள் இருக்கலாம். டி. மனோகரன் போலீஸ் சப்-இன்ஸ்பெக்டராகவும் (எஸ்.பி) யாகவும், பார்த்தசாரதி[15] ஐ.ஓ.வாகவும் இருந்தனர். ரகோத்தமன் இந்த பிரச்சினையை விளக்க வேண்டிய அவசியமில்லை. மனோகரனுக்கு அவரது மூத்த அதிகாரிகளிடமிருந்து ஏராளமான அழைப்புகள் வந்தன, அவர் முற்றிலும் குழப்பத்துடனும் சோர்வாகவும் காணப்பட்டார். ஒரு சில பரிமாற்றங்களுக்குப் பிறகு மனோகரன் இறுதியாக அவர்கள் ஒரு கேமராவையும் கைப்பற்றியதாகக் கூறினார்.

உடனடியாக ரகோத்தமன் அவர்கள் தேடும் இடைவேளையாக இது இருக்கலாம் என்பதை உணர்ந்து, கேமராவை கொண்டுவரும்படி தனது உதவியாளருக்கு உத்தரவிட்டார். கேமரா கொண்டு வரப்பட்டு மேஜையில் வைக்கப்பட்டது. சி.பி.சி.ஐ.டி புகைப்படக்காரர் கேமராவைத் திறந்து படத்தை எடுத்தார். வெளிப்படுத்தப்படாத படம் அங்கே இருந்தது. ஆனால் அம்பலப்படுத்தப்பட்ட படம் அங்கு இல்லை. இந்த புகைப்படங்கள் 'தி இந்து'வில் எவ்வாறு வெளியிடப்பட்டன என்பதற்கான பதிலை உடனடியாக ரகோத்தமனுக்குக் கிடைத்தது. அவர் மனோகரனிடம், சி.பி. சி.ஐ.டி அலுவலகத்தில் இருந்த ஒருவர் வந்து ரகோத்தமானிடம், டி.என்.எஃப்.எஸ்.சி.யின் தலைமை தடயவியல் அதிகாரி டாக்டர் சந்திரசேகரிடமிருந்து தங்களுக்கு நெகட்டிவ்கள் வந்ததாகக் கூறினார். ஆனால் சந்திரசேகருக்கு முதலில் எப்படி எதிர்மறைகள் வந்தன

____

15 *https://www.youtube.com/watch?v=m85jzhZHsHc–* சித்தண்ணனுடன் ரகோத்தமன் நேர்காணல் (ஆங்கிலம்) – அத்தியாயம் 1 முதல் *23rd* மிகச்சிறிய

என்பதற்கு யாராலும் பதில் சொல்ல முடியவில்லை. எதிர்மறைகள் ரகோத்தமானிடம் ஒப்படைக்கப்பட்டன. பின்னர் ரகோத்தமன் மல்லிகைக்குத் திரும்பினார், எதிர்மறைகள் உருவாக்கப்பட்டன.

அதில் மொத்தம் 10 புகைப்படங்கள் இருந்தன. முதல் புகைப்படமே எல்லோரின் கவனத்தையும் ஈர்த்தது அதிர்ச்சி தரும்படியாக. கொலைகாரப் பெண்ணைத் தவிர, வெள்ளை குர்தா-பஜாமா அணிந்திருந்த மற்றொரு நபரும் அங்கு இருந்தார். அது விசித்திரமாக இருந்ததாக ரகோத்தமன் குறிப்பிட்டார். அதற்குக் காரணம், 'தி இந்து'வில் வந்த புகைப்படத்தில் வெள்ளை மற்றும் வெள்ளைநிற உடையணிந்தவர் இல்லை. இருப்பினும், வெளியிடப்பட்ட அதே புகைப்படம்தான் அது என்பதில் ரகோத்தமன் உறுதியாக இருந்தார். பின்னர் கையில் புகைப்படத்துடன் ரகோத்தமன், ராமின் அலுவலகத்திற்கு விரைந்து சென்று, வெளியிடப்பட்ட புகைப்படத்தில் வெள்ளை மற்றும் வெள்ளை ஆடை அணிந்த மனிதன் எப்படி, ஏன் இல்லை என்று கேட்டார். ராம் அவர் ஒரு அப்பாவி பத்திரிகையாளரைப் போல தோற்றமளிப்பதாகவும், இது ஒரு கொலை விசாரணை என்பதால், அவர் சிக்கலில் சிக்குவதை விரும்பவில்லை என்றும், எனவே அவர் மட்டுமே அந்த நபரை சட்டகத்தில் இருந்து நீக்கிவிட்டார் என்றும், மற்ற 3 பேருடன் அந்த புகைப்படத்தை வெளியிட்டார் என்றும் பதிலளித்தார்.

பின்னர் ரகோத்தமன் மீண்டும் அலுவலகத்திற்கு வந்தார். அந்தப் பெண் கொலையாளி யார் என்பதை அவர் கண்டுபிடிக்க வேண்டியிருந்தது. மே 21 அன்று இன்ஸ்பெக்டர் கிருஷ்ணன் அந்த இடத்தில் இருப்பதை அறிந்த அவர், சுங்குவார் சத்திரத்தில் நடந்த முழு அத்தியாயத்தையும் அவரிடம் கேட்டறிந்தார். வெளிப்படையான புகைப்படங்கள் எதுவும் இல்லை என்று கிருஷ்ணனிடம் கூறப்பட்டதால், போலீஸ் புகைப்படக் கலைஞர் வரதன்தான் குற்றவாளி என்பதை ரகோத்தமன் எளிதாகக் கண்டறிந்தார். சுங்குவார் சத்திரத்தில் உள்ள ஸ்டுடியோவுக்குள், புகைப்படக் கலைஞர் இவை அனைத்தும் வண்ணப் புகைப்படங்கள் என்றும், அவற்றை அங்கு உருவாக்கும் வசதி தனக்கு இல்லை என்றும் கூறியிருந்தார். 10 படங்கள் அம்பலப்படுத்தப்பட்டதாகவும்,

மீதமுள்ளவை வெளிப்படுத்தப்படவில்லை என்றும் அவர்கள் குறிப்பிட்டிருந்தனர். எனவே வரதன் 10 வெளிப்படையான படங்களை நேர்த்தியாக பேக் செய்து தனது பாக்கெட்டில் வைத்தார்.

பின்னர் அவர் வெளியே சென்று இன்ஸ்பெக்டர் கிருஷ்ணனிடம் வெளிப்படையான படங்கள் இல்லை என்றும், அனைத்தும் வெளிப்படுத்தப்படாத படங்கள் என்றும் கூலாக பொய் சொன்னார். அவர் இதைச் செய்ததற்கு ஒரே காரணம், இறந்தவரின் தோள்களில் இருந்து விலையுயர்ந்த கேமராவைத் திருடும் அவரது முயற்சியைக் கெடுத்த இன்ஸ்பெக்டர் கிருஷ்ணன் மீதான காழ்ப்புணர்ச்சிதான். எனவே அவர் நேராக புகைப்படங்கள் எடுத்து வைத்து அவற்றை டி.என்.எஃப்.எஸ்.எல் இயக்குநராகஇருந்தடாக்டர்சந்திரசேகரனிடம் ஒப்படைத்தார். சந்திர சேகரன், சி.பி.சி.ஐ.டி.க்கு தெரிவிக்காமல், புகைப்படங்களை 'தி இந்து'விடம் ஒப்படைத்தார், தி இந்துவிடம் சந்திரசேகரனுக்கு நல்ல உறவு இருந்து வந்தது. அது மட்டும் அல்ல.. அடுத்த நாள் சந்திரசேகரன் "ஆதாரங்களை" விளக்குவதற்காக ஒரு மாபெரும் பத்திரிகையாளர் மாநாட்டை நடத்துவதாக இருந்தது.

இதற்கிடையில் உள்துறை செயலாளர் ஷெட்டி நிலைமையை மதிப்பீடு செய்தார். முழு விசாரணைக் குழுவும் அதன் பூர்வாங்க விசாரணைகளை நடத்திக் கொண்டிருக்கையில், எந்த விதமான அறிவிப்புகளையும் வெளியிடாத நிலையில், ஒரு செய்தித்தாள் ஒரு புகைப்படத்தை வெளியிட பதிவு செய்திருந்தது, மேலும் படத்தில் உள்ள ஒரு பெண் தற்கொலை குண்டுதாரி என்று கூறியது. இவ்வற்றை வைத்து ஆதாரங்களை தடுத்ததற்காக சந்திர சேகரனை இடைநீக்கம் செய்ய வேண்டும் என்பது ஷெட்டியின் பரிந்துரையாக இருந்தது. சந்திர சேகரனுக்கு என்ன நடக்கப் போகிறது என்று கேள்விப்பட்டதும், மல்லிகையிலிருந்த கார்த்திகேயனிடம் ஓடிவந்து காலில் விழுந்து கெஞ்சி, 'மன்னிக்கப்படும்' வரை கெஞ்சி மன்னிப்பு பெற்றார்.[16]

பகவான் சிங் ஒரு செய்தி நிறுவனத்தில் பணிபுரிந்த ஒரு பத்திரிகையாளர். அவர் மே 21 அன்று ஸ்ரீபெரும்புதூரில் இருந்தார்.

---

16   https://www.youtube.com/watch?v=OzdISculFKE–   சித்தண்ணனுடன் ரகோத்தமன் நேர்காணல் (ஆங்கிலம்) – அத்தியாயம் 2 – டி இலிருந்துஅவர் 1st மிகச்சிறிய

மேலும் தகவலுக்கு எஸ்.ஐ.டி.யின் விளம்பரத்தைப் படித்த அவர், ஒரு பொறுப்பான குடிமகனாக, தன்னிடம் உள்ள தகவல்கள் குறித்து எஸ்.ஐ.டி.க்கு தெரிவிக்க வேண்டும் என்று நினைத்தார். அவர் எஸ்.ஐ.டி.யை தொலைபேசி மூலம் தொடர்பு கொண்டு பின்வரும் தகவல்களைக் கொடுத்தார்

"நான் பகவான் சிங். ஹரிபாபுவை எனக்கு ஆரம்ப காலத்திலிருந்தே தெரியும். அவர் மெட்ராஸில் உள்ள சுபா ஸ்டுடியோவில் பணிபுரிந்து வந்தார். மே 21-ம் தேதி நான் அவரைச் சந்தித்தேன். நாங்கள் அனைவரும் கூட்டம் தொடங்கும் வரை காத்திருந்தோம். ஜி.சி.சேகர் மற்றொரு பத்திரிகை நிறுவனத்தில் பணியாற்றிக் கொண்டிருந்த சக ஊழியரும், அந்த இடத்தில் பாதுகாப்பு பொறுப்பாளராக இருந்த ஆர்.கே.ராகவனையும் நான் சந்தித்தேன். ராஜீவ் காந்தி ஒரு மணி நேரம் தாமதமாக வருவதாக அவர் எங்களிடம் தெரிவித்தார். எனவே நாங்கள் அருகிலுள்ள ஒரு தேநீர் கடைக்குச் சென்று சில தின்பண்டங்களை சாப்பிட்டோம். சிற்றுண்டி முடிந்து நாங்கள் திரும்பிக் கொண்டிருந்தபோது, எனக்கு முன்பே பரிச்சயமான ஹரிபாபுவை நாங்கள் சந்தித்தோம். வெள்ளை குர்தா பைஜாமாவில் இருந்த ஒரு கண்ணாடி அணிந்த மனிதரை அவர் எனக்கு அறிமுகப்படுத்தினார். இந்த நபர் 'வைடு ஆங்கிள்' என்ற செய்தி நிறுவனத்திற்கு ரவி சங்கருடன் ஒரு பங்குதாரர் என்று அவர் என்னிடம் கூறினார். எங்களைப் பார்த்ததும், குர்தா-பைஜாமா அணிந்த அந்த மனிதர் எங்களிடம் வந்து பேசுவதற்குப் பதிலாக இருளில் பின்வாங்கி காலடி எடுத்து வைத்தார். இது ஒரு சிறிய ஆச்சரியமாக இருந்தாலும், அந்த நேரத்தில் நாங்கள் அதைப் பற்றி அதிகம் சிந்திக்காமல் நகர்ந்தோம்."

கலிபோர்னியாவின் சேக்ரமென்டோவிலிருந்து இந்தியா வெஸ்ட்டுக்கு ஒரு அழைப்பு விடுக்கப்பட்டது. இது கலிபோர்னியாவில் வெளியிடப்படும் இந்திய இன வார இதழாகும். அழைப்பாளர் இந்தப்படுகொலைக்கு பொறுப்பேற்றுக் கொண்டார் விடுதலைப் புலிகளின் சார்பில்.[17] இதற்கிடையில் தேள்கடி ராமமூர்த்தியை எஸ்ஐடி தலைவர் விசாரித்தார். சுபா சுந்தரம் தன்னை எப்படி அழைத்தார், குண்டுவெடிப்பு நடந்த இடத்திலிருந்து

---

17 கார்த்திகேயனும் ராதாவினோத் ராஜீவும் – பக்கம் 30

கேமராவை எடுக்கத் தூண்டியது பற்றியும், அவர் எப்படி மறுத்து அழைப்பைத் துண்டித்தார் என்பதையும் தெல்கடி ராமமூர்த்தி கார்த்திகேயனிடம் விரிவாகத் தெரிவித்தார். சுபா சுந்தரத்தை முழு கண்காணிப்பு மற்றும் விசாரணையின் கீழ் வைக்குமாறு கார்த்திகேயன் தனது குழுவினருக்கு அறிவுறுத்தினார்.

ஜூலை 1 அன்று, சுபா சுந்தரம் தேள்கடி ராமமூர்த்தியை அழைத்து கார்த்திகேயனிடம் தங்கள் உரையாடல்களை வெளிப்படுத்தியதற்காக அவரை அச்சுறுத்தினார். சுபா சுந்தரத்தின் அச்சுறுத்தலைக் காரணம் காட்டி தேள்கடி ராமமூர்த்தி உடனடியாக மல்லிகை கட்டிடத்திற்கு ஓடிச் சென்று தஞ்சம் புகுந்து பாதுகாப்பு கோரினார். கார்த்திகேயன் ரகோத்தமனை அழைத்து சுபா சுந்தரத்தை கைது செய்ய வேண்டுமா என்று கேட்டார். ரகோத்தமன் தெளிவாக 'ஆம்' என்று கூறி, பின்வரும் காரணங்களைக் கூறினார் - சுபா சுந்தரம் கைது செய்யப்பட பாதை தெளிவாக உள்ளது. ஹரிபாபுவை தனக்குத் தெரியாது என்று அவர் பொய் சொன்னது ஒரு காரணம். இரண்டாவதாக, அவர் தேள்கடி ராமாமூர்த்திக்கு லஞ்சம் கொடுக்க முயன்றார், பின்னர் அவரையும் அச்சுறுத்தினார். இதன் பொருள் என்னவென்றால், சுபா சுந்தரம் அவர் சொல்வதை விட அதிகமாகத் தெரிந்து வைத்திருப்பது மட்டுமல்லாமல், கொலை பற்றிய முழு விவரங்களையும் அதிகம் அறிந்திருக்கலாம். இதனால் சுபா சுந்தரத்தை கைது செய்ய முடிவு செய்யப்பட்டு சுந்தரம் விசாரணைக்கு அழைத்து வரப்பட்டு பின்னர் ஜூலை 2ஆம் தேதி கைது செய்யப்பட்டார்.[18, 19]

---

18   ரகோத்தமன் (தமிழ்) – பக்கம் 39- 40
19   சுப்பிரமணியம் சுவாமி – பக்கம் 113

அத்தியாயம் 4

சந்தேகநபர்கள் நேரில்

ஹரிபாபு கொலையாளி கும்பலால் பணியமர்த்தப்பட்டார் என்பது நிறுவப்பட்டது. இறந்த நபர் ஹரிபாபுதான் என்பதை உறுதிப்படுத்த ஹரிபாபுவின் வீட்டிலிருந்து கைரேகைகள், கட்டைவிரல் ரேகைகள் போன்ற சில வகையான ஆதாரங்களை டி.என்.எம்ப். எஸ்.எல் கோரியது. ஹரிபாபு சைதாப்பேட்டையில் வசித்து வந்தது கண்டுபிடிக்கப்பட்டது. ரகோத்தமன் ஹரிபாபு வசித்த தெருவுக்குச் சென்று வீட்டையும் சுற்றுப்புறத்தையும் பார்த்தார். அது ஓலைக் குடிசைகளில் ஒன்றாக இருந்தது. அவர்களில் சிலர் அங்கே இருந்தார்கள். ஹரிபாபுவின் குடும்பம் அவ்வளவு வசதியானது அல்ல என்ற முடிவுக்கு ரகோத்தமனால் உடனடியாக வர முடிந்தது.

அவர் உள்ளே சென்ற பிறகு, ஹரிபாபுவின் புகைப்படத்துடன் ராஜீவ் காந்தியின் புகைப்படமும் அந்த அறையில் வைக்கப்பட்டிருந்தது. இரண்டு புகைப்படங்களுக்கும் மாலை அணிவிக்கப்பட்டது. இது கொஞ்சம் விசித்திரமாக இருந்தது. அவர் விசாரித்தபோது, அவர்கள் ராஜீவ் காந்தியின் ரசிகர்கள் என்றும், எனவே அவர்கள் அவரது புகைப்படத்திற்கு மாலை அணிவித்துவிட்டதாகவும் அவருக்கு பதில் கிடைத்தது. ஹரிபாபுவின் தாயார் மீனாட்சிதான் தனது கணவர் சுந்தரமணியிடம் கேள்விகள் கேட்கப்பட்டபோதும் பெரும்பாலான கேள்விகளுக்கு தொடர்ந்து பதிலளித்து வந்ததையும் அவர் கவனித்தார்.

மேலும் சில வழக்கமான கேள்விகளுக்குப் பிறகு, ரகோத்தமன் ஏதேனும் தடயங்கள் அல்லது ஆவணங்கள் உள்ளதா என்று வீட்டைத் தேட விரும்பினார். ஹரிபாபுவின் பெற்றோர் எந்த எதிர்ப்பையும் காட்டவில்லை. ரகோத்தமானுடன் வந்த இரண்டு அதிகாரிகளால் வீடு முழுவதும் ஒரே சோதனை நடத்தப்பட்டது. ஆனால் சில

செய்தித்தாள் கிளிப்பிங்குகளைக் கொண்ட ஒரு கோப்பையைத் தவிர, வேறு எந்த முக்கியமான ஆதாரமும் இருப்பதாகத் தெரியவில்லை. தேடல் நடந்து கொண்டிருந்தபோது, ரகோத்தமன் குடும்ப உறுப்பினர்களின் கவலையான முகபாவங்களைப் பார்த்தார், நீங்கள் சாப்பிட்டீர்களா என்று அவர் அவர்களிடம் கேட்டார், அவர்கள் எதிர்மறையாக பதிலளித்தபோது, அவர் தனது பணப்பையில் இருந்து கொஞ்சம் பணத்தை எடுக்கத் தயாரானபோது, ஹரிபாபுவின் அம்மா தலையிட்டு அவர்கள் விருந்தினர்கள் என்றும், அதனால் அவர்களை பணம் கொடுக்க அனுமதிக்க மாட்டோம் என்றார். இவ்வாறுகூறி, அவர் தனது ரவிக்கையிலிருந்து *100 ரூபாய்* நோட்டுகளை வெளியே எடுத்தார். ரகோத்தமன் இதைக் குறித்துக் கொண்டார். (கொலைக்குப் பிறகு, மே 23-ம் தேதி சிவராசன் பாக்யநாதனின் வீட்டுக்குச் சென்று ஹரிபாபுவின் குடும்பத்தாரிடம் கொடுப்பதற்காக ரூ.1000/-ஐ ஒப்படைத்தார். பாக்யநாதன் அதைச் செய்தார்)[20] அவர்கள் வறுமையில் இருப்பதாகத் தோன்றியது. ஆனால் அப்போது அவரிடம் ஒரு சில குறிப்புகள் இருந்தன. எனவே மேலும் சில கேள்விகளுக்குப் பிறகும், சிறிது நேரம் தேடிய பிறகும், குறிப்பிடத்தக்க எதுவும் கண்டுபிடிக்கப்படாதபோது, ரகோத்தமன் வெளியே சென்று கொண்டிருந்தபோது, சுந்தரமணியைத் தனியே அழைத்தார். இந்த வழக்குக்கு உதவும் சில தகவல்கள் கிடைத்தால், அவருக்கு ரூ.10 லட்சம் வெகுமதி கிடைக்கும் என்று கூறி அவர் அவரை மூச்சுத்திணறச் செய்தார்.

சில நாட்களுக்குப் பிறகு மே 29அன்று சுந்தரமணி முக்காலி ஸ்டாண்டுடன்வந்து, இது வீட்டிலிருந்துஎடுத்துவந்ததாகசொன்னார். தேடலின் போது இது கண்டுபிடிக்கப்படாததால் ரகோத்தமன் ஆச்சரியப்பட்டார், மேலும் தேடல் முழுமையாக இருந்தது. ஆனால் சுந்தரமணியிடம் கேட்டபோது அது வீட்டிலிருந்து மட்டுமே எடுக்கப்பட்டது என்று வலியுறுத்தினார். சுந்தரமணியை மீண்டும் இறக்கிவிடுவதாகக் கூறி, அந்தக் குடிசையைத் தவிர, ஹரிபாபு எடுத்துக் கொண்ட வேறு இரண்டு குடிசைகளும் இருப்பதை சுந்தரமணியிடமிருந்து போலீஸ் அதிகாரிகள் கண்டுபிடித்தனர். இது ரகோத்தமானுக்குத் தெரிவிக்கப்பட்டது, இதனால் அடுத்த நாள் காலை தேடுதல் வேட்டை நடத்தப்பட்டது.

---

20 கார்த்திகேயனும் ராதாவினோத் ராஜுவும் – பக்கம் 49

SIT லாபம் கண்டது. ஹரிபாபுவுக்கு பாக்யநாதன் எழுதிய கடிதம் உட்பட பல ஆவணங்கள் இருந்தன. முக்கியமாக பூம்புகார் எம்போரியத்திலிருந்து ரூ.65/- என்ற விலையில் வாங்கப்பட்ட ஒரு சந்தன மாலைக்கான ரசீது கண்டுபிடிக்கப்பட்டது (பெண் கொலையாளி சந்தன மாலையுடன் இருந்தார்). மீண்டும் மிக முக்கியமாக, சுந்தரி என்ற பெண் ஹரிபாபுவுக்கு ஒரு கடிதம் எழுதினார், அதில் அவர்கள் ஏன் இலங்கைக்கு செல்ல வேண்டும் என்றும், அவர் (ஹரிபாபு) மேற்கொண்ட பாதை ஆபத்தானது என்றும், அவர்கள் திருமணம் செய்து கொண்டு இந்தியாவிலேயே இருக்கலாம் என்றும் கேட்டிருந்தார். பின்னர் 'முருகன்' என்ற பெயருடன் அங்கீகரிக்கப்பட்ட அட்டையும் கண்டுபிடிக்கப்பட்டது. இதற்கிடையில், இந்த விசாரணை ஹரிபாபுவின் விடுதலைப் புலிகளுக்கு இடையிலான தொடர்புகளை நோக்கியதாக இருப்பதை அறிந்த சுபா சுந்தரம் சுந்தரமணியிடம் சென்று, ஹரிபாபுவுக்கு விடுதலைப் புலிகளுடன் எந்தத் தொடர்பும் இல்லை என்பதை மறுத்து ஒரு அறிக்கையை வெளியிடுமாறு வற்புறுத்தி, 'தி இந்து'வில் இந்த அறிக்கையை வெளியிடுமாறு அவரை வற்புறுத்தினார்.[21] சுபா சுந்தரம் பின்னர் கைது செய்யப்பட்டார் என்பது வாசகர்களுக்குத் தெரியும்.

பாக்யநாதன் ஜனவரியில் ஒரு பத்திரிகையைத் தொடங்கினார். சுபா சுந்தரத்தின் ஸ்டுடியோவில் பாக்யநாதன் சில விடுதலைப் புலிகளை சந்தித்தார். ஹரிபாபு, பாக்யநாதன், சுபா சுந்தரம் ஆகிய அனைவரும் தமிழீழ விடுதலைப் புலிகளின் ஆதரவாளர்களாக இருந்தனர். எனவே *LTTE* மக்கள் ஒரு ஸ்டுடியோவைத் திறந்து தங்களுக்குச் சாதகமான பொருட்களை அச்சிடுமாறு கேட்டுக்கொண்டனர். பாக்யநாதனை புலிகளின் ஆதரவாளராக கொண்டு வந்தது விடுதலைப் புலிகளின் பிரதான நபர் பேபி சுப்பிரமணியம் ஆவார்.

சாந்தி செவிலியராக வேலை செய்து வருவதை அறிந்த ரகோத்தமன், விழுப்புரத்திற்கு தனது அணியை முடுக்கிவிட்டார். பின்னர் அந்த அணி விழுப்புரம் சென்றது. இந்த மக்கள் ஹரிபாபு, அறிவு மற்றும் மற்றவர்கள் எல்லாவற்றையும் செய்கிறார்கள் என்பதை அவர்கள் சாந்தியிடமிருந்து கண்டுபிடித்தனர்.

---

21 ரகோத்தமன் (தமிழ்) – பக்கம் 38

பாக்யநாதனின் ஆதரவோடு. அங்கிருந்து, குழு பாக்யநாதனின் வீட்டிற்கு வந்தது. பாக்யநாதன் தான் விடுதலைப் புலிகளின் ஆதரவாளர் என்பதை ஒப்புக்கொண்ட போதிலும், இந்தக் கொலை பற்றி வேறு எதுவும் தெரியாது என்று மறுத்தார். ஹரிபாபுவின் கேமராவில் காணப்பட்ட 10 புகைப்படங்களில் ஒன்றான நளினி மற்றும் சுபாவின் புகைப்படத்தை பாக்யநாதனிடம் காட்டிய ரகோத்தமன், அவர்களை உங்களுக்குத் தெரியுமா என்று கேட்டார். அவர் அவர்களை ஒருபோதும் சந்தித்ததில்லை என்று கூறி அவர் மறுத்தார்.

பின்னர் ரகோத்தமன் திரும்பி வந்து பாக்யநாதனை தினமும் விசாரணைக்கு அழைத்து வர உத்தரவிட்டார். அவர் தப்பிச் செல்லாமல் இருக்க அவரது வீட்டிற்கு வெளியே போலீசார் குவிக்கப்பட்டனர். இது சில நாட்களாக நடந்தது. இதற்கிடையில், திருத்தரைப்பூண்டி அருகேஉள்ளவாயுமேடு செக்போஸ்ட்டில், சங்கர் என்ற கோணேஸ்வரன் என்ற புலி தீவிரவாதி கைது செய்யப்பட்டார். அவரது தொலைபேசி பாக்கெட்டில் இரண்டு தொலைபேசி எண்கள் காணப்பட்டன- அதில் ஒன்று நளினியின் எண்ணுக்கு எதிராக தாஸின் பெயர் குறிப்பிடப்பட்டுள்ளது. எஸ்ஜிடி அதிகாரிகள் மே 27 ஆம் தேதி அனபாண்ட் சிலிக்கான் நிறுவனத்துக்குச் சென்று அங்கு பணிபுரியும் நளினியிடம் பேசினர். ஆனால் நளினி அவர்களிடம் தனக்கு தாஸ் தெரியும் என்றும் தாஸ் ஷங்கர் நம்பரை கொடுத்திருக்கலாம் என்றும் கூறியிருந்தார்.

ஆனால் பின்னர் ஒரு ஆச்சரியமான நிகழ்ச்சி நடந்தது. ஒரு சந்திப்பின் போது, ஒரு போலீஸ் அதிகாரி புகைப்படத்தில் உள்ள நபரை நளினி யார் என அடையாளம் கண்டு, பாக்யநாதனை விசாரிக்க பாக்யநாதனின் வீட்டில் கேள்விக்குரிய பெண்ணைப் பார்த்ததாக அவர்களிடம் கூறினார். ஆனால் அந்த பெண் அவரை பார்த்தவுடனேயே காணாமல் போயிருந்தாள். இதற்கிடையில் பாக்யநாதனுக்கு இரண்டு சகோதரிகள் இருப்பதும், அவர்களில் நளினியும் ஒருவர் என்பதும் விசாரணையில் தெரியவந்தது. ஜூன் 9 ஆம் தேதி, டி.எஸ்.பி கிருஷ்ணன் பாக்யநாதனை வழக்கம் போல் இரவு உணவு சாப்பிட வீட்டிற்கு அழைத்துச் சென்றார். கைகளைக் கழுவும் போது, அவர் தப்பி ஓட முயன்றார். அவர் குற்றவாளி என்று

காண்பிப்பதற்கு அது ஒரு தெளிவான ஆதாரம் என்றே சொல்லலாம். கழுத்தை பிடித்து பிடித்து கொண்டு வரப்பட்டார். அப்போதிருந்து, அவர்மீது பிரபலமற்ற காவல்துறை முறைகள் பயன்படுத்தப்பட்டன. தப்பி ஓடுவது குற்ற உணர்வின் தெளிவான அறிகுறியாக இருந்தது. சில அடி உதைகளுக்குப் பிறகுதான் தகவல் வெளி வந்தது.

'பேரறிவாளன், முருகன், தாணு, சிவராசன், நளினி, சுபா' ஆகியோரின் பெயர்கள் அறிக்கையிடப்பட்டன. அதே நேரத்தில், அவரது தாயார் பத்மாவும் பொலிஸ் நிலையத்திற்கு அழைத்து வரப்பட்டார், அவர் உடனடியாக உடைந்து, தாணு தான் தற்கொலை குண்டுதாரி என்றும், அவர் விடுதலைப் புலிகளைச் சேர்ந்தவர் என்றும் வெளிப்படுத்தினார். மே 2, 5 தேதிகளில் சுபா, சிவராசன், அவர் நளினி, தாஸ் ஆகிய அனைவரும் திருப்பதிக்குச் சென்று அங்கப்பிரதர்சனம் (கடவுளுக்கு மரியாதை செலுத்தும் முறை) செய்ததாக அவர் ஒப்புக்கொண்டார். பின்னர் நளினி எங்கே என்று எஸ்ஐடி குழு அவரிடம் கேள்வி எழுப்பியது. பாக்யநாதனிடம் விசாரணை நடத்தப்படுவதை அறிந்ததும் நளினியும் முருகனும் உடனடியாகத் தப்பிச் சென்றுவிட்டனர் என்று பத்மா பதிலளித்தார்.

உடனே நளினியின் மற்றும் முருகனின் புகைப்படங்கள் செய்தித்தாள்களில் வெளியிடப்பட்டன. அன்றே மதுரையிலிருந்து ஒரு அழைப்பு வந்தது. அழைப்பு ரகோத்தமனோடு இணைக்கப்பட்டது. அனபாண்ட் சிலிக்கானில் நளினி அவருக்காக வேலை செய்து கொண்டிருந்தார் என்று அந்த வரிசையில் இருந்தவர் கூறினார். அவர் ஒரு மொட்டைத் தலை பையனை அழைத்து வந்து, அந்த நபரை அவருக்கு அறிமுகப்படுத்தி, அவர் தன் கணவரின் சகோதரர் என்று கூறினார். அடுத்த நாள் அவர் நளினியின் மற்றும் முருகனின் புகைப்படங்களை செய்தித்தாளில் பார்த்தார். நளினியும் முருகனும் அப்போது கோவிலுக்குச் சென்று திரும்பி வருவதாகக் கூறி வெளியே சென்றிருந்தனர். ஆனால் அவர்கள் திரும்பி வரவே இல்லை. செய்தித்தாளில் தங்கள் புகைப்படங்களைப் பார்த்த பின்னர் அவர்கள் தப்பி ஓடிவிட்டனர்.

இதனால் முருகன் 'மொட்டத்தலை முருகன்' ஆனார். என்ன செய்வது என்பது குறித்து விவாதிக்கப்பட்டு, ஒரு குழு விழுப்புரம் செல்ல முடிவு செய்யப்பட்டது. ஏனென்றால், மதுரையில் இருந்து,

நளினியும் முருகனும் சாந்தியின் வீட்டிற்குச் சென்றிருப்பார்கள் என்று படக்குழுவினர் ஊகித்தனர். ஹரிபாபுவின் காதலியான சாந்தி விழுப்புரத்தில் வசித்து வந்தார். சென்னையிலிருந்து 160 கி.மீ தூரத்தில் விழுப்புரம் அமைந்துள்ளது. எனவே டி.எஸ்.பி கிருஷ்ணமூர்த்தி மற்றும் ஒரு சிறிய குழு விழுப்புரம் சாந்தியின் வீட்டிற்குச் சென்றது. அந்த இடம் பூட்டப்பட்டிருந்தது. எதிர் வீட்டில் ஒரு வயதான பெண்மணி வெற்றிலை பாக்கு உடைத்துக் கொண்டு அமர்ந்திருந்தார். அவர்கள் அவரை நெருங்கினார்கள். கேள்விக்கான பதில் அவர்களுக்கு ஏற்கனவே தெரிந்திருந்தும், ஏன் வீடு பூட்டப்பட்டது என்று இன்ஸ்பெக்டர் அவரை சாதாரணமாகக் கேட்டார். அந்த நேரத்தில், சாந்தி மெட்ராஸில் இருந்தார், எஸ்.ஐ.டி யால் விசாரிக்கப்பட்டு வந்தார். இன்றைக்கு தன்னைத் தேடி இவ்வளவு பேர் வருவதாகவும், சில மணி நேரங்களுக்கு முன்புதான் ஒரு சிகப்பு நிறப் பொட்டையும் (பேச்சுவழக்கு தமிழில் பொட்டை என்றால் பெண் என்று அர்த்தம்) மொட்டைத் தலையையும் (வழுக்கை) வந்து விசாரித்ததாகவும் மூதாட்டி சிறிது எரிச்சலுடன் அவர்களிடம் கூறினார்.

மேலும் அவரகள் சென்னைக்கு செல்ல வேண்டும் என்று தங்களுக்குள் பேசிக் கொண்டிருந்ததாகவும் அந்த கூர்மையான மூதாட்டி போலீஸ் அதிகாரியிடம் கூறினார். உடனடியாக டி.எஸ்.பி எஸ்.ஐ.டி.யை தொடர்பு கொண்டு நளினியும் முருகனும் சென்னைக்கு செல்வதாக ரகோத்தமனிடம் தெரிவித்தார். உடனடியாக ஒரு அவசரக் கூட்டம் கூட்டப்பட்டுஒரு சில நிமிடங்களில் குழு கூடியது. என்ன நடந்தது என்பதைப் பற்றி ரகோத்தமன் அவர்களுக்கு விளக்கினார், மேலும் அனைத்து பேருந்து நிறுத்தங்கள் மற்றும் ரயில் நிலையங்கள் தாம்பரத்தில் இருந்து மெட்ராஸ் சென்ட்ரல் வரை அனைத்து பேருந்து மற்றும் ரயில் நிலையங்களிலும் ஆட்கள் வைக்கப்பட வேண்டும் என்று அனைத்து சம்பந்தப்பட்ட காவல் நிலையங்களுக்கும் வாக்கி டாக்கிகள் மூலம் அறிவுறுத்தப்பட்டது, இது ரயில்கள் மற்றும் பேருந்துகளுக்கான (பிராட்வே) கடைசி நிலையமாகும். எனவே அனைத்து பேருந்து நிறுத்தங்களிலும் ரயில் நிலையங்களிலும் சாதாரண உடையணிந்த காவலர்கள் நிறுத்தப்பட்டனர். அவர்கள் அனைத்து ஜோடிகளையும் பிடிக்க அறிவுறுத்தப்பட்டனர்-- குறிப்பாக ஆண் வழுக்கை தலையாய் இருந்தால்.

சைதாப்பேட்டை பஸ் ஸ்டாப்பில், நளினி முதலில் இறங்கி, ஆட்டோவில் சென்று உள்ளே அமர்ந்தார். சால்வையால் தலையை மூடியபடி முருகன் எழுந்து உள்ளே சென்று அமர்ந்தார். ஆனால் அவர் அமர்ந்தவுடன், காற்று காரணமாக சால்வை நகர்ந்தத, மேலும் அவரது மொட்டையயடித்த தலை தெளிவாகத் தெரிந்தது. இதற்குத் தயாராக இருந்த காவலர்கள் அனைவரும் ஓடிவந்து அவர்கள் இருவரையும் பிடித்தனர். அவர்கள் மல்லிகைக்கு கொண்டு வரப்பட்டனர். விசாரணை விரைவில் தொடங்கியது. நளினி வேண்டுமென்றே பார்க்கும்படியாக முருகனுக்கு சில அடிகள் கொடுக்கப்பட்டன. நளினி உடனடியாக காவல்துறையினரை நிறுத்துமாறு கேட்டுக் கொண்டு தனக்குத் தெரிந்தவற்றைப் பேசத் தொடங்கினார். உண்மையிலே அவர் பாடினார்.[22]

நளினியும் முருகனும் திருப்பதிக்குச் சென்று திருப்பதியில் திருமணம் செய்து கொண்டனர். திருப்பதியில் இருந்து அவர்கள் மதுரைக்கு பயணம் செய்து, அங்கு அவர் தனது முன்னாள் சக ஊழியருடன் தஞ்சம் புகுந்தார். ஆனால் அவரது சந்தேகத்தை தூண்டிவிட்டு, அவர்கள் தப்பியோட வேண்டும் என்பதை உணர்ந்து, தாவணகரேவுக்கு அவரது நண்பர் சசிகலாவின் வீட்டிற்குச் சென்று, தங்களுக்கு உதவி செய்யுமாறு கெஞ்சினர். ஆனால் இந்த நபர்களுக்கு ராஜீவ் கொலையில் தொடர்பு இருக்கலாம் என்பதை உணர்ந்தவுடன் சசிகலாவும் அவரது கணவரும் மறுத்துவிட்டனர்.[23, 24] அங்கிருந்து அவர்கள் விழுப்புரத்திற்குச் சென்றிருந்தனர், அங்கு வெற்றிலை பாக்கு அடித்து நொறுக்கிக் கொண்டிருந்த கிழவியயச் சந்தித்தனர், இதனால் இறுதியில் பிடிபட்டனர்.[25]

விரைவில் ஜெயக்குமார் மற்றும் மற்றவர்களைப் பற்றிய தகவல் கிடைத்தது. ஜூன் 9ம் தேதி ஜெயகுமார் தனது மனைவி சாந்தியுடன் கைது செய்யப்பட்டார். ஜூன் 10அன்று ராபர்ட் பாயாஸ் தனது

22   https://www.youtube.com/watch?v=EC4sCGMD2_c–   சித்தண்ணனுடன் ரகோத்தமன் நேர்காணல் (ஆங்கிலம்) – அத்தியாயம் 3 – ஆரம்பத்திலிருந்தே

23   ரகோத்தமன் (ஆங்கிலம்) – பக்கம் 46-47

24   ராகோத்தமன் (தமிழ்) – பக்கம் 46-59

25   கார்த்திகேயனும் ராதாவினோத் ராஜுவும் – பக்கம் 51

குடும்ப உறுப்பினர்களுடன் கைது செய்யப்பட்டார். ஜூன் 11ம் தேதி ஜோலார்பேட்டையில் பேரறிவாளன் சரணடைந்தார். விடுதலைப் புலிகளின் புலனாய்வுப் பிரிவினரால் சென்னையில் பாதுகாப்பான வீடுகளைக் கைப்பற்றுவதற்காக வைக்கப்பட்ட பலரில் ஒருவரான ஜெயக்குமார், சிவராசன் சில பொருட்களை மறைத்து வைத்திருந்த சமையலறையில் கொடுங்கையூர் வீட்டில் ஒரு துளை இருந்ததை வெளிப்படுத்தினார்.

முத்தமிழ் நகரில் வீடு இருந்தது. தரை கிழிந்தபோது, 2 அடி * 2 அடி சமையலறை ஓடுகளின் கீழ் கிட்டத்தட்ட வெட்டப்பட்ட ஈரமான 3 அடி ஆழமான அகழி இருந்தது. ஓடு வெட்டப்பட்டபோது, அதன் உள்ளே ஒரு தடிமனான தமிழ்-ஆங்கில அகராதி இருந்தது, உள்ளே 9 மிமீ கைத்துப்பாக்கியை மறைக்க ஒரு குழி செதுக்கப்பட்டது. இரண்டு பாக்கெட் டைரிகள், ஒரு நோட்டுப் மற்றும் ஒரு போலி கண்ணாடி கண் ஆகியவையும் இருந்தன. குற்றம் சாட்டப்பட்ட ஏழு பேரையும் சிக்க வைப்பதில் டைரிகள் முக்கியமானவை.

சிவராசன் அனுப்பிய கனகசபாபதியும் ஆதிரையும் புதுதில்லியில் பிடிபட்டனர். தீவிர விசாரணையில், சின்ன சாந்தன் தான் தன்னை வந்து சந்தித்து சிவராசனிடம் இருந்து தகவல் அனுப்பியதாக ஆதிரை ஒப்புக்கொண்டார். சென்னை பல்லாவரம் அருகே பம்மலில் சின்ன சாந்தன் இருப்பதாக ஆதிரை அளித்த தகவலின் பேரில், வீடு தெரியாத நிலையில், வீட்டு உரிமையாளரின் மகள்கள் அணிந்திருந்த பள்ளிச் சீருடையை அடையாளம் கண்டுகொண்டார். அதிரை. சகோதரிகள் இருவரும் ஒரே பள்ளியில் படித்து வந்தனர் என்று கொடுத்த கொடுத்த அடையாளத்தைப் பயன்படுத்தி, பள்ளி அடையாளம் காணப்பட்டு, வீட்டு உரிமையாளரைத் தொடர்புகொண்டார். கொலைக் கும்பலில் உள்ள சின்ன சந்தான் என்பது தெரியாமல் தனது அறையை வாடகைக்கு கொடுத்துள்ளார். இருட்டியதும் மொட்டை மாடியில் தூங்கிக் கொண்டிருந்த சின்ன சாந்தனிடம் எஸ்ஐடி அதிகாரிகள் நெருங்கினர். தான் பிடிபடப் போவதை அறிந்த சின்ன சாந்தன், தலியனைக்கு கீழ் வைத்திருந்த சயனைடு குப்பியை விழுங்க முயன்றார். ஆனால் அவர் 3-4 போலீஸ் அதிகாரிகளால் தாக்கப்பட்டு கைது செய்யப்பட்டார். SIT இந்த அத்தியாயத்தை அவர்களின் மிகவும் திறமையான செயல்களில் ஒன்றாக தர வரிசைப்படுத்துகிறது.

அத்தியாயம் 5

நரிகளின் நாள்

சிவராசனை பிடிக்கும் முயற்சி தொடர்ந்தது. பொட்டு அம்மானால் சிவராசன் தப்பிக்க உதவும் பொறுப்பு திருச்சியில் இருந்த திருச்சி சாந்தனுக்கு ஒப்படைக்கப்பட்டது. திருச்சி சாந்தன் விடுதலைப் புலிகளின் அரசியல் பிரிவைச் சேர்ந்தவர். கடந்த ஜூலை 27-ம் தேதி கோவை கவுண்டர்பாளையம் ரகுவுடன் விக்கி பிடிபட்டார். இருவருமே விடுதலைப் புலிகள் போராளிகள். ஒரு இரவு விசாரணையின் பின்னர், மேலும் இரண்டு விடுதலைப் புலி போராளிகளான டிக்சனும் குணாவும் எங்கே தங்கியிருக்கிறார்கள் என்பதை போலிசார் அறிந்தனர். மேலும்விக்கிதான் தான் பெங்களூர் சென்று சிவராசனை பெங்களூரில் இறக்கிவிட்டதாக ஒப்புக்கொண்டார்.

அவர்கள் டிக்சன் மற்றும் குணாவின் வீட்டைச் சுற்றி வளைத்து, தற்கொலை செய்து கொள்ள வேண்டாம் என்று அவர்களை வற்புறுத்த முயற்சி செய்தனர். இருப்பினும், அவை வெற்றிபெறவில்லை. சயனைடு கடித்ததில் டிக்சன் மற்றும் குணா இருவரும் உயிரிழந்தனர். டிக்சன் உண்மையில் தமிழ்நாட்டின் அப்போதைய முதலமைச்சர் ஜெயலலிதா அவர்களுக்கும், புலிகள் தனது அரசாங்கத்தை எதிர்க்கவில்லை என்பதைக் குறிப்பிட்டு, கார்த்திகேயனின் சாதனைகளைப் பாராட்டினார். திருச்சி சாந்தன் பெங்களூரில் பதுங்கி இருப்பதாகவும் விக்கி தெரிவித்தார். ஆகஸ்ட் 1991 இல், சிவராசனும் திருச்சி சாந்தனும் இருந்ததை அறிந்ததும் டிஜிஜி ராதா வினோத் ராஜு தலைமையில் கமாண்டோக்கள் குழு பெங்களூரு வந்தது.

விக்கி கொடுத்த தகவலைப் பயன்படுத்தி, என்.எஸ்.ஜி கமாண்டோக்களுடன் எஸ்.ஐ.டி கண்காணிப்புக் குழு இந்திரா நகரில்

உள்ள மறைவிடத்தை தாக்குதல் செய்தது. துரதிருஷ்டவசமாக, இரண்டு புலி உறுப்பினர்களான அரசன் மற்றும் குலத்தான் ஆகியோர் குப்பி கடித்து தற்கொலை செய்து கொண்டனர். அவர்களில் ஒருவர் அரசன் உடனடியாக இறந்தார், குலத்தான் சில நாட்களுக்குப் பிறகு மருத்துவமனையில் இறந்தார். ஆகஸ்ட் 17, 1991 அன்று, என்.எஸ்.ஜி கர்நாடகாவின் மாண்டியா மாவட்டத்தில் உள்ள பெரிட்டா மற்றும் முத்தாதி கிராமங்களை முற்றுகையிட்டது. போலிஸாரைப் பார்த்ததும், மொத்தம் 17 விடுதலைப் புலி உறுப்பினர்கள் (முத்தத்தியில் 9 பேரும், பெருட்டாவில் 8 பேரும்) சயனைடு காப்ஸ்யூலை கடித்து 17 பேரில், 12 பேர் இறந்தனர், 5 பேர் மருத்துவமனையில் அனுமதிக்கப்பட்டனர்[26] அந்த இடத்தை விசாரித்த டி.ஐ.ஜி கே.வி.பாலகிருஷ்ண ராவ், விடுதலைப் புலிகளின் உறுப்பினர் ஒருவரின் பைகள் ஒன்றில் ஒரு சிறிய சீட்டைக் கண்டுபிடித்தார். அதில் 'புத்தனஹள்ளி அஞ்சனப்பா' என்ற பெயர் குறிப்பிடப்பட்டது. விசாரணையில்,அஞ்சனப்பா காங்கிரஸ் தொண்டர் ஒருவரின் சகோதரர் என்பது தெரியவந்தது.

கர்நாடகா போலீஸ் அதிகாரிகள் சந்தித்தனர். இந்த குறித்து தான் வியப்படைந்ததாக போலிஸ் ஆணையாளர் குறிப்பிட்டார். ஒரு காங்கிரஸ் தொண்டரால் எவ்வாறு விடுதலைப் புலிகளுடன் தொடர்புகளைக்கொண்டிருக்கமுடியும்என்றுகுறிப்பிட்டார். இந்திய போலீஸ் சேவை - ஐபிஎஸ் அதிகாரி மற்றும் கூடுதல் டிஜிபி - ஏ.டி.ஜி.பி (உள்நாட்டு பாதுகாப்பு) கெம்பையாவும் ஒப்புக் கொண்டார். ஆனால் அவர்கள் ஆஞ்சனப்பாவை விசாரித்தவுடன் கூடுதல் தகவல்கள் வரும் என்று அவர் கூறினார்.[27] இதனால் ஆஞ்சனப்பாவை உள்ளே அழைத்துச்சென்று விசாரித்தனர். விசாரணையில், அவர்தனது நண்பர் ரங்கநாத்திற்காக வீட்டை எடுத்துக் கொண்டதாகவும், அது தனது சொந்த பயன்பாட்டிற்காக அல்ல என்றும் தெரியவந்தது. பின்னர் அவர் பெங்களூர் போலீசாரை ரங்கநாத்தின் வீட்டிற்கு அழைத்துச் சென்றார், அது பூட்டப்பட்டிருந்தது கண்டுபிடிக்கப்பட்டது.

---

26 ராகோத்தமன் (தமிழ்) – பக்கம் 186-195

27 *http://www.thesundayindian.com/cgi-sys/suspendedpage.cgi?article_id=15033* - இந்த இணைப்பிற்கு வரும் தற்போதைய செய்தி "இந்த கணக்கு இடைநீக்கம் செய்யப்பட்டுள்ளது."

அண்டை வீட்டாரிடம் விசாரணை நடத்தப்பட்டது, அது அவர்கள் இப்போதுதான் காலி செய்யப்பட்டு, அந்தப் பகுதியிலிருந்து ஒரு வேனில் சென்றதாகத் தகவல் கிடைத்தது. வேனை வாடகைக்கு விட்ட டிராவல் ஏஜென்சியை போலீசார் கண்டுபிடித்து, வேன் டி. ராவல் ஏஜென்சிக்கு திரும்பும் வரை காத்திருந்தனர். வேன் டிரைவர், தனது திரும்புகையில், ஜெய நகரில் உள்ள ஒரு தேவாலயத்திற்கு அவர்களை அழைத்துச் சென்றார். ரங்கநாத்தின் மனைவியாக இருந்த அந்தப் பெண் வழியில் இறங்கினார் என்று அவர் கூறினார். அந்தப் பெண் தேவாலயத்திற்குள் சென்றதாகவும் அவர் கூறினார். போலீஸ் அதிகாரிகள் அங்கு காத்திருந்தனர். சிறிது நேரம் கழித்து, ஒரு பெண் வெளியே வந்தார். வேன் டிரைவர் காவல்துறையினரை அழைத்து, தான் இறக்கி விட்ட அதே பெண்தான் என்பதை அடையாளம் காட்டினார்.

அவர்கள் அவரை அணுகியபோது, உடனடியாக அந்தப் பெண் எழுந்து நின்று, அவர்கள் எதற்காக வந்திருக்கிறார்கள் என்பது எனக்குத் தெரியும் என்று போலீசாரிடம் கூறினார். போலீஸ் அதிகாரி ஆச்சரியமடைந்தார் ஆனால் சமாளித்து ஆம் என்று கூறி அவரைத் தொடரச் சொன்னார். சிவராசன் எங்கே இருக்கிறார் என்பதைத் தெரிந்துகொள்ள வேண்டும் என்பதற்காக வந்திருப்பதாகவும், அவர் இருக்கும் இடத்தைக் தன்னால் காட்ட முடியும் என்றும் அந்தப் பெண் அடுத்ததாகச் கூறியதும், அதிர்ச்சியாக இருந்தது. உடனடியாக ஸ்டேஷனுக்கு அவரை போலீசார் அழைத்து வந்தார். இதனால் ஜெயநகர் காவல் நிலையத்திற்கு அழைத்துச் சென்றனர். ஆனால் போலீஸ் கமிஷனரைத் தவிர வேறு யாரிடமும் பேச மறுத்துவிட்டார். அப்போது பெங்களூரில் போலீஸ் கமிஷனர் இல்லாததுதான் போலீஸ் சந்தித்த பிரச்சனை. எனவே உதவி போலீஸ் கமிஷனர் அஸ்வத் ராமையா போலீஸ் கமிஷனர் போல் போஸ் கொடுத்து சிவராசன் அவர்களின் கோணனகுண்டே வீட்டில் பதுங்கி இருப்பதாக தகவல் வாங்கினார்.

சிவராசன் மற்றும் கும்பலை அழைத்து வந்த ரங்கநாத்தின் மனைவி மிருதுளா. முழு நாடும் இந்த தருணத்திற்காகக் காத்திருந்தது, அந்தத் தருணம் வந்துவிட்டதாகத் தோன்றியது. மிருதுளா அவர்கள் வைத்திருந்த ஆயுதங்கள் பற்றிய தகவல்களை வழங்கினார் - ஒரு

ஏகே 47 துப்பாக்கி மற்றும் ஒரு 9 மிமீ கைத்துப்பாக்கி. அவர்கள் இந்த தகவலைப் பெற்றனர் அவர்களை இறக்கி விட்ட லாரி டிரைவர் தனசேகரன். ஆரம்பத்தில் அவர்கள் கோணனகுண்டேவில் உள்ள இல்லத்தை அடைந்தபோது, கெம்பையா, உதவி ஆணையர் அஸ்வத் ராமைய்யா, இன்ஸ்பெக்டர் நரசிம்ம மூர்த்தி மற்றும் ஒரு பெண் கான்ஸ்டபிள் மஞ்சுளா ஆகிய 4 பேர் மட்டுமே போலீஸ் குழுவைச் சேர்ந்தவர்கள். அவர்கள் கர்நாடக மாநில ரிசர்வ் போலீஸ் (கே.எஸ். ஆர்.பி) கமாண்டோக்களுக்கு ஏற்பாடு செய்தனர், அவர்களுடன், பல திறமையான போலீஸ் அதிகாரிகளும் உதவி வழங்க சம்பவ இடத்திற்கு வந்தனர். இதற்கிடையில், கெம்பையா போலீஸ் கமிஷனரை அழைத்து என்ன நடக்கிறது என்பதைப் பற்றி அவரிடம் தெரிவித்தார். சிலிர்த்துப் போன எஸ்ஐடி தலைவர் கார்த்திகேயனை கமிஷனர் தொடர்பு கொண்டார். அவர் லக்நோவிளிருந்து மாற்று மருந்துப் படையைப் அனுப்புவதாகவும், அழி நிலைக்குச் செல்லாமல் தொடர்ந்து இருக்குமாறு போலீஸ் கமிஷனரிடம் கேட்டுக்கொண்டார்.

கோணனகுண்டேயில் உள்ள வீடு கைப்பற்றப்பட்ட 36 மணி நேரத்திற்குப் பிறகு ஆகஸ்ட் 19 அன்று அது வந்தது. இதற்கிடையில் ரங்கநாத்தும் அவரது நண்பரும் கோணனகுண்டேவுக்கு வந்து, போலீசாரின் இருப்பைக் கண்டு தப்பியோட முயன்றனர், ஆனால் அதற்குள் அந்த பகுதியில் குவிந்திருந்த மக்களால் பிடிக்கப்பட்டார். இறுதியாக கமாண்டோக்கள் வீட்டைத் தாக்கி உள்ளே சென்றபோது, சிவராசன், சுபா, நீரோஉள்ளிட்ட ஏழு பேரின்சடலங்களைக்கண்டனர். சிவராசன் தலையில் ஒரு தோட்டாவுடன் கண்டுபிடிக்கப்பட்டார், மற்றவர்கள் குப்பிகளை விழுங்கியிருந்தனர்.[28] அவர் கையில் 9 மிமீ கைத்துப்பாக்கி இருந்ததால் நீரோவால் சுடப்பட்டார். அவர்கள் நெகட்டிவ்கள் மற்றும் ஃபிலிம் ரோல்களின் குவியல்களையும் கண்டறிந்தனர், அவை எரிக்கப்பட்டன. சிவராசன் அனைத்து ஆதாரங்களையும் எரித்த போதிலும், இந்தப் படுகொலை விடுதலைப் புலிகளால் மட்டுமே மேற்கொள்ளப்பட்டது என்றும், அதற்காக வேறு எவரும் பொறுப்பேற்க அனுமதிக்கப்படக் கூடாது என்றும் எழுதப்பட்ட ஒரு தமிழ் மக்கள் தலையங்கம் அடங்கிய

---

28 https://timesofindia.indiatimes.com/city/bengaluru/with-a-scrap-of-paper-cops-hunted-down-rajiv-assassins/articleshow/52351328.cms

ஒரு காகிதத்தை அவர் விட்டுச் சென்றிருந்தார். தமிழீழக் கொடி இலங்கையில் மீண்டும் பறக்க வேண்டும் என்ற வாக்கியமும் அந்தக் கடிதத்தில் அடங்கியிருந்தது.

சிவராசன் இறந்து ஒரு வாரத்திற்குப் பின்னர், திராவிடர் கழக செயற்பாட்டாளரும் விடுதலைப் புலிகளின் தீவிர அனுதாபியுமான 'கொளத்தூர்' மணி மூலம் சில தகவல்கள் கிடைத்தன. தனது உதவியாளர்களில் ஒருவர் திருச்சி ரயில் நிலையத்திற்கு அருகிலுள்ள ஒரு இடத்திற்கு வருவார் என்றும், திருச்சி சாந்தனின் இருப்பிடம் தனக்குத் தெரியும் என்றும் அவர் ஒப்புக்கொண்டார். திருச்சி ரயில் நிலையம் அருகே உள்ள இடத்திற்குச் சென்ற கண்காணிப்புக் குழு, கொளத்தூர் மணி குறிப்பிட்டுள்ளபடி, பைக்கில் வந்த நபரை கைது செய்தனர். ஒரு சில லேசான அடிகளைப் பெற்ற பிறகு அழுத்தத்தின் கீழ், திருச்சி சாந்தன் எங்கே இருப்பார் என்பதை அவர் வெளிப்படுத்தினார். பின்னர் கண்காணிப்புக் குழு வீட்டைத் தேடிச் சென்று அதிகாலை 04.00 மணியளவில் இலக்கை அடைந்தது. அவர்கள் வாயிலை அடைந்ததும், அங்கு இருந்த திராவிடர் கழக (தி.க.) செயற்பாட்டாளர் முதலில் எழுந்தார். லேசான தொடர்ந்து சலசலப்பு, அறையின் பின்புறம் இருந்து வீட்டின்

பின்புறத்தில், மற்றொரு நபர் எழுந்து என்ன நடக்கிறது என்பதைக் கண்டுபிடிப்பதற்காக கதவைத் திறந்தார். உடனே, போலீசார் இருப்பதை பார்த்த திருச்சி சாந்தன் கதவை சாத்தினார். அருகில் நின்று கொண்டிருந்த மோகன்ராஜ் கதவை தள்ளி திறக்க முயன்றும் பலனில்லை. மோகன்ராஜ் பக்கவாட்டில் சென்று ஜீரோ வாட் பல்ப் கொடுத்த வெளிச்சத்தில் திருச்சி சாந்தன் கையை தூக்கி எதையோ எடுத்தார். அது ஒரு சயனைடு குப்பி. மோகன்ராஜின். 38 ரிவால்வரில் இருந்து சென்ற குண்டு ஒன்று அவரைப் தாக்கி அதே நேரத்தில் அப்போது வெளியே நின்று கொண்டிருந்த ராதாவினோத் ராஜு, மோகன்ராஜை சுட வேண்டாம் என சத்தம் போட்டார். சாந்தன் ஒரே நேரத்தில் குப்பியை விழுங்கினார். அவர் சரிந்தார். மேலும் இரு அதிகாரிகளும் தங்கள்.9 மிமீ துப்பாக்கியால் சுட்டனர். ஒரு அரை நிர்வாணப் பெண்மணி அவர்களைச் சுட வேண்டாம் என்று கத்தியபடி ஓடி வந்தார். அப்போதுதான் திருச்சி சாந்தனை அழைத்துச் செல்லச் சென்றபோது ஒரு பெண்ணுடன்

உடலுறவு கொண்டிருந்ததை காவல் துறையினர் உணர்ந்தனர். உள்ளே சென்ற குழுவினர், காயமடைந்த சாந்தனை தூக்கி காரில் ஏற்றி திருச்சி மருத்துவமனைக்கு விரைந்தனர். மோகன்ராஜ் தனது துப்பாக்கியிலிருந்து சுட்ட போது திருச்சி சாந்தன் துப்பாக்கிச் சூட்டுக் காயம் மற்றும்/அல்லது குப்பியை விழுங்கியதாலேயே மரணம் நிகழ்ந்திருக்கலாம் என்பது பின்னர் பிரேதப் பரிசோதனையின் மூலம் தெரியவந்தது. திருச்சி சாந்தனின் இறுதிச் செய்தியைக் கேட்டதும், பெங்களூரில் உள்ள கொளத்தூர் மணி, "அட பாவிகளா கொன்னுட்டிங்களா" என்று வெடித்தார்.

சதித்திட்டத்தை நிறைவேற்றுதல்

ஒரு ஃப்ளாஷ்பேக் மற்றும் ஒரு சில கொலைகள்

ஏப்ரல் 27, 1991

வெல்வெட்டுத்திரை, இலங்கை

மெலிந்த ஒல்லியான மனிதர் அறைக்குள் நுழைந்தார். அவர் பெயர் பொட்டு அம்மான் மற்றும் அவர் விடுதலைப் புலிகளின் புலனாய்வுப் பிரிவின் தலைவராக இருந்தார். ஒன்பது பேரையும் பார்த்து, தமிழீழம், அவர்களின் கழுகப் போராட்டம், அற்புதமான நாளைய நம்பிக்கை போன்றவற்றைப் பற்றி ஆவேசமாகப் பேசத் தொடங்கினார். இப்படிப் பேசிய பிறகு, குழுவில் உள்ள ஒவ்வொருவராகச் சென்று சல்யூட் அடித்து, கைகுலுக்கி கையசைத்தார். அந்த ஒன்பது பேர் சிவராசன், நித்யா(சுபா), தனு, நேரு, சிவரூபன், சாந்தன், அய்யா, கீர்த்தி மற்றும் ரூசோ. கடைசியாக அவர் முடித்ததும் அகிலா பேசினார். பின்னர் அனைவரும் கரைக்கு சென்று தங்களுக்காக காத்திருந்த விரைவு படகில் ஏறினர். ஒருவர் பின் ஒருவராக உள்ளே நுழைந்தனர். பொட்டு அம்மானும் அகிலாவும் கரையில் இருந்து இதைப் பார்த்துக் கொண்டிருந்தனர். அவர்கள் விடைபெறும்போது, படகோட்டி படகை இயக்க முயன்றார். ஆனால் அது தொடங்கவில்லை.

அவர்கள் மீண்டும் ஏப்ரல் 30, 1991 அன்று கூடி மாதகல் கடற்கரையை நோக்கிச் சென்றனர். இது பலாலிக்கு கிழக்கில் அமைந்திருந்தது. பொட்டு அம்மானும் அகிலாவும் மீண்டும் ஒருமுறை அவர்களுடன் சென்று அவர்களைப் பார்த்தனர். இம்முறை எந்த இடையூறும் இல்லாததால் படகு சீராக தொடங்கியது.

ஏறக்குறைய16மணிநேரப்பயணம், 1991மே1ஆம்தேதிஅதிகாலை 5.00 மணியளவில் படகு கோடியக்கரைக் கரையை அடைந்தது. மிராசுதார் (நில உரிமையாளர்) என்று அன்புடன் அழைக்கப்படும் சண்முகம் அவர்களைப் பெறுவதற்காகக் காத்திருந்தார். சண்முகம் விடுதலைப் புலிகளுக்கு பல்வேறு தேவைகளுக்கு உதவியவர். பெற்றோல், டீசல், உடைகள், மருந்துகள் போன்றவை புலிகளுக்குத் தேவைப்படும் போதெல்லாம் படகுகளில் அடுக்கி வைக்கப்பட்டன. யாழ்ப்பாணத்திற்கு கடத்துவதற்கு முன்னர் போராளிகள் வந்து பொருட்களை மறைத்து வைத்திருந்த நிலம் அவருக்கு நிறைய இருந்தது. போராளிகள் தங்குவதற்குப் பயன்படுத்திய ஏராளமான குடிசை வீடுகளும் அவருக்குச் சொந்தமானவை. சண்முகம் தனது வேலையாட்களை அக்கறையுடன் தேர்ந்தெடுத்தார். விடுதலைப் புலிகள் மற்றும் ஈழத்துக்காக அனுதாபம் கொண்டவர்கள் நிறைய பேர் இருந்ததால் அது அவ்வளவு கடினமான பணியாக இருக்கவில்லை. இன்னும் அவர் குறிப்பாக சமீபத்தில் கவனமாக இருந்தார். ஏன் என்றால், விடுதலைப் புலிகளின் போராளிகளுக்கு உதவி வழங்கியதற்காக ஒரு மாநில அரசாங்கமே ஜனவரி மாதம் பதவி நீக்கம் செய்யப்பட்டது.

படகு கரையை நோக்கி நகர்ந்தபோது சிவராசன் படகில் இருந்து இறங்கி தண்ணீரில் நடந்தார். கரையை நெருங்கி சண்முகத்தின் குடிசைகளை நோக்கி வந்தார். சண்முகத்தின் உதவியாளருடன் அன்பான வரவேற்பு மற்றும் சில நிமிட விவாதத்திற்குப் பிறகு, அவர்கள் சண்முகத்தின் 20க்கும் மேற்பட்ட ஆட்களுடன் வெளியே வந்தனர். இருவரும் சேர்ந்து படகை கரைக்கு வரச் சொன்னார்கள். படகு கரையை அடைந்ததும், மற்ற 8 உறுப்பினர்களும் படகில் இருந்து இறங்கி, சண்முகம் மற்றும் அவரது ஆட்கள் அனுப்பிய குடிசைகளை நோக்கி நடந்தனர். இப்போது காலியாக இருந்த படகில் விரைவாக பெற்றோல், டீசல் போன்றவை நிரப்பப்பட்டது. சண்முகத்தின் ஆட்கள் அதைச் செய்ததுடன், சுமார் 30 நிமிடங்களில் படகு யாழ்ப்பாணம் நோக்கி விரைந்தது. 9 பேர் கொண்ட கும்பலை பொறுத்தவரை தமிழகத்தின் பல்வேறு இடங்களுக்கு சிறுகுறு குழுவாகப் புறப்பட்டனர். மே 3ம் தேதி காலை சின்ன சாந்தன் மென்ட்ராஸ் கிளம்பினார். கோடியக்கரையிலிருந்து மென்ட்ராஸ் வரை

நீண்ட பயணம். இந்த முக்கியமான திட்டத்திற்கு அவர் எவ்வாறு தேர்வு செய்யப்பட்டார் என்று அவரது எண்ணங்கள் சென்றன.

மார்ச் 0991 ,3

சுதேந்திரராஜா(அதாவது சின்னசாந்தன்) அவருக்குக் கொடுக்கப்பட்ட பணத்தைக் கணக்கிட்டார். தொகை சரியாக இருந்தது. சரியாக ரூ.20,000/- ஆக இருந்தது. அவர் பணத்தை தனது பைக்குள் வைத்து, தனக்கு எதிரே அமர்ந்திருந்த நபரைப் பார்த்தார். அவர் ஒற்றைக் கண் கொண்டவர், அவரது பெயர் பாக்கியச்சந்திரன். பாக்கியச்சந்திரன் பல்வேறு பெயர்களில் அழைக்கப்பட்டார், அத்தகைய ஒரு பெயர் சிவராசன். 1983ல் இலங்கைத் தமிழர்களுக்கு எதிராக நடந்த கறுப்பு ஜூலைக்குப் பின்னர், தமிழீழ விடுதலைக் குழுவில் (டெலோ) சேர்ந்தார். 1983 அக்டோபரில் கறுப்பு ஜூலையைத் தொடர்ந்து இலங்கையில் உள்ள தமிழர்களுக்கு அபரிமிதமான ஆதரவும் அனுதாபமும் இருந்த போது அவர் இந்தியாவுக்கு வந்தார். மத்திய அரசும், மாநில அரசும் இலங்கை அரசாங்கத்தை எதிர்த்துப் போராடுவதற்கான பயிற்சி, சரணாலயங்கள் மற்றும் ஆயுத விநியோகங்களை தீவிரவாதிகள் குழுக்களுக்கு வழங்கத் தொடங்கின.

அருகேஉள்ளஒருமுகாமில்(குறிப்பு) அவர்பயிற்சிபெற்றிருந்தார். இறுதியில் போராளிக் குழுக்களிடையே மேலாதிக்கத்திற்கான யுத்தத்தில், டெலோ புலிகளால் அழிக்கப்பட்டதுடன், இந்த வழிவகையில்,TELOவில் இருந்து பல போராளிகள் புலிகளுடன் இணைந்தனர். மற்றவர்கள் கொல்லப்பட்டனர். புலிகளில் இணைந்தவர்களில் பாக்கியச்சந்திரனும் ஒருவர். 1987 மே மாதம், பாதுகாப்புப் படையான ஸ்ரீலங்காவுடனான மோதலில், அவர் இடது கண்ணில் குண்டு பாய்ந்து மதுரை அரவிந்த் கண் மருத்துவமனைக்கு அனுப்பி வைக்கப்பட்டார். அவரது வாழ்க்கையின் மீதமுள்ள பகுதிக்கு, அவர் ஒரு தவறான இடது கண்ணை அணிய வேண்டியிருந்தது. 1989 ஆம் ஆண்டின் இறுதியில், அவர் தனது முதல் முக்கிய பணிக்காக இந்தியாவுக்குச் சென்றார். அவர் சிவராசன் என்ற பெயரை ஏற்றுக்கொண்டார்.

சிவராசன் தனது இலக்கை நோக்கிப் புறப்பட்டார், சின்ன சாந்தன் சாலையைக் கடந்து சென்னை கோடம்பாக்கத்தில் உள்ள மெட்ராஸ்

இன்ஸ்டிடியூட் ஆப் இன்ஜினியரிங் டெக்னாலஜியில் சேர்ந்தார். அவர் அங்கு ஒரு பாடத்திட்டத்தில் தன்னைச் சேர்த்துக்கொண்டார். இது குணராஜன் என்ற இலங்கைத் தமிழரால் நடத்தப்பட்டது. எனவே சேர்க்கை எந்த சிக்கல்களையும் ஏற்படுத்தவில்லை. ஒரு முக்கிய காரணம், அங்கு ஏராளமான இலங்கைத் தமிழர்கள் படித்துக் கொண்டிருந்தனர். ஒரு சில நாட்களில், தன்னிடம் இருந்த மற்றும் தாராளமாக செலவழித்த பணத்தைக் கொண்டு, அவரால் ஈ.பி.ஆர்.எல்.எம்ப் வட்டத்திற்குள் எளிதாக நுழைய முடிந்தது. அவர் என்ன பேச வேண்டும் என்று அவர்கள் எதிர்பார்த்தார்களோ, அதைப் பேசுவதன் மூலம் அவர் அவர்களுடன் நட்பை ஏற்படுத்திக் கொண்டார். வேலுப்பிள்ளை பிரபாகரணை விமர்சித்த அவர், பிரபாகரன் மற்றும் விடுதலைப் புலிகள் மீதான தனது வெறுப்பை வெளிப்படுத்தினார். அவர் இதை மீண்டும் மீண்டும் மிகவும் நேர்மையான தொனியில் செய்தார். ஈ.பி.ஆர்.எல்.எப். தொண்டர்கள் அவர் மீது முழு நம்பிக்கையைக் கொண்டிருக்கத் தொடங்கினர்.

ஒருநாள் ஈ.பி.ஆர்.எல்.எம்ப் தொண்டர்களில் ஒருவரிடமிருந்து பத்மநாபாஒரிசாவிலிருந்து சென்னைக்கு வருவதாக அவருக்குத் தகவல் கிடைத்தது. அச்சமயம் சிவராசன் இலங்கைக்குத் திரும்பினார். சிவராசன் கொடுத்த வயர்லெஸ் டிரான்ஸ்மிட்டர் மூலம் சாந்தன் உடனடியாக சிவராசனுக்கு அந்தச் செய்தியை அனுப்பினார். அது ஜூன் முதல் வாரம். சிவராசன் செயலில் குதித்தார். டேவிட், தீபன், ரவி, டேனியல் மற்றும் புலிகளின் புலனாய்வுப் பிரிவைச் சேர்ந்த மேலும் ஒரு உறுப்பினருடன் 1990 ஜூன் 10 அன்று இந்தியாவிற்கு வந்த அவர் சூளைமேட்டில்ஜெயபால் என்றழைக்கப்படும் விடுதலைப் புலிகளின் ஆதரவாளரின் இல்லத்தில் தங்கியிருந்தார். சில நாட்களுக்குப் பிறகு, பத்மநாபா, இலங்கையின் வடகிழக்கு அரசாங்கத்தில் வரதராஜப் பெருமாளின் அமைச்சரவையில் நிதியமைச்சராக இருந்த கிருபாகரன், யாழ்ப்பாணத்தின் பாராளுமன்ற உறுப்பினர்யோகசங்கரி, கோமளராஜா மற்றும்லிங்கம் ஆகியோர் ஜூன் 19 அன்று கோடம்பாக்கத்தில் உள்ள ஜக்காரியா காலனியில் நடைபெற்ற இந்த மிக முக்கியமான ஈ.பி.ஆர்.எல்.எம்ப் கூட்டத்திற்காக சென்னைக்கு வந்ததை சாந்தன் அறிந்தார். இது காலனிக்குள் உள்ள 'பவர் அபார்ட்மெண்ட்ஸ்' இல் நடத்தப்பட இருந்தது.

ஈ.பி.ஆர்.எல்.எம்ப். மீதான விடுதலைப் புலிகளின் பகைமை ஈ.பி.ஆர்.எல்.எம்ப் இந்தியாவிற்கு ஆதரவானதாக காணப்பட்டதால் ஏற்பட்டது. தமிழ் மக்கள் பெரும்பான்மையாக உள்ள வடகிழக்கு சபைகளில் இந்திய அமைதி காக்கும் படைகள் நிலைநிறுத்தப்பட்டதைத் தொடர்ந்து, இலங்கை அரசாங்கம் 1988 நவம்பரில் தேர்தல்கள் நடத்தப்படும் என அறிவித்தது. தேர்தல்கள் புறக்கணிக்கப்படும் என விடுதலைப் புலிகள் அறிவித்தனர். அதை மீறி ஈ.பி.ஆர்.எல்.எம்ப் தேர்தலில் போட்டியிட்டு வெற்றி பெற்றது. வரதராஜப் பெருமாள் முதலமைச்சரானார். 1990 மார்ச்சில் ஐ.பி.கே.எம்ப் இலங்கையிலிருந்து வெளியேறியதும், வரதராஜப் பெருமாள் உட்பட ஈ.பி.ஆர்.எல்.எம்ப் தலைவர்கள் இந்தியாவுக்குத் தப்பிச் செல்ல வேண்டியிருந்தது..பி.ஆர்.எல். எம்ப் இன் சில முக்கியஸ்தர்கள் மாலை 06.00 மணியளவில் தமது சந்திப்பை ஆரம்பித்திருந்தனர். சக்காரியா காலனிக்கு வந்த ஒரு வெள்ளை அம்பாசடர் சாந்தன் நின்ற இடத்தை பார்த்து வேகத்தைக் குறைத்தார்.

சாந்தன் காருக்குள் பார்த்தபோது சிவராசன், ஜெயபால், டேவிட் ஆகியோரைக் கண்டார். அவர் தலையை ஆட்டினார்,கூட்டம் நடந்து கொண்டிருந்த பவர் அபார்ட்மெண்டை சுட்டிக்காட்டினார். சிவராசன், ஜெயபால் மற்றும் டேவிட் ஆகியோர் காரிலிருந்து இறங்கி, வேகமாக உள்ளே ஓடி அபார்ட்மெண்டிற்குள் நுழைந்தனர். அவர்கள் தங்கள் காலேஷ்னிகோவ் தாக்குதல் துப்பாக்கிகளால் அனைவரையும் நோக்கி சுடத் தொடங்கினர். பத்மநாபா எழுந்து நின்று, தனது கைகளளஉயர்த்தி, மற்றவர்களைகாப்பாற்ற வேண்டும் என்று கேட்டுக்கொண்டார். பதிலுக்கு சிவராசன் பத்மநாபாவை சுட்டார். பத்மநாபா ஒரு தலையணையை எடுத்து பாதுகாக்க முயன்றார். துரதிருஷ்டவசமாக அவரிடம் இருந்த ஒரே ஆயுதம் அதுதான். தோட்டாக்கள் அவரை உடலின் பல்வேறு பாகங்களில் தாக்கின. ஒரு நிமிடத்தில், வேலை முடிந்தது. பத்மநாபாவும் மற்ற 13 பேரும் ரத்த வெள்ளத்தில் தரையில் இறந்து கிடந்தனர். மரக் கதவும் தளபாடங்களும் உலோகத் துகள்களால் நிரப்பப்பட்டிருந்தன.

அவர்கள் அனைவரும் ஓடத் தொடங்கினர். அந்த நேரத்தில், துப்பாக்கிச் சூட்டைக் கேட்ட இரண்டு துரதிருஷ்டவசமான

இளைஞர்கள் என்ன நடக்கிறது என்று கண்டுபிடிக்க அபார்ட்மெண்டை நோக்கி வந்தனர். டேவிட், அவர்களைப் பார்த்ததும், தனது காலேஷ்னிகோவ் துப்பாக்கியிலிருந்து தோட்டாக்களை அவர்கள் மீது செலுத்தினார். அவர்கள் இருவரும் சம்பவ இடத்திலேயே இறந்தனர். அவர்கள் வேகமாகச் சென்று அம்பாசிடர் காருக்குள் நுழைந்தார்கள். கீழே காத்திருந்த சாந்தன் உட்பட அனைவரும் காருக்குள் குதித்து கார் வேகமாகச் சென்றது. அவர்கள் கிராண்ட் டிரங்க் சாலையில் ஓட்டிச் சென்றனர். செங்கல்பட்டு வரை, அவர்கள் எந்தப் பிரச்சினையையும் எதிர்கொள்ளவில்லை. செங்கல்பட்டில், காரை ஒரு போலீஸ் கான்ஸ்டபிள்(பிசி) தடுத்து நிறுத்தினார். போலீஸ் கான்ஸ்டபிள் அங்கு என்ன இருக்கிறது என்பதை உறுதிப்படுத்த காரின் பின்புறத்தை சரிபார்க்க விரும்பினார். பி.சி.க்கு சாதகமான பதிலை அளித்த பிறகு, சிவராசன் முழு வேகத்தில் காரை ஸ்டார்ட் செய்தார். அதே நேரத்தில், சிவராசன் கான்ஸ்டபிளின் கையைப் பிடித்தார், பிசி சுமார் 30 முதல் 50 மீட்டர் வரை இழுத்துச் செல்லப்பட்டார், பின்னர் சிவராசன் அவரை விடுவித்தார். கான்ஸ்டபிள் தரையில் விழுந்தபோது கார் வேகமாக சென்றது.

போலீஸ் கான்ஸ்டபிள் கார் நம்பரை பதிவு செய்தாரா என்பது சிவராசனுக்கு இப்போது தெரியவில்லை. அவரால் ரிஸ்க் எடுக்க முடியவில்லை, கார்களை மாற்ற முடிவு செய்தனர். அவர்கள் ஒரு ரயில்வே வாயிலைக் கடந்து வந்தார்கள். அங்கு ஒரு மாருதி வேனைப் பார்த்தனர். வேனுக்குள் தாமஸ் சார்லஸ், மெட்ராஸில் உள்ள ஒரு தனியார் நிறுவனத்தில் அதிகாரியாக பணியாற்றி வந்தவர் மற்றும் அவரது தாயார் ஆகியோர் இருந்தனர். அவரது டிரைவர் வேனை ஓட்டிச் சென்றார். அவர்கள் வேனை இடைமறித்தனர், இது ஒரு கடினமான பணி அல்ல. அவர்கள் துப்பாக்கிகளை எடுத்து ஓட்டுநருக்கு சில அடிகளைக் கொடுத்தனர். மகனையும் தாயையும் அமைதியாக இருக்குமாறு மிரட்டிய பின்னர், அவர்கள் அவர்களுடன் வேனில் சென்றனர். ஒரு சில நிமிடங்கள் வாகனம் ஓட்டிய பிறகு, அவர்கள் மூவரும் ஒரு பக்கச் சாலையில் இறக்கிவிடப்பட்டனர். பின்னர் அவர்கள் திருச்சியை நோக்கி வேன் ஒன்றில் விரைந்தனர்.

மாருதி எந்த பிரச்சனையும் இல்லாமல் பல சோதனைச்சாவடிகளைக் கடந்தார்.[29, 30]

கடைசியில் பிள்ளையார்திடல் செக் போஸ்டை அடைந்தது. சப்-இன்ஸ்பெக்டர் (எஸ்.ஐ) ராமமூர்த்தி சென்று வேனுக்குள் பார்த்தார். வேனுக்குள் கரடுமுரடாகத் தோற்றமளிக்கும் சில ஆண்கள்தங்கள் கைகளில் அதிநவீன துப்பாக்கிகளுடன் அமர்ந்திருந்தனர். தங்களிடம் இருந்த அதிநவீன துப்பாக்கிகளை சுட்டிக்காட்டி அவர்கள் எஸ்.ஐயை அச்சுறுத்தினர், மேலும் எஸ்.ஐ.யிடம் தனது பொம்மை கைத்துப்பாக்கியால் சுட வேண்டாம் என்று ஏளனமாக கூறினர். எஸ்.ஐ.யால் எதுவும் செய்ய முடியவில்லை, வேனை போக விடுவதைவிட. வேன் சோதனைச்சாவடியைத் துளைத்து ஒரு தென்னந்தோப்புக்குள் நுழைந்தது. சில நிமிடங்களுக்குப் பிறகு, அவர் தனது உயர் அதிகாரிக்கு தகவல் தெரிவித்தார். இது1990 ஆம் ஆண்டு ஜூன் மாதம் 21 ஆம் தேதி காலை 07.00 மணிக்கு இடம்பெற்றது.

தஞ்சாவூர் போலீஸ் சப்-இன்ஸ்பெக்டர் சிதம்பரம் சுவாமி மற்றும் அவரது காவலர்கள் மற்றும் 'கியூ' பிரிவு இன்ஸ்பெக்டர் இளங்கோவன் மற்றும் அவரது ஆட்களுடன் மதியம் 03:00 மணியளவில் தென்னந்தோப்புக்குள் நுழைந்தனர். ஆனால் கும்பல் உறுப்பினர்கள் யாரும் காணப்படவில்லை. பிரதான சாலையிலிருந்து சுமார் 3,000 மீட்டர் தூரத்தில் கடல் நீரைக் கொண்ட ஒரு தென்னந்தோப்பு அது. மாருதி வேன் ஒரு வைக்கோல் குவியலின் கீழ் கண்டுபிடிக்கப்பட்டது. நிலைமையின் தீவிரத்தை உணர்ந்த கிராமவாசிகள் வெளியே வந்து தங்களிடம் உள்ள அனைத்து தகவல்களையும் அளித்தனர். கொலையாளி கும்பல் பிற்பகல் 02.30 மணி வரை காத்திருந்தது. அவர்கள் கடற்கரையில் உள்ளூர் மனிதர்களால் சமைக்கப்பட்ட கோழி மற்றும் மீன்களை சாப்பிட்டனர். வேதாரண்யத்தைச் சேர்ந்த ஜெகதீசன் ஓட்டி வந்த ஆழ்கடலில் இருந்து வந்த பிளாஸ்டிக் இயந்திரமயமாக்கப்பட்ட படகில் அவர்கள் ஏறினர். அங்கிருந்து இலங்கையின்

---

29   ரகோத்தமன் (தமிழ்) – பக்கம் 79-83

30   ஸ்டீபன் ஹெய்ன்ஸ் - புத்தக அத்தியாயம் - பத்மநாபா மற்றும் ஈ.பி.ஆர்.எல்.எஃப் லீடின் மரணதண்டனை*Rs* – pgs 1 முதல் 16 வரை

வடகோடிப் பகுதியான பருத்தித்துறைக்குச் சென்றுஅங்கிருந்து வேல்வட்டுத்துறைக்குச் சென்றனர். அங்கு சிவராசன் பிரபாகரனால் தனிப்பட்ட முறையில் பாராட்டப்பட்டார்.

சின்ன சாந்தன் விழித்துக் கொண்டான். பஸ் மெட்ராஸை அடைந்திருந்தது.

மேடை அமைக்கப்படுகிறது

நவம்பர் 1991

விடுதலைப் புலிப் போராளிகளில் நால்வர் அவர்களது தலைவரைத் தவிர வேறு எவராலும் அழைக்கப்படவில்லை. அவர்கள் பேபி சுப்பிரமணியம், முத்துராஜா, முருகன், சிவராசன். பேபிசுப்பிரமணியம் விடுதலைப் புலிகளின் பிரச்சாரப் பிரிவின் தலைவராக இருந்தார். அவர் சென்னையில் உள்ள தனது அச்சகத்திலிருந்து புலிகளின் பிரச்சாரப் பொருட்களை அச்சிட்டுக் கொண்டிருந்தார். முத்துராஜா ஒரு இலங்கைத் தமிழர், விடுதலைப் புலிகளுக்காக முழுமையாக அர்ப்பணித்தவர். முத்துராஜாவின் தாயும் சகோதரியும் மேற்கு மாம்பலத்தில் தங்கியிருந்தனர். படத்தில் முத்துராஜா இல்லாமல் புலிகள் எதையும் செய்ததில்லை.

யாழ்ப்பாணம், பல்லாலி இத்தாவில் என்ற கிராமத்தைச் சேர்ந்தவர் முருகன். 1987 ஆம் ஆண்டில் இலங்கை இராணுவத்துடன் போரிட்டதில் தனது மூத்த சகோதரர் சிவஞ்சீயை இழந்தார். அவர் 1988 இல் விடுதலைப் புலிகளில் இணைந்தார். அவரது சிறப்பு வெடிமருந்துகள். விடுதலைப் புலிகளை, பெரும்பாலும் ஏனைய போராளிக் குழுக்களைச் சேர்ந்த தமிழர்களை விசாரிப்பதற்கு அவர் பொறுப்பாக இருந்தார். சிவராசன் வரவழைக்கப்பட்டார், அந்த அறையில் இன்னும் சிலர் இருந்தனர், இந்தியாவில் விரைவில் தேர்தல்கள் வரும் என்று எதிர்பார்க்கப்படுவதாகவும், அடுத்த இலக்கு ராஜீவ் காந்திதான் என்றும் பிரபாகரன் தெரிவித்தார். பின்னர் அவர் அறையில் உள்ளவர்களுக்கு பொறுப்புகளை ஒப்படைத்தார்.

பேபி சுப்ரமணியம் ஒரு காப்புக் குழுவைத் தயாரிக்க வேண்டும், இந்த காப்பு குழு பணியை முடிப்பதற்கு முன்னும் பின்னும் தங்குமிடத்தை ஏற்பாடு செய்யும். முத்துராஜா,

சுமூகமான தகவல் தொடர்பு வசதிகள், செய்திகளுக்கான கூரியர் மற்றும் சம்பந்தப்பட்டவர்களுக்கு பணம் மற்றும் ஆயுதங்களை முறையாக விநியோகம் செய்ய மெட்ராஸில் ஒரு தளத்தை தயார் செய்ய வேண்டும். அது கவனிக்கப்பட்டவுடன், அவர்கள் யாழ்ப்பாணத்திற்குத் திரும்பும்படி அறிவுறுத்தப்பட்டனர் மற்றும் தாஸ், அங்கிருந்து மற்றொரு பணியாளர் பொறுப்பேற்பார். இவர்கள் அனைவரும் சிவராசனிடமே அறிக்கையைத் தெரிவித்தார்கள். முத்துராஜா, அறிவு, இரும்புரை ஆகியோர் 1990 அக்டோபரில் இந்தியா திரும்பினர். அவர்கள் இலங்கைக்கு ஒரு இரகசியப் பயணத்தை மேற்கொண்டிருந்ததோடு பிரபாகரன், மஹத்தயாமற்றும் பேபி சுப்பிரமணியம் உள்ளிட்ட பல விடுதலைப் புலிகளின் முன்னணி நாயகர்களையும் சந்தித்திருந்தனர்.

1990 டிசம்பரில், முத்துராஜா பாக்கியநாதனையும் அறிவையும் நிஷாந்தன் (நிக்சன்) என்றழைக்கப்படும் ஒரு முக்கியமான விடுதலைப் புலிப் போராளிக்கு அறிமுகப்படுத்தினார். அவர் ஒரு முக்கியமான நியமிப்பிற்காக வந்திருப்பதாகவும், சாத்தியமான எல்லா வழிகளிலும் அவர்கள் அவருக்கு உதவ வேண்டும் என்றும் அவர்கள் சொன்னார்கள். மிக முக்கியமாக, அவரைப் பற்றிய எந்த விவரங்களையும் அவர்கள் அங்கிருந்த ஏனைய விடுதலைப் புலி நிர்வாகிகளிடம் வெளிப்படுத்தக் கூடாது. மெட்ராஸில்.[31] அடுத்த உடனடி இலக்கு தளவாடங்களுடன் அவர்களுக்கு உதவக்கூடிய நபர்களைப் பெறுவதாகும். பேபி சுப்பிரமணியமும் முத்துராஜாவும் சென்று ராயப்பேட்டையில் 'சுபா ஸ்டுடியோ' என்ற ஸ்டுடியோ வைத்திருந்த சுபாசுந்தரத்தை சந்தித்தனர். அவர்ஒரு தீவிரவிடுதலைப் புலிகளின் ஆதரவாளராக இருந்தார். இந்த ஸ்டுடியோவிடுதலைப் புலிகளின் உறுப்பினர்கள் மற்றும் அனுதாபிகளின் சந்திக்கும் இடமாக பயன்படுத்தப்பட்டது.[32]

சுபா சுந்தரம் பாரிசை தளமாகக் கொண்ட மதிப்புமிக்க சர்வதேச செய்தி புகைப்பட சேவையின் உறுப்பினராகவும் இருந்தார்

---

31 கார்த்திகேயனும் ராதாவினோத் ராஜூவும் – பக்கம் 44

32 https://www.indiatoday.in/magazine/investigation/story/19910715-rajiv-gandhi-assassination-ltte-supremo-pirabhakaran-ordered-the-killing-in-jaffna-in-october-1990-814580-1991-07-15

-ஏ.எஃப்.பியில்.[33] அவர்கள் தங்கள் தேவையைப் பற்றி அவரிடம் கூறினார்கள். அவர்கள் இருவர் சொல்வதையும் கேட்ட சுபா சுந்தரம், கல்யாணி நர்சிங் ஹோமில் பணிபுரியும் பத்மா என்ற நண்பர் தனக்கு இருப்பதாக குறிப்பிட்டார். இவருக்கு பாக்கியநாதன் என்ற மகனும், இரண்டு மகள்களும் இருந்தனர். பாக்யநாதன் ஒரு தீவிர தி.க செயற்பாட்டாளராக இருந்தார், மேலும் அவரது மூத்த சகோதரி நளினி வேலை செய்யும் ஒரு நிறுவனத்திற்கு நிலையான பொருட்களை வழங்குவதன் மூலம் தனது வருமானத்தை நிர்வகிக்கிறார். அவருக்கு ஒரு அரசியல் பத்திரிகையை உருவாக்க வேண்டும் என்ற லட்சியம் இருந்தது, ஆனால் அதற்கான நிதி இல்லை. குடும்பத்திற்கும் நிறைய கடன்கள் இருந்தன, மேலும் தேவைகளை பூர்த்தி செய்யும் ஒரு சவாலையும் கொண்டிருந்தது. எனவே அது விவாதிக்கப்பட்டு பாக்யநாதன் சரியான வேட்பாளர் என்று முடிவு செய்யப்பட்டது. எனவே அவர்கள் பத்மாவின் வீட்டிற்குச் சென்றனர், பேபி சுப்பிரமணியன் தனது அச்சகத்தை விற்கத் திட்டமிட்டுள்ளதாகக் குறிப்பிட்டார், எதிர்பார்த்தது போலவே பாக்யநாதன் ஆர்வமாக இருப்பதாகக் கூறி வலையில் விழுந்தார், ஆனால் பணம் இல்லை.

ரூ.50,000/- மதிப்புள்ள அச்சகத்தை ரூ. 5000/- ரூபாய்க்கு விற்க பேபி சுப்ரமணியம் 'பரந்த மனதுடன்' முன்வந்தார். அதுவும் பாக்யநாதன் அந்தத் தொகையை சிறு தவணைகளில் செலுத்தலாம். விடுதலைப் புலிகளின் வெளியீடுகளுக்கு முன்னுரிமை வழங்கப்பட வேண்டும் என்பதே ஒரே நிபந்தனை. பாக்யநாதன், பத்மா மற்றும் அவரது தங்கை கல்யாணியுடன் மயிலாப்பூரில் இருந்து ராயப்பேட்டைக்கு குடிபுகுந்தார். மூத்த சகோதரி நளினி அடையாறில் அமைந்துள்ள அனபாண்ட் சிலிக்கான்ஸ் பிரைவேட் லிமிடெட் நிறுவனத்தில் தலைமை செயல்அதிகாரியின் (சிஇஓ) தனிப்பட்ட செயலாளராக பணியாற்றி வந்தார். பத்மாவின் கணவர் சங்கரநாராயணன் போலீஸ் சப்-இன்ஸ்பெக்டராக இருந்தார், அவர்தனது குடும்பத்தை கைவிட்டார். நளினியோ பத்மாவுடன் சண்டையிட்டுவிட்டு வீட்டை விட்டு வெளியேறினார். சிறிது காலம் முத்துராஜா இடத்திலும் அவர் அம்மாவுடனும் வாழ்ந்து வந்தார். ஆனால் மகிழ்ச்சியாக இல்லை, அவரும் அந்த இடத்தை விட்டு வெளியேறி, வேலை செய்யும்

---

33 ஹெய்ன்ஸ், அத்தியாயம் 7, "ராஜீவ் காந்தி ஆன் தி டைகர்ஸ் கிராஸ் லைன்ஸ்"

பெண்கள் விடுதிக்கு மாறியிருந்தார். அக்டோபர் 1990 முதல், வில்லிவாக்கத்தில் ஒரு வீட்டை வாடகைக்கு எடுத்தார்.[34]

பேபி சுப்பிரமணியம் முருகனைபாக்யநாதனின் இல்லத்தில் பணம் செலுத்தும் விருந்தினராக அழைத்துச் செல்ல முடிந்தது. முருகன் தனது உண்மையான நோக்கத்தை மறைக்க சபரி இன்ஸ்டிடியூட் ஆப் இங்கிலீஷ் லேர்னிங் நிறுவனத்தில் சேர்ந்தார். கல்யாணி தன் சகோதரியைப் பார்க்கச் சென்றபோது, முருகனும் (அவருடன்) சேர்ந்து நளினியைச் சந்தித்தார். படிப்படியாக, அவர்கள் தனித்தனியாக சந்திக்கத் தொடங்கி காதலில் விழுந்தனர். இதற்கிடையில், அவர் அவரது கதைகளைச் சொன்னார், போர் புகைப்படங்களைக் காட்டினார், இந்த அனைத்து செயல்களுக்கும் ராஜீவ் காந்தி பொறுப்பு என்று கூறி நளினியை மூளைச்சலவை செய்தார். நளினி ராயப்பேட்டையில் உள்ள தனது தாயின் இல்லத்திற்கு செல்ல விரும்பினார். இதற்கிடையில் சிவராசன், ராஜீவ் காந்தி கொலையாளிகளளான தாணு மற்றும் சுபா ஆகியோருக்கு ஒரு பெண் துணையாக இருக்கத் தேவை என்று முருகனிடம் தெரிவித்திருந்தார். முருகன் நளினியின் பெயரை முன்மொழிந்தார். எனவே நளினி ராயப்பேட்டையில் உள்ள பத்மாவின் இல்லத்திற்கு மாற விரும்பியபோது, தாணு மற்றும் சுபா இருவரையும் அங்கு தங்க வைக்கலாம் என்று நினைத்து வில்லிவாக்கத்திலேயே தங்குமாறு முருகன் அதை எதிர்த்தார். நளினியும் சம்மதித்தார்.[35]

இதற்கிடையில் முத்துராஜா ஹரிபாபுவைக் கண்டுபிடித்தார். முன்னதாக வேலையில் அலட்சியம் காட்டியதற்காக சுபாசுந்தரத்தால் அவர் நீக்கப்பட்டார். முத்துராஜா அவரை மீண்டும் சுபா சுந்தரத்திடம் அழைத்துச் சென்றார். சுபா சுந்தரம் 'பெருந்தன்மையுடன்' இளைஞர்களுக்கு உதவ எப்போதும் தயாராக இருப்பதாகக் கூறினார். ஹரிபாபு தனது செய்தி நிறுவனமான விக்னேஷ்வர் வீடியோவில் பணியாற்ற வேண்டிய கட்டாயம் ஏற்பட்டது. ஹரிபாபுவின் சம்பளம் அவரது பதவிக்கு கணிசமானது. எனவே அவர் சுபசுந்தரத்திற்கும் முத்துராஜாவிற்கும் என்றென்றும் கடமைப்பட்டிருந்தார். பின்னர் முத்துராஜா கொழும்பில் இருந்து வந்த பாலன் என்பவரை

---

34 ரகோத்தமன் (தமிழ்) – பக்கம் 147-148

35 கார்த்திகேயனும் ராதா விநோத் ராஜூவும் – பக்கம் 47

ஹரிபாபுவுடன் தங்க வைத்தார். பாலன் உடனடியாக ஹரிபாபுவை மூளைச்சலவை செய்து, கடந்த சில ஆண்டுகளில் இலங்கையில் தமிழர்களுக்கு ஏற்பட்ட அனைத்து தீமைகளுக்கும் ராஜீவ் காந்திதான் காரணம் என்று அவரை நம்ப செய்தார். பின்னர் ஹரிபாபுவை பாக்யநாதன் முருகனுக்கு அறிமுகப்படுத்தினார். முருகன் ரூ.1000/- கொடுத்து ஹரிபாபுவை தக்க வைத்துக் கொண்டார். ஏராளமான விடுதலைப் புலி உறுப்பினர்கள் தடுத்து வைக்கப்பட்டிருந்த வேலூர்க் கோட்டைக்கு ஹரிபாபு சென்று தகவல்களைச் சேகரித்தார். புனித ஜார்ஜ் கோட்டை, டி.ஜி.பி அலுவலகத்தையும் அவர் புகைப்படம் எடுத்தார்.

ராபர்ட் பாயாஸ் விடுதலைப் புலிகளைச் சேர்ந்தவர் என்பதுடன் யாழ்ப்பாணம் கொக்குவிலைச் சேர்ந்தவர். அவர் தனது மனைவி பிரேமா, மைத்துனர் ஜெயக்குமார் மற்றும் அவரது மனைவி சாந்தி, பாயாஸின் தங்கை பிரேமலதா ஆகியோருடன் இந்தியாவுக்கு வந்து மண்டபத்தில் அகதிகளாக பதிவு செய்தார். அவர்கள் சென்னைக்குச் சென்று போரூர் சபரி நகரில் ஒரு வீட்டை வாடகைக்கு எடுத்தனர். முருகனின் உத்தரவின் பேரில் ஜெயக்குமார் மற்றும் அவரது மனைவி சாந்தி ஆகியோர் கொடுங்கையூரில் மற்றொரு வீட்டை வாடகைக்கு எடுத்தனர். விடுதலைப் புலிகளின் தீவிர ஆதரவாளரும் இந்தியத் தமிழனுமான 19 வயது இளைஞரான பேரறிவாளனை (அறிவு) உள்ளிடவும். இவரது தந்தை ஜோலார்பேட்டையில் உள்ள அரசு மேல்நிலைப் பள்ளியில் ஆசிரியராகவும், தி க உறுப்பினராகவும் இருந்த ஞானசேகரன். அறிவு ஒருமுறை புலிகளுக்கு ஆதரவான ஆர்ப்பாட்டங்களில் ஈடுபட்டதற்காக கைது செய்யப்பட்டு 15 நாட்கள் காவலில் வைக்கப்பட்டார். பத்மநாபாவின் கொலைக்குப் பிறகு, வெளியிடுவதற்கான பொருட்களையும் பிரச்சாரப் பொருட்களையும் சேகரிப்பதில் தன்னை ஈடுபடுத்திக் கொண்டார்.

அவர் பேபி சுப்பிரமணியத்தின் நம்பிக்கையைப் பெற்றார், இதையொட்டி அவரை பெரிதும் மதித்தார், மேலும் பல விடுதலைப் புலி உறுப்பினர்களுடனான தொடர்பு கிடைத்தது. அவருக்கு திருச்சி சாந்தன் மாதந்தோறும் பெரும் தொகையைக் கொடுத்தார். பேபி சுப்பிரமணியம் 1990 ஜூனில் அறிவுவை யாழ்ப்பாணத்திற்கு அழைத்துச் சென்றார். பிரபாகரனை அவர்

நேரில் சந்தித்து, அவரை வணங்கியதோடு, மஹத்யா மற்றும் யோகியையும் சந்தித்தார். 1990 அக்டோபரில் இரும்பொறை மற்றும் காயமடைந்த சில புலி ஊழியர்களுடன் ஒரு படகில் சிகிச்சைக்காக இந்தியா திரும்பினார். பாக்யநாதனின் வீட்டில் தங்கியிருந்த அவர், உலகுக்கு லேஅவுட் ஆர்ட்டிஸ்டாக இருந்த வசந்த் குமாருடன் தொடர்புடையவர். எவ்வாறெனினும், உண்மையில், வசந்த் குமாரே விடுதலைப் புலிகளின் பிரச்சார நூலான "சாத்தானியப் படைகள்"[36] பிரசுரிக்கப்படுவதற்கு பொறுப்பாளியாவார்.

பிப்ரவரி நடுப்பகுதியில் முருகன் அறிவை அழைத்தார். சக்திவாய்ந்த புலிகள் இப்போது ஒரு பெரிய நடவடிக்கைக்காக தனது நேரடி உதவியை நாடியதாக அவர் அவரிடம் தெரிவித்தார். அறிவு முழு ஒத்துழைப்புடன். அவரே 9v பேட்டரியை வாங்கினார், இது வெடிகுண்டைத் தூண்டுவதற்குப் பயன்படுத்தப்பட்டது. பேட்டரி குண்டுக்கு பயன்படுத்தப்படப் போகிறது என்ற உண்மையைப் பற்றி அவருக்குத் தெரியுமா என்பது இன்று வரை மிகவும் விவாதத்திற்குரிய கேள்வியாக உள்ளது. அது பின்னர் புத்தகத்தில் விவாதிக்கப்படும். அறிவுவின் ஒப்புதலைப் பெற்ற முருகன், சிவராசனை மெட்ராஸுக்கு வரச்சொல்லி ஒரு மெசேஜ் அனுப்பினார். ஆரம்பத்தில் வந்த சிவராசன் போரூரில் உள்ள பாயாஸின் வீட்டில் தங்கினார், அங்கு முத்துராஜா மற்றும் பேபி சுப்பிரமணியம் ஆகியோரால் பணியமர்த்தப்பட்ட தங்குமிடங்கள் மற்றும் மக்கள் குறித்து விரிவாகப் பேசப்பட்டார். திட்டமிட்டபடி பேபி சுப்பிரமணியமும் முத்துராஜாவும் மார்ச் மாத இறுதியில் இலங்கைக்கு புறப்பட்டுச் சென்றனர்.

ஏப்ரல் 1991 இறுதியில், அதிரை தற்கொலை குண்டுதாரி மற்றும் கனகசபாபதி அவரது தாத்தாவாக நடித்தார். அதிரை ராயப்பேட்டையில் உள்ள இலங்கை குடும்பத்திலும், கனகசபாபதி சேலையூரில் உள்ள சொந்த உறவினர் வீட்டிலும் தங்க வைக்கப்பட்டனர். 1991 மே மாத நடுப்பகுதியில் கனகசபாபதிடெல்லிக்கு அனுப்பப்பட்டு மோத்திபாக் பகுதியில் ஒரு பாதுகாப்பான வீடு கண்டுபிடிக்கப்பட்டது. நிச்சயமாக,

---

36 ஹெயின்ஸ், அத்தியாயம் 7, "ராஜீவ் காந்தி ஆன் தி டைகர்ஸ் கிராஸ் ஹைலன்ஸ்"

வாசகருக்குத் தெரியும், அவர்களின் சேவைகள் தேவையில்லை. இதற்கிடையில் முருகன் கூறியதற்கு நளினி ஒப்புக்கொண்டார். இதனால் தாணுவும் சுபாவும் அழைத்து வரப்பட்டு வில்லிவாக்கத்தில் தங்க வைக்கப்பட்டனர். சில வாரங்களில், நளினி இரண்டு பெண்களுடனும் நெருக்கமாகி விட்டார். பாயாஸ் சாந்தனை மெரினா கடற்கரைக்கு அழைத்துச் சென்று முருகன், அறிவு மற்றும் ஹரிபாபு ஆகியோருக்கு அறிமுகப்படுத்தினார். ஆனால் அவர்கள் ஒருவருக்கொருவர் பேச வேண்டாம் என்று அறிவுறுத்தப்பட்டனர். சிவராசன் முருகனிடம் ஒரு தையல்காரரைக் கண்டுபிடித்து வெடிகுண்டிற்கான மேலங்கியைத் தைக்குமாறு அறிவுறுத்தினார். முருகன் ஒரு உள்ளூர் தையல்காரரைக் கண்டுபிடித்து, நீல நிற டெனிம் செய்யப்பட்ட சீருடையை வைத்திருந்தார், ஒரு கிலோ குண்டை தாங்கும் அளவுக்கு கனமாக இருந்தது.[37]

வி.பி. சிங் 1991 ஆம் ஆண்டு மே 7 ஆம் தேதி சென்னைக்கு வந்தபோது கொலையாளி குழு இப்போது உண்மையான செயலின் ஆடை ஒத்திகை செய்ய முடிவு செய்தது. நளினி ஒரு புகைப்படம் எடுக்க வேண்டியிருந்தது வி.பி.சிங்குக்கு தாணு/ சுபா மாலை அணிவிக்கும் போது. ஆனால் பலத்த பாதுகாப்பு ஏற்பாடுகள் காரணமாக, தனு மற்றும் சுபா ஆகிய இருவராலும் தலைவருக்கு மாலை அணிவிக்க முடியவில்லை, மேலும் அவர்களால் மாலைகளை வி.பி.சிங்கிடம் மட்டுமே ஒப்படைக்க முடிந்தது. எரியும் நெருப்பில் வெண்ணையை ஊற்றின கதையில் நளினி பதற்றம் காரணமாகவும், கேமரா எவ்வாறு செயல்படுகிறது என்பதை அவர் அறியாததாலும் புகைப்படத்தை கிளிக் செய்ய முடியவில்லை. திட்டமிட்டபடி விஷயங்கள் நடக்கவில்லை என்று மிகவும் வருத்தமடைந்த சிவராசன் மூவரையும் கடிந்து கொண்டார். நளினியை காதலிப்பதால் முருகனும் திட்டப்பட்டார், எனவே பணியின் மீதான கவனம் இழக்கப்பட்டது. உடனடியாக, சிவராசன் பொட்டு அம்மனை தொடர்பு கொண்டு நிலைமையை அப்டேட் செய்தார். நளினி குறிப்பிடப்பட்டதைப் போல 'அதிகாரிப் பெண்' உடனான உறவை முறித்துக் கொள்வதற்காக.

---

37 ஹெய்ன்ஸ், அத்தியாயம் 9 "ராஜிவ் பாத்திரம் மேடையில் குறைக்கப்பட்டது"

மே 11 ஆம் தேதி உடனடியாக யாழ்ப்பாணத்திற்குத் திரும்புமாறு முருகன் கேட்டுக் கொள்ளப்பட்டார். மே 11ம் தேதி நளினி, தாணு, சுபா ஆகியோர் ஷாப்பிங் சென்றிருந்தனர். குயின் கார்னரில் உள்ள புரசைவாக்கத்தில், படுகொலை தினத்தன்று தாணு அணிந்திருந்த ஆடை மற்றும் செருப்புகள் வாங்கப்பட்டன.[38] இதற்கிடையில், அறிவுறுத்தலின்படி, முருகன் கோடியக்கரையை அடைந்தார். என்ன நடக்கிறது என்பதை உணர்ந்த நளினி ஒத்துழைக்கவில்லை. இப்போது முருகன் அங்கு இல்லாததால், அவர்கள் அனைவரும் தங்கள் வீட்டை விட்டு வெளியேறலாம் என்றும் அவள் அறிவுறுத்தினார். தனது திட்டங்கள் மீண்டும் சரிந்து வருவதைக் கண்ட சிவராசன், மீண்டும் பொட்டு அம்மானைத் தொடர்பு கொண்டு, அந்த அதிகாரி பெண் ஒத்துழைக்க மறுப்பதாகத் தெரிவித்தார். இவ்வாறாக முருகன் மீண்டும் மெட்ராஸுக்குத் திரும்புமாறு அறிவுறுத்தப்பட்டார். அதை அவர் மகிழ்ச்சியுடன் செய்தார். நளினி மகிழ்ச்சியடைந்து மீண்டும் ஒத்துழைக்கத் தொடங்கினார்.[39]

முழு அணியையும் சுருக்கமாகப் பார்ப்பதும் அவசியம். 1991 ஆம் ஆண்டின் பிற்பகுதியில் இலங்கையிலிருந்து இந்த திட்டத்திற்கு உதவுவதற்காக வந்திருந்த விஜயன் மற்றும் பாஸ்கரன் ஆகியோரின் வீட்டில் எவர்ரெடி காலனியில் தங்க வைக்கப்பட்டிருந்த நீரோவுடன் தாணுவும் சுபாவும் இருந்தனர். ரூபன் ஒரு செயற்கை காலைக் கண்டுபிடிப்பதாகக் கூறி ஒரு பாதுகாப்பான வீட்டை எடுக்க ஜெய்ப்பூருக்குச் சென்றார். விஜயானந்தை அறிவு தனது நண்பரின் வீட்டிலும் பின்னர் ஒரு ஹோட்டலிலும் தங்க வைத்தார். தோப்புத்துறை ஜெகதீசன் என்ற நபரின் உதவியால் புரசைவாக்கத்தில் உள்ள ஈஸ்வரி லாட்ஜில் சங்கர் தங்கினார். சின்ன சாந்தன் ஆரம்பத்தில் ஹரிபாபுவின் வீட்டில் தங்கியிருந்து ஜெயக்குமாரின் வீட்டிற்கு குடிபெயர்ந்தார். சிவராசனும் இங்குதான் தங்கியிருந்தார். கீர்த்தி ராபர்ட் பாயாஸின் வீட்டில் தங்கியிருந்தார். சிவராசன் தமிழ்த் தேசிய மீட்புப் படையின் (டி.என்.ஆர்.டி) தலைவர் ரவிச்சந்திரன் மற்றும் அவரது துணை மகேஷ் ஆகியோருடன் தொடர்பை

---

38 ஹெய்ன்ஸ் – அத்தியாயம் 9, "ராஜீவின் பங்கு மேடையில் குறைக்கப்பட்டது", 19 இல் பி.ஜி.எஸ் 4-5

39 ராகோத்தமன் (தமிழ்) – பக்கம் 154-162

ஏற்படுத்திக் கொண்டார். ராயப்பேட்டையில் தங்கியிருந்த தம்பி அண்ணா என்ற இலங்கைத் தமிழர், சிவராசன் தங்க பிஸ்கட்டுகளை இந்திய நாணயத்தில் ரூ.18 லட்சம் வரை விற்க உதவினார். இதனால் கிட்டத்தட்ட ஒட்டுமொத்த கும்பலும் மெட்ராஸில் தங்கியிருந்தது.

ஏற்படுத்திக் கொண்டார். ராயப்பேட்டையில் தங்கியிருந்த தம்பி அண்ணா என்ற இலங்கைத் தமிழர், சிவராசன் தங்க பிஸ்கட்டுகளை இந்திய நாணயத்தில் ரூ.18 லட்சம் வரை விற்க உதவினார். இதனால் கிட்டத்தட்ட ஒட்டுமொத்த கும்பலும் மெட்ராஸில் தங்கியிருந்தது.

அந்த முக்கிய தருணம்

ஸ்ரீபெரும்புதூர் மே 1991, 12

மரகதம் சந்திரசேகர் தனது பிரச்சாரத்திற்காக பழவேற்காடு சென்றிருந்தார். அவர் போட்டியிட்ட ஸ்ரீபெரும்புதூர் தொகுதியின் ஒரு பகுதியாக பழவேற்காடு இருந்தது. தனது பிரச்சாரத்தை முடித்த பிறகு, அவர் தனது வீட்டிற்குத் திரும்பும் வழியில் இருந்தார். நடுவில் ஒரு ஏரி இருந்தது. இளைஞர் காங்கிரஸ் மாவட்டத் தலைவராக இருந்த டி.என்.சிவலிங்கம், அவரது கட்சித் தொண்டர் பொன். கிருஷ்ணமூர்த்தி ஆகியோரும் உடனிருந்தனர். மாவட்ட தலைவர் ஜெயராஜும் உடனிருந்தார். மரகதம் சந்திரசேகர் அனைத்து ஏற்பாடுகளும் சீராக செய்யப்பட்டுள்ளதா என்பதை மேற்பார்வை இட்டு கொண்டிருந்தார். திடீரென்று, படகு குலுங்கி தலைகீழாக மாறியது. அது மிகவும் ஆழமான ஏரி அல்ல. அப்போதும் மரகதம் அவரகள் 70 வயது நிரம்பியவராக இருந்தார். அனைத்து மக்களும் - மொத்தம் 5 பேர், தண்ணீருக்குள் சென்றனர்.

இளமையாகவும், உடல்ரீதியாகவும் வலுவாகவும் இருந்த ஆண்கள் எந்த சேதமும் இல்லாமல் தண்ணீரிலிருந்து வெளியே வர முடிந்தது. ஆனால் மரகதம் அவர்கள் மிகவும் கஷ்டப்பட்டுபோராடிக் கொண்டிருந்தார்கள். அதிர்ஷ்டவசமாக, ஒரு சில மீனவர்கள் இருந்தனர்; அவர்கள் விரைவாக தண்ணீரில் குதித்து அவர்களைக்கரைக்குக் கொண்டு வந்தனர். ஆனால் மரகதம் அவரகள் சுயநினைவின்றி இருந்தார்கள். உண்மையில், அவர்கள் உயிரோடு இருக்கிறார்களா இல்லையா என்பது யாருக்கும் உறுதியாகத் தெரியவில்லை. சில நிமிடங்களுக்குப் பிறகு, மீனவர்களின் மறுமலர்ச்சியின் காரணமாக, மரகதம் கண்களைத் திறந்தார்கள். எல்லோரும் உணர்ச்சிவசப்பட்டார்கள். அந்த பகுதியில்

ஒரு பெண்ணின் பிரிவு கட்சி ஊழியர் ஒரு புதிய ஆடையை கொண்டு வந்தார். மரகதம் ஆடையை மாற்றிக் கொண்டார்கள். அதன் பிறகு விஷயங்கள் சாதாரணமாகிவிட்டன. ஆனால் அந்த மாலைக்குள் அவர்களுடைய முழு வாழ்க்கையும் மோசமாக மாறும் என்பதை மரகதம் அறிந்திருக்கவில்லை.[40]

விசாகப்பட்டினம் மே 21 மாலை 04.00 மணி

அவர் தனது கைக்கடிகாரத்தைப் பார்த்தார். சரியாக மாலை 04.04 மணி. பரபரப்பான அட்டவணை இருந்தபோதிலும், அவர் மிகுந்த உற்சாகத்தில் இருந்தார். மீண்டும் வெற்றி பெற்று பிரதமராக ஆவதற்கு பத்திரிகைகளின் ஒரு பகுதியினர் அவரை ஆதரித்தனர். இது ஒரு பரபரப்பான மூன்று ஆண்டுகளாக இருந்தது. அதற்காக முந்தைய வருடங்கள் நிம்மதியாக இருந்தன என்பதல்ல. ஆனால், 3 ஆண்டுகள் குறிப்பாக எல்லா திசைகளிலிருந்தும் வரும் ஊழல் குற்றச்சாட்டுகள் அவரை வாட்டி எடுத்தன. ஆனால் இப்போது எல்லாம் ஒரு முடிவுக்கு வருவதாகத் தோன்றியது ராஜிவ் காந்திக்கு.. புவனேஸ்வரில் இருந்து விசாகப்பட்டினம் வந்த ராஜீவ் காந்தி ஜனார்த்தன் ரெட்டியுடன் பேசிக் கொண்டும் நடந்து கொண்டும் இருந்தார்.

கேப்டன் சாண்டோக்கிடமிருந்து ஒரு செய்தியைப் பெற்றார். அவர் சிறப்பு ஹெலிகாப்டரின் பைலட்டாக இருந்தார். அது புறப்படத் தயாராக இருந்தது. ரேடாரில் ஒரு பிரச்சினையுடன் ஒரு தொழில்நுட்பக் கோளாறு இருப்பதாக அது புறப்படத் தயாராக இருந்தது. ஒரு உதிரி சுவிட்ச் தேவைப்பட்டது, அதை சரிபார்த்த பிறகு அது சிறிது நேரம் எடுக்கும் என்று ராஜீவிடம் தெரிவிக்கப்பட்டது.

ஜனார்த்தன் ரெட்டி மகிழ்ச்சியடைந்து, நகரத்தில் உடனடியாக ஒரு தேர்தல் பேரணியை ஏற்பாடு செய்ய முன்வந்தார். ஆனால் ராஜீவ் ஸ்ரீபெரும்புதூருக்குச் செல்வதில் குறியாக இருந்தார். இந்த சூழ்நிலையில், அது விவாதிக்கப்பட்டு, அவர்கள் செக்யூரிட்டி இல்லத்திற்கு (விருந்தினர் மாளிகை) திரும்புவார்கள் என்றும், விமானம் தயாரானதும், அவருக்குத் தெரிவிக்கப்பட்டு, அவர்கள் ஒரு

---

40 https://www.youtube.com/watch?v=RkG4wTBg24M– சித்தண்ணனுடன் பொன் கிருஷ்ணமூர்த்தி பேட்டி – 15 இலிருந்து th மிகச்சிறிய

அழைப்பை எடுப்பார்கள் என்றும் முடிவு செய்யப்பட்டது. ஆனால் அவர்கள் செல்லும் வழியில், விமான நிலைய காவல்துறையினருக்கு வயர்லெஸ் மூலம் செய்தி வந்தது என்னவென்றால் கோளாறு சரிசெய்யப்பட்டதாகவும், விமானம் புறப்பட தயாராக இருப்பதாகவும் தெரிவிக்கப்பட்டது. இதனால் கார் திரும்பி விமான நிலையம் புறப்படும் பகுதியை அடைந்தது. இருப்பினும் அவரது தனிப்பட்ட பாதுகாப்பு அதிகாரி (பி.எஸ்.ஒ) ஓ.பி.சாகர் வேறு வாகனத்தில் இருந்ததால் சரியான நேரத்தில் சேர முடியவில்லை. சில நிமிடங்களுக்குப் பிறகு விமானம் புறப்பட்டது. உண்மையில் ராஜீவ் காந்தியே விமானத்தை ஓட்டினார். அவர் ஒரு பயிற்சி பெற்ற விமான பைலட்டாக இருந்தார்.

போரூர் மாலை 04.45 மணி

போரூரில் கூட்டத்தைப் பார்த்த தா.பாண்டியன், சுமார் 200-300 பேர் இருந்தனர். இவர் இந்திய கம்யூனிஸ்ட் கட்சி (மார்க்சிஸ்ட்) (சிபிஐ(எம்) கட்சியைச் சேர்ந்தவர் மற்றும் வடசென்னை நாடாளுமன்றத் தொகுதியில் போட்டியிட்டார். ராஜீவ் காந்தியின் உரையை ஆங்கிலத்தில் இருந்து பொது மக்களுக்காக தமிழில் மொழிபெயர்க்க ஸ்ரீபெரும்புதூருக்கு வரும்படி அவர் கேட்டுக் கொள்ளப்பட்டார். ஆரம்பத்தில், அவர் ஏர்ப்போர்ட்டுக்கு வரும்படி கேட்டுக் கொள்ளப்பட்டார். பின்னர் ஸ்ரீபெரும்புதூருக்குச் செல்லும் வழியில் ராஜீவ் காந்தி அங்கு வந்து ஒரு கூட்டத்தில் உரையாற்றுவார் என்பதால் போரூருக்கு வருமாறு காங்கிரஸ் அலுவலகத்திலிருந்து அவருக்கு செய்தி வந்தது. அதன்படி அவர் பிற்பகல் 03.30 மணியளவில் போரூருக்குச் சென்றார்.

சிறிது நேரத்திற்கு முன்பு, ராஜீவ் காந்தி கூட்டத்திற்கு வரமாட்டார் என்றும், விமானத்தில் தொழில்நுட்ப கோளாறு காரணமாக அது ரத்து செய்யப்படலாம் என்றும் தங்களுக்கு தகவல் கிடைத்ததாக ஒரு போலீஸ் அதிகாரி அவரிடம் கூறினார். மாலை 05.00 மணியளவில் வில்லிவாக்கம் தொகுதி காங்கிரஸ் கட்சியின் சட்டமன்ற வேட்பாளர் ஜி.காலன் வந்தார். பாண்டியனுக்கும் அதே தகவலைக் கொடுத்தார். பாண்டியன் பின்னர் காலனிடம் அவர்கள் தங்கள் அட்டவணையைத் தொடர்ந்து கடைப்பிடிக்குமாறும், தங்கள் சொற்பொழிவுகளை வழங்குமாறும் பரிந்துரைத்தார். அவர் இறுதியாக பேசும்போது, அந்த

நேரத்தில் பயணம் ரத்து செய்யப்பட்டால் அவர்கள் அதைப் பற்றிய தகவல்களைப் பெறுவார்கள் என்று நம்புகிறேன். அப்படியானால், அவர் ரத்து செய்வது பற்றிய அறிவிப்பை வெளியிடலாம்.

ஆனால் கூட்டம் தொடங்கி அவர் பேசி வெளியிடலாம் என்றார், இரவு 08.30 மணியளவில் ராஜீவ் காந்தி விமான நிலையத்திற்கு வந்துவிட்டார் என்றும், விமான நிலையத்திலிருந்து போரூருக்கு வருவார் என்றும் ஒரு காகித சீட்டு அவரிடம் ஒப்படைக்கப்பட்டது. அந்தச் செய்தி, அவரை தொடர்ந்து பேசிக் கொண்டே இருக்குமாறும் அவருக்குச் சுட்டிக் காட்டியது.[41]

ஸ்ரீபெரும்புதூர் மாலை 06.00 மணி

ஜி.சி.சேகர் பத்திரிகைகளில் பணியாற்றும் ஒரு பத்திரிகையாளர். அவர் மேலும் மூன்று பேருடன் ஸ்ரீபெரும்புதூருக்கு வந்திருந்தார். இது ஒரு வழக்கமான கோடை நாள் - வெப்பம் மற்றும் ஈரப்பதம். மாலையில் அது சற்று குளிர்ந்திருந்தாலும். அவர்கள் பத்திரிகை நிருபர்களாக இருந்ததால், அவர்கள் முன்னதாகவே வந்து சேர்ந்தனர். கூட்டம் தொடங்குவதில் தாமதம் ஏற்படும் என்று சுற்றிலும் சலசலப்பு ஏற்பட்டது. பாதுகாப்புக்கு பொறுப்பான ஆர்.கே.ராகவன், முகமது இக்பால் மற்றும் மற்றொரு போலீஸ் அதிகாரி பாதுகாப்பு ஏற்பாடுகள் குறித்து விவாதித்ததை அவர்கள் பார்த்தனர். ராகவனை அவர்களுக்கு நன்றாகத் தெரிந்திருந்ததால், அவருக்கு வணக்கம் சொல்ல முடிவு செய்தார்கள். அப்போது ராஜீவ் விசாகப்பட்டினத்தில் பயணம் செய்வதில் சிக்கல் இருப்பதாக ராகவன் குறிப்பிட்டார். ஆனால் இப்போது அது சரி செய்யப்பட்டு ராஜீவ் மெட்ராஸ் நோக்கிச் வந்து கொண்டிருந்தார். மேலும், தேர்தல் வன்முறைகளில் இருந்து தமிழகம் விடுபட்டிருப்பது நல்லது என்றும், வட இந்தியாவில் இது பொதுவான அம்சம் என்றும் அவர் குறிப்பிட்டார்.

அவர்கள் புறப்பட்டுச் சென்று, பின்னர்அருகிலுள்ள தேநீர்க் கடைக்குச் சென்று சில நொறுக்குத் தீனிகளைச் சாப்பிட்டனர். அவர்கள் திரும்பி நடந்து கொண்டிருந்தபோது, திடீரென்று கேமராவுடன்ஒருமனிதன் அவர்களை நோக்கி நகர்வதைக்கண்டனர். பகவான் சிங் அவரை வரவேற்றார். ஹரிபாபு தான் ராஜீவ் காந்தி கூட்டத்தை கவர் செய்ய வந்திருப்பதாக குறிப்பிட்டார். வெள்ளை

---

41 பாண்டியன் – பக்கம் 63-65

மற்றும் வெள்ளை குர்தா-பைஜாமா அணிந்த ஒரு கண்ணாடி அணிந்த மனிதரை அவர் சுட்டிக்காட்டினார். ஆனால் விசித்திரமாக பகவான் ஆச்சரியப்படும் விதமாக, அந்த மனிதர் பகவான் எதிர்பார்த்தபடி முன்னால் வந்து அவர்களுக்கு வாழ்த்து சொல்வதற்குப் பதிலாக நிழலுக்குள் திரும்பிச் சென்றார். ஆனால் பகவான் இதைப் பற்றி அதிகம் யோசிக்காமல் அனைவரும் பிரஸ் கேலரிக்கு சென்றனர்.

செ**ன்னை, மீனம்பாக்கம் விமான நிலையம், மாலை 08.30 மணி.**

இரவு 08.30 மணிக்கு ராஜீவ் காந்தி வேகமாக நடந்து சென்றார். கடந்த ஒரு மாதமாக அவர் மேற்கொண்ட கடுமையான பயணங்களாக இருந்தபோதிலும், அவர் அதிக ஆற்றல் நிலைகளை வெளிப்படுத்தினார் மற்றும் உற்சாகமாக இருந்தார். அவர் விமான நிலையத்தில் பத்திரிகையாளர்களிடம் உரையாற்றத் திட்டமிடப்பட்டிருந்தது. அப்போது தமிழ் திரைப்பட நடிகையும், காங்கிரஸ் கட்சியைச் சேர்ந்தவருமான ஜெயசித்ரா முன்வந்து ஆடியோ கேசட் மற்றும் இரண்டு தாள்களை கொடுத்து, அதில் சில வாழ்த்துகள் அடங்கிய காகிதங்களை ஒப்படைத்து, அதில் கையெழுத்திடுமாறு ராஜீவை கேட்டுக்கொண்டார். அவர் புன்னகைத்து அதை செய்தார். பின்னர் அவர் விரைவாக பத்திரிகை நிருபர்களை நோக்கி நடந்தார், சில நிமிடங்கள் காத்திருக்குமாறு கேட்டுக் கொண்டார், கழிவறைக்குச் சென்று திரும்பினார். பின்னர் அவர் அங்கிருந்த பத்திரிகையாளர்களிடமிருந்து கேள்விகளை எதிர்கொள்ளத் தொடங்கினார். வட இந்தியாவில் பாரதிய ஜனதா கட்சி (பி.ஜே.பி) மற்றும் ஜனதா தளம் ஆகியவற்றுக்கு எதிராக ஒரு வலுவான அதிருப்தியை தன்னால் காண முடிந்தது என்று அவர் குறிப்பிட்டார். எனவே அவர்கள் (காங்கிரஸ்) தேர்தலில் வெற்றி பெற்று தெளிவான பெரும்பான்மையுடன் மீண்டும் ஆட்சிக்கு வருவார்கள் என்பதில் அவர் உறுதியாக இருந்தார்.

ஒரு கூட்டணி அரசாங்கம் அமைப்பதற்கான வாய்ப்புகள் குறித்து ஒரு கேள்வி இருந்தது. அதற்கு அவர் தனது கட்சி பெரும்பான்மையைப் பெற்று அரசாங்கத்தை அமைப்பதில் நம்பிக்கை கொண்டிருப்பதாக பதிலளித்தார். பின்னர் ஒரு கேள்வி

ராமஜென்மபூமி - பாபர் மசூதி விவகாரம். காங்கிரஸ் ஆட்சிக்கு வந்தால் மசூதியை இடிக்காமல் கோயில் கட்டப்படும் என்று அவர் பதிலளித்தார். இதைத் தொடர்ந்து இலங்கைத் தமிழர் பிரச்சினையில் ஒரு கேள்வி எழுந்தது. காங்கிரஸ் ஆட்சியில் இருக்கும் வரை, அவர்கள் நடவடிக்கை எடுத்து தமிழர்கள் கொல்லப்படுவதைத் தடுத்தனர் என்று அவர் கூறினார். ஆனால் அவர்களுக்குப் பிறகு, தி.மு.க.வும் அதன் பெரிய பங்காளியான ஜனதாதல்லும் முழுப் பிரச்சினையையும் குழப்பி, இதனால் தமிழர்கள் மீது நிகழ்த்தப்பட்ட அட்டூழியங்களை அதிகரித்தன.[42]

மேலும் ஒரு கேள்விக்குப் பதிலளித்த பிறகு, அவர் நேர்காணலை முடித்துவிட்டு, கலந்து கொண்ட அனைவருக்கும் நன்றி கூறிவிட்டு, காரில் ஏறுவதற்காக வெளியே விரைந்தார். மீனம்பாக்கத்தில் இருந்து போரூர் சந்திப்புக்கு கார் சென்றது, அவருக்கு மாலை அணிவிக்க சில கட்சித் தொண்டர்கள் அங்கு வந்திருந்தனர். ராஜிவ் அங்கு ஒரு சுருக்கமான உரையை நிகழ்த்தினார். அதை பாண்டியன் மொழிபெயர்த்தார். அங்கிருந்து, அடுத்த பூந்தமல்லியில் வாகனம் நின்றது. ராஜீவ் மேலும் ஒரு தேர்தல் உரையாற்றினார். ஆனால் மேடைமேல் மிக அதிக நபர்கள் இருந்ததால் ஒரு குழப்பமான நிலவரம் காணப்பட்டது. எனவே ராஜீவ், வாழப்பாடியை அழைத்து தனது பேச்சைமுடித்துவிட்டு, அடுத்த இடமான ஸ்ரீபெரும்புதூருக்குச் சென்று, ஸ்ரீபெரும்புதூரில் மேடையில் அதிக மக்கள் இல்லாதவாறு பார்த்துக்கொள்ளுங்கள் என்று கேட்டுக்கொண்டார். வாழப்பாடி தலையசைத்துவிட்டு வேகமாக மேடையில் இருந்து இறங்கி தனது காரை நோக்கிச் சென்று ஸ்ரீபெரும்புதூர் சென்றார்.

பிறகு சிறிது நேரம் கழித்து ராஜீவ் காரில் ஏறினார்.. அம்பாசிடரின் மேல் பொருத்தப்பட்டிருந்த ஒரு பிரத்யேகமாக வைக்கப்பட்ட ஒளிரும் ஒளி அவரது முகத்தில் பிரதிபலித்தது, இதனால் மக்கள் அவரைப் பார்க்க முடிந்தது. அவர்கள் மலர்களை வீசி, 'ராஜீவ் வாழ்க' (ராஜீவ் வாழ்க) என்று கோஷமிட்டனர். ராஜீவ் அந்த மாலைகளையும்பூக்களையும் புன்னகையுடன் அவர்கள் மீது வீசினார். ஒரு கட்டத்தில், கூச்ச சுபாவமுள்ள ஒரு பெண் கூட்டத்தால் முண்டியடித்துக் கொண்டிருந்தார். அவர் காரை நிறுத்துமாறு

---

42 ஜூனியர் விகடன் மே 29th 1991

சைகை காட்டினார், கீழே இறங்கி அவர் கழுத்தில் ஒரு தாவணியை வைத்து, இப்போது நீங்கள் மகிழ்ச்சியாக இருக்கிறீர்களா என்று கேட்டார். அவர் சங்கடத்துடனும் மகிழ்ச்சியுடனும் சிவந்து போனார். அவர் துணியால் முகத்தை மூடிக்கொண்டு, துணியைத் தனக்கு நெருக்கமாகப் பிடித்துக் கொண்டார். அவருடைய சைகை எல்லாவற்றையும் சொன்னது.

கார் ஸ்ரீபெரும்புதூரை அடைந்து மெயின்ரோட்டின் முன் நின்றது. முதலில், சில காலத்திற்கு முன்பு அவரால் திறந்து வைக்கப்பட்ட தனது தாயின் சிலைக்கு மாலை அணிவிக்க அவர் செல்ல வேண்டியிருந்தது. இது மேடையிலிருந்து சில நூறு மீட்டர் தூரத்தில் அமைந்திருந்தது. அவர் தனது வழக்கமான சுறுசுறுப்பான வேகத்துடன் அதைச் செய்தார். அதன் பிறகு, அவர் திரும்பி வந்து காரில் அமர்ந்தார். நீனா கோபால் மற்றும் பார்பரா க்ராஸ்ஸெட் ஆகிய பத்திரிகைஇரட்டையர்களைப் பார்த்து அவர் புன்னகைத்தார். பிற்பகலில் ஏற்பட்ட விபத்திலிருந்து மரகதம் மீண்டு, ராஜீவைப் பார்த்து அன்புடன் சிரித்துக் கொண்டிருந்தார். ராஜீவ் அவருக்கு ஒரு மகனைப் போல இருந்தார். மரகதம் பக்கம் திரும்பி, இங்கே என்ன பேச வேண்டும் என்று ராஜீவ் கேட்டார்கள். மரகதம் கிராம வளர்ச்சி பற்றி பேச வேண்டும் என்று பரிந்துரைத்தார்.

அனுசுயா ஒரு பெண் சப்-இன்ஸ்பெக்டராக இருந்தார். ஸ்ரீபெரும்புதூரில் ராஜீவ் கூட்டத்திற்காக ஏற்பாடு செய்யப்பட்டிருந்த போலீஸ் பாதுகாப்பில் அவர் இருந்தார். எஸ்.பி. முகமது இக்பாலிடமிருந்து ஒரு செய்தியைப் பெற்றபோது, பெண்கள் பிரிவுக்கு மேடைக்கு அருகில் இரண்டு போலீஸ் கான்ஸ்டபிள்கள் வைக்கப்பட வேண்டும் என்று அவர் விரும்பினார். அனுசுயா அந்தப் பொறுப்பைத் தன்மீது எடுத்துக் கொள்ள முடிவு செய்தார். எஸ்.பி. மூலம் ஐ.ஜி.யிடம் இருந்து அறிவுறுத்தல் வந்தது. அவர் பெண் கான்ஸ்டபிள் சந்திராவை அழைத்தார், அவர்கள் இருவரும் மேடையை நோக்கிச்சென்றனர். இதற்குமுன்புஇக்பால்அவர்களிடம் பாதுகாப்பு ஏற்பாடுகள் குறித்து விவாதிக்கும் பொழுது காங்கிரஸ் பெண் தொழிலாளர்கள் தேவையில்லாமல் நின்று குழப்பத்தை உண்டாக்கும் ஒரு இடத்தை அவர் சுட்டிக் காட்டியிருந்தார். அனுசுயா உடனடியாக பெண்கள் நின்று கொண்டிருந்த இடத்திற்குச் சென்றார்.

லக்ஷ்மி ஆல்பர்ட்டையும் ரமாதேவியையும் அவரால் பார்க்க முடிந்தது. இருவருமே மகிளா காங்கிரஸ் தொண்டர்கள். கடந்த தேர்தல் பேரணிகளில் இருந்து இந்த மக்கள் அனைவரையும் அவர் அறிந்திருந்தார். லதா கண்ணன் மற்றும் கோகிலாவையும் அவரால் பார்க்க முடிந்தது. சந்தன மாலையுடன் ஒரு பெண் நிற்பதையும் அவர் கண்டார். அந்த நேரத்தில், கேமராவுடன் (ஹரிபாபு) ஒரு மனிதனையும், வெள்ளை மற்றும் வெள்ளை குர்தா-பைஜாமா அணிந்த ஒரு மனிதனையும் அவர் பார்த்தார். இந்த மக்கள் ராஜீவ் காந்திக்கு மாலை அணிவிக்கப் போகிறார்கள் என்றும், அவர்கள் தலைவருக்கு மாலை அணிவிக்கும் புகைப்படத்தை எடுக்கப் போவதாகவும் ஹரிபாபு அவரிடம் குறிப்பிட்டார். அதற்கு அவர், அனுமதி அளிக்கவிருக்கும் மக்களைத் தொடர்பு கொள்ள வேண்டும் என்றும், இந்த முறையில் அவர்கள் மேடைக்கு வந்துகொண்டே இருக்க கூடாது என்றும் பதிலளித்தார். ஆணும் பெண்ணும் ஒரு வார்த்தை கூட பேசவில்லை என்றும் அனுசுயா குறிப்பிட்டார். இதற்குப் பிறகு, ஹரிபாபு மீண்டும் புகைப்படக் கலைஞர்களின் பகுதிக்குச் சென்றார், அதே நேரத்தில் அவர் கூட இருந்த ஆணும் பெண்ணும்காங்கிரஸ் தொழிலாளர் பிரிவுடன் இணைகிறார்கள்.

ஏ.ஜெ.தாஸ் தொண்டர்களுடன் உரையாடுவதிலும், ஏற்பாடுகளை கவனிப்பதிலும் மும்முரமாக இருந்தார். அவர் ஏ.ஜெ. தாஸிடம், தலைவர் (எங்கள் தலைவர்) மேடையில் அதிக மக்கள் இல்லை என்பதை உறுதிப்படுத்த அவரை முதலில் அனுப்பியதாக கூறினார். விமான தாமதம் காரணமாக கூட்டம் தாமதமாகத் தொடங்கவிருந்ததால், ஏ.ஜெ.தாஸ் மூன்று முக்கிய நபர்களை மேடைக்கு அழைத்து ராஜீவ் மாலை அணிவிக்க வேண்டும் என்றும், மற்றவர்கள் அவர் மேடைக்கு செல்லும் வழியில் அதைச் செய்யலாம் என்றும்அவர்பரிந்துரைத்தார். ஏஜேதாஸ்சம்மதித்து, மாத்தூர்ராமசாமி நாயுடு, பிரான்சிஸ் மற்றும் நாராயணன் ஆகியோரை மேடைக்கு வருமாறு மைக்கில் உடனடியாக அறிவித்தார், மற்றவர்கள் அவர் சிவப்பு கம்பளம் வழியாக செல்லும் போது தலைவருக்கு மாலை அணிவிக்கலாம். சிவப்புக் கம்பளத்தின் இருபுறமும் கூடி, ராஜீவ் வழியில் செல்லும்போது மாலை அணிவிக்குமாறு மீதமிருக்கும் மக்களை அவர் கேட்டுக்கொண்டார். அப்போது ஒரு குழப்பம் கலந்த அவசரம் கூட்டத்தினரிடையே காணப்பட்டது., சிவப்பு கம்பளத்தின்

இருபுறமும் மக்கள் ஓடிச் சென்று கூடியிருந்தனர். இதில் ராஜீவுக்கு மாலை அணிவிக்க அனுமதி பெற்றவர்கள் மற்றும் எந்த அனுமதியும் பெறாதவர்களும் மோதி அடித்துக் கொண்டு வந்து நின்றனர்.

சில நிமிடங்களுக்குப் பிறகு, தூதர் வந்தார், ராஜீவ் காந்தி மேடையை நோக்கி நடக்கத் தொடங்கினார். ராமகிருஷ்ணன் மற்றும் பிரதீப் பிலிப் ஆகிய இரண்டு போலீஸ் அதிகாரிகள், காங்கிரஸ் வழங்கிய பட்டியலை சரிபார்த்தனர், யார் அனைவருக்கும் மாலை அணிவிக்க அனுமதி வழங்கப்பட்டது. ராஜீவ் நடந்து கொண்டிருந்தபோது, திடீரென்று பலர் அவரைச் சூழ்ந்து கொண்டனர். இதைப் பார்த்த அனுசுயா, பெண்களை ராஜீவிடம் இருந்து தள்ளிவிடத் தொடங்கினார். ராஜீவ் நுட்பமாக அனுசுயாவின் வயிற்றின் மீது கையை வைத்து தள்ளிவிட்டார். அனுசுயாவிடம் தன்னை வரவேற்க ஒவ்வொருவருக்கும் ஒரு வாய்ப்பு கிடைக்க வேண்டும் என்று தான் விரும்புவதாக மறைமுகமாகச் சுட்டிக் காட்டினார். ஆனால் அனுசுயா தள்ளப்பட்டதால், அவர் மரகதத்தின் மீது தனது தொப்பியுடன் விழுந்தார். அவர் தன் தொப்பியை எடுத்துக்கொண்டு மரகதத்திடம் மன்னிப்புக் கேட்டார். பிறகு எழுந்து ராஜீவின் மறுபக்கத்திற்குச் சென்றார்.

அப்போது ராஜீவ் அனுசுயாவிடம் தோளில் தட்டி கொடுத்து, அவரை ரிலாக்ஸ் ஆகும்படி கூறினார். அவர் ஒரு அடி முன்னால் சென்றார். லதா கண்ணனின் மகள் கோகிலா இந்தியில் ஒரு கவிதை வாசிக்கத் தொடங்கினாள். கூச்சலில், அது ராஜீவுக்கு மிகவும் கேட்கக்கூடியதாக இல்லை. ஆனால் அவர் பொறுமையாகக் கேட்டு பாராட்டிச் சிரித்தார். இதற்கிடையில் கண்ணாடி அணிந்த ஒரு லேடி முன்னோக்கி நகர்ந்து கீழே குனிந்தாள். கீழே குனிந்தபடி, அவள் தன் கையை பின்புறமாக எடுத்து, முதல் சுவிட்சைத் தூண்டினாள், பின்னர் இரண்டாவது சுவிட்சுகளைத் தூண்டினாள். ஒரு பெரிய வெடிப்பு ஏற்பட்டது மற்றும் புகை மேலே 20 அடி உயரத்தில் எழுந்தது. மக்கள் இங்கும் அங்கும் ஓடினார்கள். இது ஒரு குண்டு வெடிப்பு என்பதை அனுசுயா திடீரென்று உணர்ந்தார், மேலும் அதே நேரத்தில் கீழே விழுந்தார். மக்கள் எல்லாத் திசைகளிலும் ஓடிக் கொண்டிருந்தார்கள். ஒரு சில மக்கள் முற்றிலும் பீதியுடன் அவர் மீது

ஓடினர். குண்டுவெடிப்பின் தாக்கம் காரணமாக முழு நிர்வாணமாக இருந்த ஒரு பெண்ணை அவர் பார்த்தார்.

அனுசுயா தான் இன்னும் உயிரோடு இருப்பதை உணர்ந்து, கடவுளுக்கு நன்றி கூறினார். அவர் இன்னும் உயிரோடு இருப்பதாக கூச்சலிட்டு உதவி கேட்டார். சில போலீஸ் அதிகாரிகள் அவரை நோக்கி ஓடி வந்தனர். அவர்கள் அவரை எழுந்திருக்குமாறு கூச்சலிட்டனர். ஆனால் அவரால் முடியவில்லை. துண்டு துண்டாகி விட்டதாக நினைத்து கால்கள் போய்விட்டன என்று சத்தம் போட்டு தண்ணீர் கேட்டார். அவர்கள் அவருக்கு உதவி செய்து அவரை நிற்க வைத்தார்கள். தன் கை பலத்த சேதமடைந்திருப்பதை உணர்ந்தார். அவர் கதறினார்..

ஒரு போலீஸ்காரர் முன்வந்து அவருக்கு உதவினார். அவர் கைகளைப் பார்க்க வேண்டாம் என்று அவர் அனுசுயாவிடம் கேட்டார். பின்னர் அனுசுயா மருத்துவமனைக்கு கொண்டு செல்லப்பட்டார். மருத்துவமனையில், அவர் வலியைத் தாங்க முடியவில்லை என்று மருத்துவரிடம் கூச்சலிட்டார், மேலும் விஷத்தை செலுத்தி தன்னைக் கொல்லுமாறு டாக்டரிடம் கெஞ்சினார். டாக்டர் அவரை அமைதிப்படுத்தி மயக்க மருந்து மூலம் ஊசி போட்டார்.[43]

குண்டு வெடித்த இடத்தில் மூப்பனாரும் ஜெயந்தி நடராஜனும் ராஜீவின் உயிரற்ற உடலை வேதனையுடன் பார்த்தனர். இதற்கு மேல் எதுவும் செய்ய முடியாது என்பது அவர்களுக்குத் தெளிவாகத் தெரிந்தது. மூப்பனார் உடலைத் தூக்க முற்பட்டார். ஆனால் குண்டுவெடிப்பின் தாக்கத்தால் உடல் வெறுமனே அவரது கைகளில் சிதைந்து போகும் அளவுக்கு இருந்தது.[44]

---

43 https://www.youtube.com/watch?v=g7H1EsahKjM– எஸ்.ஐ அனுசுயா பேட்டி
44 நீனா கோபால் – பக்கம் 18

படம் 1.1 - ராஜீவ் (நடுவில்) அவரது தந்தை பெரோஸ் காந்தி (வலதுபுறம்) மற்றும் சகோதரர் சஞ்சய் காந்தி (அவரது இடதுபுறம்) [45]

படம் 1.2 - ராஜீவ் தனது தாயார் இந்திரா காந்தியுடன் [46]

---

45 படம் 1.1 பெர்டில் பால்க் எழுதிய 'ஃபெரோஸ் தி ஃபார்கார்டன் காந்தி' புத்தகத்திலிருந்து எடுக்கப்பட்டது

46 படம் 1.2 டி ஆர் கார்த்திகேயன் மற்றும் ராதா வினோத் ராஜு எழுதிய *'Triumph of Truth: Rajiv Gandhi Assassination – The Investigation'* என்ற புத்தகத்திலிருந்து எடுக்கப்பட்டது.

படம் 1.3 - ராஜீவ் மனைவி சோனியாவுடன்.

1.4 - பிரியங்கா, சோனியா மற்றும் ராகுலுடன் ராஜீவ்

1.5 - இரண்டு காங்கிரஸ் *(I)* பெண் தொண்டர்கள் சூழ்ந்திருந்த பெண் கொலையாளி, ராஜீவ் காந்திக்காக கையில் மாலையுடன் காத்திருக்கிறார். வலதுபுறத்தில், பைஜாமா-குர்தா அணிந்து, அவளது கூட்டாளி, *'ரகுவரன்'* என்று சந்தேகிக்கப்படுகிறது.

1.6 - ராஜீவ் வருவதற்கு முன் ஜே பரமானந்துடன் *(இடது)* இசையமைப்பாளர் கணேஷ் *(வலது).*

1.7 - ஸ்ரீபெரும்புதூரில் ஒரு பகுதி மக்கள் கூட்டம். குறிக்கப்பட்ட செவ்வகத்தில் சுபா (இடது) மற்றும் நளினி (வலது).

1.8 - க்ளோசப்பில் அதே புகைப்படம்.

1.9 - ராஜீவ் தனது சிவப்பு கம்பளத்திலிருந்து கீழே இறங்குகிறார்.

2.0 – கூட்டத்தின் ஒரு பிரிவினருடன் ராஜீவ்.

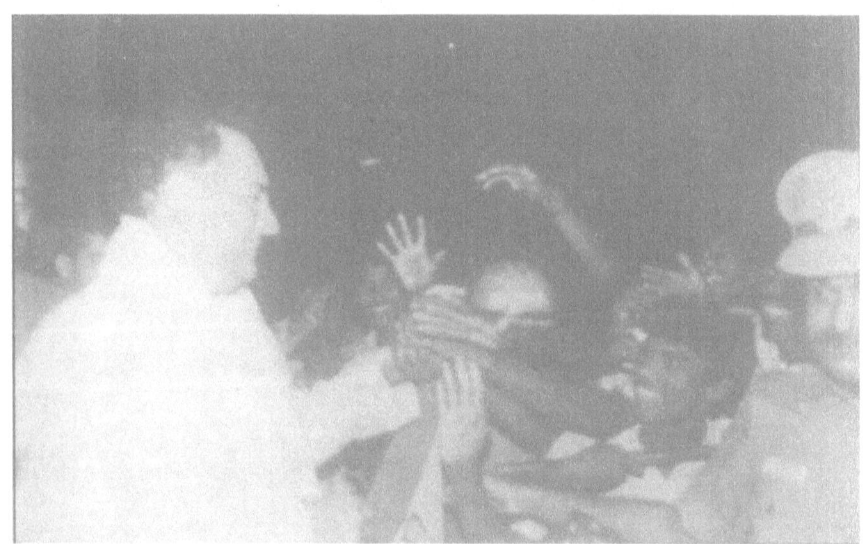

2.2 - ராஜீவ் ஒரு சால்வையை ஏற்றுக்கொண்டார். மேலும் பார்த்தது - மரகதம் சந்திரசேகர்.

2.3 - மகிளா காங்கிரஸின் (காங்கிரஸின் மகளிர் பிரிவு) டாக்டர் ரமா தேவி சால்வையை வழங்கினார்.

2.4 – ராஜீவ் 9 வயது சிறுமி கோகிலவேணி இந்தியில் கவிதை சொல்வதைக் கேட்கிறார். இது குண்டுவெடிப்புக்கு சில வினாடிகளுக்கு முன்பு.

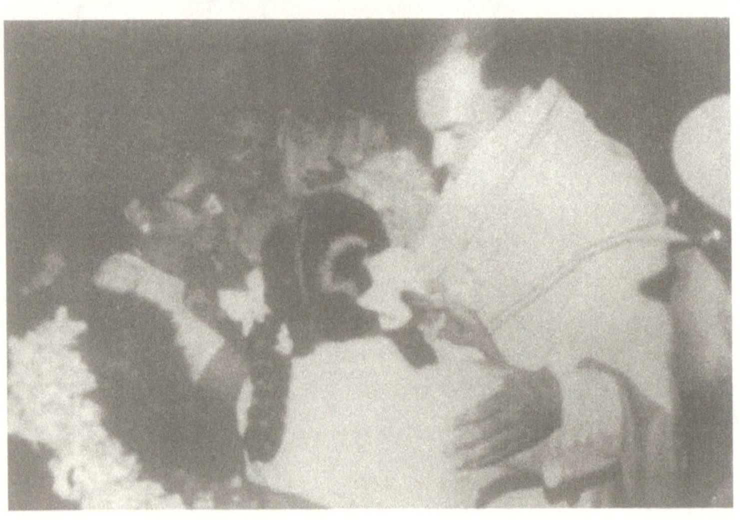

2.5 - குண்டுவெடிப்பு ஹரிபாபுவின் கேமராவில் பதிவாகியுள்ளது.[47]

---

47 *1.5 முதல் 2.5 வரையிலான புகைப்படங்கள் சுப்பிரமணியம் சுவாமியின் 'ராஜீவ் காந்தியின் படுகொலை-பதிலில்லாத கேள்விகள் மற்றும் கேட்கப்படாத கேள்விகள்' என்ற புத்தகத்திலிருந்து எடுக்கப்பட்டது.*

2.6 - குண்டுவெடிப்புக்குப் பிறகு ராஜீவ் உடல். மேலும் ஜி கே மூப்பனார் மற்றும் ஜெயந்தி நடராஜன் உள்ளிட்டோரும் காணப்படுகின்றனர்.[48]

2.7 - குண்டுவெடிப்புக்குப் பிறகு பயங்கரமான காட்சி.

---

48 2.6 மற்றும் 2.7 புகைப்படங்களை ஆசிரியருக்கு எம் ஏ பார்த்தசாரதி வழங்கினார்

2.8 - காஞ்சிபுரம் பொது மருத்துவமனையில் தனுவின் உடல் உறுப்புகள்.[49]

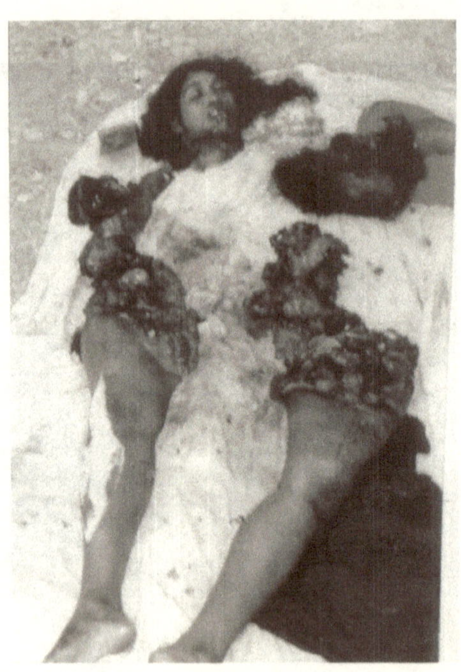

இந்த 26 பேருக்கு தடா நீதிமன்றம் தண்டனை விதித்தது

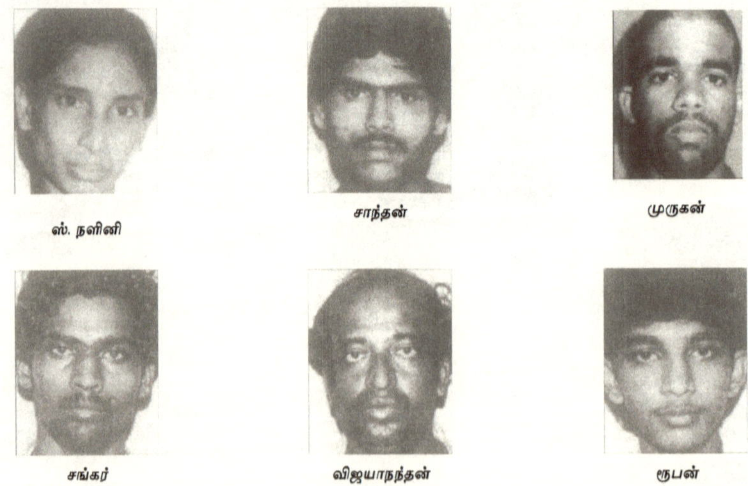

---

49 புகைப்படம் 2.8 ரகோத்தமன் எழுதிய 'ராஜீவ் கொலை வழக்கு' என்ற புத்தகத்திலிருந்து எடுக்கப்பட்டது.

ராபர்ட் பயாஸ்

கனகசபாபதி

ஆதிரை

ஜெயக்குமார்

ஷாந்தி

விஜயன்

செல்வலஸ்மி

ஷண்முகவடிவேலு

பாஸ்கரன்

ரவிச்சந்திரன்

சுசீந்திரன்

பேரறிவாளன்

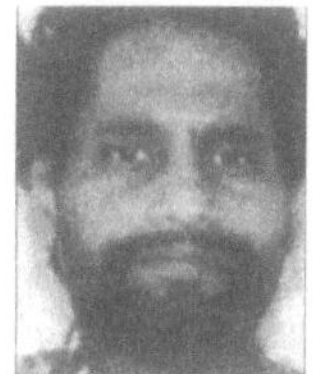

இரும்பொறை

பாக்கியநாதன்

பத்மா

சுபா சுந்தரம்

தனசேகரன்

ராஜசூர்யா

விக்னேஸ்வரன்

ரங்கநாத்

பகுதி 2
கேள்வி பதில்கள்

அத்தியாயம் 9

காா்த்திகேயன்

◄━◆◆◆━►

டி ஆா் காா்த்திகேயன்

கே – டி.ஆா்.காா்த்திகேயனுக்கு இந்த மூடிமறைப்பில் எவ்வளவு பங்கு இருந்தது?

ப–காா்த்திகேயனைத் தோ்ந்தெடுத்தது ஒரு பெரிய சா்ச்சையாகும். காா்த்திகேயனின் கூற்றுப்படி, மே 22, 1991 அதிகாலையில், அந்த நேரத்தில் சிஆா்பிஎஃப் இயக்குநா் ஜெனரலாக இருந்த கே.பி.எஸ் கில் மற்றும் சி.பி.ஐ இயக்குநா் விஜய் கரண் ஆகியோரிடமிருந்து தனக்கு ஒரு அழைப்பு வந்தது. அவரை நியமிப்பதற்கு இந்திய அரசு மிக உயா்ந்த மட்டங்களில் ஒருமனதாக ஒரு முடிவை எடுத்தது என்ற செய்தியை அவா்கள் அவரிடம் தெரிவித்தனா். அவா் மூன்று நிபந்தனைகளை விதித்தாா். விவாதங்கள் முன்னும் பின்னுமாக நடந்தன. இந்த உரையாடல்கள் காலை 11.00 மணி முதல் நண்பகல் 12.00 மணி வரை நடந்தன. இறுதியாக, பிற்பகல் 03.00 மணிக்கு, விஜய் கரண் அவரை அழைத்து, அவரது மூன்று நிபந்தனைகளை ஏற்றுக்கொள்ளப்பட்டதாக உறுதிப்படுத்தினாா். இது அத்தியாயம் 2 இல் விரிவாக விவரிக்கப்பட்டுள்ளது. ஆனால் காா்த்திகேயன் முழு உண்மையையும் பேசினாரா? பொதுவாக, இந்த நிகழ்வுகள் காா்த்திகேயன் தனது புத்தகத்தில் விவரித்த அதே வழியில் நடந்ததாகத் தெரிகிறது. காா்த்திகேயன் சில முக்கியமான உண்மைகளைத் தவிா்த்துவிட்டாா் என்பதைத் தவிர, ஏனென்றால் அவை அவரைச் சங்கடப்படுத்துகின்றன.

காா்த்திகேயனுக்கு எதிரான குற்றச்சாட்டுகள் குறித்து மட்டுமே ஒருவா் ஒரு புத்தகத்தை எழுத முடியும். கட்டணங்கள் ஒவ்வொன்றாக தீா்க்கப்படும். பின்னா் கேள்வி பதில் அமா்வில்,

கூடுதல் குற்றச்சாட்டுகள் உரையாற்றப்படும். முதல் குற்றச்சாட்டு அவரது தேர்வுடன் தொடர்புடையது. எஸ்.ஐ.டி.க்கு தலைமை தாங்குவதற்காக புதுதில்லியில் வேறு சில அதிகாரிகள் அணுகப்பட்டதாகவும், அது ஒரு குருட்டு வழக்கு என்பதாலும், பயங்கரவாத அமைப்பிலிருந்து அவர்களது குடும்பங்களுக்கு ஏற்படக்கூடிய அச்சுறுத்தல்கள் காரணமாகவும் அவர்கள் அனைவரும் பொறுப்பை ஏற்க மறுத்துவிட்டனர் என்றும் அவர் எழுதுகிறார்.[50] இதைப் படித்தால், ஒரு சில அதிகாரிகளுக்கு எஸ்.ஐ.டி.க்கு தலைமை தாங்கும் பொறுப்பு கொடுக்கப்பட்டது. ஆனால் அவர்கள்மேலே குறிப்பிட்டுள்ள காரணங்களை ஏற்க மறுத்துவிட்டனர் என்று கார்த்திகேயன் கூறுவது தெளிவாகும்..

இது குறித்து மேலும் செல்வதற்கு முன், மூத்த பத்திரிகையாளர் சாம் ராஜப்பா, கார்த்திகேயனின் தேர்வு குறித்து விளக்கி எழுதிய கட்டுரையை குறிப்பிட வேண்டும். படுகொலைக்குப் பிறகு, அப்போதைய பிரதமர் சந்திரசேகர், சி.பி.ஐ.யின் கீழ் அமைக்கப்படும் விசாரணைக் குழுவின் தலைவராக மூன்று பெயர்களைக் கொண்ட பட்டியலைத் தனக்கு அனுப்புமாறு தமிழக அரசைக் கேட்டுக்கொண்டார். 1991 ஜனவரியில் தி.மு.க அரசு டிஸ்மிஸ் செய்யப்பட்டதால், ஜனாதிபதி ஆட்சியின் கீழ் இருந்த தமிழக அரசு, பிரதமருக்கு மூன்று பெயர்களின் பட்டியலை அனுப்பியது. இந்த பட்டியலில் முதல் பெயர் கே.மோகன்தாஸ், அப்போதுதான் தமிழக உளவுத்துறை டி.ஜி.பி.யாக இருந்து ஓய்வு பெற்றார். மற்றொரு பெயரில் அநேகமாக மாதவன் ஆக இருக்கலாம். மூன்றாவது பெயர் தெரியவில்லை.

பிரதமர் உடனடியாக மூன்று பெயர்களின் பட்டியலை சோனியா காந்தியிடம் காட்டினார். சோனியா காந்தி மூன்று பெயர்களையும் முறையாக நிராகரித்து, கார்த்திகேயனை நியமிக்குமாறு கேட்டுக் கொண்டார். அந்த நேரத்தில் கார்த்திகேயனின் தகுதி மற்றும் அனுபவம் என்ன? கர்நாடக போலீஸ் பயிற்சி அகாடமியின் இயக்குநராக இருந்தார். அவர் கர்நாடக மாநிலத்தின் உளவுத்துறை மற்றும் பாதுகாப்புத் துறையின் தலைவராக இருந்தார். 1974 முதல் 77 வரை ரஷ்யாவின் மாஸ்கோவில்

---

50 கார்த்திகேயன் – பக் 19-21.

உள்ள இந்தியத் தூதரகத்தில் சான்செரியின் (முதல் செயலாளர்) தலைவராக இருந்தார். 1985 முதல் 89 வரை சிட்னியின் வர்த்தக ஊக்குவிப்பு இயக்குநராகவும் பணியாற்றினார். ஆஸ்திரேலியா, நியூசிலாந்து மற்றும் பிஜி ஆகிய நாடுகளுக்கு இந்திய ஏற்றுமதியை ஊக்குவித்து வந்தார். பின்னர் அவர் ராஜீவ் படுகொலையை விசாரிக்க சி.பி.ஐ.யின் சிறப்பு புலனாய்வுக் குழுவின் தலைவராக நியமிக்கப்பட்டபோது சிஆர்பிஎஃப் இயக்குநர் ஜெனரலாக இருந்தார்.

சாம் ராஜப்பா, இந்திரா காந்தியின் காலத்திலிருந்தே அவர் ஒரு தீவிர காங்கிரஸ் விசுவாசியாக இருந்ததால்தான் ரஷ்யாவிலும் ஆஸ்திரேலியாவிலும் தனக்குப் பதவிகள் வழங்கப்பட்டன என்று எழுதுகிறார்.[51] இதை ரகோத்தமன் மேலும் உறுதிப்படுத்துகிறார், அவர் ஒரு பேட்டியில் கார்த்திகேயன் முதலில் ஒரு அரசியல்வாதி, பின்னர்தான் ஒரு போலீஸ் அதிகாரி என்று கூறுகிறார். அவர் கர்நாடகா டி.ஐ.ஜி (உளவுத்துறை) ஆக இருந்தபோது, காங்கிரஸ் தலைவராகவும், கர்நாடக முதல்வராகவும் இருந்த குண்டு ராவிடம் நேரடியாக பணியாற்றினார். ஒரு அரசாங்க அதிகாரியாகவும், ஒரு போலீஸ் அதிகாரியாகவும், அவர் அதைச் செய்யக் கூடாது.

ராமகிருஷ்ண ஹெக்டே அவரை விசாரணைக்கு எடுத்துக் கொண்டு அதற்காக அவரை இடமாற்றம் செய்தார். ஆனால் அவரது தொடர்புகள் காரணமாக, கார்த்திகேயன் ரஷ்யாவுக்கு ஒரு பதவி வாங்கி அதன் மூலம் தப்பினார், அதன் பிறகு ஒருபோதும் கர்நாடகாவுக்குத் திரும்பவில்லை என்று ரகோத்தமன் கூறுகிறார்.[52] இத்தகைய பெயர் பெற்ற கார்திகேயனைத்தான் தனது கணவரும் இந்தியாவின் முன்னாள் பிரதமருமான ராஜிவ் காந்தி படுகொலைக்காக அமைக்கப்பட்ட விசாரணைக் குழுவுக்குத் தலைமை தாங்க வேண்டும் என்று சோனியா காந்தி விரும்பினார். கார்த்திகேயனின் பதிப்புக்கு திரும்பி வரும்போது, கே.பி.எஸ் கில் அல்லது விஜய் கரண் ஆகியோரில் ஒருவரிடமிருந்து டெல்லியில் இருந்து முதல் அழைப்பு 1991 மே 22 மற்றும் 1991 காலை 11.00

---

51 https://bharatabharati.in/2012/11/17/crime-reward-the-curious-investigation-of-rajivs-assassination-sam-rajappa/

52 https://www.youtube.com/watch?v=YN9Tf7HS_8c– சித்தண்ணனுடன் ரகோத்தமன் நேர்காணல் (தமிழ்) – பாகம் 3 – 1 இலிருந்துst மிகச்சிறிய

மணியளவில் அவரது ஹைதராபாத் இல்லத்திற்கு வந்ததாக அவர் குறிப்பிடுகிறார். அதாவது, சந்திரசேகர் காலை 11.00 மணிக்கு முன்பே சோனியா காந்தியுடன் பேசியிருப்பார்.

எஸ்ஐடிக்கு தலைமை தாங்க சில அதிகாரிகள் அணுகப்பட்டதாக கார்த்திகேயனின் முந்தைய வாதம் மற்றும் அவர்கள் நிராகரித்தது முழுமையானது மட்டுமல்ல, தேவையற்ற பொய்யும் கூட என்பதை இது நிரூபிக்கிறது. தேர்வுக்கு முன், சோனியா காந்திக்கு 3 பெயர்கள் அனுப்பப்பட்டபோது, அவர் 3 பெயர்களையும் நிராகரித்து, கார்த்திகேயனை எஸ்ஐடி தலைவராக ஆக்க வேண்டும் என்று வலியுறுத்தியபோது, மற்ற அதிகாரிகளை அணுகி அவர்கள் பின்வாங்குவது எப்படி நடந்து இருக்க முடியும்?

மேலும் ஒரு முக்கியமான விஷயத்தையும் கவனத்தில் கொள்ள வேண்டும். மே 22ம்தேதி காலை, குண்டுவெடிப்பு எப்படி நடந்தது என்பது குறித்து யாருக்கும் தெளிவு இல்லை. அனைத்து வகையான கோட்பாடுகளும் சுற்றி மிதந்து கொண்டிருந்தன - குண்டு ஒரு பூங்கொத்தில் வைக்கப்பட்டது, அது ரிமோட் கண்ட்ரோல் போன்றவை மூலம் செயல்படுத்தியிருக்கலாம். இவ்வாறாக பல வதந்திகள் இருந்தன; உண்மை தெளிவாக இல்லை. ஆனால், அப்போது அரசியலில் உண்மையான அனுபவம் இல்லாத சோனியா காந்தி, ராஜீவின் மனைவியாக மட்டுமே இருந்ததால், எஸ்.ஐ.டி.க்கு யார் தலைமை தாங்க வேண்டும் என்பதில் மட்டும் முழு தெளிவுடன் இருந்தார். தமிழக அரசு அனுப்பிய அனைத்து பெயர்களையும் நிராகரித்து, கார்த்திகேயனை பரிந்துரை செய்தார்.

மார்கரெட் ஆல்வா மற்றும் கார்த்திகேயன் இருவரும் கர்நாடகாவைச் சேர்ந்தவர்கள் என்பதையும் குறிப்பிட வேண்டும். மார்கரெட் ஆல்வா மங்களூரைச் சேர்ந்தவர், கார்த்திகேயன் சில காலம் கர்நாடகாவில் உளவுத்துறை தலைவராக இருந்தார். அவரது வார்த்தைக்கு உண்மையாக, அவர் காங்கிரஸில் உள்ள ஒரு நபருக்கு எதிரான குற்றச்சாட்டுகளைக் கூட ஒழுங்காக விசாரணை செய்யவில்லை. ஒரு பரந்த மட்டத்தில், அவர் ஒரு அரசியல்வாதிக்கு எதிராக ஒரு குற்றச்சாட்டை கூட முன்வைக்கவில்லை. இது ஒரு மூலோபாய முடிவு மற்றும் திறம்பட பலனளித்தது.

கார்த்திகேயனின் செயல்பாடு

கே - கார்த்திகேயனின் மோசடிக்கு எதிராக ஏராளமான குற்றச்சாட்டுகள் உள்ளனவா?

ப – ஆமாம், கார்த்திகேயனின் செயல்பாட்டைப் பற்றியும் நிறைய குற்றச்சாட்டுகள் உள்ளன. முதலாவதாக, விசாரணையின் முதல் சில மாதங்களில், சோனியா காந்தியின் தனிப்பட்ட செயலாளரான வின்சென்ட் ஜார்ஜிடம் இருந்து, ராஜீவின் மனைவியும், அவரது குழந்தைகளும் வழக்கு விசாரணை சம்பந்தப்பட்ட சமீபத்திய முன்னேற்றங்களை அறிய ஆர்வமாக இருப்பதாகக் கூறி, ஒவ்வொரு நாளும் தனக்கு அழைப்புகள் வந்ததாக அவர் தனது புத்தகத்தில் எழுதியுள்ளார். விசாரணை விவரங்களை வின்சென்ட்டிற்கு மேம்படுத்தி வந்தார். விசாரணை அதிகாரி என்ற முறையில், விசாரணையின் எந்தத் தகவலையும் குடும்ப உறுப்பினர்களிடம் தெரிவிக்காமல் இருப்பதே அவரது பொறுப்பு. ஆனால் அவர் அதைச் சரியாகச் செய்யவில்லை. இதற்கு முதலிடம் கொடுக்க, தனது இந்த பொறுப்பற்ற செயலை தனது புத்தகத்தில் பெருமையாக வெளிப்படுத்தினார். இதை ஆசிரியரிடம் மோகன்ராஜ் சுட்டிக்காட்டினார்.

இரண்டாவதாக, வழக்கை தீவிரமாகப் பின்தொடர்ந்தவர்களுக்கு நன்கு தெரிந்த சேதப்படுத்தப்பட்ட வீடியோ கேசட் மற்றொரு உதாரணம். இந்த வீடியோ கேசட் விரிவாக விவாதிக்கப்படும், ஏனெனில் இது முழு IB இன் செயல்பாட்டையே கேள்விக்குள்ளாக்கும் ஒரு சான்று. இந்த வீடியோ கேசட் ஐபியால் கைப்பற்றப்பட்டது மற்றும் ஐபியின் தலைவராக இருந்த எம் கே நாராயணனை சென்றடைந்தது. எம் கே நாராயணன், அப்போதைய பிரதமர் சந்திரசேகருக்கு கடிதம் எழுதியிருந்தார், தங்களிடம் ஒரு வீடியோ கேசட் இருப்பதாகவும், கொலையாளி யார், அவரது நடமாட்டம் யார் என்பதை கண்டறிய அது ஆய்வு செய்யப்பட்டு வருவதாகவும். ஆனால் அந்த கேசட் எஸ்ஐடி அல்லது சிபி சிஐடிக்கு சமர்ப்பிக்கப்படவில்லை எம்.கே.நாராயணன் மீது நடவடிக்கை எடுக்க நீதிபதி வர்மா பரிந்துரைத்தபோது, அந்த வழக்கு கார்த்திகேயனிடம் ஒப்படைக்கப்பட்டது, அவர் அதை உடனடியாக புதைத்தார்.

இந்த வீடியோ கேசட்டை சிபிஐ அல்லது வர்மா ஆணையத்திடம் ஏன் ஒப்படைக்கவில்லை என்று நீதிபதி வர்மா கேள்வி எழுப்பியுள்ளார். நீதிபதி வர்மா எம்.கே.நாராயணன் மற்றும் சிலர் மீது நடவடிக்கை எடுக்க பரிந்துரைத்தார். எடுக்கப்பட்ட நடவடிக்கை அறிக்கை நாடாளுமன்றத்தில் தாக்கல் செய்யப்பட்ட பின்னர், அதன் அடிப்படையில், 1995 ஆம் ஆண்டின் ஆரம்ப வழக்கும் கே நாராயணனுக்கு எதிராக மத்திய அரசின் அறிவுறுத்தலின் கீழ் எஸ்.ஐ.டி.யால் பதிவு செய்யப்பட்டது. எம்.கே. நாராயணன் மீதான இந்த வழக்கை எஸ்.பி.யாக இருந்த பாலசுப்பிரமணியம் என்பவர் விசாரித்தார், பின்னர் சிஆர்பிஎஃப் இன் கூடுதல் டி.ஜி.பி ஆனார். ஆனால் அந்த வழக்கு கார்த்திகேயனால் அடக்கம் செய்யப்பட்டது.[53]

பத்திரிகையாளர் அர்னாப் கோஸ்வாமியுடனான நேர்காணலில், கார்த்திகேயன் வீடியோ கேசட் குறித்த கேள்வியைக் கேட்டபோது, ராஜீவ் காந்தியைக் கொன்றவர்களைக் கண்டுபிடிப்பதே தங்கள் பணி என்று கூறினார். ஐபி இயக்குநரோ அல்லது 2 கூட்டுத் தலைவர்களுக்கோ இந்த சதித்திட்டத்தில்தொடர்பு இருக்கும் என்ற கேள்விக்கே இடமில்லை என்று அவர் மேலும் கூறினார். எனவே இதற்கு முக்கியத்துவம் கொடுக்கவில்லை என்று கூறினார்.[54] இது எஸ்.ஐ.டி.யின் தலைவரிடமிருந்து வந்தது. என்ன சுட்டிகாட்டப்பட வேண்டும் என்றால் ராஜீவ் காந்தியின் படுகொலைக்கு IB உதவியதாக இப்புத்தகத்தில் விவாதிக்கப்படும். அவர்கள் நிச்சயமாக மூடிமறைப்பில் ஈடுபட்டிருந்தனர். IB மட்டுமல்ல, கார்த்திகேயனும் கூட இந்த மூடிமறைப்பில் ஈடுபட்டார். இதுதான் குற்றச்சாட்டு, அதுதான் உண்மை.

கார்த்திகேயனின் எழுத்துப் பாணி

கே - கார்த்திகேயனின் எழுத்து பாணி எப்படி இருந்தது?

ப – மொத்தத்தில் புத்தகம் நன்றாக இருக்கிறது. ஆனால், கார்த்திகேயனின் புத்தகத்தில் உள்ள புகைப்படங்களைப்

53 https://www.youtube.com/watch?v=l0dhbAk6uHg– சித்தண்ணனுடன் ரகோத்தமன் நேர்காணல் (ஆங்கிலம்) - அத்தியாயம் 5

54 https://www.youtube.com/watch?v=PA-cKv_cM8s- ஆர்னாப் கோஸ்வாமி கார்த்திகேயன் மற்றும் ரகோத்தமாணுடன் நேர்காணல் (ஆங்கிலம்), பாகம் 2 இன் 3

பார்க்கும்போது, பணிவு என்பது கார்த்திகேயனிடம் இல்லாத ஒரு குணம் என்பது தெளிவாகத் தெரிகிறது. புத்தகத்தில் உள்ள மொத்த புகைப்படங்களின் எண்ணிக்கை 102 ஆக உள்ளது. இந்த புத்தகத்தின் தொடக்கத்திலும் முடிவிலும் முறையே கார்த்திகேயன் மற்றும் ராதா வினோத் ராஜு ஆகியோரின் பாஸ்போர்ட் அளவு புகைப்படங்கள் இதில் அடங்கும். புகைப்படங்கள் துணை தலைப்பு மூலம் பிரிக்கப்படும் போது, இது கலவையாகும் -

மொத்த புகைப்படங்கள் – 102

ராஜீவ் காந்தி புகைப்படங்கள் – 10

படுகொலை தொடர்பான புகைப்படங்கள் – 43

கார்த்திகேயனின் புகைப்படங்கள் – 40

ராதா வினோத் ராஜு – 2

எஸ்ஐடி புகைப்படங்கள் – 7

இதைப் பார்க்கும்போது, இது ராஜீவ் படுகொலை பற்றிய புத்தகத்தை விட கார்த்திகேயனின் சுயசரிதையைப் போலவே தெரிகிறது. குறைந்தபட்சம் கார்த்திகேயன் தனது வேலையை ஒழுங்காகச் செய்திருந்தால், முக்கிய சதிகாரர்களுக்காக மூடிமறைக்காமல் இருந்திருந்தால், இந்த வெற்றுசுயதற்பெருமையை சகித்துக் கொண்டிருக்கலாம்.

கே - கார்த்திகேயனின் புத்தகத்தைப் பற்றி வேறு ஏதாவது குறிப்பிட வேண்டுமா?

ப-இரண்டு விஷயங்கள் தனித்து நிற்கின்றன. ஒன்று, கார்த்திகேயனின் புத்தகத்தில், சில புகைப்படங்கள் பின்வருமாறு - நரேந்திர மோடியுடன் கார்த்திகேயன் புகைப்படம், சந்திரபாபு நாயுடுவுடன் கார்த்திகேயன் படம், புட்டபர்த்தி சாய்பாபாவுடன் கார்த்திகேயன் மற்றும் டொனால்ட் பிராட்மேனுடன் கார்த்திகேயன் புகைப்படம். மல்லிகையில் *SIT* ஆட்கள் மதிய உணவு சாப்பிடும் புகைப்படம் கூட உள்ளது. 1992 ஆம் ஆண்டு வெற்றிகரமாக குற்றப்பத்திரிகை தாக்கல் செய்யப்பட்ட பிறகு, சென்னை மல்லிகையில் ஒரு விழா

நடைபெற்றது. மார்கரெட் ஆல்வா தனி நபர், பொதுமக்கள் குறைகள் மற்றும் ஓய்வூதியத் துறை அமைச்சராகவும் (பிபிபி) சென்னை வந்து விழாவில் பங்கேற்றார். ராஜீவ் படுகொலை குறித்த தனது புத்தகத்தில் டொனால்ட் பிராட்மேனுடன் எடுத்த புகைப்படத்தை கார்த்திகேயன் இணைத்துள்ளார். ஆனால் மல்லிகையில் நடந்த ராஜீவ் காந்தி படுகொலை வழக்கு தொடர்பான விழாவில் மார்கரெட் ஆல்வா வந்து பங்கேற்ற புகைப்படம் புத்தகத்தில் இல்லை.

மேலும், கார்த்திகேயன் ஒரு முழு புத்தகத்தையும் எழுதியுள்ளார். ஒருமுறை கூட மார்கரெட் ஆல்வாவைக் குறிப்பிடவில்லை. அகில இந்திய காங்கிரஸ் கமிட்டியில் (ஏஐசிசி) ராஜீவின் பயணத் திட்டத்தைத் தயாரிக்கும் பொறுப்பில் இருந்தவர் மார்கரெட் ஆல்வா. ஒருமுறை கூட மார்கரெட் ஆல்வாவைக் குறிப்பிடாமல் ராஜீவ் படுகொலையைப் பற்றி ஒரு முழு புத்தகத்தை எப்படி எழுத முடியும்? இந்த சாதனையை கார்த்திகேயனால் மட்டுமே செய்ய முடியும்.

திருச்சி வேலுச்சாமி

கே – சுப்பிரமணியம் சுவாமியின் நம்பிக்கைக்குரியவராக இருந்த திருச்சி வேலுச்சாமி, சுப்பிரமணியம் சுவாமிதான் இந்த முழு சதிக்கும் பின்னால் உள்ள நபர் என்று கூறுகிறார்.

ப - திருச்சி வேலுச்சாமி சொல்வது ஓரளவு சரிதான். ஆனால் ஓரளவு தவறும் இருக்கத்தான் செய்கிறது.. இந்தப் படுகொலை நடக்கப் போகிறது என்பதை சுப்பிரமணியம் சுவாமி அறிந்திருந்தார் என்பதைச் சுட்டிக்காட்டுவதற்குத் தெளிவான ஆதாரங்கள் உள்ளன. அதை ஆதரிக்க போதுமான சூழ்நிலை ஆதாரங்கள் உள்ளன. மே 21 ஆம் தேதி காலை, சென்னை விமான நிலையத்திற்கு அருகிலுள்ள ஹோட்டல் டிரைடெண்டில் தங்கியிருந்த சுப்பிரமணியம் சுவாமி டெல்லிக்கு விமானத்தில் செல்வதாக இருந்தது. அதற்குப் பதிலாக அவர் மவுண்ட் ரோடு அருகே உள்ள ஹோட்டல் சிந்தூரிக்குச் சென்று தனது கார் ஓட்டுநரை அங்கிருந்து அனுப்பிவைத்தார். அங்கு, அவர் சந்திரசாமியை சந்தித்தார், இருவரும் ஸ்ரீபெரும்புதூர் வழியாக பெங்களூர் செல்லும் சாலையில் சென்றனர். பெங்களூரிலிருந்து விமானம் மூலம் டெல்லிக்குச் சென்றனர்.[55]

---

55 *https://www.youtube.com/watch?v=EC4sCGMD2_c–*   ரகோத்தமனுடன்
சித்தண்ணன் நேர்காணல் (ஆங்கிலம்) – அத்தியாயம் 3

மாலை 03.00 மணியளவில், சுப்பிரமணியம் சுவாமியின் மனைவியான ரோக்ஸநா சுவாமியை அழைத்ததாகவும், அவர் சுவாமி சென்னையில் இருப்பதை உறுதிப்படுத்தியதாகவும் வேலுச்சாமி கூறுகிறார். புது தில்லியில் உள்ள சுவாமியின் அலுவலகத்தை அவர் அழைத்தார், அவர் அதே செய்தியைக் கூறினார். பின்னர், குழப்பமடைந்த அவர், சுவாமியின் நெருங்கிய நண்பரான மோதிலாலை அழைத்தார், அதைத் தொடர்ந்து சோ ராமசாமியை அழைத்தார். அவர்கள் இருவரும் சுவாமியுடன் தொடர்ந்து தொடர்பில் இருந்ததாகத் தெரிகிறது. அவர்கள் இருவரும் சுவாமி டெல்லியில் இருக்க வேண்டும் என்று அவரிடம் கூறினார்கள். அவர் மேலும் குழப்பம் அடைந்தார்.ஏன் என்றால் டெல்லியில் இருப்பவர்களோ சுவாமி மதராசில் இருக்கிறார் என்றார்கள். மதராசில் இருப்பவர்களோ சுவாமி டெல்லியில் இருக்கிறார் என்றார்கள்.

இறுதியாக இரவு 10.25 மணியளவில், சுவாமியின் இல்லத்திருக்கு டெலிபோன் செய்தார். அவர் உடனடியாக அவரிடம் கேட்டார், "ராஜீவ் காந்தி செத்துட்டார், அதானே சொல்ல வரேள்?" முற்றிலும் வேறுபட்ட ஒரு விஷயத்தைப் பற்றி விவாதிக்க அவர் அழைத்ததால் வேலுச்சாமி திகைத்துப் போனார். திருச்சியில் மே 23-ம் தேதி சுப்பிரமணியம் சுவாமி உரையாற்ற திட்டமிட்டிருந்தார். வேலுச்சாமி இந்தக் காரணத்தைச் சொன்னபோது, சுவாமி அவரைக் குறுக்கிட்டு படுகொலையின் காரணமாக அது நடக்காது என்று கூறினார். திருச்சி வேலுச்சாமி அதிர்ச்சியடைந்து எதிர்கட்சி தி.மு.க.வை சேர்ந்த சிலரை அழைத்தார். ஆனால் இந்த உண்மையை யாரும் அறிந்திருக்கவில்லை. மேலும், ஜெயந்தி நடராஜன் அளித்த ஒரு பேட்டியில், வெடிகுண்டு நிகழ்வுக்குப் பிறகு உச்சத்தில் இருந்த குழப்பங்கள் மற்றும் குழப்பங்களுக்கு மத்தியில், ராஜீவின் உடலை அவரது காலணிகளால் வைத்து மட்டுமே அடையாளம் காண முடிந்தது என்று அவர் கூறியதாக வேலுசாமி சுட்டிக்காட்டுகிறார். முழு குழப்பத்தின் காரணமாக, ராஜீவை அடையாளம் காண மக்கள் 20-25 நிமிடங்கள் எடுத்திருப்பார்கள் என்று வேலுசாமி ஊகிக்கிறார். வேலுச்சாமியின் தர்க்கம் என்னவென்றால், இரவு 10.20 மணியளவில் குண்டுவெடிப்பு நடந்திருந்தால், சுப்பிரமணியம் சுவாமி அழைத்தபோது இரவு 10.25 மணிக்குள் அதைப் பற்றி எப்படி கேள்விப்பட்டிருக்க முடியும்?[56]

---

56 திருச்சி வேலுச்சாமி (தமிழ்) - பக் 81-92

இருப்பினும், அங்கு கண்கண்ட சாட்சியாக இருந்த தனஞ்செழியன், சுமார் 5 நிமிடங்களில், ராஜீவின் உடலைப் பார்த்தால், அவர் இப்போது இல்லை என்பது தெளிவாகத் தெரிந்தது என்று பதிவு செய்கிறார். அவர்கள் அனைவரும் ராஜீவின் உடல் கிடந்த சரியான இடத்தில் கூடியிருந்தனர், அவரது உடலின் எச்சங்கள் முற்றிலுமாக சிதைக்கப்பட்டன. ஆனால் அது ராஜீவின் உடல் என்பது தெளிவாக தெரிந்தது. எனவே ராஜீவின் உடலை அடையாளம் காண சுற்றியுள்ள மக்களுக்கு சுமார் 20-30 நிமிடங்கள் ஆனது என்ற வேலுச்சாமியின் நிலைப்பாடு செல்லுபடியாகாது.

ஆனால் சுப்ரமணியம் சுவாமி விஷயங்களைக் கையாள்வது மற்றும் ஹோட்டல் சிந்தூரிக்குச் செல்வது மற்றும் சந்திரவாமியுடன் அவர் செல்வது பற்றிய மற்றொரு பகுதி மிகவும் செல்லுபடியாகும். இந்த சதியைப் பற்றி, இதிலிருந்து சுப்பிரமணியம் சுவாமி ராஜீவை முடிக்கும் சதியின் ஒரு பகுதியாக இருந்தார் என்று ஊகிப்பது சற்று அதிகமாக உள்ளது. அது உண்மையும் அல்ல. ஆரம்பத்தில் இருந்தே, சுப்பிரமணியம் சுவாமி விடுதலைப் புலிகள்தான் ஹிட் வேலையைச் செய்தார்கள் என்று வலியுறுத்தி வருகிறார் என்பதை ஒருவர் நினைவில் கொள்ள வேண்டும். இப்போது, சுப்பிரமணியம் சுவாமி சதித்திட்டத்தின் ஒரு பகுதியாக இருந்திருந்தால், அடுத்த நாளே அவர் உண்மையை ஏன் வெளியிட வேண்டும்? அன்று முதல் இன்று வரை அவர் தொடர்ந்து கூறி வருகிறார். படுகொலை நடக்கப் போகிறது என்பதை சுப்பிரமணியம் சுவாமி அறிந்திருந்த போதிலும், அவர் சதித்திட்டத்தின் ஒரு பகுதியாக இருக்கவில்லை என்பதை நிருபிக்க இந்த ஆதாரம் ஒன்றே போதுமானது என்று கூறும் அதே நேரத்தில், அவர் மட்டும் சதித்திட்டத்தின் ஒரு பகுதியாக இல்லை என்ற உண்மை அவரை முழு நிரபராதி ஆக்கவில்லை.

அந்த நேரத்தில் அவர் ஒரு சட்ட அமைச்சராக இருந்தார் என்பதும் உண்மைதான். எனவே இதுபோன்ற ஒரு கொடூரமான செயல் திட்டமிடப்படுகிறது என்று அவருக்குத் தெரிந்திருந்தால், அது நடக்காமல் இருப்பதை உறுதி செய்வது ஒரு அமைச்சராகவும், ஒரு குடிமகனாகவும், ராஜீவின் நண்பராகவும் (இன்று வரை, ராஜீவ் தனது நெருங்கிய நண்பர் என்று அவர் தொடர்ந்து கூறிக் கொண்டே இருக்கிறார்) அவரது முக்கிய பொறுப்பு ஆகும். அவர் அப்படி

எதுவும் செய்யவில்லை. மேலும், 1991 ஜூனில் சுப்பிரமணியம் சுவாமி செய்த ஒரு யாகத்தைப் பற்றி வேலுச்சாமி பேசுகிறார். சுப்பிரமணியம் சுவாமி திடீரென்றுஒரு நாள் அவரை அழைத்து, அடுத்த நாள் மெட்ராஸில் தன்னுடன் சேரச் சொன்னார். வேலுச்சாமி சென்னையில் சுப்பிரமணியம் சுவாமியுடன் சேர்ந்த பிறகு, கார் காஞ்சிபுரத்திற்கு ஒரு 'மண்டபம்' சென்றது. அங்கே ஒரு யஜ்னா(விழா) நிகழ்த்தப்பட்டுக் கொண்டிருந்தது. அது என்ன யாகம் என்று அவருக்குத் தெரிவிக்கப்படவில்லை என்றாலும், திருச்சி வேலுச்சாமி அங்கிருந்த ஒருவரிடம் விசாரித்தபோது, அது 'பிரம்மஹத்தி தோஷம் யாஜ்நா' என்று அழைக்கப்படும் ஒரு யாகம் என்று தெரிய வந்தது.

திருச்சி வேலுச்சாமி மட்டுமே சுப்பிரமணியம் சுவாமி மீது நம்பிக்கை வைத்து அவரை யாகத்திற்கு அழைத்துச் சென்றார். திரும்பி வந்த பிறகு, திருச்சி வேலுச்சாமி பிராமண நண்பர்களிடம் தனது சொந்த விசாரணைகளை மேற்கொண்டார், பிரம்மஹத்தி தோஷம் ஒரு பிராமணரைக் கொல்லும் நபருக்கு வருகிறது என்பதைக் கண்டுபிடித்தார். வைதீக நம்பிக்கையின் படி, ஒரு நபர் செய்யக்கூடிய பெரிய பாவங்களில் ஒன்று அவர் ஒரு பிராமணரைக் கொல்வது. எனவே, இந்த தோஷத்தை (பாவத்தை) நீக்குவதற்காக, பிரம்மஹத்தி தோஷம் யாகம் செய்யப்படுகிறது. ராஜீவ் காந்தி ஒருகாஷ்மீரி பிராமணனாக இருந்தால், சுப்பிரமணியம் சுவாமி ஏன் அந்த யாகம் செய்தார் என்பதை உணர்ந்தபோது அது அவரை உலுக்கியது என்றும் வேலுசாமி குறிப்பிடுகிறார்.[57]

இப்போது, சுப்பிரமணியம் சுவாமி தனக்கு எதிராக எந்தக் குற்றச்சாட்டையும் எழுப்பும் ஒவ்வொரு நபருக்கும் அப்பட்டமாக பதிலளிக்கும் பழக்கம் கொண்டவர். அவர்களில் சிலருக்கு எதிராக வழக்குகளைத் தாக்கல் செய்யும் அளவிற்குக் கூட அவர் செல்கிறார், 1980 களில், DoT ஆல் தொலைபேசி ஒட்டுக்கேட்பது தொடர்பான அறிக்கையை அவர் வெளியிட்டார், இதன் விளைவாக ராமகிருஷ்ண ஹெக்டே ராஜினாமா செய்தார். இவர் கடந்த காலங்களில் சோனியா காந்தி, ஜெயலலிதா மீது வழக்கு தொடர்ந்துள்ளார். சுப்ரமணிய

---

57 திருச்சி வேலுச்சாமி (தமிழ்) – பக் 103-105

சுவாமி எவ்வளவு சுறுசுறுப்பாக செயல்பட்டார் என்பதைச் சுட்டிக் காட்ட இவை ஒரு சில நிகழ்வுகள். ஆனாலும், குழப்பமான விஷயம் என்னவென்றால், வேலுசாமியின் குற்றச்சாட்டுகள் குறித்து சுப்பிரமணியம் சுவாமி முற்றிலும் மவுனம் காத்து வருகிறார். இது வேலுசாமியின் குற்றச்சாட்டுகளுக்கு மேலும் வலு அளிக்கிறது.

திருச்சி வேலுச்சாமி தனது புத்தகத்தில் விவரிக்கும் மற்றொரு சுவாரசியமான சம்பவம் உள்ளது. மே 23-ம் தேதி (1991) மாலை சுப்ரமணியம் சுவாமியிடமிருந்து மே 24-ம் தேதி காலை சென்னைக்கு வருவதாக ஒரு தொலைபேசி அழைப்பு வந்ததாக அவர் எழுதுகிறார். எனவே வழக்கம் போல திருச்சி வேலுச்சாமி அவரை வரவேற்க விமான நிலையத்திற்குச் சென்றார். டாக்டர் எச். வி.ஹண்டேவுடன் சுப்பிரமணியம்சுவாமியும் வந்தார். மூவரும் ஒரு காரில் ஏறுகிறார்கள், மற்றவர்கள் சுப்பிரமணியம் சுவாமியை அழைத்துச் செல்ல மற்றொருகாரில் செல்கிறார்கள், அவர்கள் நேராக அப்பல்லோ மருத்துவமனைக்குச் செல்கிறார். குண்டுவெடிப்பைத் தொடர்ந்து மரகதம் மற்றும் பலர் அங்குதான் அனுமதிக்கப்பட்டனர். அவர்கள் மருத்துவமனையை அடைந்ததும், அவர்கள் நேராக மரகதம் தங்கியிருந்த அறைக்குச் செல்கிறார்கள். அவர்கள் அறைக்குள் நுழைந்த பிறகு, மரகதம் மூச்சுத் திணறலால் அவதிப்படுவதைக் காண்கின்றனர். அதன்படி, ஒரு செவிலியர் வரவழைக்கப்பட்டு, அவர் உதவி வழங்குகிறார். சுப்பிரமணியம் சுவாமி மரகதத்திடம் அவர் எப்படி இருக்கிறார் என்று கேட்கிறார். ஆனால் எந்த பதிலும் இல்லை.

இதற்கிடையில் திருச்சி வேலுச்சாமி மரகதத்திற்கு உதவ வந்த கிராமத்தைச் சேர்ந்த மூதாட்டியிடம் சென்று ஒரு வார்த்தை பேசுகிறார். அவர்கள் வரும்வரை மரகதம் நலமுடன் இருந்ததாகவும் திடீரென்று என்ன நடந்தது என்பதை அவரால் புரிந்து கொள்ள முடியவில்லை என்றும் வேலுச்சாமியிடம் அப்பாவியாகச் சொன்னார்.இதைக் கேட்ட திருச்சி வேலுசாமி, அப்போது மரகதத்தின் உடல்நலம் குறித்து மருத்துவரிடம் பேசிக் கொண்டிருந்த சுப்பிரமணியம் சுவாமியிடம் சென்றார். வேலுசாமி சுப்பிரமணியம் சுவாமியிடம், இந்தப் பெண்மணி (மரகதம்) மீது எனக்குச் சந்தேகம் இருப்பதாகச் சொல்கிறார். இதைக் கேட்டதும்

சுப்பிரமணியம் சுவாமி வேலுச்சாமியின் விரலை கையால் அழுத்தி, அவரை அமைதியாக இருக்கும்படி சைகை காட்டுகிறார். அவர்கள் மருத்துவமனையை விட்டு வெளியே வந்த பிறகு, சுப்பிரமணியம் சுவாமி ஹண்டேவை இரண்டாவது காரில் ஏறுமாறு கேட்கிறார். இவ்வாறு வேலுச்சாமியும் சுப்பிரமணியம் சுவாமியும் முதல் காரில் ஏறுகிறார்கள். சுப்பிரமணியம் சுவாமி இப்போது வேலுச்சாமியை பார்த்து தன் மனதில் என்ன இருக்கிறது என்பதையும், மரகதம் பற்றிய சந்தேகங்களையும் இப்போது சொல்லச் சொல்கிறார். பின்னர் திருச்சி வேலுச்சாமி கிராமத்துப் பெண்ணுடன் தான் நடத்திய மினி உரையாடலை அவரிடம் விவரிக்கிறார்.

மரகதம் தனது பேராசைக்கு இரையானதாக சுப்பிரமணியம் சுவாமி பதிலளிக்கிறார். கொலையாளிகள் தெரியாமல் சதித்திட்டத்தில் அவரை ஈடுபடுத்தினர். ஸ்ரீபெரும்புதூரில் பிரச்சாரத்திற்கு ராஜீவை அழைக்க வேண்டும் என்று சிலர் அவரிடம் முன்மொழிந்தபோது, ராஜீவை ஸ்ரீபெரும்புதூருக்கு அழைப்பதில் தனக்கு எந்தப் பிரச்சினையும் இல்லை என்று அவர் பதிலளித்தார். ஆனால் கூட்டத்திற்கான ஏற்பாடுகளைச் செய்ய பணம் செலவாகும், மரகதம் அம்மாளிடம் அந்த வகையான பணம் இல்லை. மரகதத்திற்கு சிவராசன் டேரில் பீட்டர் (மரகதத்தின் மகன் லலித் சந்திரசேகரின் நண்பர்) மூலம் ரூ.5 லட்சம் பணம் கொடுத்தார். இந்த குண்டுவெடிப்பில் டாரில் பீட்டரும் தற்செயலாக இறந்தார். சிவராசன் மற்றும் தாணு ஈ.பி.ஆர்.எல்.எஃப் தலைவர்களாக காட்டிக் கொண்டனர், இதனால் ராஜீவை அணுக முடிந்தது. ஈ.பி.ஆர்.எல்.எஃப். இலங்கையிலிருந்து இந்திய அமைதி காக்கும் படை (ஐ.பி.கே.எஃப்) இந்தியாவிற்கு வந்த பின்னர் ராஜீவ் காந்தி மற்றும் அவர்களின் தலைவர் வரதராஜப் பெருமாள் ஆகியோருடன் ஒரு நல்ல உறவைக் கொண்டிருந்தது, மேலும் அவர் புலிகளால் படுகொலை செய்ய இலக்கு வைக்கப்படுவார் என்ற நன்கு நிறுவப்பட்ட அச்சத்தின் காரணமாக குவாலியோரில் சில நாட்கள் மறைந்து வாழ்ந்தார்..[58]

இந்த விஷயங்களைத் தவிர, வாசகர் ஒரு விஷயத்தைக் குறித்துக் கொள்ள வேண்டும். இந்த சம்பவங்கள் மே 24 அன்று மாலை நடந்தன. எஸ்.ஐ.டி.யே மே 23 ஆம் தேதிதான் தனது விசாரணைகளைத்

---

58 https://www.youtube.com/watch?v=l0dhbAk6uHg–   ரகோத்தமானுடன் சித்தண்ணன் நேர்காணல் (ஆங்கிலம்) – பாகம் 5

தொடங்கியது. இருப்பினும் சுப்பிரமணியம் சுவாமிக்கு இந்த நிமிட விவரங்கள் அனைத்தும் மே 24 அன்று தெரிந்ததாகத் தோன்றியது. இதன் பொருள் என்னவென்றால், சுப்பிரமணியம் சுவாமி படுகொலைக்கு முன்பே என்ன நடந்தது என்பதை அறிந்திருந்தார்.

பிரபாகரனை முடிக்க முயற்சி

கே – பிரபாகரனை முடிக்க ராஜீவ் காந்தி முயற்சி செய்தாரா?

ப. ஐ.பி.கே.எஃப் இன் ஒரு பகுதியாக இருந்த மேஜர் ஜெனரல் ஹர்கிரத்சிங், 1987 செப்டம்பர்14/15 இரவு, இலங்கையில் இந்தியாவின் உயர் ஸ்தானிகராக இருந்த ஜெ.என்.தீட்சித்திடமிருந்து தனக்கு ஒரு அழைப்பு வந்ததாக விவரிக்கிறார். பிரபாகரன் ஓரிரு நாட்களில் ஹர்கிரத் சிங்குடன் வரவிருந்தார். ஹர்கிரத் சிங் பேச்சுவார்த்தைக்கு வந்தபோது பிரபாகரனை கைது செய்யவோ அல்லது சுடவோ தீட்சித் கட்டளையிட்டார். அவர் உடனடியாக லெப்டினென்ட் ஜெனரல் தெபிந்தர் சிங்கை அழைத்தார். வெள்ளைக் கொடியின் கீழ் ஒரு பேச்சுவார்த்தைக்கு வரும் மக்களுக்கு இதைச் செய்யக் கூடாது என்று அவர் தெளிவாகக் கூறினார். ஹர்கிரத் பின்னர் தீட்சித்துடன் பேசி இந்த செய்தியை அவரிடம் தெரிவித்தார். அதற்கு பதிலளித்த தீட்சித், இந்த அறிவுறுத்தல்கள் ராஜீவிடமிருந்து நேரடியாக வந்தவை என்று கூறினார்.[59]

நிச்சயமாக, அனைவருக்கும் தெரியும், ஹர்கிரத் எதுவும் செய்யவில்லை. ராஜீவ் அந்த அறிவுறுத்தல்களை வழங்கியதாக தீட்சித் கூறியபோது தீட்சித் உண்மையைப் பேசினாரா என்பது அனைவரின் மனதிலும் உள்ள கேள்வியாக இருக்கும். மிக மோசமான சம்பவம் நடந்துவிட்டது என்று ஒருவர் அனுமானித்துக் கொண்டால், அதாவது ஹர்கிரத் அன்று பிரபாகரனை முடித்து விட்டார் என்று அனுமானித்துக் கொண்டால், ஒரு விசாரணை நடத்தப்பட்டு, பிரபாகரனை கொலை செய்யவோ அல்லது கைது செய்யவோ வேண்டும் என்ற உத்தரவு ராஜீவிடமிருந்து வந்தது என்ற செய்தியை தீட்சித் தன்னிடம் கூறியதாக ஹர்கிரத் விசாரணையில் கூறியிருப்பார். தீட்சித் பொய் சொல்லியிருந்தால், அவர் மிகப் பெரிய சிக்கலில் மாட்டிக் மொண்டிருப்பார். எனவே தீட்சித் உண்மையைப்

---

59 https://tamilnation.org/books/eelam/singh.htm

பேசுகிறார் என்று நம்பலாம். ஒரே ஒரு வித்தியாசம் என்னவென்றால், இந்திய இராணுவம் கோழைத்தனமான முறையில் செயல்பட மறுத்தாலும், நன்றி தெபிந்தர் சிங் மற்றும் ஹர்கீரத் சிங்கு, பிரபாகரனுக்கு அவ்வாறு செய்வதில் எந்த தயக்கமும் இல்லை. ராஜீவ் வெளிப்படையான முறையில் வரலாம் என்றும், தேர்தல் பிரச்சாரத்தின் போது புலிகள் அவரை குறிவைக்க மாட்டார்கள் என்றும் நம்பி ஏமாற்றினர். இறுதியாக, அவர் ஒரு கோழைத்தனமான முறையில் முடிக்கப்பட்டார்.

ஸ்ரீபெரும்புதூரில் கொலையாளி கும்பலின் வருகை

கே –கொலைகார கும்பல் ஸ்ரீபெரும்புதூருக்கு எப்படி வந்தது என்ற கேள்விகள் எழுகின்றன.

ப - இயற்கையாகவே எஸ்ஐடி முயற்சி மற்றும் கொலைகார கும்பலின் வருகை குறித்து ஒரு கதையை உருவாக்கியுள்ளது. சிவராசன், தனு, சுபா, ஹரிபாபு மற்றும் நளினி ஆகியோர் பாரிமுனை பேருந்து நிலையத்தில் சந்தித்தனர் என்பது அரசுத் தரப்புக் கதை. அங்கிருந்து பேருந்தில் ஏறி இரவு 07.30 மணிக்கு ஸ்ரீபெரும்புதூர் வந்தடைந்தனர். இது கார்த்திகேயன் நூலில் மிகத் தெளிவாக விவரிக்கப்பட்டுள்ளது.[60] கேள்வி ஒன்று எழுகிறது, முன்னாள் பிரதமர் ஒருவரைக் கொல்லத் திட்டமிடும்போது, ஒரு காரை மட்டும் விட்டுவிட்டு, கொலைக் குழுவினர் ஆட்டோரிக்ஷாவைக் கூட எடுத்துக்கொண்டு அந்த இடத்திற்கு வரமாட்டார்களா? கொலைகாரி ஒரு முழு குண்டையும் தன் முதுகில் சுமந்தபடி, ஆபத்தை எடுத்துக்கொண்டு நெரிசலான பேருந்தில் பயணிப்பாளா? யாராவது தற்செயலாக அவரது முதுகைத் தொட்டு, வீக்கத்தை உணர்ந்தால் என்ன செய்வது? இந்தக் கொலைகாரன் அந்தக்கும்பலின் மற்ற உறுப்பினர்களுடன் சேர்ந்து பேருந்தில் ஏறினான் என்பதை யாராவது பின்னர் உணர்ந்தால் என்ன செய்வது? சிவராசனுக்கு இவற்றைப் பற்றிச் சிந்திக்கும் மூளை இருந்திருக்காதா? இது எஸ்.ஐ.டி யால் சொல்லப்பட்ட ஒரு வெள்ளை பொய். தனு காரில் வருவதை நேரில் கண்ட சாட்சி ஒருவர் (குமுதவல்லி மற்றும் அனுசுயாவாகவும் இருக்கலாம்) பார்த்ததாகவும் செய்திகள் உள்ளன.

---

60 கார்த்திகேயனும் ராதாவினோத் ராஜாவும் – பக்கம் 49

இந்த வழக்கில் கிட்டத்தட்ட அனைத்தும் மர்மமான முறையில் மறைக்கப்பட்டிருப்பதால், இதுவும் அநேகமாக மறைக்கப்பட்டிருக்கலாம். மேலும் ஸ்ரீபெரும்புதூரில் பணியமர்த்தப்பட்ட எஸ்.ஜ ராஜேந்திரன் மாலையில் இருந்தே சம்பவ இடத்தில் இருந்தார். தாணு, நளினி, சுபா ஆகியோர் மாலை 05.30 மணி முதல் 06.00 மணி வரை பத்திரிகையாளர் வாயிலில் அமர்ந்திருந்ததாக சமீபத்திய பேட்டி ஒன்றில் அவர் குறிப்பிட்டுள்ளார். இதற்கு முன்பே சிவராசன் பத்திரிகை வாயிலில் (மாலை 05.30 மணியளவில்) அமர்ந்திருந்தார், அவர்தான் இதைப் பார்த்து சிவராசனிடம் விசாரித்தார். சிவராசன் பத்திரிகைச் சங்கத்தின் அடையாள அட்டை எதுவும் இல்லை என்பதை அறிந்ததும், எக்காரணத்தைக்கொண்டும்அவர்பத்திரிகைக்குழுவில்இடம்பெறக் கூடாது என்ற காரணத்தினாலும்தான், பத்திரிகை வாயிலில் இருந்து பாதுகாப்பான தூரத்தில் சிவராசன் விடப்பட்டிருப்பதை உறுதி செய்தார். மேலும் மிக முக்கியமாக, குண்டுவெடிப்பில் படுகாயம் அடைந்த அனுசுயா, திருச்சி வேலுசாமியிடம் மருத்துவமனை படுக்கையிலிருந்து தான் பார்த்ததை விவரித்துள்ளார் தனுவை லலித் சந்திரசேகர் (மரகதத்தின் மகன்) தான் காரில் வந்து இறக்கிவிட்டார்.[61] அப்படியானால், சிவராசனும் கும்பலும் பேருந்தில் ஏறி இரவு 07.30 மணிக்கு ஸ்ரீபெரும்புதூருக்கு வந்து சேர்ந்தனர் என்ற சிறப்புப் புலனாய்வுக் குழுவின் வாதம் இந்திய மக்களை ஏமாற்றுவதற்காக வடிவமைக்கப்பட்ட ஒரு வடிகட்டிய பொய் ஆகும்.[62]

---

61 திருச்சி வேலுச்சாமி – பக்கம் 98-99

62 https://www.youtube.com/watch?v=PS_X7_AZ-0Y– ராஜேந்திரன் நேர்காணல், 09.40th மிகச்சிறிய.

மரகதத்தின் அப்பாவித்தனம்

கே – மரகதம் நிரபராதியா?

ப – சுப்பிரமணியம் சுவாமி சரியாகச் சுட்டிக் காட்டுவது போல, மரகதம் அவர்களுக்குத் தெரியாமல் சதித்திட்டத்திற்குள் இழுக்கப்பட்டார்கள். எமர்ஜென்சிக்குப் பிறகு இந்திரா காந்தி ஆட்சியை இழந்தபோது, அவர் தனது இரண்டு மகன்களான ராஜீவ் மற்றும் சஞ்சய் ஆகியோருடன் அந்தந்த துணைவியார் சோனியா மற்றும் மேனகாவுடன் அவரது வில்லிங்டன் கிரசண்ட் ரோடு இல்லத்தில் தங்கியிருந்தார். அவர்களைத் தவிர வேறு யாரும் வீட்டுக்குள் அனுமதிக்கப்படவில்லை. கட்சித் தொண்டர்கள் அனைவரும் வெளியேயே இருந்தனர். ஆர்.கே. தவான் போன்ற சில மூத்த புள்ளிகள் கூட, குடும்பத்துடன் நெருக்கமான உறவுகளைக் கொண்டிருந்ததாகக் கூறப்படுகிறது, அவர் வீட்டிற்கு அருகிலுள்ள அறை வரை மட்டுமே வந்தார். ஆனால் மரகதம் மட்டும் முன்னறிவிப்பின்றி வீட்டிற்குள் வந்தார்கள், அவர்கள் வரும் போதெல்லாம், அவரகளை 'அத்தை' என்று அழைப்பதன் மூலம் அனைவராலும் கொண்டாடப்பட்டார், மேலும் அவர்கள் வீட்டிற்கு தடையின்றி அணுகலைக் கொண்டிருந்தார். இதை ரகோத்தமன் தனது நூலில் விவரிக்கிறார்.[63]

அவரது தரப்பிலிருந்து, மரகதமும் ராஜீவ் மற்றும் சஞ்சய் ஆகியோரை தனது சொந்த மகன்களாக கருதினார். அந்தக் குடும்பத்தைச் சேர்ந்த ஒருவரைக் கொல்வதற்கான சதித்திட்டத்தில் கொண்டாடப்பட்டார் என்பது நினைத்துப் பார்க்க முடியாதது. மரகதத்தின் குடும்பத்தை சிவராசன் எவ்வாறு அணுகினார் என்ற கேள்வியைப் பொறுத்தவரை, அது ஒரு மர்மமாகும். சிவராசன்

---

63 ரகோத்தமன் (ஆங்கிலம்) – பக்கம் 24

எடுத்து முயற்சித்த இரண்டு வெவ்வேறு பாதைகள் உள்ளன. முதலாவது லலித் சந்திரசேகர், ஜெயவர்த்தனேவுடன் தொடர்புடைய இலங்கையைச் சேர்ந்த விநோதினியை மணந்தார். அவர்கள் ஈ.பி. ஆர்.எல்.எஃப் தொண்டர் போல் நடித்து, ராஜீவ் காந்தியை தங்கள் ஒரே மீட்பராகப் பார்ப்பது போல் நடித்து அவரை அணுகினர். அவர்கள் சென்ற இரண்டாவது வழி, லலித் சந்திரசேகரின் நண்பரான தேரில் பீட்டரை அவர்கள் அணுகினர். இரண்டாவது வழி வேலை செய்தது. அவர்கள் டாரில் மூலம் லலித்தை அணுக முடிந்தது. அவர்கள் லலித்துடன் பேசி ரூ 5 லட்சத்தை தாராளமாக நன்கொடையாக வழங்க முன்வந்தனர். இத்தகவல்கள் மரகதம் அவர்களை அடைந்தன. 5 லட்சம் என்பது இப்போது மிகப் பெரிய தொகையாக இல்லாமல் இருக்கலாம். ஆனால் அது 1991 ஆம் ஆண்டில் ஒரு பெரிய தொகையாக இருந்தது. தாயும் மகனும் பேராசையில் வீழ்ந்தனர். அதற்குப் பிரதியுபகாரமாக, கொலையாளி விரும்பிய ஒரே விஷயம் ராஜீவ் காந்திக்கு 'அவர்களின் மீட்பர்' மாலை அணிவிக்க வேண்டும் என்பதுதான். அது அவர்களுக்கு கிடைத்தது.

கே - மரகதத்தின் அப்பாவித்தன்மை பற்றி மேலும் ஆதாரம் உள்ளதா?

ப – மரகதம் சந்திரசேகர் மற்றும் அவரது மகன் லலித் சந்திரசேகர் ஆகியோர் சிறிய காயங்களுக்கு உள்ளானார்கள் என்ற உண்மை, சதித்திட்டத்தில் அவர்கள் ஈடுபடவில்லை என்பதற்கு ஒரு சான்றாகும். எடுத்துக்காட்டாக, தீபாவளிப் பண்டிகையின் போது வெடிக்கப்படும் அணுகுண்டை உதாரணமாக எடுத்துக் கொண்டால், உதாரணமாக இது போன்றவற்றிலும் கூட, அனைவரும் முன்னெச்சரிக்கை நடவடிக்கைகளை எடுத்து, பாதுகாப்பான தூரத்தில் நிற்பதை உறுதி செய்கிறார்கள். சிலர் 20-30 அடி இடைவெளியில் நிற்கின்றனர். குண்டு வெடிப்பு புள்ளியில் இருந்து 50 அடிக்கு செல்லும் மக்கள் உள்ளனர். பட்டாசு வெடிப்பதில் இருந்து ஒருவர் எவ்வளவு தூரம் நிற்கிறார் என்பது இரைச்சல் விளைவு குறித்த பயம், வெடிக்கப்படும் பட்டாசு போன்ற பல்வேறு காரணிகளைப் பொறுத்தது. ஆனால் எல்லோரும், பொதுவாக, அவர்கள் தங்களை பாதுகாப்பாக வைத்திருப்பதை உறுதி செய்கிறார்கள்.

இதே முறையில் வாதிட்டு, ராஜீவ் கொலை செய்யப்படப் போகிறார்என்று மரகதம் அறிந்திருந்தால், அவர்அந்த இடத்திலிருந்து குறைந்தது 200-300 மீட்டர்தூரத்தில் இருப்பதை உறுதி செய்திருப்பார். ஆனால் மரகதம் அவ்வாறு செய்யவில்லை. அவர்கள் கிட்டத்தட்ட கொலை செய்யப்பட்டார்கள். குண்டுவெடிப்பு நடந்த அந்த நிமிடம் வரை, அவர் ராஜீவுடன் நடந்து கொண்டிருந்தார். உண்மையில் அவரை காப்பாற்றிய ஒரு சுவாரஸ்யமான சிறிய சம்பவம் நடந்தது. இதை ரகோத்தமன் ஒரு வீடியோவில் விவரிக்கிறார்.

எழுத்தாளர் அவரைச் சந்தித்தபோது பத்திரிகையாளர் நூருல்லாஹ். லக்ஷ்மி ஆல்பர்ட்டும், ரமாதேவியும் மரகதத்தை எதிர்த்த வேறு பிரிவைச் சேர்ந்தவர்கள் என்றும், மரகதத்தால் அவர்கள் தனிமைப்படுத்தப்பட்டனர். இதனால் அவர்கள் மரகதத்தின் மீது கோவத்தில் இருந்தனர் என்று ரகோத்தமன் ஒரு வீடியோவில கூறுகின்றார். அதனால் அவர்கள் ராஜீவை வாழ்த்த நின்றபோது மரகதம் அவர்களுக்கு இது கொஞ்சம் கூட பிடிக்காமல் முழங்கையால் அவர்களின் ஒருவரை அடித்துவிட்டு அவசரமாக அங்கிருந்து சென்றுவிட்டார். கோகிலா கவிதையைப் படித்த இந்த நேரத்தில், வெடிகுண்டு நடந்த அந்த நொடிகளில் மரகதம் வேகமாக நடந்து சென்றதால் காப்பாற்றப்பட்டார். லக்ஷ்மி ஆல்பர்ட்டும் ரமாதேவியும் இல்லாதிருந்தால் மரகதம் மெதுவாக நடந்து ராஜீவ் மற்றும் 17 பேருடன் இறந்திருபார்கள். ராஜீவ் வருகைக்காக காத்திருந்த லட்சுமி ஆல்பர்ட், சரோஜா தேவி மற்றும் பலர் நிழலில் அமர்ந்திருந்த சம்பவத்தைப் பற்றியும் நூருல்லா பேசுகிறார். நூருல்லா அவர்களிடம் சென்று பேசினார்.

அப்போதுதான் அவர்கள் மரகதத்தால் தனிமைப்படுத்தப்பட்டதற்கு அதிருப்தியை வெளிப்படுத்தினர். "எங்கள் தலைவரை நாங்கள் சந்திப்போம். எங்களைத் தடுக்க அவர் யார்?" இவ்வாறு அவர்களில் ஒருவர் நூருல்லாவிடம் வெளிப்படையாகவே கூறினார். அவர்களின் எதிர்மறை உணர்வுகளை வெளிப்படுத்துவதற்காக, அவர்கள் ஒரு குழுவை உருவாக்கி ராஜீவ் வந்தபோது ஒன்றாக நின்றனர். ஒன்றாக மரகதம் வந்தபோது அவர்கள் மூன்று நான்கு பேர் சேர்ந்து மரகதம் அவர்களை

முட்டி வெளியே தள்ளினர்.[64] மரகதம் ஒரு வயதான பெண்மணி, ஒப்பீட்டளவில் இளைய பெண்களின் ஒரு குழுவிற்கு எதிராக உடல் ரீதியாக போராட முடியவில்லை. எனவே குழுவில் இருந்த ஒருவரை முழங்கையால் அடித்து கோபத்துடனும் விரக்தியுடனும் நடந்து சென்றார். ஆனால் மரகதம், அந்த நேரத்தில், இது ஒரு ஆசீர்வாதமாக அமைத்தது என்பதை உணர்ந்து இருக்க முடியாது. தொலைவு காரணமாக, குண்டுவெடிப்பின் தாக்கத்திலிருந்து அவர் காப்பாற்றப்பட்டார், மேலும் சிறிய காயங்களுடன் தப்பினார்.

விடுதலைப் புலிகளின் நோக்கம்

கேள்வி - ராஜீவ் காந்தி 1991 தேர்தலில் வெற்றி பெற்று மீண்டும் பிரதமராக வர தயாராக இருந்தார் என்பது பொதுவான வாதம். எனவே விடுதலைப் புலிகள், அதை நடக்காமல் தடுப்பதற்காக, அவரைப் படுகொலை செய்தனர்.

பதில்: அங்கு ஒரு கோணம் உள்ளது, இது ஒரு அளவிற்கு செல்லுபடியாகும் ஒன்றாகும். ஆனால் ஒருவர் நிகழ்வுகளைக் கவனித்தால், இந்தக் கோட்பாட்டைப் பொய்யாக்க முடியும். மே 20, 1991, ஜூன் 12, 1991 ஜூன் 15 ஆகிய தேதிகளில் மூன்று கட்டங்களாக தேர்தல் நடைபெற்றது. ஆரம்பத்தில் 1991 மே 20, 1991 மே 23, 1991 மே 26 ஆகியதேதிகளில் தேர்தல்கள் நடைபெறுவதாக இருந்தது. படுகொலையைத் தொடர்ந்து இரண்டாவது மற்றும் மூன்றாவது கட்டங்கள் ஒத்திவைக்கப்பட்டன. மே 20 ஆம் தேதி நடந்த முதல் கட்டத்தில், மொத்தமுள்ள 511 தொகுதிகளில் 211 இடங்களுக்கு வாக்குப்பதிவு நடைபெற்றது. மத்திய-இடது காங்கிரஸ் (ஐ), மத்திய-இடதுசாரி பாரதியஜனதா கட்சி (பி.ஜே.பி) மற்றும் இடதுசாரி தேசிய முன்னணி ஆகியவற்றுடன் ஆட்சிக்கு வர போட்டியிட்ட மூன்று முனைப் போட்டி இதுவாகும். தேர்தல் முடிவுகள் பின்வருமாறு.

காங்கிரஸ் - 232

பாஜக – 120

ஜனதா தளம் – 59

சி.பி.ஐ(எம்) – 35

---

64 ஊடகவியலாளர் நூருல்லாவுடன் நேர்காணல்

தெலுங்கு தேசம் – 13

சிபிஐ – 14

அதிமுக – 11

மற்ற கட்சிகள் – 39

ஜம்மு-காஷ்மீரில் 6 இடங்களுக்கும், பஞ்சாபில் 13 இடங்களுக்கும் பயங்கரவாத அச்சுறுத்தல்கள் காரணமாக தேர்தல்கள் ஒத்திவைக்கப்பட்டன. பின்னர் 1992 பிப்ரவரி 19அன்று பஞ்சாபுக்கான தேர்தல்கள் நடைபெற்றன. மொத்தமுள்ள 13 இடங்களில் காங்கிரஸ் 12 இடங்களில் வெற்றி பெற்று 232ல் இருந்து 244 இடங்களுக்கு சென்றது.[65] இறுதி எண்ணிக்கையில், காங்கிரஸ் 244 இடங்களை வென்றது, இது 28 இடங்கள் குறைவாக இருந்தது, 272 பெரும்பான்மை இலக்கை எட்ட. அதற்கு நேர்மாறாக, 1984 டிசம்பரில் நடந்த தேர்தல்களில், இந்திரா காந்தி படுகொலை செய்யப்பட்டபோது, காங்கிரஸ் வரலாறு காணாத வெற்றியைப் பெற்று 410 இடங்களை வென்றது இதற்கு முன்போ அல்லது அதற்குப் பின்னரோ யாரும் அந்த அரிய சாதனையை அடையயவில்லை.

1991 ஆம் ஆண்டில், மே 20 அன்று 24 இடங்களுக்கு ஏற்கனவே வாக்களிக்கப்பட்டது. ஆந்திராவைப் பார்த்தால், நடந்த போக்கைப் புரிந்து கொள்ள முடியும். ஆந்திர மாநிலத்தில் 2 கட்டங்களாக தேர்தல் நடைபெற்றது. மே 20 ஆம் தேதி முதல் கட்டமாக, 17 தொகுதிகளுக்கு வாக்குப்பதிவு நடந்தது. மீதமுள்ள 25 தொகுதிகளுக்கு ஜூன் 12-ம் தேதி தேர்தல் நடைபெற்றது. முதல் கட்ட வாக்குப்பதிவு நடந்த 17 தொகுதிகளில், காங்கிரஸ் 17 இடங்களையும் இழந்தது. 16 தொகுதிகளை என்.டி.ராமாராவ் தலைமையிலான ஜனதா தளம் தெலுங்கு தேசம் கட்சி எடுத்தது, ஒன்று பா.ஜ.க.வுக்குச் சென்றது. ஆனால் படுகொலைக்குப் பிறகு நடந்த இரண்டாவது கட்டத்தில், காங்கிரஸ் 25 இடங்களையும் கைப்பற்றியது.

ராஜிவ் படுகொலை உண்மையில் காங்கிரசுக்கு உதவியது, ஆனால் தெற்கில் மட்டுமே உதவியது என்பதை சுட்டிக்காட்டுவதே இதன் முதல் அம்சமாகும். ஆனால் மொத்த இடங்களின் எண்ணிக்கையைப்

65 https://www.wikiwand.com/en/1991_Indian_general_election

பார்த்தால், காங்கிரஸ் 244 இடங்களை மட்டுமே பெற முடிந்தது, அது இன்னும் பெரும்பான்மையை விட 18 குறைவாக இருந்தது. ராஜீவ் படுகொலை செய்யப்பட்ட போதிலும் அவர்களால் பெரும்பான்மையை அடைய முடியவில்லை. எனவே, சதித்திட்டம் தீட்டிய உண்மையான மக்கள், அவர் தோற்கடிக்கப்படுவதற்கான சாத்தியக்கூறுகளை முன்னறிந்து, அதனால் அவரை படுகொலை செய்ய முடிவு எடுத்தனரா?செய்ததற்கான வாய்ப்பு இருந்ததா? 'ஆனால் ராஜீவ் எப்படியும் தேர்தலில் வெற்றி பெறப் போவதில்லை என்று தெரிந்திருந்தால், பிரபாகரன் ஏன் ராஜீவ் காந்தியைக் கொன்றார்?' என்று வாசகர்கள் கேட்டால், இதுதான் துல்லியமான பதில் - பிரபாகரன் சதித்திட்டத்தை மட்டுமே செயல்படுத்தினார். ஆனால், சதித்திட்டம் தீட்டியவர் வேறொருவர்.

வர்மா கமிஷன்

கே - வர்மா கமிஷனின் கண்டுபிடிப்புகள் யாவை?

ப - இது ஒரு நல்ல கேள்வி. 'இது ஒரு நல்ல கேள்வி' என்று யாராவது கூறினால், அந்தக் கேள்விக்கான சரியான பதில் அந்தநபரிடம் இல்லை என்று அர்த்தம். வர்மா கமிஷன் அறிக்கையைப் பொறுத்தவரை, இந்த அறிக்கை எங்கேயும் யாரிடமும் இல்லை. 1963ம் ஆண்டு டிசம்பர் 22ம் தேதி அப்போதைய அமெரிக்க ஜனாதிபதி ஜோன் எஃப் கென்னடி படுகொலை செய்யப்பட்டதை விசாரித்த வாரன் கமிஷனைப் பார்த்தால், அந்த ஆவணங்கள் எவரும் அணுகுவதற்கு ஆன்லைனில் கிடைக்கின்றன. கூகிள் 'வாரன் கமிஷன்' மட்டுமே செய்ய வேண்டும், மேலும் ஒரு முறை அமெரிக்க அரசாங்க ஆவணக்காப்பகங்கள் மற்றும் அதன் 18 பிற்சேர்க்கைகள் மற்றும் ஒரு குறியீட்டுடன் 8 அத்தியாயங்களுக்கு அணுகலைப் பெறலாம். இருப்பினும், வர்மா கமிஷனின் விஷயத்தில், ஒருவர் கூகிள் மற்றும் கூகிள் செய்யலாம். ஆனால் அவர் / அவள் வெற்றியைக் காண முடியாது. வர்மாகமிஷன் குறித்து மற்றவர்கள் எழுதிய கட்டுரைகளை மட்டுமே ஒருவர் படிக்க முடியும். இத்தனைக்கும், வர்மா கமிஷன் பாதுகாப்பு அம்சம் அல்லது அதன் பற்றாக்குறை குறித்து விசாரிக்க மட்டுமே அமைக்கப்பட்டது, இது போன்ற தவறுகள் எதிர்காலத்தில் நடக்காமல் தடுப்பதற்காகவே இது நடந்தது. ஆனாலும் அறிக்கை காணவில்லை. காரணம் புரிந்து கொள்ள எளிதானது. ஒருவர் வர்மா

கமிஷனை விரிவாகப் படித்தால், அவர் சதி திட்டத்தை யார் திட்டியது என்கிற உண்மையை புரிந்து கொள்ள முடியும்.

வாழப்பாடி ராமமூர்த்தி

கே – சதித்திட்டத்தில் வாழப்பாடி ராமமூர்த்திக்கு ஒரு பங்கு இருப்பதாக சிலர் குற்றம் சாட்டுகிறார்களா?

ப: - இல்லை, அது உண்மை அல்ல. ராஜிவ் ஸ்ரீபெரும்புதூருக்குச் செல்வதைத் தடுக்க இறுதிவரை முயன்ற ஒரே நபர் வாழப்பாடி மட்டுமே. ஆரம்பத்தில், ராஜீவ் மீது ஒரு முயற்சி நடக்கக்கூடும் என்று சேனல் மூலமாகவோ அல்லது பிற ஆதாரங்களிலிருந்தோ வாழப்பாடிக்கு தகவல் கிடைத்தது. அதனால்தான் ராஜீவை ஸ்ரீபெரும்புதூர் வரவிடாமல் தடுக்க அவர் எவ்வளவோ முயன்றார். ராஜீவ் ஸ்ரீபெரும்புதூருக்கு வர வேண்டிய அவசியமில்லை என்று மே 18 அல்லது 19 தேதிகளில் வாழப்பாடி ராமமூர்த்தியிடமிருந்து மார்கரெட் ஆல்வாவுக்கு ஒரு தொலைநகல் வந்தது. ஆனால் அந்த தொலைநகல் நிராகரிக்கப்பட்டது.[66] துரைசாமி தனது புத்தகத்தில் இந்த தொலைநகல் பிரச்சார ஒருங்கிணைப்புக் குழுவின் முன் வைக்கப்படவில்லை அல்லது ராஜீவ் முன் வைக்கப்படவில்லை என்று எழுதுகிறார்.

1991 ஆம் ஆண்டில் ராஜீவ் காந்தியுடன் நெருங்கிய தொடர்புடைய ஆர்.டி. பிரதான் வாழப்பாடி நிரபராதி என்பதை மேலும் உறுதிப்படுத்தியுள்ளார். ஸ்ரீபெரும்புதூரில் நடந்த ஒரு கூட்டத்தில் ராஜீவ் காந்தி உரையாற்றியதை தொடக்கத்திலிருந்தே டி.என்.சி.சி தலைவர் வாழப்பாடி ராமமூர்த்தி எதிர்த்தார் என்று அவர் தனது புத்தகத்தில் எழுதியுள்ளார்.[67] ஸ்ரீபெரும்புதூரில் பொதுக் கூட்டத்தை நடத்தும் யோசனையைக் கைவிடுமாறு டெல்லியில் உள்ள அகில இந்திய காங்கிரஸ் கமிட்டியிடம் (ஏ.ஜ.சி.சி) கடைசி நிமிடம் வரை வாழப்பாடி கெஞ்சினார் என்பது உண்மைதான். மே 21ம் தேதி மாலை சென்னை மீனம்பாக்கம் விமான நிலையத்திற்கு ராஜீவ் காந்தி வந்த பிறகும், தனது கட்சி தொண்டர்களுடன் அங்கு சென்ற வாழப்பாடி, அவருக்கு உற்சாக வரவேற்பு அளித்த அவர், ஸ்ரீபெரும்புதூரை விட்டு விலகுமாறு ராஜீவிடம் ஆலோசனை கூறினார். ஆனால் ராஜீவ் அந்தத்

---

66 துரைசாமி – பக்கம் 123

67 ஆர்.டி. பிரதான் – பக்கம் 103-104

தொகுதியில் ஒரு பேரணியில் உரையாற்றும் தனது நிகழ்ச்சியைத் தொடர விரும்பினார்.[68]

மரகதம் ஆரம்பத்தில் ஜெயின் சமூகத்தைச் சேர்ந்த ஒரு நபருக்கு சொந்தமான ஒருவரின் வீட்டை முன்பதிவு செய்திருந்தார். க்யூ-பிராஞ்ச் தலைவர் எம்.சி. ஷர்மா, விடுதலைப் புலிகளிடமிருந்து ராஜீவுக்கு ஒரு பாதுகாப்பு இருக்க முடியும் என்று ஒரு அச்சுறுத்தலை விடுத்ததால், (குறிப்பு - IB அத்தகைய அச்சுறுத்தலை ஒருபோதும் வெளியிடவில்லை), அந்த விடுதியை பாதுகாப்பு முகமைகள் ஆய்வு செய்ய வேண்டியிருந்தது மற்றும் தங்குமிடம் ஸ்ரீபெரும்புதூரில் உள்ள விருந்தினர் மாளிகைக்கு மாற்றப்பட்டது. இது மாவட்ட ஆட்சியர் ஷீலாபிரியாவின் மேற்பார்வையில் மேற்கொள்ளப்பட்டது. ராஜீவ் அதை ஏற்றுக்கொண்டாலும், வாழப்பாடி இதில் திருப்தி அடையவில்லை. பீஷ்ம நாராயண் சிங்குடன் - ஆளுநர் பேசிய பிறகு, அவர் விடுதியை மீனம்பாக்கத்தில் உள்ள விருந்தினர் மாளிகைக்கு மாற்றினார்.[69]

கருணாநிதி

கே - கருணாநிதி பற்றி?

ப - அடுத்து ஸ்ரீபெரும்புதூரில் கருணாநிதியின் தேர்தல் கூட்டம் ரத்து செய்யப்படுகிறது. மாலை 06.00 மணிக்கு ஸ்ரீபெரும்புதூரில் நடைபெறும் தேர்தல் கூட்டத்தில் கருணாநிதியும், இரவு 08.00 மணிக்கு ராஜீவ் காந்தியும் பேசுவதாக இருந்தது. ஆனால் கருணாநிதி தனது திட்டமிடப்பட்ட கூட்டத்தை கடைசி நிமிடத்தில் ரத்து செய்தார். இது விசித்திரமாகவும் சந்தேகத்திற்குரியதாகவும் இருந்தது. தலைமை விசாரணை அதிகாரியாக இருந்த ரகோத்தமன் இது குறித்து கருணாநிதியிடம் விசாரணை நடத்த விரும்பியபோது, கார்த்திகேயனால் தடுக்கப்பட்டார். கருணாநிதி தமிழ்நாட்டின் மூத்த தலைவர் என்பதால், அதைச் செய்வதற்கு முன்பு அவர் தனது தலைவரின் ஒப்புதலைப் பெற வேண்டும் என்று நெறிமுறை சுட்டிக்காட்டியது. ஆனால், இரண்டு மூத்த அரசியல் தலைவர்களுக்கு

---

68 https://www.youtube.com/watch?v=l0dhbAk6uHg   ரகோத்தமனுடன் சித்தண்ணன் நேர்காணல் (ஆங்கிலம்) – அத்தியாயம்

69 ராகோத்தமன் (தமிழ்) – பக்கம் 109-110

ஒரே நேரத்தில் பாதுகாப்பு வழங்குவது கடினம் என்று கூறிய டிஜிபி ரங்கசாமியின் ஆலோசனையின் அடிப்படையில் ரத்து செய்யப்பட்டதை தான் ஏற்கனவே விசாரித்துவிட்டதாகவும், ரத்து செய்யப்பட்டதைக் கண்டறிந்ததாகவும் கூறி கார்த்திகேயன் இந்த முன்மொழிவை நிராகரித்தார். சொல்லப்போனால், அதே 'ஜலப்பா மந்திரத்தை இங்கே' செய்ய வேண்டாம் என்று ஆர்.ரகோத்தமனை நோக்கியும் கார்த்திகேயனும் கத்தினார். ஜலப்பா வழக்கு முந்தைய கொலை வழக்கு ஆகும், இதை ரகோத்தமன் பெங்களூரில் நன்றாக கையாண்டார், மேலும் உண்மையான குற்றவாளிகளை சட்டத்தின் முன் கொண்டு வந்ததற்காக பரவலாக பாராட்டப்பட்டார்.[70]

இதைத் தொடர்ந்து, கருணாநிதி சாட்சியம் அளித்தபோது, ஜெயின் கமிஷன் முன் நடந்த விசாரணையில் ரகோத்தமனும் பார்வையாளர் வரிசையில் அமர்ந்திருந்தார். கார்த்திகேயன் தன்னிடம் சொன்னதை குறுக்கு விசாரணை செய்வதற்காக கருணாநிதி ஆணையத்தின் முன் ஆஜரான அன்று ரகோத்தமன் வேண்டுமென்றே ஆஜராகியிருக்கக் கூடும். அப்போதைய ஆளுநர் பீஷ்ம நாராயண் சிங்கின் ஆலோசனையின் பேரில் மே 21ம் தேதி தனது கூட்டத்தை ரத்து செய்ததாக கருணாநிதி குறிப்பிட்டார். மேலும், டி.ஜி.பி ரங்கசாமி வர்மா ஆணையத்தில் தாக்கல் செய்த பிரமாணப் பத்திரத்தில், இரு அரசியல்தலைவர்களுக்கும் அனைத்து போதுமானஏற்பாடுகளையும் செய்ததாக ரகோத்தமன் கண்டறிந்தார். எனவே, கார்த்திகேயன் பொய் சொல்கிறார் என்பது தெளிவாகிறது. உண்மையில் கருணாநிதியும், கார்த்திகேயனும் பொய் சொன்னார்கள். மேலும் ரகோத்தமன் தனது பிரமாணப் பத்திரம் குறித்து ரங்கசாமியிடம் விசாரித்தார். ரங்கசாமியின் பதில் என்னவென்றால், ஒரு டி.ஜி.பி என்ற முறையில், அனைத்து அரசியல் தலைவர்களுக்கும் பாதுகாப்பு ஏற்பாடுகளை வழங்குவது தனது பொறுப்பு என்றும், தனது சந்திப்பை ரத்து செய்யுமாறு கருணாநிதியிடம் தான் எப்படி கூறியிருக்க முடியும்?[71]

மாலை 06.00 மணிக்கு காந்தி மைதானத்தில் நடைபெறவிருந்த கருணாநிதியின் கூட்டத்திற்கு ரங்கசாமி 150 போலீஸ்

70 https://www.youtube.com/watch?v=25VIbw6z09Q – சித்தண்ணனுடன் ரகோத்தமன் நேர்காணல் (தமிழ்) – பாகம் 2 – 6 இலிருந்துth மிகச்சிறிய

71 ரகோத்தமன் (ஆங்கிலம்) – பக்கம் 56

அதிகாரிகளை நியமித்திருந்தார். ராஜீவ் சந்திப்புக்கு 150 போலீஸ் அதிகாரிகளையும் அவர் நியமித்திருந்தார். கருணாநிதியின் கூட்டம் ரத்து செய்யப்பட்டதை அறிந்ததும், கருணாநிதியின் கூட்டத்திற்கு செல்லவிருந்த 150 பேர் ராஜீவ் கூட்டத்திற்கு திருப்பி விடப்பட்டனர். எனவே, உண்மையில், ராஜீவின் கூட்டத்தில் 300 பேர் இருந்தனர், இது முதலில் ஒதுக்கப்பட்ட 150 எண்ணிக்கையை விட இரு மடங்காகும்.

கருணாநிதி சந்திப்பு ரத்து

கே – கருணாநிதியின் பொதுக்கூட்ட ரத்துக்கு இன்னும் ஏதாவது காரணங்கள் இருக்கின்றனவா?

ப – மே21, 1991 அன்று, கருணாநிதியும் ராஜீவ் காந்தியும் ஸ்ரீபெரும்புதூரில் தேர்தல் பிரச்சாரக்கூட்டங்களில் உரையாற்றுவதாக இருந்தது. கருணாநிதியின்கூட்டம் காந்தி மைதானிலும், ராஜீவ் காந்தியின் தேர்தல் கூட்டத்தை பள்ளி மைதானத்திலும் நடத்த காவல்துறையால் அனுமதி வழங்கப்பட்டது. பள்ளி மைதானம் காங்கிரசுக்கு ஒதுக்கப்பட்டபோது, மரகதம் ஒருதலைப்பட்சமாக கோயில் மைதானத்தில் கூட்டத்தை நடத்த முடிவு செய்தார். ஸ்ரீபெரும்புதூரில் உள்ள தி.மு.க. கட்சிச் செயலாளர் மே 17ஆம் தேதி கூட்டத்தை நடத்துமாறு காவல்துறையினரிடம் கோரிக்கை விடுத்தார். காங்கிரஸ் சார்பில் மாத்தூர் ராமசாமி நாயுடு மே 19-ம் தேதி சென்று அனுமதி கோரினார். இவ்வாறாக இரு கூட்டங்களுக்கும் அனுமதி வழங்கப்பட்ட நிலையில், தி.மு.க. கூட்டம் மே 21அன்று ரத்து செய்யப்பட்டது. இது ஏற்கனவே கடைசி கேள்வியில் விவாதிக்கப்பட்டது.[72]

உண்மையைக் கண்டறிய ரகோத்தமன் மேற்கொண்ட முயற்சிகளை கார்த்திகேயன் தடுத்ததைத் தொடர்ந்து, கார்த்திகேயனுக்குத் தெரிவிக்காமல் ரகோத்தமன் சில புத்திசாலித்தனமான விசாரணைகளைச் செய்ய முன் வந்தார். முரசொலி நாளிதழில் மே21-ம் தேதி காலையே தி. மு.க.பொதுக்கூட்டம் ரத்து குறித்து செய்தி வந்திருந்தது. ரகோத்தமனுக்கு செய்தித்தாளில் தொடர்பு இருந்தது. தொடர்பு கொண்டு விசாரித்த பின்னர், ரத்து செய்யப்பட்டது குறித்த செய்தியை

---

72 ரகோத்தமன் (தமிழ்) – பக்கம் 106, 107

வெளியிடுவதற்கான கோரிக்கை தலைவர் கருணாநிதியிடமிருந்து வந்ததாக ரகோத்தமன் கண்டுபிடித்தார். ரகோத்தமன் செய்த அடுத்தகட்ட நடவடிக்கை, அண்ணா அறிவாலயத்திற்கு வந்த எல்லா அழைப்புகளையும் சேகரிப்பதுதான். 1991-ம் ஆண்டில் மொபைல் போன்கள் இன்னும் பயன்பாட்டில் இல்லை. மே 20ம் தேதி மாலை கலிங்கப்பட்டியில் இருந்து ஒரு அழைப்பு வந்தை ரகோத்தமன் அறிந்தார். வைகோ அந்த இடத்தைச் சுற்றி பிரச்சாரம் செய்து கொண்டிருந்தார். எனவே மே 21ஆம் தேதி ஸ்ரீபெரும்புதூர் செல்ல வேண்டாம் என்று கருணாநிதியை எச்சரித்து மே 20ஆம் தேதி மாலை அழைப்பு விடுத்தவர் வைகோதான் என்று ரகோத்தமன் தர்க்கரீதியாக உணர்ந்தார். மேலும் இரவு 07.00 மணிக்குப் பிறகு திமுகவின் அனைத்துக் கட்சிக் கூட்டங்களும் ரத்து செய்யப்பட்டன. செங்கல்பட்டில் தனியாக இருந்த எஸ்.எஸ்.பர்னாலா குழப்பத்தில் சிக்கிக் கொண்டாலும் போலீஸ் பாதுகாப்பைப் பெற்றுக்கொண்டு ஊருக்குத் திரும்பினார்.

வைகோவின் பங்கை மேலும் அம்பலப்படுத்திய படுகொலைக்கு சற்று முன்பு மற்றொரு சுவாரசியமான சம்பவம் நடந்தது. மே 17ம் தேதி மாலை, ராஜீவின் பயணம் உறுதி செய்யப்பட்டது. சிவராசன், உறுதிப்படுத்தப்பட்ட செய்தியைக் கேட்டதும், மகிழ்ச்சியடைந்து, மிகுந்த உற்சாகத்தில் இருந்தார். அடைக்கலம் கொண்டிருந்த ஜெயக்குமாரின் வீட்டிற்கு வந்தார். பிற்பகலில், ஜெயக்குமாரின் மனைவியிடம் சில நூறு ரூபாய் நோட்டுகளைக் கொடுத்து, கொண்டாடுவதற்காக சந்தை சென்று மாட்டிறைச்சி வாங்கிக் வரச் சொன்னார். அவர் அவசரமாக வெளியே சென்றார். சிறுவயதில் இருந்த அவருடைய மகன் சமையலறையில் அவர் வைத்திருந்த மிச்சமிருந்த நோட்டுகளை எடுத்துக் கொண்டு மொட்டை மாடிக்குச் சென்று நோட்டுகளுடன் விளையாடத் தொடங்கினான். அவன் நோட்டுகளை ஒவ்வொன்றாக வீசத் தொடங்கினான். நோட்டுக்ககள் கீழே பறந்து வந்தன. இதைப் பார்த்த அக்கம்பக்கத்தினர் அதிர்ச்சியடைந்து, ஜெயக்குமாரின் மனைவியிடம் புகார் அளித்தனர். ஜெயக்குமாரின் மனைவி சிவராசன் ஜெயக்குமாரின் மாமா என்றும், அவருக்கு நிச்சயதார்த்தம் நடந்ததாகவும் அக்கம்பக்கத்தினரிடம் கூறி நிலைமையை சமாளித்தார். கொண்டாட்டத்தின் போது, அவர்

கவனக்குறைவாக நோட்டுகளை சமையலறையில் விட்டுவிட்டு கடைக்குச் சென்றிருந்தார். இதற்குப் பிறகு சுவாரஸ்யமான நிகழ்ச்சி ஒன்று நடந்தது. மதிய விருந்தில் பங்கேற்ற பல பார்வையாளர்கள் இருந்தனர். அவர்களில் வெள்ளை வேட்டியும் வெள்ளைச்சட்டையும் அணிந்திருந்த ஒரு மனிதரும் இருந்தார். மதிய உணவுக்குப் பிறகு, சிவராசன் அவரை மொட்டை மாடிக்கு அழைத்துச் சென்றிருந்தார்,

அங்கு அவர்கள் சுமார் ஒரு மணி நேரம் ஆழமான உரையாடலில் மூழ்கியிருந்தனர். அதன் பிறகு, அவர்கள் கீழே இறங்கிக் கொண்டிருந்தனர், வெள்ளை மற்றும் வெள்ளை உடையணிந்த அந்த மனிதர் சிவராசனிடம், "பணி முடிந்ததும், வைகோவை முதல்வராக்குவதுதான் நமது அடுத்த பொறுப்பாக இருக்க வேண்டும்" என்றார். சிவராசன் அந்த நபரை 'சீனிவாசய்யா' என்றும் குறிப்பிட்டார். 'சீனிவாசய்யா' சொன்ன இந்தக் கருத்துக்கு, சிவராசன் புன்முறுவல் பூத்து, தன் தலையை ஆமோதித்து ஒப்புக்கொண்டார். வாசகர் மேலும் தொடர்வதற்கு முன், நிலைமையை கற்பனை செய்து மதிப்பிட வேண்டும். "ஒரு தமிழக அரசியல்வாதி இலங்கை பயங்கரவாதியை தமிழ்நாட்டின் முதலமைச்சராக்க உதவுமாறு கோருகிறார்." இந்த சூழ்நிலை எவ்வளவு சங்கடம் தரக்கூடியது? அந்த நபரின் அடையாளத்தைப் பொறுத்தவரை, அந்த நபர் வைகோவின் சகோதரர் ரவிச்சந்திரன் என்று ரகோத்தமன் சந்தேகிக்கிறார். ஆனால் ரவிச்சந்திரன் மேலும் விசாரிக்கப்படுவதைத் தடுக்கும் பொருட்டு, அவர் பத்மநாபா வழக்கில் கைது செய்யப்பட்டார்.[73]

இந்த அத்தியாயத்தில் மற்றொரு நகைச்சுவையான திருப்பம் உள்ளது. 1991-ம் ஆண்டு இந்த வழக்கை சிறப்பு விசாரணைக் குழு கைப்பற்றிய பிறகு, மோகன்ராஜ், இன்ஸ்பெக்டர் ரமேஷுடன் தி.மு.க.வின் தலைமையகமான அண்ணா அறிவாலயத்திற்குச் சென்றார். மோகன்ராஜுக்கு இது நடந்த சரியான தேதி நினைவில் இல்லை. ஆனால் அது சில மாதங்களுக்குப் பிறகு, அதே ஆண்டு 1991 இல் இருந்தது. 'சீனிவாசய்யா' பற்றி மேலும் விவரங்களைச் சேகரிக்கும் பொறுப்பு அவர்களுக்கு வழங்கப்பட்டதால் அவர்கள் செல்கிறார்கள். அவர்கள் அண்ணா அறிவாலயத்திற்குச்

---

73 ரகோத்தமன் (தமிழ்) – பக் 101-105

செல்லும்போது, கட்சி நிர்வாகிகளில் ஒருவரான 'ஆயிரம் விளக்கு' ஹூசைனை சந்திக்கிறார்கள். ராஜீவ் காந்தி கொலை வழக்கு தொடர்பாக தாங்கள் வந்திருப்பதாகவும், 'சீனிவாசய்யா' யார் என்று விசாரிக்க வந்திருப்பதாகவும் அவர்கள் ஹூசைனிடம் குறிப்பிடுகின்றனர். ஹூசைன் அவர்களை உட்காருமாறு கேட்டுக்கொள்கிறார், மேலும் அவர் சில நிமிடங்களில் திரும்பி வருவதாக அவர்களிடம் கூறுகிறார். பின்னர் அவர் தனது அலுவலகத்திற்குச் செல்கிறார். மோகன்ராஜும் ரமேஷும் 30 நிமிடங்கள் காத்திருக்கிறார்கள். பிறகு 30 நிமிடம் 1 மணிநேரம் ஆகிறது. இறுதியாக ஹூசைன் எங்கே என்று ஒருவரிடம் விசாரிக்கிறார்கள். அந்த நபரிடமிருந்து பதில் வருகிறது, "அப்பொழுதே ஹூசைன் வெளியேறிவிட்டார். அவர் பின்பக்கம் சென்று சுவர் ஏறி குதித்து வெளியேறினார்." மோகன்ராஜ் மற்றும் ரமேஷ் ஆகியோர் எஸ்ஐடிக்கு திரும்பி வந்து இந்த சம்பவத்தை தெரிவித்தனர். சீனிவாசய்யா அல்லது ஹூசைன் மீது மேலும் எந்த நடவடிக்கையும் எடுக்கப்படவில்லை.

மேலும் ஒரு அனுமானத்தை இங்கே முன்னிலைப்படுத்த வேண்டும். ராஜீவின் பயணம் மே 17 அன்றுதான் உறுதி செய்யப்பட்டது. தர்க்கரீதியான அனுமானம் என்னவென்றால், டேரில் பீட்டர் மற்றும் பின்னர் லலித் சந்திரசேகர் ஆகியோருடன் தொடர்பு கொண்டு, ஈ.பி.ஆர்.எல்.எஃப் கேடராக தங்களை ஒப்படைத்துவிட்டு, பின்னர் மரகதத்திற்கு ரூ.5 லட்சம் பணத்தை நன்கொடையாக வழங்குவதற்கு அவருக்கு ஒன்று அல்லது இரண்டு நாட்கள் ஆகியிருக்கும். நிச்சயமாக, இவை அனைத்தும் ஒரே நாளில் நடந்திருக்க முடியாது. ஆயினும், சிவராசன் மே 18ஆம் தேதி பிற்பகலிலேயே படுகொலை நடந்துவிட்டது போல மிகுந்த மகிழ்ச்சி அடைகிறார். கேள்வி என்னவெனில், மே 18ஆம் தேதியே சிவராசனுக்கு இந்தப் பணி வெற்றியடையப் போகிறது என்றும், மரகதம் நிச்சயமாக தனுவுக்கும் அவருக்கும் அனுமதி கொடுக்கப்போகிறார் என்று எப்படி தெரிந்தது? மாறாக மரகதம் இதைச் செய்யப் போகிறார் என்ற நம்பிக்கையை அவருக்குக் கொடுத்தது யார்? டெல்லியிலிருந்து தகவல் கொடுத்தார்களா?

கருணாநிதியின் மறைமுக பாத்திரம்

கேள்வி – ராஜீவ் கொலைக்கு கருணாநிதி மறைமுகமாக காரணமா?

ப- ஆமாம், அத்தகைய வாதத்திற்கு மிகவும் செல்லுபடியாகும் காரணங்கள் உள்ளது. ஐ.பி.கே.எஃப் அதிகாரி ஒருவர் இந்த எழுத்தாளரிடம், யாழ்ப்பாணத்தில், பிரபாகரன் நடத்திய ஊடகவியலாளர் மாநாடு ஒன்றில், ஹெட்லைன்ஸ் டுடே நிருபர் ஒருவர் புலிகளின் நிருபரைச் சந்தித்ததாகவும், பத்மநாபாவை கொலை செய்வதற்கு ஒத்துழைப்பிற்காக புலிகளால் 3 கிலோ தங்கம் கருணாநிதியிடம் ஒப்படைக்கப்பட்டதாக கூறியதாகவும் கூறினார். ஹெட்லைன்ஸ் டுடே நிருபரால் இந்த தகவல் ஐபிகேஎஃப் அதிகாரிக்கு அனுப்பப்பட்டது. நீதிபதி ஜெயின் தனது இடைக்கால அறிக்கையில், பத்மநாபா ஒரு காட்டிக்கொடுப்பவர் என்றும், அவரை நீக்குவது அவசியம் என்றும் ஒரு விடுதலைப் புலிகளின் பிரதிநிதி நடேசனிடம் கருணாநிதி கூறியதாகக் கூறப்படுகிறது. வரதராஜப் பெருமாளுக்கும் இது பொருந்தும் என்று நடேசனிடம் கருணாநிதி கூறினார்.

1973 முதல் 1976 வரை முதல்வர் கருணாநிதியின் செயலாளராக ஆர் நாகராஜன் இருந்தார். கருணாநிதி மீண்டும் முதலமைச்சரானதும் உள்துறை செயலாளராக பொறுப்பேற்றார். பத்மநாபா கொலை நடந்தபோது கருணாநிதி டெல்லியில் இருந்தார்.

நாகராஜனின் அறிக்கையின்படி, இரவு 08.45 மணியளவில் கருணாநிதியிடம் இந்த கொலை குறித்து தகவல் தெரிவிக்கப்பட்டது. இரவு 09.30 மணியளவில், கமிஷனர் நகர காவல்துறை அவரைத் தொடர்பு கொண்டு, தாக்குதல் நடத்தியவர்கள் வெள்ளை அம்பாசிடர் காரில் தப்பிச் சென்றதாக தகவல் கிடைத்தது. இதற்கிடையில் கருணாநிதி டெல்லியில் இருந்து காவல்துறை தலைமை இயக்குநரான துறையிடம் தொடர்பு கொண்டு, அடுத்த நாள் திரும்பி வரும் வரை எந்த நடவடிக்கையும் எடுக்க வேண்டாம் என்று அறிவுறுத்தினார். சிவராசன் அண்ட் கோ எந்த திசையில் சென்றார் என்பது அவர்களுக்குத் தெரியும் என்பதால் போலீசார் குற்றவாளிகளை மீண்டும் கைது செய்திருக்க முடியும். ஒருவேளை சிவராசன்

அன்று பிடிபட்டிருந்தால்...... மேலும், ஒரு கட்டத்தில்,[74] காசி ஆனந்தன் மற்றும் நடேசன் ஆகியோரை அலுவலகப் பொறுப்பாளர்களாகக் கொண்டு "இலங்கைத் தமிழர்களுக்கான நிவாரண சங்கம்" என்ற போலி அமைப்பைத் தொடங்குமாறு கருணாநிதியே புலிகளுக்கு முன்மொழிந்து ஊக்குவித்தார், இதன் மூலம் பொதுநல நிவாரணம் என்ற பெயரில் அரசாங்க நிதியை இந்த அமைப்புக்கு திருப்பிவிட முடியும் என்ற காரணத்திற்காகவே இவர் செய்தார்.

இறுதியாக, ராஜீவ் கொலை வழக்கை எஸ்ஐடி/சிபிஐ விசாரித்துக்கொண்டிருந்தபோது, பத்மநாபா கொலை வழக்கை எஸ்ஐடி/சிபிஐ விசாரிக்க வேண்டும் என்று தமிழக முதல்வர் ஜெயலலிதாகோரிக்கைவிடுத்ததைரகோத்தமன்குறிப்பிடுகிறார். ஆனால், கருணாநிதி விசாரணை வளையில் வரகூடும் என்பதை அறிந்த கார்த்திகேயன் அதற்கு மறுத்துவிட்டார். இதுதான் கார்த்திகேயனின் கொள்கை - அதாவது அதிகாரம்/செல்வாக்கு இருந்தால் குற்றம் செய்து இருந்தாலும் அவர்கள் நிரபராதிகள்; ஆனால் அதிகாரம்/செல்வாக்கு இல்லாது இருந்தால் அவர்களை கைது செய்து குற்றவாளி ஆக்கவேண்டும்.

கே – சந்திராசாமியை ஏன் எஸ்.ஐ.டி விசாரிக்கவில்லை?

ப- பெங்களூர் ரங்கநாத், சிவராசன் மற்றும் பெங்களூரில் உள்ள கும்பலுக்கு அடைக்கலம் கொடுத்த அவர் ஜெயநகர் காவல் நிலையத்தில் இருந்தபோது, கார்த்திகேயன் வந்து அவரைப் பார்த்ததாக ஒப்புக்கொள்கிறார். அங்கு அவர் சந்திராசாமி, டெல்லி இணைப்பு போன்ற அனைத்தையும் அவரிடம் கூறினார்.

ஜெயநகர்காவல் நிலையத்தில் டெல்லி தொடர்புகள் குறித்து பேச வேண்டாம் என்றும், சிபிஐ அலுவலகத்திற்கு வந்தவுடன் பேசலாம் என்றும் கார்த்திகேயன் கேட்டுக்கொண்டார். குழப்பமடைந்த ரங்கநாத் பதிலுக்கு கார்த்திகேயனிடம், பல்வேறு போலீஸ்காரர்களை எப்படி வேறுபடுத்திப் பார்க்க முடியும் என்று கேட்டார். இது மிகவும் சரியான கேள்வியாக இருந்தது. ஜெயநகர் போலீசாருடன

---

74 *https://tamilnation.org/intframe/india/jaincommission/growth_of_tamil_militancy/ch3sec1.html*

இருக்கும்போது ரங்கநாத்தை மெளனமாக இருக்கச் சொல்லி சிபிஐ அலுவலகத்தில் மட்டும் வாய் திறக்க கார்த்திகேயன் ரங்கநாதனிடம் ஏன் கூறினார்? இதிலிருந்து, சி.பி.ஐ அலுவலகத்திற்கு ரங்கநாத் வந்த பிறகுதான் பேச வேண்டும் என்று கார்த்திகேயன் விரும்பினார் என்பது மிகவும் தெளிவாகிறது, ஏனெனில் அவர் சிபிஐ அலுவலகத்திற்கு அழைத்துச் செல்லப்பட்டவுடன் எல்லாவற்றையும் மூடிமறைப்பது எளிது. ஆனால் ஜெயநகர் காவல்துறைக்கு தகவல் கிடைத்தால், சதித்திட்டத்தை மூடிமறைப்பது அவருக்கு சவாலாக இருக்கும். எல்லாவற்றிற்கும் மேலாக, அவர் எஸ்.ஐ.டி.யில் சேர்க்கப்பட்டதற்கு இதுவே முக்கிய காரணம்.

அது மட்டும் அல்ல. டெல்லியில் காவலில் இருந்தபோது, அவருடன் அறையில் இருந்தபோது, கார்த்திகேயன் யாரையாவது அழைத்து "யே சலா கோ சபி மலூம் ஹோகா, அப் க்யா கர்னா படேகா?" என்று கேட்டார். இதன் பொருள் "இந்தநபருக்கு எல்லாம் தெரியும் என்று தெரிகிறது. இப்போது நாம் என்ன செய்ய வேண்டும்?" இதை மேலும் விளக்க வேண்டுமா?[75]

---

75 https://tamilnation.org/forum/sachisrikantha/vp/vp32.htm

அத்தியாயம் 11

வைகோவின் பங்கு

கே – வைகோவுக்கு இந்த படுகொலையில் தொடர்பு உள்ளதா?

ப - சான்றுகள் தெளிவாக அவருக்கு இந்த படுகொலையில் பெரும் பங்கு இருப்பதை காட்டுகிறது. கைப்பற்றப்பட்ட வீடியோ கேசட் 'இன் த கேர்வ்ஸ் ஆஃப் தி டைகர்' என்று ரகோத்தமன் விவரிக்கிறார். இந்த கேசட் 1989 பிப்ரவரியில் வைகோ இலங்கைக்கு ரகசியமாக மேற்கொண்ட பயணம் பற்றியது. அங்கு, அவர் ராஜீவ் காந்திக்கு எதிராக மிகவும் ஆத்திரமூட்டும் வகையில் பேசியுள்ளார். விடுதலைப் புலி மக்கள் கூட செய்யாத வகையில் தான் விஷத்தை தாக்கியதாக ரகோத்தமன் குறிப்பிடுகிறார். ராஜீவ் காந்தி தமிழகத்திற்கு வந்தால், அவர் உயிரோடு திரும்பிச் செல்ல மாட்டார் என்று தேர்தல் கூட்டங்களில் ஒன்றில் வைகோ கூறுவதைக் காண முடிகிறது. இது குறித்தும், *SIT* அவரிடம் காட்டியதற்கான ஆதாரம் குறித்தும் வைகோவிடம் கேட்டபோது, மண்டல கமிஷனை செயல்படுத்துவதற்கு ராஜீவ் எதிர்ப்பு தெரிவித்ததால் தான் அவ்வாறு கூறியதாக கூறி அதை மூடிமறைத்தார். இதற்காக *SIT* வைகோ மீது நடவடிக்கை எடுத்திருக்க வேண்டும். ஆனால் அவர்கள் அப்படி செய்யவில்லை.

டெல்லியில் பிரபாகரன் தங்க வைக்கப்பட்டிருந்த அசோகா ஹோட்டலில் பிரபாகரனை சந்திக்க வைகோ சென்றது தொடர்பான வழக்கு நீதிமன்றத்தில் தொடரப்பட்டது. பிரபாகரனை அவரது அறையில் சென்று சந்திக்க வைகோவை *IB* அதிகாரிகள் அனுமதிக்கவில்லை. அதற்கு பதிலாக, லாபி தொலைபேசியைப் பயன்படுத்தி அவருடன் பேசுமாறு அவரிடம் கேட்கப்பட்டது. *IPKF* இலங்கை உடன்படிக்கையில் பிரச்சினைகளை முன்வைத்த ஒரே அமைப்பு விடுதலைப் புலிகள் மட்டுமே என்பதால்

பிரபாகரன் இலங்கையில் இருந்து விமானம் மூலம் அழைத்து வரப்பட்டு இந்தியாவிற்கு அழைத்து வரப்பட்டார். பிரபாகரனுடன் வைகோ தொலைபேசியில் பேசியபோது, ராஜீவ் தனது முதுகில் குத்தியதாகவும், அவர் தற்கொலை செய்து கொள்ள விரும்புவதாகவும் பிரபாகரன் கூறினார். இந்த சம்பவம் குறித்து வைகோ ஒரு கூட்டத்திலும், லண்டனில் நடந்த ஒரு மாநாட்லும் பேசினார். இது தவிர, தமிழ் தேசம் - ஒரு கேள்வி என்ற புத்தகத்திலும் வெளியிடப்பட்டது.[76]

ராஜீவ் காந்தி கொலை வழக்கில், அரசுத் தரப்பு சாட்சி எண் 250-ஆக வைகோ குறுக்கு விசாரணை செய்யப்பட்டார். மேலே பிரபாகரனின் பேச்சு, ராஜீவ் மீது பிரபாகரனுக்கு இருந்த ஆழமான நிரந்தர காழ்ப்புணர்ச்சிக்கு சான்றாக அமைந்தது. ஆனால் வைகோ லண்டனிலும் பிற இடங்களிலும் பிரபாகரனைப் பற்றி ஒரு உரையை பேசவில்லை என்று மறுத்தார். அவர் பேசிய வீடியோ அவருக்குக் காட்டப்பட்டபோது, வைகோ வீடியோவில் உள்ள நபர்தான் என்றும் ஆனால் குரல் அவருடையதல்ல என்றும் நீதிமேன்றத்தில் உரைத்தார். எனவே நீதிமன்றம் மற்றும் வீடியோவின் மாதிரியை எடுத்து குரல் பகுப்பாய்வு சோதனைக்காக ஐ.ஐ.டி மெட்ராஸின் பேராசிரியர் யக்ஞுநாராயணனுக்கு அனுப்பியது. பேராசிரியர் திரும்பி வந்து வைகோவின் குரல்தான் அது என்று கூறி அறிக்கையை சமர்ப்பித்தார். நீதிமன்றத்தில் பொய் சாட்சியம் அளித்ததற்காக வைகோ மீது வழக்குப் பதிவு செய்யப்பட்டிருக்கலாம், பதிவு செய்திருக்க வேண்டும். மீண்டும், கார்த்திகேயன், அமைதியாக இருக்க முடிவு செய்தார்.[77]

1992 ஏப்ரலில், மல்லிகை, கிரீன்வேஸ் சாலையில் முழு வீச்சில் விசாரணை நடந்து கொண்டிருந்தபோது, SIT-யை தளமாகக் கொண்ட மல்லிகையின் முன் ஒரு நபர் வந்திருந்தார். அவர் ஒரு நோட்டுக்கில் முகவரியை எடுத்துக்கொண்டிருந்தார். ராஜீவ் காந்தி கொலை விசாரணை நடந்து கொண்டிருந்ததாலும், அச்சுறுத்தல்கள்

---

76 ரகோத்தமன் (ஆங்கிலம்) – பக் 58, 113

77 https://www.youtube.com/watch?v=jsxalgSl5bA – ரகோத்தமானுடன் சித்தண்ணன் நேர்காணல் (ஆங்கிலம்) - அத்தியாயம் 4 (மேற்கோள்)

இருந்தாலும், அந்த நபர் உடனடியாக கைது செய்யப்பட்டு விசாரிக்கப்பட்டார். குண்டுவெடிப்பில் இறந்த டேரில் பீட்டரின் கணவர் பவானியின் உறவினர் என்று அந்த நபர் எஸ்ஐடி அதிகாரிகளிடம் கூறினார். முன்னதாக, பவானி கார்த்திகேயனுக்கு சில முக்கியமான தகவல்களைத் தர விரும்பினார், அதனால்தான் அவர் முகவரியை எழுதிக்கொண்டிருந்தார். *SIT* ஊழியர்கள் நம்பவில்லை மற்றும் அவரது வீட்டை சோதனையிட்டனர்.

அங்கு, பவானி எழுதிய கடிதங்கள் கொத்துக் கொத்தாக அவர்களுக்குக் கிடைத்தன. அவர்களில், ஒரு குறிப்பிட்ட கடிதம் முக்கியமானதாக இருந்தது. அந்தக் கடிதத்தில், லலித் சந்திரசேகர்தான் தனது குடும்பத்தை சீரழித்துவிட்டார் என்றும், குண்டுவெடிப்பைத் தொடர்ந்து உடனடியாக மே 30, 1991 அன்று தன்னை அவசர அவசரமாக அமெரிக்காவிற்கு அனுப்பிவைப்பதில் முக்கிய பங்கு வகித்தவர் என்றும் அவர் குறிப்பிட்டிருந்தார். இதன் காரணமாக, அவரும் அவரது குழந்தைகளும் நியூயார்க்கில் கஷ்டப்பட்டுக்கொண்டிருக்கின்றனர் என்றும் எழுதியிருந்தார். இந்த கடிதத்தை டி.ஐ.ஜி ராதா வினோத் ராஜூ, இன்ஸ்பெக்டர் மோகன்ராஜ் ஜெபமணி மற்றும் இருவர் கார்த்திகேயனிடம் எடுத்துச் சென்றனர். அந்தக் கடிதத்தின் உள்ளடக்கத்தைப் படித்ததும், ரகோத்தமன் ஷாம்பெயின் பாட்டிலை அடிப்பார் என்று உற்சாகமாகக் கூறினார். அந்த நேரத்தில், ரகோத்தமன் வழக்கு தொடர்பான ஒரு கேள்விக்கு அமெரிக்கா சென்றிருந்தார். எனவே பவானியைச் சந்திப்பது அவருக்கு மிகவும் சுலபமாக இருந்திருக்கும்.

ஆனால் அப்படிச் சொன்ன பிறகு, கார்த்திகேயன் அமைதியாக அந்தக் கடிதத்தைப் புதைத்தார் 10 நாட்களுக்குப் பிறகு ரகோத்தமன் சென்னை திரும்பியபோது, மிகுந்த எதிர்பார்ப்புடன் மோகன்ராஜ் சென்று பவானியைச் சந்தித்துப் பேசினார்களா என்று கேட்ட போது, ரகோத்தமன் மோகன்ராஜை நோக்கித் திரும்பி, யார் பவானி, எந்த பவானி என்று கேட்டார். அவர்கள் கார்த்திகேயனிடம் கொடுத்த கடிதத்தைப் பற்றி மோகன்ராஜ் குறிப்பிட்டபோது, ரகோத்தமன் தனக்கு எந்தத் தகவலும் கிடைக்கவில்லை என்று குறிப்பிட்டார். கார்த்திகேயன் விளையாடிவிட்டார் என்பது புரிந்தது.

தியாகராஜன்

கே – குற்றம் சாட்டப்பட்டவர்களின் ஒப்புதல் வாக்குமூலங்களை பதிவு செய்த CBI அதிகாரி தியாகராஜன் சமீபத்தில் குற்றம் சாட்டப்பட்டவர்களில் ஒருவரான அறிவு கொடுத்த வாக்குமூலத்தை அவர் திரித்துவிட்டதாகவும், இதன் காரணமாக அறிவு சிறையில் எத்தனை ஆண்டுகள் கழித்தார் என்பது குறித்து வருத்தப்படுவதாகவும் சமீபத்தில் வெளியே கொண்டு வந்திருக்கிறார்?

ப - தியாகராஜன் – IPS (ஓய்வு பெற்றவர்) அப்போது கேரள கிளையின் CBI எஸ்.பி.யாக இருந்தார், மேலும் அவர் சிறப்பு புலனாய்வுக் குழுவுக்கு அனுப்பப்பட்டார். 1991 ஆம் ஆண்டில் குற்றம் சாட்டப்பட்டவர்களின் ஒப்புதல் வாக்குமூலங்களைப் பதிவு செய்யும் பணி அவருக்கு வழங்கப்பட்டது. சுமார் 20+ ஆண்டுகளுக்குப் பிறகு வந்த தியாகராஜனின் சொந்த ஒப்புதல் வாக்குமூலத்தின்படி, பின்னர் குண்டுக்கு பயன்படுத்தப்பட்ட பேட்டரியை வாங்குமாறு அவர்கள் ஏன் கேட்டார்கள் என்று தனக்குத் தெரியவில்லை என்று அறிவு அவரிடம் கூறினார். ஆனால் தியாகராஜன் அதை ஒப்புதல் வாக்குமூலத்தில் பதிவு செய்யவில்லை. ராஜீவைக் கொல்லும் சதித்திட்டம் நளினியைத் தவிர வேறு யாருக்கும் பகிரப்படவில்லை என்று பிரதான சந்தேக நபர்களில் ஒருவரான சிவராசன் விடுதலைப் புலிகளின் தலைமையகத்திற்கு செய்தி அனுப்பியதாக அவர் மேலும் தெரிவித்தார்.

ராஜீவ் கொல்லப்படப் போகிறார் என்பது அறிவுக்கு எந்த முன்னறிவிப்பும் இல்லை என்று கூறுவதற்கு அடுத்தடுத்த உள் ஆதாரங்கள் இருப்பதாக தி இந்து நாளிதழில் செய்தி கூறுகிறது. அவர்கள் ஒப்புதல் வாக்குமூலத்தை மேலோட்டமாக எடுத்துக் கொண்டு, அறிவுக்கு கொலை பற்றித் தெரியும் என்ற முடிவுக்குத் தாவினார்கள் என்றும், அவர் பேட்டரியை வாங்கினார் என்றும் தியாகராஜன் மேலும் கூறினார்.[78] தியாகராஜன் முதன்முதலில் 2014 ஆம் ஆண்டில் இந்த ஒப்புதல் வாக்குமூலத்தை அளித்தார். பின்னர், அக்டோபர் 27, 2017 தேதியிட்ட பிரமாணப் பத்திரத்தில், அதிகாரி

---

78 https://www.thehindu.com/news/national/tamil-nadu/former-cbi-official-says-he-did-not-record-perarivalans-confession-verbatim/article5384370.ece

இதைப் பற்றி நீதிமன்றத்தில் தெரிவித்தார். பேரறிவாளனின் ஆயுள் தண்டனையை ரத்து செய்யக்கோரி 2016-ம் ஆண்டு தாக்கல் செய்யப்பட்ட மனுவுக்கு, அரசு தரப்பில் பதில் அளிக்க உச்ச நீதிமன்றம் உத்தரவிட்டது. பின்னர், குற்றம்சாட்டப்பட்ட 7 பேரையும் விடுதலை செய்ய மாநில அரசு சட்டசபையில் தீர்மானம் நிறைவேற்றியது. ஆனால், அதற்கு மத்திய அரசு ஒப்புதல் அளிக்கவில்லை. வெளியிடப்பட்ட நேரத்தில், பேரறிவாளனை விடுவித்து, குடியரசுத் தலைவருக்கு ஆளுநர் நிவாரண மனு அனுப்பக் கூடாது என்று உச்ச நீதிமன்றம் பின்னர் 2022 நவம்பர் மாதத்தில் 6 பேரும் விடுதலை செய்யப்பட்டனர்.

ஒரு சில விஷயங்களை இங்கே கவனிக்க வேண்டும். IEDக்கு பேட்டரிகள் பயன்படுத்தப்படப் போகின்றன என்பது தனக்குத் தெரியாது என்று அறிவு தியாகராஜனிடம் கூறியதால் அது உண்மை என்று அர்த்தமல்ல. எல்லாவற்றிற்கும் மேலாக, எந்த குற்றம் சாட்டப்பட்டவர் தான் படுகொலையில் பங்கு பெற்றதாக பகிரங்கமாக ஒப்புக் கொள்ளப் போகிறார்? மேலும், மோகன்ராஜ் ஜெபமணி சற்று வித்தியாசமான ஒரு நிகழ்ச்சியை சொல்கிறார். 1991 ஆம் ஆண்டு ஜூலை 10 ஆம் தேதி அவர் மற்ற 4 பேருடன் SITயில் சேர்ந்தார். ஒரு மாதத்திற்குப் பிறகு 4 பேர் SITயில் இருந்து வெளியே வந்த நிலையில், மோகன்ராஜ் மட்டும் சில ஆண்டுகள் SITயில் இருந்தார், அதன் பிறகு அவர் தனது சொந்த கோரிக்கையின் பேரில் இடமாற்றம் பெற்றார்.

ஜூலை 10, 1991 அன்று, SITயுடன் முதல் நாள் வந்தபோது, அங்கிருந்த அதிகாரி, கைகள் கட்டப்பட்ட நிலையில் தரையில் அமர்ந்திருந்த பேரறிவாளனைச் சுட்டிக்காட்டினார். அந்த அதிகாரி ஜெபமணியைப் பார்த்து, "இந்தப் பையன் என்ன சொன்னான் என்று உனக்குத் தெரியுமா?" என்று கேட்க, "எங்கள் நோக்கம் நிறைவேறிவிட்டது. நாங்கள் இப்போது தூக்கிலிடப்படத் தயாராக இருக்கிறோம் என்று கூறுகிறான்" என்றார். 'நோக்கம் நிறைவேறிவிட்டது' என்று கூறிய ஒரு நபருக்கு ராஜீவை கொலை செய்யும் திட்டம் தெரியாது என்பதை நம்புவது மிகவும் கடினம்.

கிட்டு கொலை

கே – கர்னல் கிட்டு இங்கிலாந்தில் இருந்து இந்தியாவுக்கு வரும் போது தற்கொலை செய்து கொண்டாரா?

ப – கிட்டு இந்திய கடற்படையால் வேண்டுமென்றே கொல்லப்பட்டார் என்பது ஒரு உண்மை. ஆம், யஹதா (எம். வி.அஹத்) கப்பலில் 19 பேர் பயணம் செய்ததாக இந்திய அரசாங்கத்தின் அதிகாரப்பூர்வ பதிப்பு உள்ளது. கிட்டு 1993 ஜனவரியில் இங்கிலாந்தில் இருந்து இந்தியாவுக்கு பயணம் செய்து கொண்டிருந்தார். ஜனவரி 13, 1993 அன்று, அஹத் என்ற பெயரைக் கொண்டிருக்காத கப்பலை இந்தியக் கடற்படையின் சி.ஜி.எஸ் விவேக் இந்திய கடற்கரையிலிருந்து 440 கடல் மைல் தொலைவில் இடைமறித்தார். இந்தியக் கடற்கரையின் மற்றொரு கப்பலான INS கிருபன், அடுத்த நாள் ஜனவரி 14 அன்று அதனுடன் இணைந்தது. இந்த இரண்டு கப்பல்களுமே எம்.வி.அஹத்தை எண்ணூரிலிருந்து 8 கடல் மைல் தொலைவில் உள்ள மெட்ராஸ் நகருக்கு வடக்கே இருந்த ஒரு இடத்திற்கு அழைத்துச் சென்றன.

ஜனவரி 16ஆம் தேதி, இந்திய கடற்படை INS சாவித்திரி, INS மிதுன், இரண்டு ஹெலிகாப்டர்கள் மற்றும் SDBT 56 சிறப்பு தாக்குதல் படகு ஆகியவற்றைக் கொண்ட வலுவூட்டல்களை அனுப்பியது. ஆனால் தாக்குதல் படகில் இருந்த கமாண்டோக்கள் கப்பலில் ஏறுவதற்கு முன்னர், அது வெடித்தது. கப்பலில் இருந்த 10 பேர் இறந்தனர் மற்றும் கடற்படை தப்பிப்பிழைத்த 9 பேரை மீட்டது. கிட்டு மற்றும் குட்டிஸ்ரீ ஆகியோர் இறந்தவர்களில் அடங்குவர், அதே நேரத்தில் கப்பலின் மாஸ்டர் வி.ஜெயச்சந்திரன் மீட்கப்பட்டவர்களில் அடங்குவர்.

இந்த வழக்கு செஷன்ஸ் நீதிமன்றத்தில் தொடர்ந்தது. எம். வி. அஹத் கப்பலில் இருந்தவர்கள் கிரிமினல் சதி, ஆயுதங்கள் மற்றும் வெடிபொருட்களை எடுத்துச் செல்வது, பயங்கரவாதத்தை ஏற்படுத்துவது, இந்திய கடற்படை வீரர்கள் கப்பலில் ஏறுவதைத் தடுப்பது, கடலில் வெடிபொருட்களை வீசியது மற்றும் ஆதாரங்களை அழிக்க கப்பலை தீ வைத்தது என்று சிறப்பு புலனாய்வுக் குழு குற்றம் சாட்டியது. இந்த வழக்கு விசாகப்பட்டினத்தில் உள்ள செஷன்ஸ் நீதிமன்றம் / பயங்கரவாத மற்றும் சீர்குலைவு நடவடிக்கைகள்

(தடுப்பு) சட்டம் (தடா) நீதிமன்றத்தில் நடந்தது. 1996 ஜூலையில், அமர்வு நீதிபதி பி.லட்சுமண ரெட்டி அவர்கள் மீது சுமத்தப்பட்ட 9 குற்றச்சாட்டுகளையும் விடுவித்து தீர்ப்பளித்தார். மேலும், இந்தியக் கடற்படை சட்டவிரோதமாக இடைமறித்து எம்.வி.அஹத்தில் ஏறியது என்று தீர்ப்பளித்தார். கப்பல் இந்தியக் கடற்பரப்பிற்குள் நுழைய உத்தேசித்திருந்தது என்பதற்கு எந்த ஆதாரமும் இல்லை என்றும் நீதிபதி தனது உத்தரவில் குறிப்பிட்டுள்ளார். சுருக்கமாகச் சொன்னால், மற்றொருநாட்டின்உள்விவகாரங்களில்தலையிடுவதாக இந்திய அரசைநீதிபதி கண்டித்தார். மீட்கப்பட்டவர்களில் கிட்டுவின் உடல் இல்லை.[79]

இதைத்தான் நீதிமன்றம் தீர்ப்பளித்துள்ளது என்றால், விடுதலைப் புலிகளின் பதிப்பு வேறு. கிட்டுவின் மரணத்தைத் தொடர்ந்து, விடுதலைப் புலிகள்பின்வரும் அறிக்கையை வெளியிட்டனர்: "விடுதலைப் புலிகளின் முன்னாள் யாழ்ப்பாணத் தளபதி, இலங்கையில் இனப்பிரச்சினைக்கு ஒரு தீர்வைக் காண்பதற்காக சில ஐரோப்பிய நாடுகளின் உதவியுடன் ஏற்பாடு செய்யப்பட்டிருந்த சமீபத்திய சமாதான திட்டத்தை பற்றி விளக்குவதற்காக விடுதலைப் புலிகளின் தலைவர் பிரபாகரனைச் சந்திக்கச் சென்று கொண்டிருந்தார். தன்னைச் சூழ்ந்திருந்த கடற்படை அதிகாரிகளுக்கு கிட்டு விளக்கமளித்திருந்தார், ஆனால் அவர்கள் அவரது விளக்கத்தை நிராகரித்து புலிகளின் கப்பலை பலவந்தமாக கரைக்கு எடுத்துச் சென்றனர்.

இந்திய கடற்படையின் இந்த நடவடிக்கையைத் தொடர்ந்து, கிட்டு மற்றும் அவரது 9 தோழர்கள் இந்திய அரசாங்கத்தின் கைதிகளாக மாறுவதைத் தடுக்க தற்கொலை செய்து கொண்டனர். இப்போது, வாசகர் இந்த இரண்டு பதிப்புகளையும் படித்தால், அவர்கள் கேட்கலாம் - பெரிய வித்தியாசம் என்னவென்று? இரண்டும் கிட்டத்தட்ட ஒரே மாதிரியாகத் தெரிகின்றன. எம்.வி. அஹத் இந்தியக் கடற்பரப்பிற்குச் சென்று கொண்டிருந்ததற்கான எந்த ஆதாரமும் இல்லை என்று தனது உத்தரவில் தீர்ப்பளித்த நீதிபதி,

79 https://www.indiatoday.in/magazine/nation/story/19960731-rajiv-gandhi-assassination-probe-court-ruling-on-mv-ahat-crew-comes-as-a-setback-to-sit-833602-1996-07-31

கடற்படைக் கப்பல்தான் முதலில் எம்.வி.அஹத் மீது துப்பாக்கிச் சூடு நடத்தியது என்றும், அதில் இருந்தவர்கள் அதை மூழ்கடித்த வெடிப்பை வெடிக்கச் செய்தார்களா என்பது சந்தேகமே என்றும் தீர்ப்பளித்தார்.

இப்போது யூடியூப்பத்திரிகையாளரும் ஓய்வு பெற்ற போலீஸ் அதிகாரியுமான சித்தண்ணனுக்கு அளித்த பேட்டியில் ரகோத்தமன் உண்மையை வெளியே விடுகிறார். கிட்டு இந்தியாவுக்குப் வந்து கொண்டிருந்தார் என்பதை உறுதிப்படுத்துகிறார். கிட்டு தற்கொலை செய்து கொள்ளவில்லை என்றும், *RAW*-வின் உத்தரவின் பேரில் இந்திய கடற்படையால் சுட்டு வீழ்த்தப்பட்டார் என்றும் அவர் உறுதிப்படுத்துகிறார். இது தர்க்கரீதியானது. அவர் இலங்கைக்கு செல்லும் வழியில் இருந்தால், இந்திய கடற்படை ஏன் தலையிட்டு அவரை சுட வேண்டும்?

தெற்கு கட்டளைதான் பொறுப்பில் இருந்தது என்று ரகோத்தமன் விளக்குகிறார். அது உத்தரவுகளின் பேரில் மேற்கத்திய கட்டளைக்கு மாற்றப்பட்டது. இதற்கிடையில் கிட்டு வழியில் வைகோவிடம் பேசினார். மற்றவர்களைப் காட்டிக் கொடுக்க தான் இந்தியாவுக்கு வரவில்லை என்று வைகோவிடம் அவர் தெரிவித்தார். அவரது வருகையின் நோக்கம் அதுவல்ல, அது வேறு விஷயம். கிட்டுவின் நோக்கம் ரகோத்தமனால் போட்டுடைக்கப்பட்டது. கிட்டுவுக்கும் வைகோவுக்கும் இடையே இந்த உரையாடல் நடந்தபோது, மேற்கத்திய கட்டளைப் பிரிவு பொறுப்பேற்றது.

மே 13 மற்றும் 14 ஆகிய தேதிகளில் CGS விவேக் மற்றும் INS கிருபானை நினைவில் கொள்ளுங்கள். பின்னர், INSR சாவித்திரி, INS மிதுன், 2 ஹெலிகாப்டர்கள் மற்றும் SDBT56 என்ற தாக்குதல் படகு ஆகியவற்றை இந்திய கடற்படை அனுப்பியது. முந்தைய இரண்டும் தெற்குக் கட்டளையைச் சேர்ந்தவை, பிந்தைய நான்கு மேற்குக் கட்டளையைச் சேர்ந்தவை. கிட்டுவின் கதையை முடிக்குமாறு அமைச்சரவை செயலரால் (RAW) அறிவுறுத்தல்கள் வழங்கப்பட்டன.

அவர்கள் எம் வி அஹத்தை அணுகியபோது, ஏதோ தவறு இருப்பதை கிட்டு உணர்ந்தார். அவர் டெக்கிற்குச் சென்று கைகளை உயர்த்தி, தான் சரணடைவதாகக் கூறி, வெஸ்டர்ன் கமாண்டிடம் சுட வேண்டாம் என்று கேட்டுக் கொண்டார். ஆனால் ஏற்கனவே

அவரை முடித்து வைக்க உத்தரவு பிறப்பிக்கப்பட்டதால், அவரது வேண்டுகோளையும் மீறி, அவர் சுட்டுக் கொல்லப்பட்டார். இதை வீடியோவை பார்த்த மோகன்ராஜும் உறுதி செய்துள்ளார். இந்த வீடியோ SITயின் அனைத்து அதிகாரிகளுக்கும் காண்பிக்கப்பட்டது.

கிட்டு ஏன் முதலில் இந்தியாவிற்குச் சென்று கொண்டிருந்தார் என்ற உள்நோக்கத்திற்கு வரும் ரகோத்தமன், பிரபாகரன்தான் முக்கிய குற்றவாளிகளில் ஒருவராகச் சேர்க்கப்படுவதை விரும்பவில்லை. பிரபாகரனின் பெயரை நீக்க முயற்சிகள் மேற்கொள்ளப்பட்டன. ஆனால் இவை முறியடிக்கப்பட்டன. எடுத்துக்காட்டாக, ஒரு கட்டத்தில் குற்றம் சாட்டப்பட்டவர்களின் பட்டியலில் பிரபாகரனின் பெயரை நீக்குமாறு கார்த்திகேயனே பரிந்துரைத்தார். இந்த ஆலோசனையால் ரகோத்தமன் மிகவும் கோபமடைந்து, கார்த்திகேயன் பின்வாங்கினார்.

குற்றம் சாட்டப்பட்டவர்களின் பட்டியலில் இருந்து தனது பெயரை விலக்கி வைப்பதற்காக, பிரபாகரன் கிட்டுவை ஒரு தூதுவராக அனுப்பி, பேச்சுவார்த்தை நடத்த முயற்சித்தார்.[80] இப்போது, ஒரு பெரிய கேள்வி எழுகிறது. கிட்டு யாருடன் தொடர்பு கொள்ள முயன்றார்? அது SIT.யாக இருக்க முடியாது. அது IB அல்லது RAW ஆக இருக்க முடியாது. CBI விசாரணையில் அவர்களுக்கு நேரடிக் கட்டுப்பாடு எதுவும் இல்லை. அது டெல்லியை தளமாகக் கொண்ட ஒரு சக்திவாய்ந்த அரசியல்வாதியாக மட்டுமே இருக்க முடியும். கிட்டு அந்த முக்கியபுள்ளியுடன் நேரடியாகத் தொடர்பு கொள்ளப் போவதில்லை. இது RAW போன்ற இடைநிலைகள் மூலம் செய்யப்பட வேண்டும். அப்படியானால் அது எந்த அரசியல்வாதி, ஏன்? இக்கேள்விக்கு புத்தகத்தின் முடிவில் வாசகரே பதில் அளிப்பார்.

இறந்த சடலங்களை அகற்றுதல்

கே. உடல்களை அவசரத்தில் அகற்றப்படும் ஒரு முறை இருக்கிறதா?

ப- முற்றிலும், அது டாரில் பீட்டர் கொல்லப்பட்ட நாளிலிருந்து தொடங்குகிறது. மரகதம் மகன் லலித் சந்திரசேகர் அவசர அவசரமாக

---

80 https://www.youtube.com/watch?v=l0dhbAk6uHg – சித்தண்ணன் (ஆங்கிலம்) எழுதிய ரகோத்தமன் நேர்காணல் -அத்தியாயம் 5 – 11 இலிருந்து[th] மிகச்சிறிய

டேரில் உடலை எடுத்து வந்து தகனம் செய்தார். காஞ்சிபுரம் மருத்துவமனையில், ஹரிபாபுவின் உடல் அடையாளம் காணப்பட்டு, அவரது தந்தை சுந்தரமணியால் எடுத்துச் செல்லப்பட்டது. சடலத்தை மெட்ராஸுக்குக் கூட எடுத்துச் செல்லாமல் காஞ்சிபுரத்தில் அடக்கம் செய்தார். சிவராசனின் சடலத்தையும் அவசரமாக தகனம் செய்யப்பட்டதாக சுப்பிரமணியம் சுவாமி குற்றம் சாட்டினார். அமைச்சரவை செயலகத்தின் அறிவுறுத்தலின் பேரில் கிட்டு கடற்படையினரால் சுட்டுக் கொல்லப்பட்டார். ஆனால் உண்மை அறியப்படுவதைத் தடுக்கும் பொருட்டு, அவரது உடல் மற்ற 7 பேருடன் கடலில் வீசப்பட்டது. ஆமாம், ஒரு உண்மை தெளிவாக தெரிகிறது. 'ஒரு நபர் அவசரத்தில் உடலைச் புதைக்க அல்லது தகனம் செய்தால், ஒரு தெளிவான செய்தி இருக்கிறது - எங்கோ தவறு நடக்கின்றது'.

தமிழ் தேசியவாதிகள்

கே – தமிழ் தேசியவாதிகள் பொதுவாக ஏழு குற்றவாளிகளையும் அவர்கள் நிரபராதிகள் என்றும் உண்மையான குற்றவாளிகள் இன்னும் பிடிபடவில்லை என்றும் கூறி பாதுகாக்கிறார்கள்?

ப – பொதுவாக தமிழ் தேசியவாதிகள் உண்மையான குற்றவாளிகள் யார் என்பது மட்டும் அல்ல, படுகொலை பற்றிய விவரங்களும் அவர்களுக்குத் தெரியும். ஆனால் அவர்கள் அந்த உண்மையை அவர்கள் ஒருபோதும் ஒப்புக்கொள்ள மாட்டார்கள். காரணம், அவர்கள் உண்மையை ஒப்புக்கொண்டால், பிரபாகரன் பணம் வாங்கினார் என்பதை அவர்கள் ஒப்புக்கொள்ள வேண்டும், இந்த கொடூரமான கொலையை அவர் செய்தார் என்றாகும். அவர்களின் முழு அரசியலும் பிரபாகரன் ஒரு சுதந்திரப் போராட்ட வீரர் மற்றும் தமிழ் மக்களின் மீட்பர் என்ற கருத்தியலை அடிப்படையாகக் கொண்டது. இந்த வழக்கில் பிரபாகரன் கூலிப்படையாக செயல்பட்டுள்ளார் என்ற உண்மை அவர்களுக்கு ஜீரணிக்க முடியாத அளவுக்கு கடினமாக உள்ளது. ஒட்டுமொத்த தமிழகமும் இந்த உண்மையை அறிந்தால் அவர்களின் அரசியல் பிழைப்பு ஊசலாகிவிடும். எனவே, இந்தக் கசப்பான உண்மையை மெல்லவும், விழுங்கவும் முடியுமானால் கஷ்டப்பட்டு கொண்டிருக்கின்றார்.

இப்போது அவர்கள் பயன்படுத்தும் வாதம் என்னவென்றால், விடுதலைப் புலிகள் எந்த கொலை செய்தாலும் அவர்கள் அதை பெருமையாக வெளியே சொல்லி விடுவார்கள். உண்மையை மூடி மறைக்க மாட்டார்கள். இதுதான் அவர்களின் நிலைப்பாடு. ஒரு கேள்வி கேட்கப்பட வேண்டும் – விடுதலைப் புலிகள் எல்லா நேரங்களிலும் உண்மையைப் பேசுபவர்களா? பிரபாகரனின் முழு அரசியலும் பொய்களையும் வன்முறையையும் அடிப்படையாகக் கொண்டது. இந்தக் கூற்றுபின்னர் ஒரு கட்டத்தில் விரிவாகச் பார்க்கப்படும். ஆனால் அவர்கள் எல்லா நேரங்களிலும் உண்மையைப்பேசுபவர்கள் என்பதே ஒரு பெரிய பொய்யாகும். ஒரு உதாரணம் அமிர்தலிங்கம் கொலை ஆகும்.

அமிர்தலிங்கம் மிதவாத தமிழர் ஐக்கிய விடுதலை முன்னணியின் (தமிழர் விடுதலைக் கூட்டணியின்) (TULF) தலைவராக இருந்ததோடு, யாழ்ப்பாணம் பன்னாச்சத்தைச் சேர்ந்தவர். 1977ல் அமிர்தலிங்கம் மற்றும் சிவசிதம்பரம் ஆகியோரின் கூட்டுத் தலைமையின் கீழ் தனித் தமிழ் ஈழம் என்ற கோஷத்துடன் 1977 தேர்தலில் போட்டியிட்ட தமிழர் விடுதலைக் கூட்டணி 18 தொகுதிகளை வென்று எதிர்க்கட்சித் தலைவர் பதவியை வகித்த முதலாவது இலங்கைத் தமிழர் என்ற பெருமையைப் பெற்றார். 1987 ஜூலை 29 அன்று ராஜீவ்-ஜெயவர்தனே உடன்படிக்கையைத் தொடர்ந்து IPKF மற்றும் விடுதலைப் புலிகளுக்கு இடையிலான யுத்தம் தொடங்கிய போது, அமிர்தலிங்கம் மற்றும் EPRLF, தமிழ் ஈழ விடுதலை இயக்கம் (TELO), ஈழ தேசிய ஜனநாயக விடுதலை முன்னணி (ENDLF) போன்ற ஏனைய அனைத்து குழுக்களும் சமாதான உடன்படிக்கைக்கு ஆதரவாகவும், ஒரு தனிநாட்டுக் கோரிக்கையைக் கைவிடவும் தயாராக இருந்தனர், உடன்பாட்டினால் முன்மொழியப்பட்ட தீர்வை ஏற்றுக்கொள்ளத் தயாராக இருந்தனர். இந்த காரணத்திற்காக, அவர் ஒரு துரோகியாக பார்க்கப்பட்டார்.

விடுதலைப் புலிகளைப் பொறுத்தவரையில், தமிழீழத்தை விரும்பாத அல்லது தமிழீழம் தவிர்த்த வேறு எந்தத் தீர்வையும் ஏற்றுக்கொள்ளத் தயாராக இருந்த எவரும் துரோகிகள் ஆவார்கள். அவர்களைத் துரோகிகள் என்று முத்திரை குத்துவதும், அவர்களை ஒழித்துக்கட்டுவதும்தான் அவர்களின் உத்தியாக இருந்தது.

இது தவிர, தற்போது கனடாவில் உள்ள அங்கீகரிக்கப்பட்ட இலங்கை ஊடகவியலாளர் டி.பி.எஸ்.ஜெயராஜ், அமிர்தலிங்கம் ஏன் கொல்லப்பட்டார் என்பதற்கான மற்றொரு காரணத்தையும் குறிப்பிடுகிறார். அவர் தமிழர்களின் பிரதிநிதியாக அனைவராலும் அங்கீகரிக்கப்பட்டு ஏற்றுக்கொள்ளப்பட்டார். அவர் உயிரோடு இருக்கும் வரை, பிரபாகரன் தமிழர்களின் தலைவராக அழைக்கப்படுவதற்கான ஒரு வாய்ப்பு கூட இல்லை.

அமிர்தலிங்கம் எவ்வாறு கொல்லப்பட்டார் என்பதை கவனத்தில் கொள்ள வேண்டியது அவசியம். ஒரு தெளிவான முறை உள்ளது, அது பின்னர் விளக்கப்படும். விடுதலைப் புலிகளுக்கும் IPKF க்கும் இடையிலான யுத்தம் நடந்து கொண்டிருந்த போது, அமிர்தலிங்கம் இந்தியாவிற்கு பறந்து சென்று சில காலம் சென்னையில் வசித்து வந்தார். தவிர்க்கவியலாமல், ஒரு கட்டத்தில் அவர் இலங்கைக்குத் திரும்ப வேண்டியிருந்தது. அவர் திரும்பி வந்தபோது, நீலன் திருச்செல்வமும், முன்னாள் பாராளுமன்ற உறுப்பினர் சூசைதாசனும் யாழ்ப்பாணத்திற்குச் சென்றால் அவர் நிச்சயமாக இலக்கு வைக்கப்படுவார் என்பதை அறிந்திருந்ததால் கொழும்பில் அவருக்கு ஒரு பாதுகாப்பான வீட்டை ஏற்பாடு செய்தனர். எனவே அப்புலிகள் முன்னாள்எம்.பி.யான வெட்டிவேலு யோகேஸ்வரனை விடுதலைப் புலிகளைச் சேர்ந்த சிவகுமார் என்கிற அறிவுதான் முதலில் யோகேஸ்வரனை அனைத்துத் தமிழ்க் குழுக்களும் ஒன்றுபட வேண்டும் என்ற சாக்குப்போக்கில் அணுகினார்கள்.

அந்த நேரத்தில், இலங்கையில் இருந்து IPKFஐ விலக்கிக் கொள்ளும் முடிவைத் தொடர்ந்து பிரேமதாச அரசாங்கத்துடன் விடுதலைப் புலிகள் நேரடிப் பேச்சுவார்த்தைகளைத் தொடங்கினர். பின்னர் யோகேஸ்வரனை வவுனியாவைச் சேர்ந்த விக்னா என்பவர் தொடர்பு கொண்டார். விடுதலைப் புலிகளின் தலைமை தன்னைச் சந்தித்து தமிழ் ஐக்கியத்தை அடைவதற்கான வழிமுறைகள் பற்றி கலந்துரையாட விரும்புவதாக விக்னா ஆரம்பத்தில் அவரிடம் தெரிவித்திருந்தார். அமிர்தலிங்கம் மற்றும் தமிழர் விடுதலைக் கூட்டணியின் தலைவராக இருந்த சிவசிதம்பரம் ஆகியோரை யோகேஸ்வரன் அழைத்துவர வேண்டும் என அவர்கள் விரும்பினர். பொதுச் செயலாளராக அமீர் இருந்தார். அவர்கள் யோகேஸ்வரனை

குறிப்பிட்ட இருவருடனும் வருமாறு வற்புறுத்தினர். இந்த அழுத்தத்தைத் தொடர்ந்து யோகேஸ்வரன், வவுனியாவுக்கு வடக்கே சில மைல்களுக்கு அப்பால் இருந்த பாண்டிக்குளத்திற்குத் தனியாகச் சென்று நிலவரத்தை முதலில் சோதித்துப் பார்த்தார். பின்னர், அவர் திரும்பிவந்தார், ஆனால் மற்ற இரண்டு பேருக்கும் தெரிவிக்கவில்லை. மீண்டும் வர வேண்டும் என்று விடுதலைப் புலிகளிடம் இருந்து மேலும் அழுத்தத்தை அவர் பெறத் தொடங்கினார். இறுதியாக அவர் இது பற்றி அமீரிடம் கூறினார். அவர் வடக்கிற்குச் சென்று புலிகளை சந்திக்க மறுத்துவிட்டார்.

இந்தக் கட்டத்தில் அன்டன் பாலசிங்கம், விடுதலைப் புலிகளின் தலைவர் யோகி மற்றும் இன்னும் சிலருடன் (விக்னா என்கிற பீட்டர் அலோய்சியசும் இந்தக் குழுவின் ஒரு பகுதியாக இருந்தார்,) பிரேமதாசவுடன் நேரடிப் பேச்சுவார்த்தைகளுக்காக கொழும்புக்கு வந்தார். கொழும்புவில் தனக்கென்று ஒரு இடத்தைக் கண்டுபிடித்த பின்னர் அலோசியஸ் மீண்டும் யோகேஸ்வரனைத் அழுத்தம் தரத் தொடங்கினார். அந்த மன அழுத்தத்தை சமாளிக்க முடியாமல், அமீர் புலிகளை சந்திக்க மறுத்துவிட்டார் என்பதை வெளிப்படுத்த முடியாமல், யோகேஸ்வரனுக்கு மாரடைப்பு ஏற்பட்டு கொழும்பில் உள்ள வைத்தியசாலையில் அனுமதிக்கப்பட்டார். இந்த நேரத்தில், அலோசியஸ் மற்றும் விசு என்ற மற்றொரு புலி போராளி அவரைப் பார்க்க மருத்துவமனைக்கு வந்தனர். வீட்டிற்குச் சென்ற பின்னர், அமீர் சமாதானப்படுத்தப்படுவதற்கு LTTE புலிகள் 4 முறை விஜயம் செய்தனர் யோகேஸ்வரன் விடுதலைப் புலிகள் நல்ல கருத்துக்களால் மட்டுமே நிறைந்திருந்தனர் என்று அமீரிடம் கூறினார். இறுதியாக, அமீர் மனம் தளர்ந்து விடுதலைப் புலிகளின் பிரதிநிதிகளை சந்திக்க உடன்பட்டார், அதன்படி ஒரு கூட்டம் தீர்மானிக்கப்பட்டது.

ஜூலை 13, 1989 அன்று மாலை 06.00 மணிக்கு அவர்கள் சந்திப்பதாக இருந்தது. கூட்டத்திற்குப் பிறகு, அமீர் இந்தியத் தூதர் ஏற்பாடு செய்திருந்த விருந்துக்கு செல்வதாக இருந்தது. யோகி (விடுதலைப் புலிகளின் மூத்த தலைவர்) தங்களுடன் வருவதாகவும், யோகியின் அந்தஸ்தில் உள்ள ஒருவர் சோதிக்கப்பட்டால் அவமதிக்கப்படுவார் என்றும் கூறி புலிகள் வரும்பொழுது அவர்களை சோதிக்க வேண்டாம் என்று யோகேஸ்வரனுக்கு கோரிக்கை வைத்தனர்.

அதற்கு அவரும் சம்மதித்தார். விசு, அலோசியஸ், அறிவு ஆகியோர் வந்தார்கள். ஆனால், யோகி, அறிவு படிக்கட்டுகளின் அடிவாரத்தில் தன்னை நிலைநிறுத்திக் கொண்டனர்., மற்ற இருவரும் மேலே சென்றனர். யோகேஸ்வரன் முதல் மாடியிலும், அமீர் தனது மனைவியுடன் தரைத்தளத்திலும் தங்கியிருந்தனர். அமீர் மற்றும் சிவாவை மாடியில் சந்தித்த பிறகு, கூட்டம் சுமூகமாக தொடங்கியது. சரோஜினி யோகேஸ்வரன் வழங்கிய குளிர்பானங்களை குடித்த பின்னர், திடீரென விடுதலைப் புலிகள் தமது கைத்துப்பாக்கிகளை எடுத்து சுடத் தொடங்கினர். ஒரு சில நிமிடங்களில், மூவரும் சுடப்பட்டனர்.

இதற்கிடையில், தமிழ்ராஜன் கந்தசாமியுடன் பிரச்சினையை உணர்ந்த நிஸ்ஸங்கா திப்போட்டுமுனுவா என்ற சிங்கள அதிகாரி மேலே சென்றார். இரண்டு போராளிகளும் அமீர் மற்றும் ஏனையவர்களை சுட்டதை அவர்கள் கண்டபோது, அவர்கள் இரு தமிழ் போராளிகளையும் சுட்டனர். இதற்கிடையில் மற்றைய போராளியான அறிவு தரைத்தளத்தில் ஒரு கைக்குண்டை எடுத்து எறிந்துவிட்டு தப்பிக்க முயன்றார். ஆனால் அவர் நிஸ்ஸங்காவால் சுட்டு வீழ்த்தப்பட்டார். தமிழர் பிரச்சினைக்காகப் போராடுவதாகச் சொல்லிக் கொண்டவர்கள்தான் இந்த தமிழ்த் தலைவர்களை சுட்டு வீழ்த்தியது வேடிக்கையானது. இந்தத் தமிழ்த் தலைவர்களைக் காப்பாற்ற முயன்ற ஒரு துணிச்சலான நேர்மையான சிங்கள அதிகாரி, தாக்குதல் நடத்தியவர்களைச் சுட்டு வீழ்த்தினார். ஒரு துணிச்சலான நேர்மையான சிங்கள அதிகாரிதான் இந்தத் தமிழ்த் தலைவர்களைக் காப்பாற்ற முயன்று தாக்குதல் நடத்தியவர்களைச் சுட்டுக் கொன்றார்.

இவ்வாறாகத்தான் ஒரு காலத்தில் புலிகளுடன் மிகவும் நெருக்கமாக இருந்த அமிர்தலிங்கத்தை புலிகள் இலக்கு வைத்தனர். அவர்கள் அவரை சமாதானப் பேச்சுக்களுக்கு அழைத்தனர். அவர் அவர்களை நம்பவில்லை என்றாலும், அவர்கள் விடாப்பிடியாக இருந்தார்கள். இறுதியாக, அமீர் மனந்திரும்பியபோது, அவர்கள் விரைவாக வந்து அவரை போட்டுத் தள்ளினர். அலோசியஸ், அறிவு மற்றும் விசு ஆகிய மூன்று கொலையாளிகளும் நன்கு அறியப்பட்ட விடுதலைப் புலி போராளிகள் என்பதையும், அவர்கள் அனைவரும் சுட்டுக்கொல்லப்பட்டவர்கள் என்பதையும் தவிர, கொலையில்

தனக்கும் தொடர்பு இல்லை என்பதை அவர்கள் திட்டவட்டமாக மறுத்திருப்பார்கள். ஆமிர் மற்றும் யோகேஸ்வரன் ஆகியோர் கொல்லப்பட்டனர், சிவா காயங்களுடன் உயிர் பிழைத்தார்.[81] 1987 செப்டம்பரில், இதே போன்ற வழிமுறைகளைப் பயன்படுத்தி, அவர்கள் சதித்திட்டத்தின் துணைத் தலைவரான ஆர்.வாசுதேவாவை சமாதானப் பேச்சுக்களுக்கு வரவழைத்து அவரைச் சுட்டுக் கொன்றனர். விடுதலைப் புலிகள் எவ்வாறு பொய் சொல்கிறார்கள், நண்பர்களாக நடித்து தங்களுடைய பலியாடுகளை நம்ப வைக்கிறார்கள். பின்னர் அவர்களை ஈவிரக்கமின்றி முடிவுக்குக் கொண்டுவருகிறார்கள் என்பதற்கு இது எடுத்துக்காட்டுவதாகும்.

தமிழீழ விடுதலைப் புலிகளின் சமாதானத் தூதுவர்கள் மார்ச் மாதம் ராஜீவை சந்தித்ததாகவும், அந்த சந்திப்பு மிகவும் சுமுகமாக நடந்ததாகவும், இப்படி இருக்கையில், விடுலைதைப் புலிகள் ஏன் ராஜீவைக் கொல்ல வேண்டும் என்று தமிழ் தேசியவாதிகள் வாதம் முன் வைக்கிறார்கள்.மேலே குறிப்பிடப்பட்ட சம்பவங்களுக்குப் பிறகு, ஒரு விளக்கம் தேவையில்லை. இருப்பினும், கூட்டத்தின் விவரங்கள்என்ன? விடுதலைப்புலிகளைப்பிரதிநிதித்துவப்படுத்தும் காசி ஆனந்தனும் சச்சிதானந்தனும் 1991 மார்ச் 15 அன்று புதுதில்லியில் ராஜீவை சந்தித்தனர். இலங்கைப் பிரச்சினையின் சாராம்சம், தமிழர்களின் உரிமைகள் எவ்வாறு மறுக்கப்பட்டன, ஆரம்பத்தில் மகாத்மா காந்தி வழி நடத்தியதைப் போன்ற ஒரு அகிம்சை இயக்கம் எவ்வாறு நடந்தது, அது எவ்வாறு அடக்கப்பட்டது, பின்னர் அவர்கள் எவ்வாறு ஆயுதம் ஏந்தினார்கள், தமிழ்ப் போராளிகள் ஒருபோதும் இந்தியாவுக்கு எதிராகச் செல்ல முடியாது என்ற உண்மை ஆகிய அனைத்தையும் சுருக்கமாக விளக்கினார்.

ராஜீவ் அவர்களுக்கு அளித்த பதிலில், தான் திடீரென்று ஆட்சிக்கு வந்ததாக குறிப்பிட்டிருந்தார். இலங்கைப் பிரச்சினையைப் பற்றி அப்பொழுது அவருக்கு அதிகம் தெரியாது. எனவே, மற்றவர்களின் ஆலோசனையின் பேரில் தமிழர்களைப்பாதித்த சில தவறான முடிவுகளை அவர் எடுத்தார். இப்போது அவர் முழுப் பிரச்சினையையும் நன்கு புரிந்து கொண்டுள்ள நிலையில், இலங்கையில் தமிழ் மக்களின் உரிமைகளைப் பெறுவதற்கான

---

81 *https://dbsjeyaraj.com/dbsj/archives/64965*

விடுதலைப் புலிகளின் நியாயமான போராட்டத்தில் அவர் நிச்சயமாக அதன் பக்கமே நிற்பார்.

கடந்த காலத்தில் என்ன நடந்தது என்பதை மறந்துவிட வேண்டும் என்றும், ராஜீவுக்கும் விடுதலைப் புலிகளுக்கும் இடையிலான உறவு மீட்டமைக்கப்பட வேண்டும் என்றும் காசி பின்னர் கேட்டுக்கொண்டார். இவை தவிர, இலங்கையில் இருந்து இந்தியா வெளியேறியதைத் தொடர்ந்து, இலங்கை அரசாங்கத்தின் தாக்குதல்கள் மீண்டும் அதிகரித்துள்ளதாகவும் தூதுவர்கள் குறிப்பிட்டனர். எனவே ராஜீவ் மீண்டும் பிரதமரானால், அவர் இலங்கை நெருக்கடியைத் தீர்க்க உதவ முடியும் என்றும் காசி ஆனந்தன் கூறினார். பதிலுக்கு ராஜீவ் பிரபாகரனுக்கு தனது வாழ்த்துக்களைத் தெரிவிக்குமாறு கேட்டுக்கொண்டார்.

இறுதியாக, தூதுவர்களை அனுப்புவதற்காக கார் வரை அவரும் வீட்டை விட்டு வெளியே வந்தார். இதனைத் தொடர்ந்து, கூட்டத்தின் விபரங்கள் பிரபாகரனிடம் தெரிவிக்கப்பட்டன. அதனைத் தொடர்ந்து விடுதலைப்புலிகள் சார்பில் காசி ஆனந்தன் ஒரு அறிக்கையை வெளியிட்டார். விடுதலைப் புலிகள் இந்தியாவின் பக்கம் இருப்பார்கள், இந்தியாவும் புலிகளின் பக்கம் இருக்கும் என்பதே அந்த அறிக்கையின் சாராம்சமாக இருந்தது. IPKF மற்றும் விடுதலைப் புலிகளுக்கு இடையில் கடந்த காலத்தில் என்ன நடந்தது என்பது கடந்த காலத்தின் ஒரு துரதிருஷ்டவசமான அத்தியாயமாகும்.[82]

இப்படித்தான் அவர்கள் (விடுதலை புலிகள்) தங்கள் இலக்குகளை மென்மையாக்கினார்கள். அமீரின் விஷயத்தில் யோகேஸ்வரன் எவ்வாறு மென்மையாக்கப்பட்டார் மற்றும் அவரது விஷயத்தில் ராஜீவ் எவ்வாறு மென்மையாக்கப்பட்டார் என்பதில் உள்ள ஒற்றுமைகளைக் கவனியுங்கள். இவ்வாறு கொலை மற்றும் வஞ்சகத்தின் சக்கரங்கள் இயங்கத் தொடங்கின. அவர்கள் ராஜீவிடம் அவர் ராஜுகாப்பாக இருப்பதாகவும், விடுதலைப் புலிகள் அவரைக் குறிவைக்கப் போவதில்லை என்றும் நம்ப வைக்க வேண்டியிருந்தது. இவ்வாறாகஅவர் எந்த அச்சமும் இல்லாமல் சுதந்திரமாக தெற்கே பயணம் செல்ல முடிந்தது. ஆமிரின் விஷயத்தில், அவர் எளிதில்

நம்பவில்லை. ஆனால் அவர்கள் விடாப்பிடியாக இருந்தார்கள். அவர்கள் யோகேஸ்வரனை அவரது வீட்டில் தொடர்ந்து பார்த்தனர். 4 வருகைகளுக்குப் பிறகு, அமீர் மனம் தளர்ந்து, இறுதியாக போராளிகளை சந்திக்க ஒப்புக்கொண்டார். ராஜீவின் விஷயத்தில், இதுபோன்ற கடுமையான முயற்சிகள் தேவையில்லை. எளிதில் நம்பினார். ஸ்ரீபெரும்புதூர் வந்தார். விழுந்தார்.

கே - கொளத்தூர் மணி பற்றி என்ன?

ப – கொளத்தூர் மணியின் அறிவுறுத்தலின் பேரில் டேங்கர் லாரி டிரைவர் தனசேகரன், சிவராசன், சுபா மற்றும் நீரோ ஆகியோரை தனது டேங்கரில் அழைத்துச் சென்று ராஜீவ் படுகொலைக்குப் பிறகு பெங்களூரில் இறக்கிவிட்டார். இதை தனசேகரன் தனது வாக்குமூலத்தில் தெரிவித்துள்ளார். ஆனால் SIT மக்கள் கொளத்தூர் மணியின் பெயர் வெளியே வராமல் பார்த்துக் கொண்டனர். இதனால் அவர் தப்பினார்.

பிரபாகரன்

கே – பிரபாகரன் இன்னமும் தமிழ் சமூகத்தின் ஒரு பகுதியினரால் தமிழர்களின் தலைவராக சித்தரிக்கப்படுவது ஏன்? இந்தியாவிலும் வெளிநாட்டிலும் உள்ள தமிழ் அல்லாதவர்களில் ஒரு சிறு பிரிவினரால் கூட பிரபாகரன் இவ்வாறு சித்தரிக்கப்படுவது ஏன்?

ப - எளிய மொழியில் கூற வேண்டுமென்றால், அவர்களில் பலர் அதை அறிந்திருக்கிறார்கள், சுய நலன் கருதி சிலர் இந்த உண்மையை ஏற்க மறுக்கின்றனர். மற்றவர்கள் உண்மையை அறிவதில்லை, ஏனென்றால் அவர்கள் உண்மையைத் தெரிந்துகொள்வதில் கூட அக்கறை காட்டுவதில்லை. மற்றவர்கள் தங்கள் பொய்களை தாங்களே மிகவும் நேர்மையுடன் நம்புகிறார்கள். பிரபாகரனின் அரசியல் வாழ்க்கையைப் பொறுத்தவரை, அது பொய்யுடன் தொடங்கி, பொய்களில் தொடர்ந்தது, பொய்களில் முடிந்தது. ஆல்பிரட் துரையப்பாவின் வழக்கைப் பற்றிப் பேசுகையில், அது பிரபாகரனின் முதல் கொலையென பரவலாகப பேசப்படுகிறது. அவரே தூண்டுதலை இழுத்து ஆல்பிரட் துரையப்பாவை சுட்டுக் கொன்றதாகக் கூறப்படுகிறது.

1974 ஜனவரி 3 முதல் ஜனவரி 10 வரை யாழ்ப்பாணத்தில் நடந்த நான்காவது தமிழாராய்ச்சி மாநாட்டைத் தொடர்ந்து இறுதி நாளில் நிறைவு விழா யாழ்ப்பாணம் மேயர் துரையப்பா அரங்கத்திற்கு வெளியே நடைபெற்ற போது 9 பேர் கொல்லப்பட்டனர் என்று செல்லமுத்து குப்புசாமி தனது பிரபாகரனின் வாழ்க்கை வரலாற்றில் எழுதுகிறார். மக்கள் மீது மின் கம்பி அறுந்து விழுந்ததில் 7 பேரும், நெரிசலில் சிக்கி 2 பேரும் பரிதாபமாக உயிரிழந்தனர். இந்த துயர சம்பவத்திற்கு காரணம், துரையப்பா என்று முடிவு செய்து அவரைக் கொல்ல பல தமிழ் குழுக்கள் விரும்பின. இறுதியில்

பிரபாகரன்தான் வெற்றி பெற்றார் என்பது *LTTE*-ன்வரலாறு பதிப்பு. துரையப்பா ஒரு பிரபலமான நபர் மற்றும் ஒரு வேடிக்கையான நபர் என்றும் அவர் தவறாக குறிவைக்கப்பட்டார் என்றும் ராஜன் ஹூல் கூறுகிறார். இருப்பினும், இது முற்றிலும் வேறுபட்ட தலைப்பு. விஷயம் என்னவென்றால், பிரபலமான பதிப்பின்படி, பிரபாகரன் கிருபாகரன், கலாபதி மற்றும் பர்குணராஜா ஆகியோரைத் தேர்ந்தெடுத்தார். அவர்கள் பொன்னாலாய் வரதராஜப் பெருமாள் கோயில் வேலையை முடிக்கத் தேர்ந்தெடுத்தனர். ஆல்பிரட் துரையப்பா ஒரு கிறிஸ்தவராக இருந்தபோதிலும், அவர் ஒவ்வொரு வெள்ளிக்கிழமையும் கோயிலுக்குச் செல்வதை வழக்கமாகக் கொண்டிருந்தார்.

எனவே ஜூலை 27, வெள்ளிக்கிழமை 1975 அன்று ஆல்பிரட் துரையப்பாவைபிரபாகரனும் கலாபதியும் சுட்டுக் கொன்றனர். துரையப்பாவுக்கு வணக்கம் கூறிய பின்னர், பிரபாகரன் தனது கைத்துப்பாக்கியைக் கழற்றி துரையப்பாவின் மார்பில் சுட்டார். 5 அல்லது 6 தோட்டாக்கள்அவரைத் தாக்கி, அவர் சம்பவ இடத்திலேயே விழுந்தார். இதைத் தொடர்ந்து, அவர்கள்அனைவரும் துரையப்பாவின் காரை எடுத்துக் கொண்டு அவரது ஓட்டுநரை அடித்து நொறுக்கிவிட்டு கலைந்து சென்றனர். அவர்கள் காரை நீர்வேலி என்ற இடத்தில் நிறுத்தினர். பிரபாகரன் ஒரு நண்பரின் வீட்டிற்குச் சென்றபோது, மற்றவர்கள் பேருந்துகளில் தங்கள் வீடுகளுக்குச் சென்றனர்.[83]

அனைத்துக்கும் முன்பாக செல்லமுத்து குப்புசாமி, ஆல்பிரட் துரையப்பாவுக்கு ஒவ்வொரு வெள்ளிக்கிழமையும் வரதராஜப் பெருமாள் கோயிலுக்குச் செல்லும் பழக்கம் இருந்ததாகவும், தனது வழக்கமான நடைமுறைப்படி, 1975 ஜூலை 27 அன்று அவர் சுட்டுக் கொல்லப்பட்டதாகவும் குறிப்பிடுகிறார். ஜூலை 27, 1975 ஒரு ஞாயிற்றுக் கிழமை, வெள்ளி அல்ல. பிரபாகரனும் மற்றவர்களும் அவரது அட்டவணையைப் பார்த்திருந்தால், அது ஜூலை 27ஆக இருந்திருக்க முடியாது. அது இருக்கட்டும். ஒருவேளை தேதிகள் தொடர்பாக ஒரு சிறிய குழப்பம் இருந்திருக்கலாம். அதனால் இந்த சம்பவமே நடக்கவில்லை என்று அர்த்தமல்ல. உண்மையில், இது

---

83 செல்லமுத்து குப்புசாமி (தமிழ்) – பக் 69-78.

அனைவராலும் பரவலாக ஒப்புக் கொள்ளப்பட்டுள்ளது, ஆல்பிரட் துரையப்பா தமிழ் போராளிகளால் சுட்டு வீழ்த்தப்பட்டார்.

பிரபாகரன் கொல்லப்பட்ட இறுதிப் போரைத் தொடர்ந்து, கற்றுக்கொண்ட பாடங்கள் மற்றும் நல்லிணக்க ஆணைக்குழு (LLRC) உருவாக்கப்பட்டது. 1975 ஆம் ஆண்டு துரையப்பாவின் படுகொலையை புலிகள் கூறுவது போல் புலிகளின் தலைவரால் செய்யப்படவில்லை என்ற நம்பகமான தகவல்கள் தன்னிடம் இருப்பதாக மதிப்பிற்குரிய மூத்த தமிழ் ஊடகவியலாளர் கே டி ராஜசிங்கம் எல்எல்ஆர்சிக்கு தெரிவித்தார். ராஜசிங்கம் மேலும் இது ஒரு ரகசிய ஆதாரம் என்று கூறுகிறார்.

அதைப் பற்றி அவருக்கு எந்த சந்தேகமும் இல்லை என்றும், அமிர்தலிங்கத்தின் மூத்த மகனான காண்டீபன்தான் தன் தாய் மங்கையர்க்கரசியை விமர்சிக்கும் சில கவிதை எழுத்துக்களின் தாக்கத்திற்குப் பழிதீர்க்கத் தூண்டுகோலை இழுத்தார் என்றும் ராஜசிங்கம் கூறுகிறார். இராஜசிங்கம் தொடர்ந்து கூறுகையில், பிரபாகரன் தூண்டுதலை இழுக்கவில்லை என்பது மட்டுமல்லாமல், துரையப்பா கொல்லப்பட்டபோது அவர் அருகில் எங்கும் இல்லை என்றும் கூறுகிறார். ஆனால் அவர் பின்னர் கொலையில் ஈடுபட்ட இளைஞர்களுடன் இணைந்தார்.[84] அதுதான் பிரபாகரனின் நம்பர் ஒன் பொய்.

ராஜசிங்கம்தான் இங்கே பொய் சொல்கிறார் என்றும், தங்கள் நாயகன் பொய் பேசுவதில்லை என்றும் தமிழ் தேசியவாதிகள் வாதிடுவார்கள். புகழ்பெற்ற பத்திரிகையாளரான ராஜசிங்கம், எந்தக் காரணமும் இல்லாமல் பிரபாகரன் மீது சேற்றை வாரிஎன் இறைக்க வேண்டும்? பிரபாகரனின் பொய் எண் 2 ராஜீவ் காந்தி படுகொலை பற்றியது. ராஜிவ் படுகொலை ஒரு கூலிப்படை வேலை என்பதை நிரூபிப்பதே இப்புத்தகத்தின் நோக்கமாகும். அங்கு பிரபாகரன் பணம் வாங்கிக்கொண்டு ராஜீவை படுகொலை செய்தார்.

பொய் எண் 3 அவரது சொந்த முடிவையும் புலிகளின் முடிவையும் பற்றியது. ஒன்றரை இலட்சம்மக்கள் கொல்லப்படுவதற்கும்,

---

84 https://www.newindianexpress.com/world/2010/oct/14/prabhakaran-did-not-kill-jaffna-mayor-scribe-195074.html

விடுதலைப் புலிகள் அழிக்கப்படுவதற்கும் பொறுப்பான இறுதி யுத்தத்தின் சிற்பியாக மஹிந்த ராஜபக்ஷ பார்க்கப்படுவதன் காரணமாக அவருக்கு எதிராக நிறைய போராட்டங்கள் நடந்துள்ளன. ஆனால் பிரபாகரனுக்கு அதிகப் பொறுப்பு இருந்தாலும், இதற்கு யாரும் அவரைக் குற்றம் சாட்ட மாட்டார்கள். உண்மை என்னவெனில், புலிகளின் நிர்வாகத் தலைநகராக விளங்கிய கிளிநொச்சி, ஜனவரி 2, 2009 அன்று இலங்கை இராணுவத்திடம் வீழ்ந்த நாள், அது புலிகளின் முடிவின் ஆரம்பம் என்பது அன்றே தெரிந்தது. சுமார் 15,000 விடுதலைப் புலி போராளிகள் மட்டுமே எஞ்சியிருந்தனர். ஆயினும் பிரபாகரன் 300,000 தமிழ் சிவிலியன்களை அவர்களுடன் துப்பாக்கி முனையில் அழைத்துச் சென்று தப்பிச் செல்ல முடிவு செய்தார்.

அதைச் செய்வதற்கான அதிகாரத்தை அவருக்குக் கொடுத்தது யார்? விடுதலைப் புலிகளின் போராளிகள் இவ்வளவு பேரை அழைத்துச் செல்வதற்கான ஒரே காரணம், அவர்கள் பொதுமக்களை ஒரு மனிதக் கேடயமாகப் பயன்படுத்தி பொதுமக்கள் மத்தியில் ஒளிந்து கொள்ள விரும்பியதுதான். இது ஒரு வெட்கங்கெட்ட செயல். நிச்சயமாகவே சில பொதுமக்கள் விடுதலைப் புலிகளின் தீவிர ஆதரவாளர்களாக இருந்திருப்பார்கள். அவர் விடுதலைப் புலிகளுடன் விருப்பத்துடன் சென்றிருப்பார். ஆனால் 300,000 சிவிலியன்கள் தமது சொத்து, வீடுகள், உடமைகள் போன்றவற்றை விட்டுவிட்டு ஒரு தொலைந்த காரணத்திற்காக விடுதலைப் புலிகளுடன் சென்றிருக்கக் கூடிய வாய்ப்பு உலகில் இல்லை.

மேற்கண்ட கூற்றை ஓரிரு உள்ளிருப்பவர்களால் உறுதிப்படுத்த முடியும். உள்ளிருப்பவர்களால், எழுத்தாளர் என்பது பின்னர் புத்தகங்களை எழுதிய விடுதலைப் புலி போராளிகளைக் குறிக்கிறது. 1992-93 ஆம் ஆண்டில் மக்கள் பல கேள்விகளுக்கு கோபத்துடன் பதில்களைக் கேட்பார்கள் என்று முன்னாள் விடுதலை புலியான தமிழினி தனது புத்தகத்தில் விவரிக்கிறார் - முஸ்லிம்கள் ஏன் வடக்கிலிருந்து வெளியேற்றப்பட்டார்கள்? ஏனைய குழுக்களில் இருந்து தமிழத் தலைவர்கள் ஏன் கொல்லப்பட்டனர்? பதில்கள் தெரியாததால் அவர்களால் கேள்விகளுக்கான பதில்களைக் கொடுக்க முடியவில்லை.[85]

---

85 தமிழினி – பக்கம் 68

நிரோமி டி சோசா, தனது சக விடுதலைப் புலி போராளிகளுடன் நீண்ட காலமாக யாழ்ப்பாணத்தில் உள்ள நீர்வேலி கிராமம் என்ற இடத்தில் IPKF உடன் சண்டையிட்டுக் கொண்டிருந்தபோது, தனது அனுபவங்களை விவரிக்கிறார், இலங்கை இராணுவத்துடன் புலிகள் சண்டையிடுவதை தங்களால் புரிந்து கொள்ள முடியும், ஆனால் புலிகள் ஏன் இந்திய இராணுவத்துடன் போரிடுகிறார்கள் என்று பொது மக்கள் அவரிடம் கேள்வி எழுப்பினார்கள்? இந்தியர்களிடமிருந்து தமிழர்களுக்கான சுதந்திரத்தைப் பெறுவதற்காகப் போராடுகிறோம் என்றும், இந்தியர்கள் மக்கள் நினைப்பது போல் நல்லவர்கள் அல்ல என்றும் நிரோமியின் சக போராளி முரளி பதிலளிக்கையில், மற்றொருவர் இந்த வன்முறையினால் அவர்கள் நிம்மதி இழந்ததாகவும், அவர்கள் தங்கள் சொந்த மண்ணில் (புலிகளால்) அகதிகளாக்கப்பட்டிருப்பதாகவும், அவர்கள் சமாதானமாக வாழ விரும்புவதாகவும் முரட்டுத்தனமாகக் கூறுகிறார்.[86] இவ்வாறு கேள்விக் கணைகள் அவர்கள் மீது மக்களால் தொடுக்கப்பட்டன.

இந்தியா, இலங்கை மற்றும் வெளிநாடுகளில் உள்ள தமிழர்கள், மகிந்த ராஜபக்ஷவின் இரத்தத்திற்காக மிகவும் விரும்பித் துடிக்கும் தமிழர்கள், பிரபாகரனின் உதவியால்தான் ராஜபக்ச தேர்தலில் வெற்றி பெற முடிந்தது என்பதை நினைவில் கொள்வது நல்லது. நெருக்கமாக போட்டியிட்ட 2005 தேர்தல்களில், ரணில் விக்கிரமசிங்க மஹிந்த இராஜபக்ஷவிற்கு எதிராக போட்டியிட்டபோது, விடுதலைப் புலிகளும் தமிழ் தேசியக் கூட்டமைப்பும் இணைந்து வடக்கு மற்றும் கிழக்குப் பிரதேசங்களில் தேர்தலை புறக்கணிப்பு செய்வதற்கு அழைப்பு விடுத்தன. அவர்கள் தங்கள் வழக்கமான மிரட்டல்கள் மற்றும் அச்சுறுத்தல்களைப் பயன்படுத்தி திரைக்குப் பின்னால் தடையை அமல்படுத்தினர்.

விடுதலைப் புலிகளின் அச்சுறுத்தல் தந்திரோபாயங்கள் கிளர்ச்சிக்காரர்களில் வாழும் 200,000 தமிழர்களில் பெரும்பாலானோரைவாக்களிப்பதில்இருந்துவிலக்கிவைத்ததுடன், அரசாங்க பிரதேசத்தில் வாழும் 2 மில்லியன் தமிழர்களில் பலர் வாக்களிக்கவில்லை. இதன் விளைவாக, இராஜபக்ஷ ரணிலின் 48.43 சதவீதத்திற்கு 50.29 சதவீத வாக்குகளை பெற்று தேர்தலில் வெற்றி

---

86 நிரோமி டி சோசா – பக்கம் 167

பெற்றார்- இது 180,786 வாக்குகள் என்ற சிறிய வித்தியாசத்தில் இருந்தது.[87]

அது பிரபாகரனின் மூலோபாயத் தவறு என்று நினைத்தால், வாசகர் மீண்டும் சிந்திப்பது நல்லது.

விடுதலைப் புலிகளின் அரசியல் பிரிவின் தலைவராக இருந்த தமிழ்ச்செல்வன் 2005 ஆம் ஆண்டில் ஒரு அரசியல் விவகாரக் கூட்டத்தில் கலந்து கொண்டு ராஜபக்ஷவுக்கு வாக்களிக்குமாறு பிரபாகரன் கேட்டுக் கொண்டதாக முன்னாள் விடுதலைப் புலிகளின் போராளியான தமிழினி தனது நூலில் எழுதியுள்ளார். ராஜபக்ஸே ஆட்சிக்கு வந்தால், அமைதிப் பேச்சுவார்த்தை எதுவும் நடக்காது. இது இலங்கை அரசாங்கத்திற்கும் (ஜி.எஸ்.எல்) விடுதலைப் புலிகளுக்கும் இடையிலான நேரடி யுத்தமாக இருக்கும். பிரபாகரனின் கூற்றுப்படி விடுதலைப் புலிகள் இறுதிவரை ஒரு போராட்டத்தில் துருப்புகளை எழுப்ப முடியும்.[88] பிரபாகரன் ராஜபக்சேவிடம் இருந்து பணம் பெற்று தேர்தலில் வெற்றி பெற உதவினார் என்ற இதுவரை ஆதாரம் இல்லாத குற்றச்சாட்டுகளும் உள்ளன. உண்மை எதுவாக இருந்தாலும், சந்தேகத்திற்கு இடமின்றி பிரபாகரன் 2005 தேர்தலில் ராஜபக்சே வெற்றி பெற உதவினார். அது உறுதி.

ஆனால், ஆட்சிக்கு வந்த பின்னரும், ராஜபக்சே உடனடியாக போரை ஆரம்பிக்கவில்லை. விடுதலைப் புலிகள்தான் இரண்டு பொறுப்பற்ற செயல்களால் இலங்கை ஜனாதிபதியைத் தூண்டிவிட்டனர். ஒன்று, ஏப்ரல் 25, 2006 அன்று, ஒரு புலி தற்கொலைக் குண்டுதாரி இராணுவத் தளபதி சரத் பொன்சேகாவை கடுமையாகக் காயப்படுத்தினார். 2006 ஜூலை 21 அன்று திருகோணமலையில் உள்ள மாவில் ஆறு அணையின் அணை விடுதலைப் புலிகளால் மூடப்பட்டன. இது 15,000 க்கும் மேற்பட்ட சிங்கள விவசாயிகளின் நெல் வயல்களுக்குநீர்ப்பாசனத்தை துண்டித்தது. இவ்வாறாக யுத்தம் வெடித்தது. இதனால் போர் வெடித்தது, இலங்கை இராணுவம் மாவில்ஆறு பகுதி முழுவதையும் ஆகஸ்ட் 15, 2006 அன்று கைப்பற்றியது. புலிகளின் கட்டுப்பாட்டுப் பகுதிகளுக்கும்

---

87 https://www.nytimes.com/2005/11/18/world/asia/sri-lankan-prime-minister-wins-presidential-election.html

88 தமிழினி – பக்கம் 190

சண்டை பரவியது, இறுதியில் 2009 மே மாதம் முல்லைத்தீவில் உச்சக்கட்டத்தை எட்டியது. எனவே, பிரபாகரனை விட்டுவிட்டு ராஜபக்சேவை முழுமையாகக் குற்றம் சாட்டுவது எளிதானது அல்ல. ஆனால் தமிழ் தேசியவாதிகள் இதை எப்படியோ வெற்றிகரமாகச் செய்து முடித்திருக்கிறார்கள்.

கடைசியாக, ஆனால் மிகவும் முக்கியமாக பிரபாகரனும் அவரது சில உதவியாளர்களும் 2 லட்சம் - 3 லட்சம் மக்களை விட்டுவிட்டு தாங்கள்மட்டும் தப்பிக்க முயன்றனர் என்ற உண்மையைப் பற்றியும் தமிழினி எழுதுகிறார். அவரது சொந்த வார்த்தைகளில் [89]

"அது மே 15 (2009) பிற்பகல். நான் காலத்துக்குக் காலம் முயற்சித்த போதிலும், தலைமைப் பொறுப்பில் உள்ள எவருடனும் என்னால் தொடர்பு கொள்ள முடியவில்லை. நானும் சில தொண்டர்களும் முள்ளிவாய்க்காலில் பனைமரத் தோப்பின் அடர்த்தியான பகுதியில் முகாமை அமைத்திருந்தோம். தோட்டாக்கள் எங்களுக்கு மிக அருகில் பறந்து கொண்டிருந்தன. அந்த நேரத்தில், கடல் புலிகளின் மகளிர் முன்னணியின் கேப்டன் எங்கள் நிலையங்களுக்கு வந்தார்.

நாங்கள் ஆரம்பத்திலிருந்தே நல்ல நண்பர்களாக இருந்தோம், ஏனென்றால் நாங்கள் அதே நேரத்தில் இயக்கத்தில் சேர்ந்தோம். அவர் சில ரகசிய தகவல்களை என்னுடன் பகிர்ந்து கொண்டார்.

இயக்கத்தின் தலைவரும் (பிரபாகரனும்) ஒரு சில தொண்டர்களும் இரகசியமாக தப்பிக்க ஒரு திட்டம் இருப்பதாகத் தெரிகிறது. இலங்கைக் கடற்படையின் போர்க்கப்பல்கள் முல்லைத்தீவு கடற்பரப்பை இறுக்கமாகத் தடுத்து நிறுத்தியதோடு, அவர்களால் கடலின் ஊடாக தப்பிச் செல்ல முடியவில்லை. அவர்கள் சிறிய படகுகளில் நந்திக்கடல் ஏரியைக் கடக்கவும், கெப்பப்பிலவு பகுதியில் நிலைகொண்டுள்ள இராணுவத்துடன் போரிடவும், ஒரு பாதையை உருவாக்கவும், கெப்பப்பிலவு காட்டுப் பகுதி வழியாக ஊர்ந்து சென்று காட்டின் வழியாக முன்னேறவும் தீர்மானித்ததாக நான் அறிந்தேன்." [90]

---

89 தமிழினி – பக் 149-150
90 தமிழினி – பக்கம் 149-150

அந்தத் தகவல் உண்மையா பொய்யா என்பது தனக்குத் தெரியாது என்றும் அவர் கூறுகிறார். இது உண்மையாக இருந்தால், அவருடைய எல்லா குற்றங்களுக்கும் இதுவே தலையாயிருக்கும். மேலும், பிரபாகரன் தனது கழுத்தில் 2 சயனைட் குப்பிகளை சுமந்து சென்றது குறித்தும் ராஜீவ் சர்மா குறிப்பிடுகிறார். 10 குப்பிகளை மாட்டிக்கொண்டு நடமாடுவதால்என்ன பயன்? பிரபாகரன் எப்படி இறந்தார் என்பது பற்றி ஒரு டஜன் கோட்பாடுகள் உலவுகின்றன. ஆனால் ஒன்று தெளிவாக உள்ளது - அவர் குப்பியை கடிக்கவில்லை, ஆனால் ஆயிரக்கணக்கான விடுதலைப்புலிகளை குப்பிகளை கடிக்க செய்தார்.

CIA பங்கு

கேள்வி – விடுதலைச் சிறுத்தைகள் தலைவர் திருமாவளவன் ஒரு பரந்த சதித்திட்டத்தைப் பற்றிப் பேசுகிறார், ராஜீவ் அவர்களே தனது கடைசிப் பேட்டியில் CIA தன்னைக் குறிவைப்பதாக சூசகமாகத் தெரிவித்தார்.[91]

ப – இந்தக் கருத்தைத் தொடர்ந்து சொல்லிக் கொண்டிருக்கும் அனைத்துத் தமிழ்த் தேசியவாதிகளுக்கும், அதை நம்பும் அனைவருக்கும் - ஒரு கேள்வி கேட்கப்பட வேண்டும் 'உலகில் எந்த அமைப்பு குப்பி கடிக்கும் பழக்கத்தைக் கொண்டுள்ளது?' CIA/MOSSAD-டுடன் விடுதலைப் புலிகள் ஒரு ஏற்பாட்டைக் கொண்டிருந்திருப்பார்கள் என்று கூறி சிலர் இக்கேள்விக்கு பதிலளிக்கப் போகின்றனர் என்றால், திருமாவளவன் அநேகமாக நீனா கோபாலலின் புத்தகத்தை படித்தபின் இவ்வாறு கூறுகிறார்.CIA-வால் தான் குறிவைக்கப்படுவதாக ராஜீவ் கூட சந்தேகப்பட்டதாக அவர் ஒரு உரையில் கூறுகிறார்.

சென்னை விமான நிலையத்திலிருந்து ராஜீவ் ஸ்ரீபெரும்புதூருக்கு சென்ற போது, அங்கு நீனா கோபால் மற்றும் பார்பரா கிராஸெட் ஆகியோர் அவருடன் சென்று அவரை பேட்டி கண்டபோது, போதுமான பாதுகாப்பு இல்லாததால் தனது உயிருக்கு அச்சுறுத்தல் இருப்பதாக நீங்கள் நினைக்கிறீர்களா என்று நீனா கோபால் கேட்டபோது, ஒவ்வொரு முறையும் தெற்காசிய நாட்டின்

---

91 *https://www.youtube.com/watch?v=gT3s99o0krQ* – தொல்.திருமாவளவன் பேச்சு – *8th* மிகச்சிறிய

தலைவர் ஒருவர் முக்கியத்துவம் பெறும்போது, அவர் படுகொலை செய்யப்படுகிறார் என்று ராஜீவ் பதிலளித்தார். இந்திரா காந்தி ஷேக் முஜிப், சுல்பிகர்-அலி-புட்டோ, ஜியா-உல்-ஹாக், பண்டாரநாயகா ஆகிய உதாரணங்களை மேற்கோள் காட்டினார். இக்கருத்து தெரிவித்த சில நிமிடங்களிலேயே, ராஜீவ் கொலை செய்யப்பட்டார்.[92]

CIA தன்னை குறி வைக்கிறது என்பதாக ராஜீவ் நம்பினார் என்பதை மட்டும் வைத்து அது உண்மை என்று சொல்லிவிட முடியாது என்ற இந்தக் கூற்றைக் கொண்டுள்ள திருமாவளவனுக்கும் மற்றவர்களுக்கும் சுட்டிக் காட்டப்பட வேண்டும். முதலாவதாக, விடுதலைப் புலிகளைப் பற்றிய அவரது உள்ளுணர்வுகள் சரியானதாக இருந்திருந்தால், அவர் சரியான தகவல்களுடன் தன்னைப் புதுப்பித்துக் கொண்டிருந்தால், அவர் தமிழ்நாட்டிற்கு வந்திருக்க மாட்டார். உண்மை என்னவென்றால், அவருக்கு நெருக்கமான ஒருவரால் அவர் ஏமாற்றப்பட்டார். அவர் அதற்கு அடிபணிந்து, *CIA* தான் அவரை குறிவைக்கிறது என்று தவறாக நம்பினார்.

நிச்சயமாக, *CIA* முற்றிலும் நிரபராதி என்று அர்த்தமல்ல. CIA. கடந்த காலத்தில் முரட்டுத் தனமாக உலகில் பல கொலைகள் மற்றும் படுகொலைகளுக்கு பொறுப்பாக இருந்து வந்திருக்கிறது - குறிப்பாக பனிப்போரின் உச்சக்கட்டத்தில் இருந்த கம்யூனிச நாடுகளில். ஆனால் ராஜீவ் படுகொலையைப் பொறுத்தவரையில், எழுத்தாளர் செய்த ஆராய்ச்சியில் இருந்து, *CIA* அல்லது மொசாட் மீது குற்றம் சாட்டுவதற்கு எந்த ஆதாரமும் இல்லை. இது தமிழ் தேசியவாதிகள் மற்றும் ஏனையோரால்தான் செய்யப்படுகின்றது. சதித்திட்டத்தில் விடுத்தலைப்புலிகளுக்கு இருந்த பங்கை திசைதிருப்புவதற்கே இது செய்யப்படுகிறது. அமெரிக்க/*CIA*/இஸ்ரேலிய/மொசாட் தலையீடு பற்றிய ஆதாரங்கள் இல்லாதது பின்னர் ஒரு கேள்வியில் பார்க்கப்படும்.

பெரு ஈழம்

கேள்வி – பெரும் ஈழத்தை உருவாக்குவது போன்ற வேறு ஏதேனும் திட்டங்கள் விடுதலைப் புலிகளிடம் இருந்ததா?

---

92 *நினா கோபால் பக் 11-12*

ப - அதை நிராகரிக்க முடியாது. எல்லாவற்றிற்கும் மேலாக, படுகொலைக்குப் பிறகு உடனடியாக, பொட்டு அம்மான் சிவராசனுக்கு தொடர்ச்சியான வயர்லெஸ் செய்திகளை அனுப்பினார். இந்தியாவில் ஏதேனும் வன்முறைகள் நடக்கிறதா என்று அவர் கேட்டார். சிவராசனின் பதில்எதிர்மறையாக இருந்தது. எந்தத் தமிழர்களாவது குறிவைக்கப்படுகிறார்களா என்று அவர் கேட்டார். மீண்டும் பதில் "இல்லை" என்று இருந்தது. பின்னர் அவர் குறைந்தபட்சம் இலங்கைத் தமிழர்கள் யாரேனும் குறிவைக்கப்படுகிறார்களா என்று கேட்டார். அதற்கும், அதே பதில்தான் இருந்தது. அதன் பிறகு, சிவராசனை சிறிது காலம் அமைதியாக இருக்கச் சொன்னார்.[93] இச்செய்திகளில் இருந்து, விடுதலைப் புலிகள் சில வன்முறைகள் இடம்பெறும் என எதிர்பார்த்து, அதனைத் தங்களுக்கு சாதகமாக உபயோகிக்க விரும்பினர் என்பது தெளிவாகிறது.

உண்மையில், இந்திராகாந்தி படுகொலைக்குப் பிறகு, சீக்கியர்கள் புதுதில்லியில் பரவலான முறையில் குறிவைக்கப்பட்டனர். மேலும், இலங்கையில் 1983ல் இலங்கைத் தமிழர்களுக்கு எதிரான இனப்படுகொலைக்குப் பின்னரே விடுதலைப் புலிகளும் ஏனைய போராளிக் குழுக்களும் இந்தியாவிடமிருந்து பாரியளவிலான உதவிகளையும் பயிற்சிகளையும் பெறத் தொடங்கின. எனவே, இந்தியாவில் தமிழர்களுக்கு எதிரான பாரியளவிலான வன்முறைகளை புலிகள் எதிர்பார்த்து, நிலைமையைப் பயன்படுத்திக் கொள்வதற்காகக் காத்திருந்திருந்தார்கள். ஆனால் துரதிர்ஷ்டவசமாக அவர்களைப் பொறுத்தவரை, நடந்த வன்முறை மிகவும் சிறிய அளவில் இருந்தது, எனவே அவர்களால் எதுவும் செய்ய இயலவில்லை.

இந்தியன் கோணம்

கே - *RAW* முதல் மத்திய உள்துறை அமைச்சராக இருந்த எஸ். பி.சவான் வரை, *CIA/MOSSAD* கோணத்தில் மக்கள் மற்றும் பல நிபுணர்கள் சுட்டிக்காட்டும் பொழுது ஆசிரியருக்கு மட்டும் இந்திய கோணத்தில் ஏன் அவ்வளவு அக்கறை?

---

93 காண்பு மோகன்ராஜுடன்

ப – ஏன் என்றால் அதுதான் உண்மை. 1991 மார்ச்சில் சிவராசன் முருகனிடம், பத்மாவுடன் தன்னுடன் டெல்ஹிக்கு வந்து அங்கே ஒரு வீடு வாடகைக்கு எடுத்துத் தாங்க என்று கேட்டார். முருகனின் வாக்குமூலத்தின்படி, சிவராசன் ஒரு கொலைக்குத் திட்டமிடுவதாக அவருக்குக் கிடைத்த முதல் குறிப்புகளில் அதுவும் ஒன்று.[94] ஆதிரை, கனகசபாபதி மற்றும் பலர் டெல்லியை நோக்கி நகர்ந்து கொண்டிருந்தனர் என்பதை வாசகர் கவனத்தில் கொள்ள வேண்டும். சிவரூபன் ஜெய்ப்பூரில் ஒரு பாதுகாப்பான வீட்டை அமைப்பதற்காகச் சென்றிருக்கலாம். சிவராசனின் செயல்பாடுகளே மிகவும் சுவாரசியமானவை. சிவராசன் 1990 ஜூன் 19 அன்று சின்ன சாந்தன், டேவிட் மற்றும் சிலரின் உதவியுடன் பத்மநாபா படுகொலையை செய்தார், இது தி.மு.க. விடுதலைப் புலிகளுக்கு ஆதரவளிக்கும் உச்சக்கட்டத்தில் இருந்தது. இருப்பினும் சிவராசன் விரக்தியுடனும், பெரும் பீதியுடனும் ஜூன் 21 அன்று பதறியடித்து இலங்கைக்கு சென்றார். டெல்லியிலிருந்து கருணாநிதி தான் சென்னைக்கு வரும் வரை எந்த நடவடிக்கையும் எடுக்கக் கூடாது என்று காவல்துறைக்கு குறிப்பாக அறிவுறுத்தியிருந்தாலும் (கொலையாளிகள் தப்பிக்க தன்னால் இயன்றதைச் செய்தார்).

ஆனால் 1991 ஆம் ஆண்டு மே மாதம் 21 ஆம் தேதி அதே சிவராசன் இந்தியாவின் முன்னாள் பிரதமரை படுகொலை செய்தார். ஆனாலும், மெட்ராஸிலிருந்து திருப்பதிக்கு அமைதியாகச் செல்கிறார். பின்னர் அவர் திருப்பதியில் இருந்து மெட்ராஸ் திரும்புகிறார். பின்னர் அவர் சென்னையிலிருந்து பெங்களூர் செல்கிறார். அவர் டெல்லியை நோக்கி நகர்வதற்கான அனைத்து அறிகுறிகளும் உள்ளன. சிவராசன் பொட்டு அம்மானுடன் தொடர்ந்து தொடர்பு கொண்டிருந்தார்.

1991 ஆம் ஆண்டு மார்ச் மாதம் நடந்த வயர்லெஸ் டிரான்ஸ்கிரிப்ட்களில் ஒன்றில் - படுகொலைக்கு சில மாதங்களுக்கு முன்பு, பொட்டு அம்மான் டெல்லியில் பணியை முடிக்க முடியுமா என்று கேட்டார். தில்லியாக இருந்தால் செலவழிக்கப்படும் பொருள், நேரம் மற்றும் ஆற்றல் ஆகியவை கணிசமாக இருக்கும் என்றும், அதே நேரத்தில் தமிழ்நாட்டில் பணியை முடிப்பது எளிதாக இருக்கும் என்றும் சிவராசன் கூறுகிறார். சிவராசன் என்ன

---

94 https://www.dailypioneer.com/2014/india/fabricated-versions-of-events-floated-as-truth.html

சொன்னாலும், தனு மற்றும் சுபாவுக்குப் பிறகு 3வது தற்கொலைப் படைத் தீவிரவாதியான ஆதிரையுடன் கனகசபாபதியும் அனுப்பப்படுகின்றார். அவர்கள் அங்கு சென்று தெற்கு டெல்லியில் உள்ள மோதி பாக் பகுதியில் ஒரு வீட்டை வாடகைக்கு எடுத்தனர். ஆதிரை காப்புப் பிரதி தற்கொலை குண்டுதாரி என்ற உண்மையை SIT ஒப்புக் கொண்டுள்ளது. ஒரு முக்கியமான கேள்வி எழுகிறது. ஆதிரை, கனகசபாபதி ஆகிய இருவருமே இலங்கைத் தமிழர்கள் இந்தியத் தமிழர்களுக்குக் கூட இந்தி சரியாக வருவது கிடையாது. தமிழ்நாட்டைச் சேர்ந்த பலருக்கு ஹிந்தி தெரியாது.

நிலவரம் இப்படி இருக்க இலங்கையில் வாழ்ந்த தமிழர்களாகிய ஆதிரைக்கும் கனகசபாபதிக்கும் ஹிந்தி தெரிந்திருக்க வாய்ப்பு மிக மிகக் குறைவு. கூடுதலாக, டெல்லியும் அவர்களுக்கு முற்றிலும் புதிய இடமாக இருந்தது. ஆனால் அவர்கள் முற்றிலும் புதிய சூழலுக்குச் செல்கிறார்கள், அங்கு அவர்களுக்கு மொழியைப் பற்றி எந்த அல்லது சிறிய அறிவும் இல்லைமற்றும் ஒரு முன்னாள் பிரதமரை படுகொலை செய்ய சில முக்கியமான தொடர்புகள் இல்லாமல் இதைச் செய்வது கூட சிந்திக்கத்தக்கதா? இது பற்றி ரமேஷ் தலால் எழுதியுள்ளார், ஆனால் சுருக்கமாக மட்டுமே. எனவே டெல்லியில் அவர்களுக்கு இருந்த தொடர்பு என்ன? யார்? இந்த தொடர்பு ஒரு காங்கிரஸ் முக்கியபுள்ளியாகத்தான்இருக்கவேண்டும். பிஜேபியிலோ அல்லது ஜனதா தளத்திலோ உள்ள ஒரு தொடர்பு ராஜீவ் காந்தியை அணுக அவர்களுக்கு உதவப் போவதில்லை. எனவே டெல்லியில் அந்த நபர் யார்? அந்த நபர்தான் திறவுகோல். இந்தப் பாதை, முதலில் ராஜீவை கொலை செய்வதற்கு சதித்திட்டம் தீட்டிய நபரை நோக்கி விசாரணைக் குழுவை நேரடியாக இட்டுச் சென்றிருக்கும்.

மணிசங்கர் ஐயரின் மனைவியால் நடத்தப்படும் டிராவல் ஏஜென்சியில் பணிபுரிந்து வந்த கல்யாணராமன் என்பவரை ஆதிரை தனது வாக்குமூலத்தில் குறிப்பிட்டுள்ளார்.95 அது முற்றிலும் நம்பமுடியாதது. டெல்லி அரசியல்வாதியின் மனைவியின் டிராவல் ஏஜென்சியில் பணிபுரியும் ஒருவருக்கு ராஜீவுக்கு தேவையான அணுகலைப் பெற போதுமான செல்வாக்கு இருந்திருக்க முடியாது. ஆதிரை, இந்த வழக்கில், சிவராசன் அவரிடம் சொன்னதையே

---

95 ரகோத்தமன் (ஆங்கிலம்) – பக் 54-55

திரும்பச் சொன்னார், சிவராசன் அதிரைக்கு கொடுத்ததை விட பெங்களூர் ரங்கநாத்திடம் நிறைய தகவல்களைக் கொடுத்துள்ளார். இது சந்திரஸ்வாமி பற்றிய கேள்வி உள்ளடக்கப்படும். ஒரு தெளிவான மற்றும் சக்திவாய்ந்த டெல்லி இணைப்பை சுட்டிக்காட்டும் மற்றொரு சம்பவம் இருந்தது. இது தலைமை நீதிபதி தாமஸ் புள்ளி எண் 242 இல் குறிப்பிடுகிறார். வி. சந்திரன் மற்றும் சுசீந்திரன் - TNRTயின் நம்பர் 1 மற்றும் நம்பர் 2 இலங்கையில் விடுதலைப் புலிகளால் விவரிக்கப்பட்டு பயிற்சி பெற்ற பின்னர், டிசம்பர் 1990 இல் இந்தியா திரும்பினர். ரவி சிவராசனுடன் தொடர்பு கொள்கிறார். அவரது தூண்டுதலின் படி, தேவி தியேட்டர், மெட்ராஸ் அருகே அவரைச் சந்திக்கிறார்.

ரவிச்சந்திரன் சிவராசனுடன் கொடுங்கையூரில் உள்ள ஜெயக்குமாரின் வீட்டிற்கு செல்கிறார். சிவராசனின் அறிவுறுத்தலின் பேரில், அவர் மெட்ராஸ் விமான நிலையத்திற்குச் சென்று பாதுகாப்பு ஏற்பாடுகள் எப்படி உள்ளன என்பதையும், ஒரு வி.ஐ.பி வரும்போது என்ன செய்ய முடியும் என்பதையும் சரிபார்க்கிறார். சரிபார்த்த பிறகு, ரவிச்சந்திரன் திரும்பி வந்து சிவராசனிடம் பழைய ஏர்ப்போர்டின் முதல் வாயிலை உள்ளே செல்ல பயன்படுத்தலாம் என்று தெரிவிக்கிறார். பின்னர் சிவராசனைப் பார்த்து அவர்கள் இந்தியாவுக்குத் திரும்பி வந்து 3 மாதங்கள் ஆகிவிட்டன, ஆனால் இலக்கு என்னவென்று அவர்களுக்குத் தெரியாது என்றும் அவர். கூறுகிறார்.

சிவராசன் நேரடியாக பதில் சொல்லாமல், "நாம் இலக்கைத் தேடிச் செல்ல வேண்டியதில்லை. ஆனால் இலக்கு நம்மைத் தேடி வரும்" என்று கூறுகிறார். முக்கியமான நிலைமை மிக விரைவில் வரும் என்றும் சிவராசன் ரவிச்சந்திரனிடம் உறுதியளித்தார். சிவராசாவின் இந்த வசனம்என்ன சொல்கிறது? அவர் இலக்கை அவர்களுக்கு வரச் செய்ய முடியும் என்று கூறுவதன் மூலம், ராஜீவ் காந்திக்கு நெருக்கமான சில உண்மையான சக்திவாய்ந்த தொடர்புகளை அவர் கொண்டுள்ளார் என்பதையும், அவற்றின் மூலம், ராஜீவ் காந்தியை அவர் விரும்பும் இடத்திற்கு வரச் செய்ய முடியும் என்பதையும் அவர் தெளிவாக அர்த்தப்படுத்துகிறார்.[96] 'எல்லாச் சாலைகளும் தில்லிக்கு இட்டுச் செல்கின்றன' என்ற அனுமானத்தை யூகிப்பது மிகவும் கடினமா?

---

96 https://www.casemine.com/judgement/in/5609ad65e4b014971141147f - புள்ளி 242

பா.ஜ.க.வின் மௌனம்

கேள்வி – இந்த விவகாரத்தில் காங்கிரஸ் மவுனமாக இருப்பதை ஒருவர் புரிந்து கொள்ள முடியும். ஆனால் பாஜக ஏன் அமைதியாக இருக்கிறது?

ப – பா.ஜ.க.வின் மௌனம் உண்மையில் குழப்பமளிக்கிறது. ஆனால் ஒருவர் கூர்ந்து கவனித்தால், அதற்கான காரணத்தை மிகவும் எளிதாக புரிந்து கொள்ள முடியும். ஒன்று, சுப்பிரமணியம் சுவாமிக்கு கொடுக்கப்பட்ட (இல்லாமை) பாத்திரம். சுப்பிரமணியம் சுவாமி மிகவும் சர்ச்சைக்குரிய நபராக இருக்கலாம். ஆனால் அவரது கசப்பான போட்டியாளர்கள் கூட அவர் புத்திசாலி மற்றும் இயல்பாக மந்திரியாக வேண்டியவர் என்ற உண்மையை ஒப்புக்கொள்வார்கள்.

அத்தகைய நபருக்கு நரேந்திர மோடியால் எந்த மந்திரி பதவியும் கொடுக்காமல் இருப்பதற்கு, சரியான காரணம் இருக்க வேண்டும். சரியான காரணம், படுகொலையில் அவருக்கு ஒரு பங்கு இருந்தது என்ற உண்மையாக இருக்கலாம். சுவாமி இந்த சதியில் ஈடுபடவில்லை என்றாலும், படுகொலை நடக்கப் போகிறது என்பதை அவர் அறிந்திருந்தார். அதைத் தடுக்க அவர் எதுவும் செய்யவில்லை. அப்போது அவர் அமைச்சராக இருந்தார். ராஜீவ் கொலை வழக்கை மீண்டும் திறக்க வேண்டிய கட்டாயத்தில் மோடி இருந்தால் இந்த உண்மை மோடிக்கு சிக்கலை ஏற்படுத்தும். எனவே சுவாமியை அமைச்சரவையில் சேர்க்காமல் இருப்பதே நல்லது என நினைத்திருக்கலாம்.

இரண்டாவது காரணம் தற்போதைய தேசிய பாதுகாப்பு ஆலோசகரான அஜித் தோவல். சுவாமியைப் பற்றிய வழக்கு நன்கு அறியப்பட்டதே. ஆனால் அஜித் தோவலைப் பற்றிய வழக்கு

அவ்வளவாக அறியப்படவில்லை. உதாரணமாக, படுகொலை நடந்தபோது தோவல் *IB*யில் இரண்டாவது இடத்தில் இருந்தார் என்பது பலருக்குத் தெரியாது.. மே 22 அதிகாலையில், அஜித் தோவல் எம்.கே.நாராயணன் மற்றும் சிலருடன் புதுதில்லியில் இருந்து விமானம் மூலம் வந்தார். எம்.கே. நாராயணன் *IB*யின் தலைவராக இருந்தார் மற்றும் இந்த வழக்கை மூடிமறைப்பதில் முக்கிய முன்னோடியாக இருந்தார். நம்பர் 2 ஆக, அஜித் தோவல் என்ன நடக்கிறது என்பதை முழுவதுமாக தெரிந்து வைத்திருப்பார் விசாரணைக்கு உட்படுத்தப்படுவார்.

நரேந்திர மோடியின் மௌனத்திற்கான மூன்றாவது காரணம், விசாரணை மீண்டும் தொடங்கினால், காங்கிரஸில் உள்ள சில பெரும்புள்ளிகள் பிடிபடுவர். அது நடந்தால், அது பாரதீய ஜனதாவிருக்கு பின்னடைவை ஏற்படுத்தும் வாய்ப்பு உள்ளது, மேலும் சில அனுதாபங்கள் தேர்தலில் காங்கிரசுக்குச் செல்லக்கூடும். எனவே போகும் வழி நல்லபடியானதாக, வசதியானதாக இருக்கும் போது ஏன் தேவையற்ற இடையூறுகளை விலைவிப்பானேன்? மோடி அமைதியாக இருப்பதற்கு இது ஒரு காரணமாகவும் இருக்கலாம்.

எதிர்தரப்பு சட்டத்தரணிகள்

கே - பாதுகாப்பு அணியைப் பற்றியும் ஒரு சில சலசலப்புகள் உள்ளனவா?

A - மிகவும் சரியாக. தடா நீதிமன்றத்தில் குற்றம் சாட்டப்பட்ட 25 பேர் சார்பாக 11 வழக்கறிஞர்கள் இருந்தனர். குற்றம் சாட்டப்பட்ட ஓரே நபர் முருகன் மட்டுமே ஒரு வழக்கறிஞரை வைத்திருக்க மறுத்து, அந்தப் பொறுப்பை தானே ஏற்றுக்கொண்டார். நளினியின் வழக்கறிஞர் துரைசாமி, 'ராஜீவ் காந்தி கொலை – மர்மங்களும் ரகசியங்களும்' என்ற புத்தகத்தை எழுதியுள்ளார். இந்நூல் 2014 ஆம் ஆண்டில் தமிழ் மொழிபெயர்ப்புடன் சேர்த்து வெளியிடப்பட்டது. தமிழகத்தில் DMK/DK கோணம் பற்றி எதுவும் இல்லை என்றாலும், டெல்லி சதி பற்றி மிகவும் சரியான கேள்விகள் கேட்கப்பட்டன, காரணம் துரைசாமியே தி.க வைச் சேர்ந்தவர். ராஜீவ் படுகொலை குறித்த மிக முக்கியமான புத்தகங்களில் ஒன்றாக இந்த புத்தகத்தை எழுத்தாளர் கருதுகிறார்.

இருப்பினும், அதே நேரத்தில், மற்றொரு கேள்வி எழுகிறது. உதாரணமாக - துரைசாமி மார்கரெட் ஆல்வாவைப் பற்றி சில முக்கியமான கேள்விகளை இப்புத்தகத்தில் எழுப்புகிறார். இவை மார்கரெட் பற்றிய கேள்வி பதில் அமர்வில் உள்ளடக்கப்பட்டுள்ளன. துரைசாமியும் மற்ற தரப்பு வழக்கறிஞர்களும் ஏன் இந்த கேள்விகளை நீதிமன்றத்தில் கேட்கவில்லை என்பதுதான் பெரிய கேள்வி. உண்மையில் ரகோத்தமன் சித்தன்னுடனான தனது பேட்டியில், குற்றம் சாட்டப்பட்ட ஒரே ஒரு வழக்கறிஞரான முருகன் 11 எதிர்தரப்பு வழக்கறிஞர்களை விட அதிக தேடும் கேள்விகளைக் கேட்டதாக சுட்டிக்காட்டுகிறார்.

துரைசாமி, புத்தகத்தில் அவர் எழுப்பிய கேள்விகளை நீதிமன்றத்தில் கேட்டிருந்தால், முழு வழக்கும் முற்றிலுமாக உடைந்திருக்கும். உண்மையில், ராம் ஜெத்மலானி போன்ற மூத்த வழக்கறிஞர்கள் பின்னர்தான் உச்ச நீதிமன்றத்திற்கு வந்தனர் என்று ரகோத்தமன் குற்றம் சாட்டுகிறார். அதேபோல், மூத்த வழக்கறிஞர் நடராஜன் தடா நீதிமன்றத்தில் ஆஜராகவில்லை.[97] இந்த வழக்கை உடைக்க மிகவும் சக்திவாய்ந்த மற்றும் மூத்த வழக்கறிஞர்கள் தேவைப்படவில்லை. வழக்கு பலவீனமாக இருந்தது. ஏனென்றால் இது ஒரு தொழில்முறை கொலை அல்ல. இது ஒரு அரசியல் கொலை மட்டுமே. தெளிவான விரல்கள் டெல்லியில் மிகவும் சக்திவாய்ந்த நபர்களைநோக்கி சுட்டிக்காட்டிக்கொண்டிருந்தன. ஒப்பீட்டளவில் அனுபவமற்ற டிபென்ஸ் வழக்கறிஞர்களால் கூட இந்த முழு வழக்கையும் உடைக்கப்பார்த்திருக்கலாம். இருப்பினும், சில விளக்க முடியாத காரணங்களுக்காக, அவர்கள் அதைச் செய்ய வேண்டாம் என்று முடிவு செய்தனர்.

அடுத்ததற்க்கரீதியானகேள்வி, அரசுத்தரப்புக்கும்எதிர்தரப்பிற்கும் இடையே ஏதேனும் உடன்பாடு இருந்ததா என்பது மட்டுமே இருக்க முடியும். குற்றத்தை செய்த சிலர் மாட்டிக்கொண்டிருக்கின்றனர். இவர்களை வைத்து வழக்கை முடிப்போம். மிகவும் சக்தி வாய்ந்த சிலர் சம்மந்தப்பட்டிருப்பதால் இதற்கு அப்பால் செல்ல வேண்டாம் என்று இருதரப்பு வக்கீல்களும் நினைத்தார்களா? ரகோத்தமன் தனது பேட்டியில் பிரபாகரன் மக்கள் (பிடிபட்டவர்கள்)

---

97 https://www.youtube.com/watch?v=Fm01Igl6H_M – ரகோத்தமானுடன் சித்தண்ணன் நேர்காணல் (ஆங்கிலம்) – பாகம் 6 குறிப்பு

பிடிபட்டிருக்கக் கூடாது என்று கூறியதாகக் சொல்கிறார். எந்த ஒரு பெரிய விடுதலைப் புலி நபரும் பிடிபடவில்லை. எனவே, இந்த வழக்கு தொடர்ந்து முடிக்கப்பட வேண்டும். என்று அவர் கருத்துத் தெரிவித்தார். அரசியல்ரீதியாக சக்திவாய்ந்த நபர்களை அவர்கள் குவிமையப்படுத்தக் கூடாது என்று அரசுத் தரப்புக்கும் எதிர்தரப்பு வழக்கறிஞர்களுக்கும் இடையே ஒருவித புரிதல் இருந்ததா என்பதுதான் பெரிய கேள்வி. இறுதி வார்த்தைகள் "ராஜீவ் கொலை வழக்கில் நீதி வழங்கப்படவில்லை.''

சந்திரசாமியின் பங்கு

கே - ராஜீவ் காந்தி கொலை வழக்கில் சந்திரசாமி முக்கிய சதிகாரர் என்று ஒரு கோட்பாடு கூறுகிறது. அது உண்மையா?

ப – இந்தக் கேள்விக்கு ஒன்று அல்லது இரண்டு வாக்கியங்களில் எளிய முறையில் பதிலளிக்க வேண்டும் என்றால், பதில் – இல்லை, இராஜீவைக் கொல்வதற்கான சதித்திட்டத்தில் அவர் ஈடுபட்டிருந்தாலும், சந்திராஸ்வாமி முக்கிய சதிகாரர் அல்ல. ஆனால் இந்த பதில் இன்னும் நிறைய கேள்விகளுக்கு மட்டுமே வழிவகுக்கும். இது குறித்த தெளிவைப் பெறுவதற்கான சிறந்த வழி, சந்திராசாமியின் பங்கை விரிவாகப் புரிந்து கொள்ள முயற்சிப்பதே ஆகும். 1991-ம் ஆண்டு ராஜீவ் மற்றும் 17 பேர் கொல்லப்பட்டனர். விசாரணை நீதிமன்றம் 1998 இல் தனது தீர்ப்பை வழங்கியது மற்றும் மேல்முறையீட்டு நீதிமன்றம் 1999 இல் தனது தீர்ப்பை வழங்கியது. இந்த முழு காலகட்டத்திலும் சந்திரசாமி விசாரிக்கப்படவோ அல்லது சந்தேக நபராக அழைக்கப்படவோ இல்லை.

ஆனால் 2004 டிசம்பரில், சந்திரசாமி வெளிநாடு செல்ல முயன்றபோது, மோசடி, பணமோசடி போன்ற வேறு சில வழக்குகளில் அவர் சம்பந்தப்பட்டிருந்ததால், அவர் நீதிமன்றத்தின் அனுமதியைப் பெற வேண்டியிருந்தது. அவரது உத்தேச பயணத்தை அறிந்த CBI, நீதிமன்றத்திற்கு விரைந்து சென்று, ராஜீவ் படுகொலைக்கு அவர் நிதியளித்தார் என்ற முடிவுக்கு வருவதற்கு போதுமான ஆதாரங்கள் இருப்பதால், சந்திரசாமியை வெளிநாடு செல்ல அனுமதிக்கக்கூடாது என்று கூறி அவரது பயணத்திற்கு ஆட்சேபனை தெரிவித்தது. கூடுதல் தலைமை மெட்ரோபாலிடன் மாஜிஸ்திரேட் ரவீந்தர் டுடேஜா இந்த வழக்கை விசாரித்தார்.

தலைமை விசாரணை அதிகாரி பி.என்.மிஸ்ராவின் வாதம் என்னவென்றால், சந்திரசாமியை வெளிநாட்டிற்கு செல்ல அனுமதித்தால், அவருக்கு எதிரான ஆதாரங்கள் வெளிநாட்டில் இருப்பதால், அவர் ஆதாரங்களை சேதப்படுத்துவார். சந்திரசாமிக்கு எதிராக CBI/MDMA சேகரித்ததற்கான ஆதாரங்கள் நீதிபதியின் கேமரா முன் ஆஜர்படுத்தப்பட்டன. நீதிபதி தனது அறையில் இருந்த ஏராளமான ஆதாரங்களை ஆராய்ந்து, அவை அனைத்தும் செல்லுபடியாகும் சான்றுகள் என்ற முடிவுக்கு வந்தார், எனவே சந்திரசாமியின் வேண்டுகோளுக்கு வெளிநாடு செல்ல அனுமதி மறுத்தார்.[98]

மீண்டும் 2008 ஆம் ஆண்டில், சந்திரசாமி வெளிநாடு செல்ல முயன்றார். இதைத் தடுக்க மீண்டும் CBI நீதிமன்றத்திற்கு விரைந்தது. எனினும் இந்த முறை விளைவு வித்தியாசமாக இருந்தது. மேல்முறையீட்டை விசாரித்த நீதிபதி சஞ்சய் எஸ்.என்.திங்ரா மற்றும் பின்னர் நீதிபதி எஸ்.கே.கவுல் ஆகியோர், விசாரணை ஒன்பது ஆண்டுகளாக நடந்து வருவதாகக் கூறினர். சி.பி.ஐ.யிடம் சரியான ஆதாரங்கள் இருந்தால், சம்பந்தப்பட்ட நீதிமன்றத்தில் கூடுதல் குற்றப்பத்திரிகை தாக்கல் செய்யப்பட்டிருக்க வேண்டும். ஒன்பது ஆண்டுகளாக நடந்து வரும் ஒரு வழக்கின் அடிப்படையில் ஒரு நபரின் தனிப்பட்ட சுதந்திரத்தைக் குறைக்க முடியாது. எனவே சந்திராசாமி வெளிநாடு செல்ல முடியும், ஆனால் 30 நாட்கள் மட்டுமே என்று தீர்ப்பு வழங்கினார்.[99,100] மேலே விவரிக்கப்பட்ட இந்த நிகழ்வுகளிலிருந்து நாம் இரு முடிவுகளை எடுக்கலாம்

a. ராஜீவ் கொலையில் சந்திரசாமிக்கு முக்கிய பங்கு உண்டு என்பது உறுதி. இந்தக் கருத்தை சி.பி.ஐ மட்டும் கொண்டிருக்கவில்லை. ஒரு நீதிபதி கூட ஒரு மூடிய அறையில் அனைத்து ஆதாரங்களையும் ஆராய்ந்து சி.பி.ஐ.யின் கண்டுபிடிப்புகளுடன் உடன்பட்டார்.

b. சந்திராசாமிக்கு எதிராக உறுதியான ஆதாரங்கள் இருந்தும் அவருக்கு எதிராக CBI வழக்கு பதிவு செய்யவில்லை.

---

98 https://www.rediff.com/news/2004/dec/13rajiv.htm

99 https://indiankanoon.org/doc/1404057/

100 https://indiankanoon.org/doc/1894969/?type=print

நரசிம்மராவ் காரணமாக சந்திரசாமிக்கு எதிராக நடவடிக்கை எடுக்கப்படவில்லை என்று சில வல்லுநர்கள் மீண்டும் கூறலாம். அது ஒரு காரணமாக இருக்கலாம். ஆனால் அது ஒரு சிறிய ஒன்றாக மட்டுமே இருந்திருக்க முடியும். சந்திரசாமி மீது நடவடிக்கை எடுக்காதது நரசிம்மராவ் காரணமாக மட்டுமே இருந்திருக்க முடியாது. ஏன்? நரசிம்மராவ் 1991 முதல் 1996 வரை இந்தியாவின் பிரதமராக இருந்தார். ஆனால் 2004 மற்றும் 2008 ஆம் ஆண்டுகளில், சந்திரசாமி வெளிநாட்டிற்குச் செல்லுமாறு வேண்டுகோள் விடுத்தார். ராஜீவ் கொலையில் சந்திரசாமிக்கு தொடர்பிருப்பதாக தங்களிடம் ஏராளமான ஆதாரங்கள் இருப்பதாகக் கூறி, இரண்டு சந்தர்ப்பங்களிலும் சந்திரசாமி வெளிநாடு செல்வதை சிபிஐ தடுக்க முயன்றது. காங்கிரஸ் அரசுதான் ஆட்சியில் இருந்தது. ஆனால் அந்த நேரத்தில் பிரதமராக இருந்தது நரசிம்மராவ் அல்ல. மன்மோகன் சிங்தான் பிரதமராக இருந்தார்.

2004 மே மாதம் மன்மோகன் சிங்க் பிரதமராக பதவி ஏற்ற பிறகு 2004 டிசம்பரில் சந்திரசாமியும் வெளிநாடு செல்ல முயன்றனர். அதன் சொந்தத் தலைவர் படுகொலை செய்யப்பட்டார், சந்திரசாமிக்கு எதிரான அனைத்து ஆதாரங்களும் சி.பி.ஐ.யிடம் இருந்தன. ஆனால் சந்திரசாமி மீது எந்த நடவடிக்கையும் எடுக்கப்படவில்லை. எனவே, இந்த வழக்கில் உண்மையான சதிகாரர்கள் யார் என்பதைக் கண்டுபிடிப்பதில் காங்கிரஸ் அக்கறை காட்டவில்லை என்ற முடிவுக்கு வருவது தர்க்கரீதியானது அல்லது அதைவிட மோசமானது, CBI/ MMDA கூடுதல் குற்றப்பத்திரிகையை தாக்கல் செய்வதைத் தடுக்கும் அளவிற்கு அவர்கள் சென்றனர்.

இப்போது யார் இந்த சந்திரஸ்வாமி? சந்திரசாமியின் இயற்பெயர் நேமிசந்த் ஜெயின். அவர் ராஜஸ்தானத்தில் ஒரு கந்துவட்டிக்காரருக்கு பிறந்தார். குடும்பம் பின்னர் ஹைதராபாத்துக்கு குடிபெயர்ந்தது. அவர் ஒன்பது குழந்தைகள் கொண்ட ஒரு குடும்பத்தில் ஐந்தாவது மகனாக இருந்தார். இழிபுகழ்பெற்ற அட்னான் கஷோகி, எலிசபெத் டெய்லர், மார்கரெட் தாட்சர், தாவூத் இப்ராஹிம் போன்ற உலகின் உயர்மட்ட பிரபலங்களுடன் அவருக்கு தொடர்பு இருந்தது.[101]

---

101 https://www.firstpost.com/india/chandraswami-the-life-and-times-of-self-styled-godman-who-became-controversys-favourite-child-3475296.html

உண்மையில் சந்திரசாமி 1991 ஆம் ஆண்டுக்கு முன்பே இந்த ஏமாற்று விளையாட்டில் ஈடுபட்டு, அதிகாரம் செலுத்தினார். ஒரு காலத்தில் சந்திரசாமிக்கு நெருக்கமான அரசியல் செயற்பாட்டாளரான ரமேஷ் தலால், முன்னாள் AICC பொதுச் செயலாளராக இருந்த எஸ். எஸ். மொஹாபத்ரா மூலம் அதை விவரிக்கிறார். தலால் ஜெயின் கமிஷன் முன் சாட்சியமளித்தார். அக்டோபர் 31, 1984 அன்று இந்திரா காந்தி படுகொலை செய்யப்பட்டதைத் தொடர்ந்து தனது சீடர்களில் ஒருவரை பிரதமராக்குவதில் சந்திரசாமி ஆர்வமாக இருந்தார். அவரது சீடர்களில் பிரணாப் முகர்ஜி, நரசிம்மராவ் ஆகியோரும் அடங்குவர். உண்மையில் பிரணாப் முகர்ஜி ஆரம்பத்தில் இடைக்காலப் பிரதமரைப் பெறுவதற்கான யோசனையை முன்வைத்தார், ஏனென்றால் இடைக்காலத் தேர்வாகத் தேர்ந்தெடுக்கப்படுவதற்கான நல்ல வாய்ப்பு தனக்கு இருக்கிறது என்பதை அவர் உணர்ந்தார். ஆனால் அவருடைய நோக்கம் நிறைவேறவில்லை. ராஜீவ் காந்தி பிரதமரானார். எனவே, இந்த வளர்ச்சியால் சந்திரஸ்வாமி ஏமாற்றம் அடைந்தார் என்ற முடிவுக்கு வருவது தர்க்கரீதியானது.

உண்மையில் இந்திரா படுகொலை செய்யப்பட்ட சில நாட்களின் பின்னர், சோதிடர்கள் மற்றும் அரசியல்வாதிகளின் ஒரு கூட்டம் கூட்டப்பட்டது. சந்திரசேகர் (முன்னாள் பிரதமர்), ஓ.பி.சௌதாலா, ரோமேஷ் பண்டாரி (முன்னாள் வெளியுறவுச் செயலாளர்) மற்றும் எச்.என்.பகுகுணா ஆகியோர் கலந்து கொண்டனர். ராஜீவ் காந்தி எவ்வளவு காலம் உயிரோடு இருப்பார் என்பதை உறுதி செய்வதற்காக இந்த கூட்டம் நடத்தப்பட்டதாக எஸ்.எஸ்.மொஹாபத்ரா தனிப்பட்ட முறையில் ரமேஷ் தலாலிடம் தெரிவித்தார். ராஜீவின் ஆயுட்காலம் மிகக் குறுகியதாக இருக்கும் என்று ஜோதிடர்கள் கணித்திருந்தனர். 18, வில்லிங்டன் க்ரெஸென்ட் அவென்யூவில் (இது இப்போது அன்னை தெரசா க்ரெஸென்ட் மார்க்) மற்றொரு கூட்டம் நடைபெற்றது. அந்த நேரத்தில் அது பிரணாப் முகர்ஜியின் அதிகாரப்பூர்வ இல்லமாக இருந்தது. சந்திரஸ்வாமி, மொகபத்ரா, நரசிம்மராவ், குண்டுராவ் மற்றும் சிலர் கூட்டத்தில் கலந்து கொண்டனர். மன்மோகன் சிங் பிரதமராக பதவி ஏற்ற பிறகு மற்றும் அகில இந்திய காங்கிரஸ் கமிட்டியின் தலைவர் ஆகிய இரு பதவிகளில் இருந்தும் ராஜீவை நீக்குவதற்கான சாத்தியக்கூறுகளை ஆராய்வதே இந்த கூட்டத்தின்

முக்கிய குறிக்கோளாக இருந்தது. கூட்டத்தில் நடந்த விவாதங்களைத் தொடர்ந்து, குண்டு ராவ் மற்றும் மொகபத்ரா ஆகியோர் காங்கிரஸின் மூத்த தலைவராக இருந்த கமலபதி திரிபாதியின் கருத்தைக் கேட்கச் சென்றனர். நரசிம்மராவை பிரதமராகவும், பிரணாப் முகர்ஜியை அகில இந்திய காங்கிரஸ் கமிட்டியின் தலைவராகவும் ஆக்க வேண்டும் என்று அவர் அறிவுறுத்தினார். ராஜீவ் காந்தியை ஒழிப்பதில் சந்திரசுவாமிக்கு ஆரம்பத்திலிருந்தே தெளிவான நோக்கம் இருந்தது என்ற கருத்தை வாசகருக்குத் தெரியப்படுத்தவே மேற்கண்ட நிகழ்வுகள் விவரிக்கப்பட்டுள்ளன.[102]

வேகமாக முன்னோக்கி 1991. சந்திரசாமிக்கு நிறைய அரசியல்வாதிகளுக்கு நிதியளிக்கும் பழக்கம் இருந்தது. அவர் நிதியளித்த அரசியல்வாதிகளில் ஒருவர் ஜம்புவந்த் ராவ் தோடே ஆவார், அவர் சமாஜ்வாடி கட்சி டிக்கெட்டில் தேர்தலில் போட்டியிட்டார். அவரது வேண்டுகோளின் பேரில், அப்போது சந்திரசாமிக்கு நெருக்கமாக இருந்த ரமேஷ் தலால், தோட்டே சார்பாக நிதி திரட்டி அவரிடம் வழங்குவதற்காக சந்திரசாமியை சந்திக்க வந்தார். கடந்த 1991-ம் ஆண்டு நடைபெற்ற நாடாளுமன்றத் தேர்தலில், மகாராஷ்டிராவின் நாக்பூருக்கு அருகிலுள்ள இயோத்மால் தொகுதியில் தோட்டே போட்டியிட்டார்.

மே 21 ஆம் தேதிக்கு சில நாட்களுக்கு முன்பு தலால் சந்திரசாமியை சந்தித்தார். ரமேஷ் தலால் முழு ஆச்சரியம் படும்படியாக தேர்தல்கள் ஒத்திவைக்கப்படலாம் என்பதால் இப்போது நிதி தேவையில்லை என்று சந்திரசாமி பதிலளித்தார். ரமேஷ் தலால் அவரிடம், தேர்தல்கள் ஒத்திவைக்கப்படும் என்று எப்படி கூறுகிறீர்கள் என்று கேட்டார். சந்திரசாமி இந்தக் கேள்விக்கு நேரடியாகப் பதில் சொல்லாமல் சுற்றி வளைத்து பதில் அளித்துக் கொண்டிருந்தார். ஆனால் தலால் விடாப்பிடியாக இருந்தபோது, சந்திரசாமி பொறுமையை இழந்து, அவரை நோக்கித் திரும்பி கோபத்துடன் "பல காரணங்கள் இருக்கலாம். ஒரு பெரிய தலைவர் கூட கொல்லப்படலாம்" என்று பதிலளித்தார். சந்திராசாமி அத்தகைய பதிலைக் கொடுக்க என்ன காரணம் என்று நினைத்து தலால் அந்த இடத்தை விட்டு வெளியேறினார். ஆனால் அந்த நேரத்தில் அவர் அதைப் பற்றி

அதிகம் சிந்திக்கவில்லை, ஏனென்றால் ராஜீவ் நன்றாகவும் ஆரோக்கியமாகவும் இருந்தார், மேலும் அவரது உடல்நிலை சிறப்பாகவே இருந்தது.

மே 21ம் தேதி மாலை ரமேஷ் தலாலின் பிறந்த நாள். அவர் ராஜீந்தர் ஜெயினை இரவு உணவிற்கு அழைத்திருந்தார். ராஜீந்தர் ஜெயின் ஒரு பத்திரிகையாளர் மற்றும் ஜோதிடர் ஆவார், அவர் சந்திரசாமியுடன் தொடர்புடையவர். தலால் ராஜீந்தர் ஜெயின் வருவார் என்று காத்திருந்தார். ஆனால் அவர் வரவில்லை. தலால் உடனிருந்த குடும்பத்தினர் மற்றும் நண்பர்களின் நெருங்கிய வட்டத்துடன் கொண்டாடினார், ராஜீந்தர் ஜெயின் வரவில்லை என்று அவர் ஆச்சரியப்பட்டாலும், அதைப் பற்றி அதிகம் சிந்திக்கவில்லை.

சுமார் 22.35 மணிக்கு ராஜீந்தர் ஜெயின் தொலைபேசியில் அழைத்தார். அவர் வராமல் இருத்ததற்கு மன்னிப்பு கேட்டார், மேலும் அவர் சந்திரசாமியின் ஒரு பணியில் மும்முரமாக இருந்ததால் அவரால் வர முடியவில்லை என்றும் குறிப்பிட்டார். ராஜீவ் காந்தி குண்டுவெடிப்பில் படுகொலை செய்யப்பட்டார் என்று கூறி ரமேஷ் தலாலை அவர் அதிர்ச்சிக்குள்ளாக்கினார். ரமேஷ் தலால் எஸ்.எஸ். மொஹாபத்ராவை அழைப்பதன் மூலம் இதை உறுதிப்படுத்த முயன்றார். ஆனால் அந்த நேரத்தில் எஸ்.எஸ்.மொஹாபத்ரா வெளிநாட்டில் இருந்ததால் அவரால் அவரைத் தொடர்பு கொள்ள முடியவில்லை. அந்த நேரத்தில் தூர்தர்ஷன் மட்டுமே செயல்பட்டு வந்ததாலும், தூர்தர்ஷனில் நிகழ்ச்சிகள் நள்ளிரவுக்கு முன்பே முடிவடைந்ததாலும், ராஜீந்தர் கூறியது உண்மையா என்பதை உறுதிப்படுத்த வழியின்றி, அவர் தூங்கச் சென்றார்.

அடுத்த நாள் காலை, ஸ்ரீபெரும்புதூரில் நடந்த கொடூரமான சம்பவத்தைப் பற்றிய செய்தி அவருக்குக் கிடைத்தது. உடனடியாக இரண்டும் இரண்டும் நான்கு என்று கணக்கிட்டு, ரமேஷ் தலால் சந்திராசாமியின் பங்கை சந்தேகிக்கத் தொடங்கினார். "ஒரு பெரிய தலைவர் கூட கொல்லப்படலாம்" என்று சந்திரஸ்வாமி சொன்னது அவர் நினைவுக்கு வந்தது. ராஜீந்தர் ஜெயினும் தனது பிறந்த நாள் விருந்தில் கலந்து கொள்ளாமல், சந்திராஸ்வாமியின் ஒரு வேலையில் பிஸியாக இருப்பதால் தன்னால் வர இயலாது என்று அவரை அழைத்துத் தெரிவித்தார். பின்னர் ராஜீவ் கொல்லப்பட்ட

குண்டுவெடிப்பு குறித்து அவர் அவரிடம் தெரிவித்திருந்தார். இந்த செய்தி நாட்டில் அல்லது உலகில் உள்ள பலருக்கும் கிடைத்திருக்காத ஒரு நேரத்தில் இது இருந்தது. எனவே அவர் தர்க்கரீதியான காரியத்தைச் செய்தார். ராஜீந்தர் ஜெயினை தொலைபேசியில் தொடர்பு கொண்டு ராஜீவ் காந்தி படுகொலை பற்றிய செய்தி அவருக்கு எப்படிக் கிடைத்தது என்றும், சந்திராஸ்வாமியின் பங்கு பற்றியும் கேட்டார்.

ராஜீந்தர் ஜெயின் இந்தக் கேள்விக்கு நேரடியான பதிலைத் தரவில்லை, மேலும் சந்திரசாமி ஒரு பெரிய தீர்க்கதரிசி என்றும், எதிகாலத்தை மிக சரியாக கணிக்கக்கூடியவர் என்றும் இதை நினைத்தால் அவருக்கு தெரிந்து இருக்க கூடும் என்றும் சொன்னார். இந்த காரணங்களால் ராஜீவ் மரணம் பற்றி அவர் முன்னரே அறிந்திருப்பார் என்று கூறினார். இதை தலால் ஏற்கவில்லை. ஆனால் ராஜீந்தர் ஜெயின் தான் உண்மையைப் பேசப்போவதில்லை என்பதில் உறுதியாக இருந்ததால் தலால் அதிகம் எதுவும் செய்ய முடியவில்லை. அவர் அதை விட்டுவிட்டு அழைப்பை முடித்தார்.

சில நாட்களுக்குப் பிறகு, ராஜீந்தர் ஜெயின் ரமேஷ் தலாலைத் தொடர்பு கொண்டு, ராஜீவைக் கொல்ல சதித்திட்டம் தீட்டப்பட்டது பற்றி தனக்கு நிறைய விவரங்கள் தெரியும் என்று கூறினார். அவர் அதைத் தொடர்ந்து சந்திரசாமி இந்த சதியில் ஈடுபட்டதாகக் கூறினார். ஆனால் அவர் தனது உயிரைப் பற்றிய பயத்தின் காரணமாக அதை வெளிப்படுத்த பயந்தார். ரமேஷ் தலால் அவரை தைரியமாக இருக்கவும், உண்மையைக் கொண்டு வரவும் ஊக்குவித்தார். அதைத் தொடர்ந்து ராஜீந்தர் ஜெயின் தான் இயக்கி வந்த 'ஜன்தர்' என்ற வாரப்பத்திரிகையில் அதைப் பற்றி எழுதப்போவதாக கூறினார்.

1991ஆம் ஆண்டு ஜூலை 12 ஆம் தேதி, 'ராஜீவ் காந்தி ஹத்தாயா சந்திரஸ்வாமி கி கிரப்தாரி நஹி?' என்ற தலைப்பில் ஒரு கட்டுரை பத்திரிகையில் வெளியிடப்பட்டது. (ராஜீவ் காந்தி கொலை சதியில் சந்திரசாமி ஏன் கைது செய்யப்படவில்லை?) இந்த கட்டுரை சந்திரசாமியை கடும் கோபத்திருகுள்ளாக்கியது என்பதைச் சொல்லத் தேவையில்லை, மேலும் அவர் ஒரு சில தொலைபேசி அழைப்புகளின் மூலம் ராஜீந்தர் ஜெயினுக்கு அச்சுறுத்தல்

விடுக்கத் தொடங்கினார்.[103] ராஜீந்தர் ஜெயின் புத்திசாலித்தனமாக அந்த அழைப்புகளை பதிவு செய்தார். மீண்டும் 26-ம்தேதி அவர் தனது செய்தித்தாளில் ஒரு கட்டுரை எழுதினார். இந்த முறை, அந்தக் கட்டுரை, சந்திரசாமியிடமிருந்து அவருக்குக் கிடைத்த அச்சுறுத்தல்களைப் பற்றியது. பதிவு செய்யப்பட்ட ஒலிநாடாவை காவல்துறை துணை ஆணையர் (டி.சி.பி) கன்வால்ஜீத் தியோலிடம் ஒப்படைத்தார், கன்வால்ஜீத் பின்னர் அந்த ஆதாரங்களை உடனடியாக அழித்தார். ரமேஷ் தலாலும் 1992 பிப்ரவரி 22 அன்று மத்திய அரசின் உள்துறைச் செயலாளருக்கு[104] இந்தப் படுகொலையில் சந்திரசாமியின் பங்கு குறித்து நோட்டீஸ் அனுப்பினார். ஆனால் அது விசாரணை நிறுவனங்களிடம் ஒப்படைக்கப்படவில்லை அல்லது அதன் மீது எந்த நடவடிக்கையும் எடுக்கப்படவில்லை. உண்மையில், தலால் வழங்கிய நோட்டீஸின் அசல் நகல் தன்னிடம் இருப்பதாக சந்திரஸ்வாமி பின்னர் அறிவித்தார்.

ராஜீந்தர் ஜெயின் தன்னை முழுமையாக அம்பலப்படுத்துவதைத் தடுக்க சந்திராசாமி என்ன செய்தார்? ஜூலை 29, 1991 அன்று, டெல்லி போலீஸ் கட்டுப்பாட்டு அறைக்கு ஒரு அநாமதேய அழைப்பு வந்தது. ஜகதீஷ் டைட்லரை அழிக்கும் திட்டத்துடன் ராஜிந்தர் ஜெயின் தனது வேனில் சக்திவாய்ந்த வெடிபொருட்களை எடுத்துச் செல்வதாக அந்த அழைப்பாளர் போலீசாரிடம் தெரிவித்தார். ஒரு போலீஸ் குழு உடனடியாக அனுப்பப்பட்டது. ராஜீந்தர் ஜெயினின் மாருதி வேன் பஞ்ச்குயன் சாலையில் உள்ள அவரது அலுவலகத்தின் முன் நிறுத்தப்பட்டிருந்தது. ராஜீந்தர் ஜெயின் தனது அலுவலகத்திலிருந்து வந்து அவரது வேனை நோக்கிச் சென்றபோது, அவர் வரும்வரை மறைந்திருந்து காத்திருந்த போலீசார் விரைந்து சென்று அவரைப் பிடித்தனர்.

வேனுக்குள் சென்று சோதனை செய்தனர். டெட்டனேட்டர், கம்பிகள் மற்றும் பேட்டரியுடன் கூடிய வெடிபொருள் ஒன்றை அவர்கள் கண்டுபிடித்தனர். அவரது வீட்டிற்கு செல்லும் பாதையின் ஓவிய வரைபடமும் இருந்தது. எனவே ராஜீந்தர் ஜெயினை கைது செய்தனர். ஆனால் அவரை அழைத்துச் சென்று காவல்நிலையத்தில் விசாரித்ததில் அவர் தீவிரவாதி இல்லை என்றும் இதைத்

103

104 தலால் – பக்கம் 43-59

திட்டமிட்டுச் செய்திருக்க முடியாது என்றும் உணர்ந்தனர். ஜூலை 30 ஆம் தேதி, ராஜிந்தர் ஜெயின், ஜனதாரில் எழுதிய கட்டுரையின் விளைவாக தன்னைக் குற்றம் சாட்ட சந்திரசாமியால் வெடிகுண்டு வைக்கப்பட்டதாகக் கூறி ஒரு அறிக்கையை வெளியிட்டார். இது பத்திரிகைகளில் வெளிவந்தது.

ராஜிந்தர் ஜெயினின் வேனில் வெடிபொருட்களை வைத்தவர் சந்திரசாமி. பப்லூ ஸ்ரீவஸ்தவா, வீரேந்திர பந்த் மற்றும் சஞ்சய் கன்னா ஆகியோரின் ஒப்புதல் வாக்குமூலங்களில் இருந்து இது இன்னும் தெளிவாகிறது. ராஜிந்தர் ஜெயினின் வேனில் வெடிபொருட்களை வைத்ததாக பப்லூ ஸ்ரீவத்சவா ஒப்புக்கொண்டது மட்டுமல்லாமல், ராஜீவ் கொலையில் சந்திரசாமியின் பங்கு பற்றி தனக்குத் தெரியும் என்று கூட அவர் ஒப்புக்கொண்டார். ஆனால் அவர் ஒருபோதும் *SIT*யால் விசாரிக்கப்படவில்லை.[105] அது எப்படி நடந்தது என்பதை சஞ்சய் கன்னா தெளிவாக விவரிக்கிறார். இந்த சம்பவத்திற்கு சில நாட்களுக்கு முன்பு, பப்லூ ஸ்ரீவஸ்தவா மற்றும் இந்த வழக்கில் குற்றம் சாட்டப்பட்ட மற்ற குற்றவாளிகளான வீரேந்திர பந்த், சத்னான் ஃபெளஜி மற்றும் மன்மோகன் சேகல் ஆகியோர் சந்தித்தனர். சந்திரஸ்வாமியின் அறிவுறுத்தலின்படி தான் என்ன செய்யத் திட்டமிட்டிருந்தோம் என்பதை பப்லூ அவர்களுக்குத் தெரியப்படுத்தி, அவர்களுடன் சேருமாறு கேட்டுக் கொண்டார்.

சந்திரசாமியின் மூத்த சகோதரர் பாபு சாச்சா அவர்களுக்கு ராஜிந்தர் ஜெயினின் அலுவலகம், அவரது வீடு மற்றும் அவரது மாருதி வேன் ஆகியவற்றைக் காட்டினார். சில நாட்கள், அவர்கள் ராஜிந்தர் ஜெயினின் தினசரி நடமாட்டங்களைக் கண்காணித்தனர். இதற்கிடையில் பப்லூ ஸ்ரீவஸ்தவா பஞ்சாபிலிருந்து குண்டை வாங்கினார். பப்லூ ஸ்ரீவத்சவா தனது திட்டத்தை சந்திரசாமியிடம் விளக்கி அவரது ஒப்புதலைப் பெற்றார். சந்திரவாமி மேலும் பப்லூவிடம், இந்தப் பணிக்காக அவர் விரும்பிய பணத்தை மாமு என்ற கியான் சந்த் காந்தியிடமிருந்து பெற முடியும் என்று கூறினார். அவர் மாமுவிடம் இருந்து ரூ.50,000 எடுத்து, ஃபெளஜிக்கு

---

105 *https://zeenews.india.com/news/nation/justice-jain-indicates-chandraswamis-role-in-rajiv-assassination-case_192379.html*

ரூ.30,000 செலுத்தினார், பின்னர் ராஜீந்தர் ஜெயினின் வேனில் வெடிபொருட்களை பதுக்கி பணியை முடித்தார்.[106]

ராஜீந்தர் ஜெயின் மீது தடா வழக்கைத் திணிப்பதன் மூலம் அவரை நீண்ட காலமாக சிறையில் அடைக்கத் திட்டமிட்டிருந்த சந்திரசாமி ராஜீந்தர் ஜெயினைக் கட்டமைக்கும் இந்த தோல்வியுற்ற முயற்சியைத் தொடர்ந்து, ராஜீந்தர் ஜெயின் நிதி மற்றும் தனிப்பட்ட முறையில் பல சிக்கல்களில் சிக்கினார். நஷ்டத்தில் ஓடிய தனது பத்திரிகையை அவர் மூட வேண்டியிருந்தது. அவரது திருமணம் முறிந்தது. அதைத் தொடர்ந்து, 1995 ஆம் ஆண்டு டிசம்பர் 28ஆம் தேதி ஆஜராகுமாறு ஜெயின் கமிஷனால் அவருக்கு சம்மன் அனுப்பப்பட்டது. அவர் திரும்பி வரத் தவறிவிட்டார். ஜனவரி 9, 1996 மற்றும் ஜனவரி 11, 1996ஆகிய தேதிகளில் அவருக்கு மேலும் இரண்டு வாய்ப்புகளும் வழங்கப்பட்டன. இந்த தேதிகளிலும் அவர் வரவில்லை. இதற்குப் பிறகு, நீதிபதி ஜெயின் ஆர்வத்தை இழந்து, அவரை மேலும் அழைக்க மறுத்துவிட்டார்.[107] இந்தக் கட்டத்தில், ஜெயின் கமிஷன் ஒரு அரை நீதித்துறை ஆணையம் மட்டுமே என்பதையும், எனவே அவர்மீது மேற்கொண்டு எந்த நடவடிக்கையும் எடுக்க முடியவில்லை என்பதையும் வாசகர்களுக்கு சுட்டிக்காட்ட வேண்டும். மேலும், SIT சதி பற்றிய தகவல்களைப் பெற ராஜீந்தரை தொடர்பு கொண்டிருக்கலாம். ஆனால் அவர்கள் செய்யவில்லை.

விஷயங்கள் மாறிவிட்டதாகத் தெரிகிறது, ராஜீந்தர் ஜெயின் மீண்டும் மனம் மாறி சந்திரசாமிக்கு எதிராக சாட்சியமளிக்க விரும்பினார். மீண்டும் ஜனவரி 9, 1998 அன்று அவர் ஜெயின் கமிஷனின் முன் சாட்சியமளிக்கவிருந்தபோது (நீதிபதி ஜெயின் மனம் தளர்ந்து அவருக்கு அனுமதியளித்தார், இது சுமார் இரண்டு ஆண்டுகளுக்குப் பிறகு) மற்றும் ராஜீவ் காந்தி படுகொலை குறித்து தனக்குத் தெரிந்ததைப் பற்றி பேசவிருந்தபோது, ஜனவரி 7ஆம் தேதி, வடக்கு டெல்லியின் பிதாம்புராவில் உள்ள அவரது இல்லத்தில் அவர் இறந்து கிடந்தார். ஒரு அநாமதேய அழைப்பாளர் மீண்டும்

---

106 https://www.indiatoday.in/magazine/crime/story/19960430-accused-sanjay-kh.அண்ணா-வெளிப்படுத்துகிறது-சந்திரஸ்வாமிகள்-பங்கு-குண்டு நடுதல்-இன்-பத்திரிகையாளர்-சமணர்கள்-கார்-833464-1996-04-30

107 தலால் - பக்கம் 76-79

காவல்துறையினரை அழைத்து, இந்த குறிப்பிட்ட வீட்டிலிருந்து புகை வெளியேறுவதைக் கண்டாகவும், இதன் காரணமாக குடியிருப்பாளர் இறந்திருக்கலாம் என்றும் அவர்களுக்குத் தெரிவித்தார். அந்த அதிகாரிசென்று, பரிசோதித்து, குளியலறைக்கு அருகில் ராஜீந்தர் ஜெயினின் உடலைக் கண்டுபிடித்தனர். அவர் போதையில் இருந்திருக்கலாம் என்று அவர்கள் கூறினர், ஏனெனில் ஒரு முடிக்கப்படாத கிளாஸ் மதுபானம் மற்றும் சில சமைத்த உணவு சடலத்திற்கு அருகில் கண்டுபிடிக்கப்பட்டது.

டி.சி.பி சத்யேந்திர கார்க் செய்தியாளர்களை சந்தித்து, ஆரம்ப விசாரணையில், ராஜீந்தர் ஜெயின் தற்செயலாக இறந்திருக்கலாம் என்று முடிவு செய்யப்பட்டதாக கூறினார். அறை ஹீட்டரில் ஏற்பட்ட ஷார்ட் சர்க்யூட் காரணமாக இந்த சிறிய தீ விபத்து ஏற்பட்டிருக்கலாம். ராஜீந்தர் ஜெயின் உடல் தீப்பிடித்திருக்கலாம், பீதியில் குளியலறையை நோக்கி ஓடியிருந்திருக்கலாம், ஆனால் கொலையில் ஒரு சூட்சுமம் இருப்பதாக தெரியவில்லை என்றும், அப்படி ஏதேனும் தடயங்கள் கண்டுபிடிக்கப்பட்டால் அவர்கள் நடவடிக்கை எடுக்க தயார் என்றும் கூறி போலீசார் முடித்தனர்.

ஜனவரி 13, 1998 அன்று, ராஜீந்தர் ஜெயினின் உடலில் பிரேத பரிசோதனை நடத்தப்பட்டதாகவும், அவரது தலையின் பின்புறத்தில் பிளாஸ்டிக் வாளி, துண்டுகள் இருந்ததால் கீழே விழுந்து அவருக்கு தலையில் காயங்கள் ஏற்பட்டதாகவும் 'த ஸ்டேட்ஸ்மேன்' எழுதியது. அவரது உடலில் 92 சதவீத தீக்காயங்கள் ஏற்பட்டன, மேலும் அறை ஹீட்டரில் ஷார்ட் சர்க்யூட் காரணமாக இதுபோன்ற ஆழமான காயங்கள் ஏற்பட்டிருக்கலாம் என்பது மிகவும் சாத்தியமற்றது. ராஜீந்தர் ஜெயின் முதலில் கழுத்தை நெரித்துக் கொல்லப்பட்டதாக மருத்துவர் தெளிவாக போலீசாரிடம் கூறினார். பிடி தளர்ந்தபோது, அவர் சுயநினைவின்றி கீழே விழுந்தார். இதற்குப் பிறகு, அவரது தலைக்கு மேல் ஒரு பிளாஸ்டிக் வாளி வைக்கப்பட்டு, அவரது உடல் தீக்கிரையாக்கப்பட்டது. இது ஒரு கொலை, விபத்து அல்ல என்பதற்கான தெளிவான அறிகுறிகள் இருந்தபோதிலும், போலிசாரால் எந்தவொரு உறுதியான நடவடிக்கையும் எடுக்கப்படவில்லை என்பதே இறுதி உந்துதல் புள்ளியாகும்.[108]

---

108 தலால் - பக்கம் 91-94

இவை அனைத்தும் ராஜீவ் கொலை வழக்கில் சந்திரசாமியின் தொடர்பை தெளிவாக சுட்டிக்காட்டுகின்றன. இப்படுகொலைக்குப் பின்னர் உடனடியாக CBIயின் தலைவர் ராஜா விஜய் கரண் விவரித்த முக்கிய பணிகளில் ஒன்று, செய்தித்தாள்களில் வரும் அனைத்து செய்தி அறிக்கைகளையும் ஒரு குழு கண்காணிக்க வேண்டும் என்பதாகும். ஆயினும் கூட சந்திராசாமியின் பெயர் செய்தித்தாளில் வெளிவந்திருந்தாலும் அவரைத் தொட CBI மறுத்துவிட்டது. சிவராசன் மற்றும் குழுவினருக்கு அடைக்கலம் கொடுத்த பெங்களூர் ரங்கநாத்தின் வழக்கும் உள்ளது. அவரை நாட்டை விட்டு வெளியேற உதவப் போகும் சந்திரசாமியுடன் தொடர்பில் இருந்ததாக சிவராசன் அவரிடம் வாக்குமூலம் அளித்துள்ளார். இதை SIT தலைவர் டிஆர் கார்த்திகேயனிடம் ரங்கநாத் தெரிவித்திருக்கிறார். ஆனால் கார்த்திகேயன் என்ன செய்தார்? மேலும் இந்த சக்தி வாய்ந்த நபர்களைப் பற்றி வேறு எதுவும் பேசக்கூடாது என்று ரங்கநாத்தை மிரட்டி உள்ளார். பின்னர் நிச்சயமாக சந்திரசாமிக்கு எதிராக ஆதாரங்கள் இருந்தன, இந்த ஆதாரம் ஒரு நீதிபதியால் மூடிய அறைகளில் ஆராயப்பட்டது, இது அனைத்தும் மதிப்புமிக்க சான்றுகள் என்று முடிவு செய்தார்.

1987ம் ஆண்டு செப்டம்பர் 23ம் தேதி அப்போதைய IB தலைவராக இருந்த எம்.கே.நாராயணனுக்கு ராஜீவ் காந்தியின் செயலாளர் சரளா கிரேவால் எழுதிய கடிதத்தில், சந்திரசாமி தொடர்ந்து எதிர்க்கட்சித் தலைவர்களை சந்தித்து வருவதாகவும், ராஜீவை (அரசியல் ரீதியாக) நீக்க தீவிரமாக சதி செய்வதாகவும் அரசுக்கு தகவல் கிடைத்தது. இருப்பினும், ராஜீவ் காந்தியின் இறுதிச் சடங்கிற்கு வந்த முக்கிய பிரமுகர்களின் பட்டியலில் சந்திரசாமியும், PLO வின் முன்னாள் தலைவர் யாசர் அரபாத்தின் அருகில் அமர்ந்திருந்தார். இது எப்படி நடந்தது, யார் ஒப்புதல் அளித்தது? இறுதியாக, நரசிம்மராவ் பிரதமராக இருந்தபோது, ராஜஸ்தானில் உள்ள ஒரு கிராமத்தில் சந்திரசாமியின் தாயார் இறந்துவிட்டார். ராஜீவ் காந்தி படுகொலை செய்யப்பட்டபோது அவரது பயணத்திட்டத்திற்கு பொறுப்பாக இருந்த மார்கரெட் ஆல்வா, ராஜஸ்தானில் உள்ள ஒரு தொலைதூர கிராமத்தில் நடந்த இரங்கல் கூட்டத்தில் கலந்து கொண்டார். இது என்ன விசித்திரம்???

நீதிபதி கே.டி.தாமஸ்

கே- நீதிபதி தாமஸும் சோனியா காந்திக்கு ஒரு கடிதம் எழுதியிருந்தார், பெருந்தன்மையைக் காட்டவும், ஏழு குற்றவாளிகளும் விடுவிக்கப்படுவதை உறுதி செய்ய நடவடிக்கை எடுக்கவும் வலியுறுத்தினார்.

ப – தடா வழக்கு ஜனவரி 28, 1998 அன்று குற்றம் சாட்டப்பட்ட 26 பேருக்கும் மரண தண்டனை விதித்து தீர்ப்பு வழங்கிய பின்னர், தண்டனை விதிக்கப்பட்டவரின் மேல்முறையீட்டின் பேரில், உச்ச நீதிமன்றத்தின் மூன்று பேர் கொண்ட குழுவால் இந்த வழக்கு விசாரிக்கப்பட்டது - நீதிபதி வாத்வா, நீதிபதி காத்ரி மற்றும் நீதிபதி தாமஸ். குற்றம் சாட்டப்பட்ட 26 பேரில் 7 பேருக்கு மட்டுமே தண்டனை வழங்கி, மற்ற 19 பேரையும் விடுதலை செய்து 1999-ல் அவர்கள் தீர்ப்பளித்தனர். தண்டனை விதிக்கப்பட்ட 7 பேரில் 4 பேருக்கு மரண தண்டனையும், 3 பேருக்கு ஆயுள் தண்டனையும் விதிக்கப்பட்டது. மேலும் முன்னேற்றங்கள் 3 மரண தண்டனைகளையும் ஆயுள் தண்டனையாக குறைக்க வழிவகுத்தன. தற்போது, 7(6) கைதிகளையும் விடுவிக்க விரும்பும் மாநில அரசுக்கும், அதை எதிர்க்கும் மத்திய அரசுக்கும் இடையே மோதல் நடந்து வருகிறது.

கேள்விக்கு வரும்போது, அது நான்கு புள்ளிகளைப் பயன்படுத்தி பதிலளிக்கப்படுகிறது. முதலாவதாக, நீதிபதி தாமஸ் மிகவும் சுவாரஸ்யமான ஒரு கருத்தைக் கூறுகிறார். அவர் பேரறிவாளன் வழக்கைக் குறிப்பிட்டு, 3 நீதிபதிகளுக்கும் இடையில் ஒரு தீவிர விவாதத்தைத் தூண்டிய படுகொலையின் மற்றொரு அம்சத்தை அது கொண்டு வந்ததாகக் கூறுகிறார். ஒரு குற்றம் சாட்டப்பட்டவர் கொடுத்த ஒப்புதல் வாக்குமூலத்தை மற்றொரு குற்றவாளிக்கு

எதிராகப் பயன்படுத்த முடியுமா என்பது கேள்வி. வழக்கமான சாட்சியங்கள் சட்டத்தின் கீழ், ஒப்புதல் வாக்குமூலத்தை உறுதிப்படுத்தும் சான்றாக மட்டுமே பயன்படுத்த முடியும் என்று நீதிபதி தாமஸ் வாதிட்டார். இருப்பினும், மற்ற 2 நீதிபதிகள் தடாவின் கீழ் வழக்கு இருந்ததால், அதை கணிசமான ஆதாரமாகப் பயன்படுத்தலாம் என்று வாதிட்டனர். உண்மையில், நீதிபதி தாமஸ் மற்ற 2 நீதிபதிகளையும் தனது வீட்டிற்கு அழைத்ததாகவும், பல சுற்றுகள் விவாதித்ததாகவும் மேலும் குறிப்பிடுகிறார். ஆனால் மற்ற 2 நீதிபதிகளின் பெரும்பான்மைக் கண்ணோட்டம் மேலோங்கியது. எனவே குற்றம் சாட்டப்பட்டவர்கள்

அளித்த ஒப்புதல் வாக்குமூலங்கள் கணிசமான சான்றாகப் பயன்படுத்தப்பட்டன. பின்னர் புகழ்பெற்ற சட்ட வல்லுநர்கள் நீதிபதி தாமஸை அழைத்து அவர் சொல்வது சரிதான் என்றும், இந்த வழக்கில் சட்டம் தவறான முறையில் பயன்படுத்தப்பட்டது என்றும் கூறினர். தடா வரையறைகளைப் பயன்படுத்தி அவர்களிடமிருந்து ஒப்புதல் வாக்குமூலங்கள் பெறப்பட்டதால், குற்றம் சாட்டப்பட்டவர்கள் அளித்த ஒப்புதல் வாக்குமூலங்களை தங்களுக்கு எதிராகப் பயன்படுத்த முடியாது என்று பல ஆண்டுகளாக வாதிட்டு வரும் தமிழ் தேசியவாதிகளுக்கு இது ஒரு புள்ளியாகும்.

பின்னர், தடா சட்டத்தின் கீழ் இந்த வழக்கை விசாரிக்க முடியாது என்று உச்ச நீதிமன்றம் தீர்ப்பளித்தது, ஆனால் குற்றம் சாட்டப்பட்டவர்கள் வழங்கிய ஒப்புதல் வாக்குமூலங்களை மேலே குறிப்பிட்டுள்ளபடி கணிசமான ஆதாரமாகப் பயன்படுத்தியது. விசித்திரமாக, தமிழ் தேசியவாதிகள் எவரும் எழுத்தாளருக்குத் தெரிந்தவரை நீதியரசர் தாமஸை மேற்கோள் காட்டவில்லை. அவர்களில் சிலர் பொதுவாக சோனியாவிற்கு நீதிபதி தாமஸ் எழுதிய கடிதத்தை மேற்கோள் காட்டியுள்ளனர். ஆனால் அவர்களில் எவரும் நீதிபதி தாமஸே இந்தக் கருத்தைக் குறிப்பிட்டுள்ளார் என்ற உண்மையை மேற்கோளிடவில்லை. ஏனெனில் இது அவர்களுடைய வாதத்திற்கு நம்பகத்தன்மையைக் கூட்டியிருக்கும்.

இரண்டாவதாக, SIT விசாரணையில் கடுமையான குறைபாடுகள் இருப்பது குறித்து தான் வருத்தமடைந்ததாகவும், மற்ற 2 நீதிபதிகளுடன் தனது கவலைகளைப் பகிர்ந்து கொண்டதாகவும்

நீதிபதி தாமஸ் சுட்டிக்காட்டுகிறார். எவ்வாறாயினும், அப்படி இருந்தாலும், இறுதி உத்தரவில் CBI-க்கு எதிராக எதுவும் எழுத வேண்டாம் என்று இரு நீதிபதிகளும் நீதிபதி தாமசுக்கு கோரிக்கை வைத்தனர். அதற்கு நீதிபதி தாமசும் சம்மதித்து பதில் கோரிக்கை வாய்த்தார் – அதாவது.... அவர்கள் SITயை பாராட்டவோ அல்லது அவர்களை விமர்சிக்கவோ கூடாது. மற்ற இரண்டு நீதிபதிகளும் ஒப்புக்கொண்டனர். இறுதி உத்தரவுகளின் வரைவுகளைத் தயாரித்த பிறகு, அவர்கள் வரைவுகளைப் பரிமாறிக்கொண்டனர் மற்றும் ஒருவருக்கொருவர் வரைவுகளைப் படித்தனர். எஸ்.ஐ.டி.க்கு எந்த பாராட்டுக்களும் வழங்கப்படவில்லை, விமர்சனங்களும் இல்லை. நீதிபதி தாமசுக்கு எல்லாம் நன்றாக இருப்பதாக தோன்றியது. நியாயத்தீர்ப்பு நாளன்று, நீதிபதி தாமஸ், தனது சீனியாரிட்டி காரணமாக, தனது தீர்ப்பை முதலில் வாசித்தார். இருப்பினும், நீதிபதி தாமஸ் தனது வரைவைப் படித்துவிட்ட பின்னர், நீதிபதி வாத்வா தனது வரைவில் டி.ஆர்.கார்த்திகேயனைப் புகழ்ந்து தள்ளி பேசியதைக் கண்டு திகைப்படைந்தார்.

நீதிபதி வாத்வா தனது சொந்த வார்த்தைகளில், "இந்த வழக்கை விசாரிக்க மத்திய புலனாய்வு பணியகத்தால் (சிபிஐ) அமைக்கப்பட்ட சிறப்பு புலனாய்வுக் குழுவுக்கு (SIT) எங்கள் பாராட்டுக்களையும் பதிவு செய்ய விரும்புகிறோம். டி.ஆர். கார்த்திகேயனின் தலைமையின் கீழ், SIT கடுமையான பணிகளைச் செய்தது மற்றும் குறுகிய காலத்திற்குள் குற்றவாளிகளக் கண்டுபிடிக்க முடிந்தது. விசாரணை நுணுக்கமானதாக இருந்தது, சதி மற்றும் சதிகாரர்கள் ஒவ்வொருவரின் பங்கையும் பற்றிய தெளிவான நோக்கத்தை வெளிக்கொணர தளர்வான முனைகள் கட்டப்பட்டிருந்தன. எஸ்.ஐ.டி.யின் உறுப்பினர்கள் தங்கள் பணியை அர்ப்பணிப்புடனும் உறுதியுடனும் செய்தனர். அவர்கள் தங்கள் பணியில் வெற்றி பெற்றனர், ஆனால் அவர்களின் ஒரே வருத்தம் சிவராசனை உயிருடன் பிடிக்க முடியவில்லை என்பதுதான்."[109]

மேற்கூறிய சம்பவத்தை மேற்கோள் காட்டி நீதிபதி தாமஸ் அளித்த பேட்டியைத் தொடர்ந்து, நீதிபதி தாமஸின் பேட்டிக்கு அவரது எதிர்வினையைப் பெற இந்தியன்

---

109 *https://www.yumpu.com/en/document/read/42840544/supreme-court-judgementjustice-d-p-wadhwa-rajiv-gandhi-*

எக்ஸ்பிரஸ் வாத்வாவுடன் தொடர்பு கொண்டது. நீதிபதி வாத்வா கருத்து தெரிவிக்க மறுத்துவிட்டார்.

மூன்றாவதாக, நீதிபதி தாமஸ், அவர்கள் தங்கள் தீர்ப்பை வழங்கிய பிறகு, வார இதழில் விடுவிக்கப்பட்டவர்களில் ஒருவரின் நேர்காணலை படித்ததாக கூறுகிறார். நீதிபதி தாமஸின் சொந்த வார்த்தைகளில் கூறுவதானால், "40 லட்சம் ரூபாயை சந்திரஸ்வாமியைத் தவிர வேறு யாரும் கொடுக்கவில்லை என்று அவர் புலனாய்வாளர்களிடம் கூறியபோது, தன்னை ஒரு அதிகாரி எச்சரித்ததாக அவர் கூறினார்.

சந்திரசாமியின் (மே 23, 2017 அன்று இறந்தார்) பங்கை விசாரிப்பதில் இந்திய குற்றவியல் நீதி அமைப்பு தோல்வியடைந்தது, இந்திய குற்றவியல் நீதி அமைப்பின் மன்னிக்க முடியாத குறைபாடு என்று நான் உறுதியாக உணர்கிறேன்." மேற்கண்ட பத்தியில் இருந்து, ரூ.40 லட்சம் விசாரிக்கப்படாதது குறித்து நீதிபதி தாமஸ் அதிருப்தி அடைந்தார் என்பது தெளிவாகிறது. இந்தியன் எக்ஸ்பிரஸ் நேர்காணலில் நீதிபதி தாமஸ் வெளியிட்ட மற்றொரு அறிக்கையைப் பார்த்து, "முக்கிய குற்றவாளிகள் அனைவரும் இலங்கையைச் சேர்ந்தவர்கள். ஒரு சில இலங்கை நாணயங்களை கைப்பற்றியதை என்னால் புரிந்து கொள்ள முடிகிறது என்று அப்போதைய சொலிசிட்டர் ஜெனரல் அல்தாம்ப் அஹமத்திடம் நான் கூறினேன், ஆனால் அந்த காலகட்டத்தில் ரூ.40 லட்சம் அவ்வளவு பெரிய தொகையாக இருந்தது. அதாவது கைது செய்யப்பட்டவர்களின் பின்னால் நிதி ரீதியாக சக்திவாய்ந்த சக்திகள் இருந்தன என்பதற்கு ஆதாரம். அந்தப் பணம் எங்கிருந்து வந்தது என அவர் ஆராய்ந்தாரா என்று நான் அவரிடம் கேட்டேன். விசாரணைத் தலைவர் டி.ஆர். கார்த்திகேயனுடன் சிறிது நேரம் உரையாடிய பின்னர், அவர் பதிலளிக்க நேரம் கேட்டார். அடுத்த நாள் சொலிசிட்டர் ஜெனரல், விசாரணையாளர்களால் பணம் எங்கிருந்து வந்தது என்கிற உண்மையை கண்டுபிடிக்க முடியவில்லை என்று நீதிமன்றத்தில் கூறினார்."

கொனனகுண்டே மறைவிடத்திலோ அல்லது வேறு இடத்திலோ ரூ.40 லட்சம் பறிமுதல் செய்யப்பட்டதாக SIT எந்த தகவலையும்

வெளியிடாததால் இந்த கேள்வி முக்கியமானதாகிறது. நீதிபதி தாமஸின் இந்த வெளிப்பாட்டைத் தொடர்ந்து,

அதே கேள்விகள் ரகோத்தமானிடமும் எழுப்பப்பட்டன. ரகோத்தமனின் பேட்டியிலிருந்து மீண்டும் மேற்கோள் காட்ட, "இல்லை" என்று இந்த வழக்கை விசாரிக்க CBI அமைத்த சிறப்பு புலனாய்வுக் குழுவின் (SIT) தலைமை புலனாய்வு அதிகாரி கே.ரகோத்தமன் கூறுகிறார். நீதிபதி தாமஸின் கோரிக்கையை திட்டவட்டமாக நிராகரித்த ரகோத்தமன், குற்றவாளிகளிடமிருந்து ரூ.40 லட்சம் பறிமுதல் செய்யப்படவில்லை என்றும், இதுபோன்ற குற்றச்சாட்டு விசாரணையின் ஒரு பகுதியாக ஒருபோதும் இருந்ததில்லை என்றும் வலியுறுத்துகிறார்.

ரகோத்தமன் TNMக்கு கூறுகிறார்.." நீதிபதி தாமஸ் தனது குற்றச்சாட்டை முக்கியமாக ரூ.40 லட்சம் பறிமுதல் செய்யப்பட்டதாகக் கூறப்படுவதைக் குறிப்பிட்டு, அது இல்லை என்பதைக் குறிப்பிட்டு, ரகோத்தமன் குற்றவாளிகளை கைது செய்தபோது பல்வேறு இடங்களில் இருந்து வசூலிக்கப்பட்ட தொகைகள் குறித்து விரிவான விளக்கத்தை அளிக்கிறார். கொலைக்கு சதித்திட்டம் தீட்டிய சிவராசன், பெங்களூருவில் உள்ள கோணனகுண்டே மறைவிடத்திலிருந்து CBIயால் கைப்பற்றப்பட்ட தனது நாட்குறிப்பில், இலங்கையில் இருந்து கொண்டு வரப்பட்ட தங்க பிஸ்கட்டுகளை விற்பதன் மூலம் படுகொலை செலவுகளுக்காக ரூ.17 லட்சம் திரட்டியதாக மட்டுமே குறிப்பிட்டிருந்தார். சிவராசன் நாட்குறிப்பில் சந்திரசாமி படுகொலைக்கு நிதியளித்ததாக ஒருபோதும் குறிப்பிடப்படவில்லை......... பறிமுதல் செய்யப்பட்ட பணம் குறித்து ரகோத்தமன் கூறுகையில், பெங்களூருவில் உள்ள கோணனகுண்டே இல்லத்தில் இருந்து மொத்தம் ரூ.20,070 மீட்கப்பட்டதாகவும், இதில் சுரேஷ் மாஸ்டரின் உடலில் இருந்து ரூ.5,270மற்றும் இறந்த மற்றொரு அம்மனிடமிருந்து ரூ.625 ஆகியவை அடங்கும். ரவிச்சந்திரனிடம் தலா பத்து டோலாக்கள் எடையுள்ள இரண்டு தங்க பிஸ்கட்டுகள் கண்டுபிடிக்கப்பட்டன, மேலும் அவையும் சிறப்பு புலனாய்வுக் குழுவால் பறிமுதல் செய்யப்பட்டு நீதிமன்றத்தில் ஆஜர்படுத்தப்பட்டன. SIT சோதனைகள் நடத்திய அல்லது கைது செய்யப்பட்ட மற்ற எல்லா இடங்களிலும், ரூ.5,000

அல்லது ரூ.10,000 போன்ற மிகக் குறைந்த தொகை மட்டுமே கண்டுபிடிக்கப்பட்டது, எனவே *SIT* இந்த தொகையை பறிமுதல் செய்யவில்லை. "மேலே குறிப்பிட்ட தொகையைத் தவிர வேறு எந்த பணமும் கைப்பற்றப்பட்டதாக வழக்கு இல்லை" ரகோத்தமன் கூறுகையில், "அப்படி இருக்கும்போது, நீதிபதி தாமஸ் தான் எங்கிருந்தோ வந்த 40 லட்சம் ரூபாய் பறிமுதல் செய்யப்பட்டது என்பதை குறிப்பிட வேண்டும்" என்று அவர் மேலும் கூறுகிறார். "சிறப்பு விசாரணைக் குழுவின் தலைவரான டி.ஆர்.கார்த்திகேயனும் ஜெயின் கமிஷனிடம் (ஒரு கேள்விக்குப் பதிலளித்து) கர்நாடகாவில் விடுதலைப் புலிகளுக்கு உதவிய குற்றம் சாட்டப்பட்டவர் ரங்கநாத், குற்றவாளிகளிடமிருந்து ரூ.40 லட்சம் கைப்பற்றப்பட்டது பற்றி தன்னிடம் ஒருபோதும் கூறவில்லை என்று கூறியிருந்தார். இது தற்காப்பு தரப்பில் ஒரு பிந்தைய சிந்தனையாக இருந்தது என்பது தெளிவாகிறது."[110]

இருப்பினும் ரகோத்தமன் அளித்த பேட்டியில் சில ஓட்டைகள் உள்ளன. அவர் கூறுவது போல், கோணனகுண்டேவில் ரூ.20,070 மட்டுமே பறிமுதல் செய்யப்பட்டது என்றால், நீதிபதி தாமஸ் ஏன் முதலில் அல்தாஃப் அகமதுவிடம் ரூ.40 லட்சத்தின் தோற்றம் விசாரிக்கப்பட்டதா என்று கேட்க வேண்டும். சில தவறான புரிதல்களின் காரணமாக நீதிபதி தாமஸ் இதுபோன்ற கேள்வியைக் கேட்டதாக வைத்துக் கொண்டால், அல்தாஃப் அகமது 40 லட்சம் பறிமுதல் செய்யப்படவில்லை என்றும், ரூ.20,070 மட்டுமே பறிமுதல் செய்யப்பட்டதாகவும் பதில் அளித்திருப்பார். அதற்குப் பதிலாக அவர் என்ன செய்கிறார் என்றால், அவர் போய் கார்த்திகேயனுடன் ஆலோசித்து, திரும்பி வந்து பதிலளிக்க நேரம் கேட்கிறார்.

அடுத்த நாள், அல்தாஃப் நீதிமன்றத்தில் பணம் எங்கிருந்து வந்தது என்று கண்டுபிடிக்க முடியவில்லை என்று பதிலளிக்கிறார். அது ரொக்கமாக கைப்பற்றப்பட்டது அல்லது நீதிபதி தாமஸ் கூறுவது போல் 40 லட்சம் ரூபாய் என்பது ஒரு தெளிவான குறிப்பு உள்ளது, "ஒரு சில இலங்கை நாணயங்களை பறிமுதல் செய்ததை என்னால் புரிந்து கொள்ள முடியும் என்று அப்போதைய சொலிசிட்டர் ஜெனரல் அல்தாஃப் அகமதுவிடம் கூறினேன், ஆனால் அந்த காலகட்டத்தில்

110 https://www.thenewsminute.com/article/rs-40-lakh-godman-and-his-aide-unanswered-questions-rajiv-gandhi-assassination-73053

ரூ.40 லட்சம் அவ்வளவு பெரிய தொகையாக இருந்தது". எனவே இந்த பெரும் தொகை எஸ்.ஐ.டி.யால் பறிமுதல் செய்யப்பட்டது என்ற முடிவுக்கு வருவது சரியானது, ஆனால் அவர்கள் வழக்கின் பெரிய சதியை மூடிமறைத்ததைப் போலவே அதை மூடிமறைத்துள்ளனர்.

நான்காவதாக, இறுதியாக, அக்டோபர் 18 தேதியிட்ட சோனியா காந்திக்கு எழுதிய கடிதத்தில், நீதிபதி கே.டி.தாமஸ், 2014 ஆம் ஆண்டில் தமிழக அரசு நிவாரணம் வழங்கும் முடிவை மத்திய அரசு எதிர்க்கிறது என்று சுட்டிக்காட்டினார். இந்த விவகாரம் உச்சநீதிமன்றத்தில் நிலுவையில் உள்ளது. "நீங்களும் ராகுல்ஜியும் (முடிந்தால் பிரியங்காஜியும் கூட) குடியரசுத் தலைவருக்குக் கடிதம் எழுதினால், ஏற்கனவே தங்கள் வாழ்நாள் காலத்தை சிறையில்கழித்த இந்த நபர்களுக்கு நிவாரணம் வழங்குவதற்கான உங்கள் விருப்பத்தைத் தெரிவித்தால் மத்திய அரசு ஒருவேளை ஒப்புக் கொள்ளும். நீங்கள் உதவக்கூடிய மனித பரிசீலனையின் ஒரு விஷயமாக இது எனக்குத் தோன்றுகிறது. இந்த நபர்களுக்கு எதிராக தீர்ப்பு வழங்கிய நீதிபதி என்ற முறையில், இந்த சூழ்நிலையில் நீங்கள் பெருந்தன்மையைக் காட்டுவதற்காக நான் இந்த கடிதத்தை உங்களுக்கு அனுப்ப வேண்டும் என்று நான் இப்போது உணர்கிறேன், "என்று அந்த கடிதத்தில் கூறப்பட்டுள்ளது.

மேலும், நீதிபதி தாமஸ் விடுவிக்கப்பட்டவர்களில் ஒருவரின் (ரங்கநாத்) ஒரு கட்டுரையைப் படித்ததாகவும், அதில் குற்றம் சாட்டப்பட்டவர்களுக்கு ரூ.40 லட்சம் வழங்கப்பட்டதாகவும், சாமியார் பற்றி எதுவும் பேச வேண்டாம் என்று SIT தலைவரால் எச்சரிக்கப்பட்டதாகவும் கூறினார். இந்த கட்டத்தில் தெளிவுபடுத்த வேண்டிய சில விஷயங்கள் உள்ளன. தர்க்கரீதியாக, ராஜீவ் காந்தி முதன்மை இலக்காக இருந்தபோதிலும், அவருடன் சேர்ந்து, 17 பேர் கொல்லப்பட்டனர். குண்டு வெடிப்பில் கொல்லப்பட்ட தாணு மற்றும் ஹரிபாபு ஆகிய இரு குற்றவாளிகளையும் விட்டுவிட்டு, 16 அப்பாவி மக்கள் கொல்லப்பட்டனர். எனவே குடும்ப உறுப்பினர்களின் கோரிக்கைகள் உண்மையில் பொதுமன்னிப்பு வழங்கப்பட வேண்டும் என்றால், நீதிபதி தாமஸ் அனைத்து 16 குடும்பங்களின் பிரதிநிதிகளுக்கும் ஒரு பொதுவான கடிதம் அல்லது தனிப்பட்ட கடிதங்களை எழுதியிருக்க வேண்டும். மற்ற

குடும்பங்களில் பெரும்பான்மையானவர்கள் குற்றவாளிகள் விடுதலை செய்யப்படுவதை எதிர்க்கிறார்கள் என்பதை அவர் அறிந்திருந்தால், ஒருவேளை அவர் அதைச் செய்வதைத் தவிர்த்திருக்கலாம். அல்லது வேறு சில காரணங்களால் இருக்கலாம். குற்றம் சாட்டப்பட்டவர்களில் ஒருவரின் கட்டுரையைப் படித்து நீதிபதி தாமஸ் விசாரணை சரியாக நடைபெறவில்லை என்ற உண்மையை நினைவுக்குக் கொணர்ந்த பிறகு திரும்பி வரும்போது, நீதிபதி தாமஸ் குறிப்பிடும் நேர்காணல் கீழே பகுதிகளாக மறுபதிப்பு செய்யப்படுகிறது

கேள்வி – சிவராசனும் சுபாவும் சந்திராசாமி மற்றும் அகில இந்திய காங்கிரஸ் கமிட்டி நிர்வாகி ஒருவருடன் தங்களுக்குள்ள தொடர்புகளைப் பற்றி உங்களிடம் சொன்னார்களா?

ப – அவர்கள் சந்திரசாமியுடனான தங்கள் தொடர்புகளைப் பற்றியும், ராஜீவ் காந்தியின் அமைச்சரவையில் உறுப்பினராக இருந்த கர்நாடகாவைச் சேர்ந்த காங்கிரஸ் தலைவர் ஒருவரைப் பற்றியும் பேசினார்கள். ராஜீவ் காந்தியின் தேர்தல் சுற்றுப்பயணத் திட்டத்தின் விவரங்களை இந்த தலைவர் மூலம் தான் பெற்றதாக அவர்கள் கூறுவார்கள். அவர்கள் அகில இந்திய காங்கிரஸ் கமிட்டி நிர்வாகியை தங்கள் நெருங்கிய கூட்டாளி எனக் கூறினார். சிவராசன் என்னுடன் தங்கியிருந்தபோது, சந்திரசாமி தனது ஞானப்பிதா என்று என்னிடம் தெரிவித்தார். (நவம்பர் 4ம் தேதி ஜெயின் கமிஷனுக்கு சமர்ப்பித்த பிரமாணப் பத்திரத்தில், ரங்கநாத் சிவராசன் மற்றும் சுபாவைப் பற்றி பேசுனார். உள்ளூர் காங்கிரஸ் தலைவரான அஸ்வத் நாராயணா அவர்களின் நண்பர்களில் ஒருவராகக் குறிப்பிட்டார். சிவராசன் மற்றும் சுபா இருவரும் நாராயணா டெல்லியில் உள்ள அகில இந்திய காங்கிரஸ் கமிட்டி நிர்வாகி மார்கரெட் ஆல்வாவுக்கு நெருக்கமானவர் என்றும், அவர் ராஜீவின் சுற்றுப்பயணத் திட்டத்தில் அவர்களுக்கு 'உதவினார்' என்றும் சுட்டிக்காட்டினார். 1995-ம் ஆண்டு கர்நாடகாவில் நடந்த சட்டமன்றத் தேர்தலில் எம்.எல்.ஏ சீட்டைப் பெற அஸ்வத் நாராயணாவுக்குமார்கரெட் ஆல்வா லாபி செய்தார். கடைசி நேரத்தில் பி.வி.நரசிம்மராவ் அதை நிராகரித்தார்.

கேள்வி – CBI பதிவு செய்யவோ அல்லது செயல்பட வோ மறுத்த உண்மைகள் என்ன?

பதில் - அகில இந்திய காங்கிரஸ் கமிட்டி நிர்வாகியைப் பற்றியோ அல்லது வேறு எந்த காங்கிரஸ்காரர்களைப் பற்றியோ, சந்திரசாமியைப் பற்றியோ எதுவும் பேச வேண்டாம் என்று CBI தலைவர் என்னை எச்சரித்தார். கார்த்திகேயனுக்கு படுகொலை பற்றிய உண்மைகளும் ராஜீவ் கொலையின் பின்னணியில் உள்ள கைதிகளைப் பற்றியும் நன்கு தெரிந்து இருக்கிறது நான் ஒரு மாஜிஸ்திரேட்டிடமோ அல்லது மற்றவர்களிடமோ இந்தத் தகவலைக் கொடுத்தால் கடுமையான விளைவுகளை சந்திக்க நேரிடும் என்று அவர் என்னை எச்சரித்தார். அவர் சந்திரசாமியையும், காங்கிரஸ் கட்சியின் முக்கியத் தலைவர் ஒருவரையும் காப்பாற்றுகிறார் என்பது தெளிவாகத் தெரிந்தது. எனது வேண்டுகோளுக்குப் பிறகும், (SIT) எனது அறிக்கையைப் பதிவு செய்யத் தவறிவிட்டது.[111]

பேட்டியில் குறிப்பாக 40 லட்சம் ரூபாய் பற்றி எதுவும் குறிப்பிடப்படவில்லை என்றாலும், நீதிபதி தாமஸ் அல்தாஃப் அகமதுவுடன் நடத்திய விசாரணையின் மூலம் அதை இணைத்திருக்கலாம். மற்ற உண்மைகள் பொருந்துகின்றன. உதாரணமாக, நீதிபதி தாமஸ் தனது பேட்டியில், ஒரு அதிகாரி தனக்கு வெளியே தெரிந்த விவரங்களை வெளியிட வேண்டாம் என்று அந்த நபரை மிரட்டியதாக கூறுகிறார். இந்த பேட்டியில், இந்த அனைத்து தகவல்களையும் மாஜிஸ்திரேட்டிடமோ அல்லது வேறு எவரிடமோ தெரிவிக்கக் கூடாது என்று கார்த்திகேயன்தான் மிரட்டல் விடுத்தார் என்று ரங்கநாத் குறிப்பிடுகிறார்.

நீதிபதி தாமஸ் சோனியா காந்திக்கு எழுதிய கடிதத்தை நீதிபதி தாமஸ் என்ன சொன்னார், நீதிபதி தாமஸ் என்ன சொல்லவில்லை என்பதை இரண்டு பகுதிகளாகப் பிரிக்கலாம். நீதிபதி தாமஸ் என்ன சொன்னார் என்பது அனைவருக்கும் தெரியும். நீதிபதி தாமஸ் என்ன சொல்லவில்லை என்பதைப் பற்றி விவாதிப்பதற்கு முன், ரங்கநாத் இரண்டு நபர்களைக் குறிப்பிடுகிறார் என்பதை கவனத்தில் கொள்ள வேண்டியது அவசியம். ஒருவர் சந்திரசாமி. மற்றொருவர் மார்கரெட் ஆல்வா. எனவே, நீதிபதி தாமஸ் சோனியா காந்தியிடம் சொல்லாமல் விட்டுச்சென்றது பின்வருமாறு "அந்தக் கடிதத்தில், மார்கரெட் ஆல்வாவை விட்டுவிட்டு சந்திரசாமியைப் பற்றி மட்டுமே நான்

111 https://m.facebook.com/nt/screen/?params=%7B%22note_id%22%3A3528157993
04181%7D&path=%2Fnotes%2Fnote%2F&refsrc=deprec&_rdr

குறிப்பிடுகிறேன். ஏனெனில் நான் மார்கரெட் ஆல்வாவைப் பற்றிக் குறிப்பிட்டால் அது உங்களுக்கும் ஒட்டுமொத்த காங்கிரஸ் கட்சிக்கும் தர்மசங்கடத்தை ஏற்படுத்தும். மார்கரெட் ஆல்வாவிடம் விசாரணை நடந்தால், ராஜீவ் காந்தியைக் கொல்வதற்கான சதித்திட்டத்தில் யார் யார் இருந்தனர் என்கிற உண்மை தெரிந்து விடும். அனைவரும் சிக்கிக் கொள்வார்கள் என்பதும் எனக்குத் தெரியும். எனவே இப்போது செய்ய வேண்டிய சரியான விஷயம் என்னவென்றால், ஏழு குற்றவாளிகளும் 25 ஆண்டுகளுக்கும் மேலாக சிறையில் இருப்பதால் அனைவரையும் விடுதலை செய்வதுதான்.

குற்றம் சாட்டப்பட்ட 14பேர் மீது குற்றம் சாட்டுவதில் உள்ள குறைபாடுகள்

கே - ஆரம்பத்தில் குற்றம் சாட்டப்பட்ட 41 பேர் மீது எஸ்ஐடி குற்றம் சாட்டுவதில் ஏதேனும் கடுமையான குறைபாடுகள் உள்ளதா?

ப – ஜமுனா @ ஜமீலா ஒரு விடுதலைப் புலி போராளி, அவர் இலங்கை இராணுவத்துடனான ஒரு போரின் போது தனது ஒரு காலை இழந்தார். நெய்வேலிக்கு அழைத்து வரப்பட்ட அவர் செயற்கை அவயவத்தை சரி செய்ததற்காக சிகிச்சை பெற்று வந்தார். சில காரணங்களினால், காயமடைந்த விடுதலைப் புலி உறுப்பினர்கள் தொடர்பான தளவாடங்களை கவனித்துக் கொண்டிருந்த சுரேஷ் மாஸ்டரின் வேண்டுகோளுக்கிணங்க, அவர் பெங்களூருக்கு அழைத்து வரப்பட்டு, 1991 ஜூலை 16 ஆம் தேதியே சிவராசன் மற்றும் கும்பலுடன் இணைந்தார்.[112]

ராஜீவ் கொலை நடந்த கிட்டத்தட்ட இரண்டு மாதங்களுக்குப் பிறகு இது நடந்தது. அந்தப் படுகொலைக்கும் அவருக்கும் எந்தத் தொடர்பும் இல்லை என்பது மேலே உள்ள உண்மைகளிலிருந்து மிகத்தெளிவாகத் தெரிகிறது.[113] இருப்பினும், SITயால் குற்றம் சாட்டப்பட்டவர்களில் ஒருவராக அவர் பெயரிடப்பட்டார். காரணம் எளிமையானது. பெங்காளூர் கோணனகுண்டேவில் தற்கொலை செய்து கொண்ட ஏழு தீவிரவாதிகளில் இவரும் ஒருவர்.

---

112 https://www.dailypioneer.com/2014/india/fabricated-versions-of-events-floated-as-truth.html

113 https://www.casemine.com/judgement/in/5609ad65e4b014971141147f - புள்ளி 616

சிவராசன் தங்கியிருந்தது மற்றும் பெங்களூரில் அதைத் தொடர்ந்து அவர் தற்கொலை செய்து கொண்டது குறித்து பல கேள்விகள் கேட்கப்படுவதை SIT விரும்பவில்லை. எனவே அவர்கள் கண்மூடித்தனமாக ஜமீலாவை குற்றம் சாட்டப்பட்டவர்கள் பட்டியலில் சேர்த்தனர்.

பெல்ட் குண்டு

கே - பெல்ட் குண்டு வாங்கப்பட்டது எங்கே மற்றும் துகள்கள் கலவை (RDX) பற்றி கேள்விகள் உள்ளன.

A - ஆமாம். ராஜீவ் கொலை வழக்குக்கு வருவதற்கு முன்பு பத்மநாபா கொலை வழக்கை சுருக்கமாக ஆய்வு செய்வது அவசியம். ERPLF பத்மநாபா மற்றும் 1990 ஆம் ஆண்டு ஜூன் மாதம் 19ஆம் தேதி சென்னை கோடம்பாக்கத்திலுள்ள சகரியா காலனியில் சிவராசன் மற்றும் அவரது கும்பலால் 14 பேருடன் கொல்லப்பட்டார். தாக்குதல் நடந்த அபார்ட்மெண்டின் மரக்கதவுகள் சிறிய உலோகத்துகள்களால் நிறைந்திருந்தன. எஸ்.எஃப்.ஜி-87 என்ற அடையாளத்துடன் வெடிக்காத கையெறி குண்டும் மீட்கப்பட்டது. SFG-87 என்பது சிங்கப்பூர் பிராக்மேண்டேஷன் கிரேனேடு மற்றும் சிங்கப்பூரின் பட்டய இண்டஸ்ட்ரியால் தயாரிக்கப்பட்டது.

இந்த கையெறி குண்டுகளில் சுமார் 2800 உலோக துகள்கள் உள்ளன, ஒவ்வொன்றும் 0.2 மிமீ விட்டம் மற்றும் 0.05 மி.கி எடை, மற்றும் ப-கம்போசிஷன் RDX. பி-கலவை RDX 60 சதவீதம் RDX மற்றும் 40 சதவீதம் TNT கொண்டுள்ளது. பத்மநாபா கொலை வழக்கில் இதே நிலைதான் என்றாலும், ராஜீவ் கொலையில் பயன்படுத்தப்பட்ட வெடிமருந்து RDX மட்டுமே என்று கார்த்திகேயன் கூறுகிறார். ஆனால் சேகரிக்கப்பட்ட துகள்கள் பத்மநாபா கொலையில் நடந்த குற்றச் செயல்களில் இருந்து சேகரிக்கப்பட்ட SFG-87 கையெறி குண்டுகளில் காணப்பட்டதைப் போலவே இருப்பது கண்டறியப்பட்டது. சாராம்சத்தில், TNT.யின் இருப்பு காணப்படவில்லை என்று கார்த்திகேயன் கூறுகிறார்.[114]

அப்படியா? ராஜீவ் கொலை வழக்கில் குற்றவாளிகளில் ஒருவரான ரவிச்சந்திரன் ஒரு முக்கியமான கேள்வியை எழுப்புகிறார்.

---

114 கார்த்திகேயனும் ராதாவினோத் ராஜுவும் – பக்கம் 36

ஸ்ரீபெரும்புதூர் பகுதியில் இருந்து கண்டுபிடிக்கப்பட்ட மற்றும் எடுக்கப்பட்ட துண்டுகள் மற்றும் கூறுகள் *TNFSL* மற்றும் *NSG*யைச் சேர்ந்த வெடிமருந்து நிபுணர் மேஜர் சபர்வாலுக்கும் அனுப்பப்பட்டன. *TNFSL.* இயக்குநராக இருந்த பி.சந்திரசேகரன் ஜனவரி *21, 1992* அன்று தனது அறிக்கையை சமர்ப்பித்த நிலையில், மேஜர் சபர்வால் பிப்ரவரி *05 1992* அன்று தனது அறிக்கையை சமர்ப்பித்தார். பி சந்திரசேகர் தனது அறிக்கையில் *RDX*-ஸைக் கொண்டுள்ளது, ஆனால் டி.என்.டி அல்ல என்பதை உறுதிப்படுத்தினார். மேலும், *SFG-87* பற்றி எந்தக் குறிப்பும் இல்லை, ஆனால் மேஜர் சபர்வால் சமர்ப்பித்த அறிக்கையில், அவர் குறிப்பிட்டுள்ளார்: "மொத்தத்தில் சுமார் *3* எண்ணிக்கையிலான *SFG-87* கையெறி குண்டுகள் *IED*யில் பயன்படுத்தப்பட்டன. மேலும் இதில் பி-கலவை உள்ளது அதாவது *60* சதவீதம் *RDX* மற்றும் *40* சதவீதம் *TNT.*" பத்மநாபா வழக்கில் காணப்பட்ட அதே கலவைதான். மேலும் கார்த்திகேயன் சபர்வாலின் கண்டுபிடிப்புகளை நிராகரிக்க முயற்சி செய்கிறார்.

இதைப் பார்த்த மேஜர் சபர்வால், ராஜா விஜய் கரனைத் தொடர்பு கொண்டு, இந்த ஆதாரங்களை அரசுக்கு அனுப்ப வேண்டும் என்று கேட்டுக்கொள்கிறார். அமெரிக்காவில் உள்ள மத்திய புலனாய்வு அமைப்பு *(FBI)* தேவையை உறுதிப்படுத்த முடியும். எனவே, வேறு வழியின்றி, *SIT* துண்டுகள் மற்றும் பிற ஆதாரங்களை மார்ச் *8, 1992* அன்று *FBI*க்கு அனுப்புகிறது. *FBI 26* மார்ச் *1992* அன்று தங்கள் அறிக்கையை சமர்ப்பித்தது, அவர்களின் அவதானிப்புகளின் அடிப்படையில் *TNT* இருப்பதற்கான நல்ல வாய்ப்புகள் இருப்பதாகவும், இதை உறுதிப்படுத்த, அவர்கள் இதை ஆராய்ச்சி செய்வதில் நிபுணத்துவம் வாய்ந்த இஸ்ரேல தளமாகக் கொண்ட *Jehuda-Yinon*க்கு அனுப்ப வேண்டும் என்று பரிந்துரை செய்கிறது.

ஆனால் *SIT* இதை ஒருபோதும் செய்யவில்லை. அதற்கு பதிலாக, மேஜர் சபர்வாலுக்கு அழுத்தம் கொடுக்கப்பட்டது, மேலும் *RDX* மட்டுமே பயன்படுத்தப்பட்டது என்று கூறி ஒரு புதிய அறிக்கையை அவர் சமர்ப்பிக்கச் செய்யப்பட்டார். இவ்வாறு *TNT*யின் இருப்பு *SIT*யால் வேண்டுமென்றே முற்றிலும் மறைக்கப்பட்டது. இங்கே, ஒன்றை குறிப்பிட்டாக வேண்டும். *TNT*யின் இருப்பை மறைப்பதன்

மூலம் *SIT* எந்த பலனும் பெறாது. ஆனால் *TNT*யின் முன்னுரை, *SFG-87* - சிங்கப்பூரின் பட்டயத் தொழில்கள் - சிங்கப்பூரில் இணைப்புக்கு வழிவகுக்கும் என்ற உண்மையை உறுதிப்படுத்த முடியும்.[115]

ரவிச்சந்திரன் மட்டும் இதைக் குறிப்பிடவில்லை. சாருலதா ஜோஷி கூட எழுதுகிறார், "1991 ஆம் ஆண்டில் *SIT*யின் வெடிமருந்து நிபுணர் மேஜர் மானிக் சபர்வால், ராஜீவ் காந்தி மற்றும் பத்மநாபா இருவரையும் கொல்ல பயன்படுத்தப்பட்ட கையெறி குண்டுகளின் துகள்கள் ஒரே மாதிரியானவை என்றும், அவை *SFG -87* என்று அழைக்கப்படும் சிங்கப்பூரின் கையெறி குண்டுகளின் பிராண்டைச் சேர்ந்தவை என்றும் சுட்டிக்காட்டியது." எனவே ரவிச்சந்திரன் தனது புத்தகத்தில் எழுதியிருப்பது சாருலதா ஜோஷி 'இந்தியா டுடே'வில் எழுதியதை உறுதிப்படுத்துகிறது. அதே கட்டுரையில், "1991 ஜூலையில்தான் முரண்பாடாக டிகோடு செய்யப்பட்ட வயர்லெஸ் செய்திகளின் *IB* இடைமறிப்புகள், ராஜீவ் படுகொலையின் பின்னர், ஜனவரி 1991 முதல், சென்னையில் உள்ள விடுதலைப் புலி உறுப்பினர்கள் தொடர்ந்து யாழ்ப்பாணத்திற்கு குறியீட்டு செய்திகளை அனுப்பி வந்தனர் என்பதைக் காட்டுகிறது.

மே 7, 1991 அன்று, சிவராசன் சென்னையில் ஒருவருக்கு அனுப்பிய வயர்லெஸ் செய்தியை *IB* இடைமறித்தது, அது பின்னர் டிகோடு செய்யப்பட்ட போதிலும், நிறுவனம் சப்ளை செய்யும் பவுடர் என்று கூறியது, அதே நேரத்தில் *SIT* 'தூள்' என்று பெல்ட்-குண்டை உருவாக்க பயன்படுத்தப்படும் *RDX* வெடிமருந்தை அர்த்தப்படுத்துகிறது, இது 'நிறுவனத்தை' அடையாளம் காண எந்த முயற்சியும் எடுக்கவில்லை. விடுதலைப் புலிகளின் கப்பல் மற்றும் ஆயுத வியாபாரத்தில் பிறைசூடியின் தொடர்புக்கு *IB* போதுமான ஆதாரங்களை வழங்கியிருந்த போதிலும் கூட இந்த உண்மையை விசாரண செய்ய *SIT* முற்கொள்ளவில்லை. இந்தியாவில் குமரன் பத்மநாதனின் மூன்று கூட்டாளிகளில் கேப்டன் பிறைசூடியும் ஒருவர். மற்ற இருவர் வக்கீல் கந்தசாமி மற்றும் ஈசன் சிங்காரய்யா ஆவர். *IB* அறிக்கைகள் பிறைசூடியின் யூனி-ட்ரான்ஸ் ஷிப்பிங் அண்ட் டிரேடிங் நிறுவனத்திலிருந்து *KP*-யின் ஷிப்பிங் நிறுவனங்களான யூனி-ட்ரான்ஸ் ஷிப்பிங் கம்பெனிக்கும் விக்ரம் ஹோல்டிங்ஸ்

---

115   ரவிச்சந்திரன் (தமிழ்) – பக்கம் 418-422

கம்பெனிக்கும் பல தொலைபேசி அழைப்புகள் ராஜீவ் கொலைக்கு ஒரு மாதம் முன்பும் ஒரு மாதம் பின்பு வரையும் போயிருக்கின்றன. KPயின் இயக்கம் குறித்த அறிக்கைகள், அந்த நேரத்தில் KP சிங்கப்பூரில் இருந்தார் என்ற உண்மையையும் நிறுவின.[116] இந்த சிங்கப்பூர் இணைப்பு ஏன் விசாரிக்கப்படவில்லை? காரணம் எளிமையானது.

ராஜீவ் படுகொலையின் உண்மையான இணைப்பு KP தான். ஜெனீவாவில் கிரெடிட்சூசெயூலில் உள்ள KP.யின் கணக்கிற்கும் BCCIயில் கஷோகியின் கணக்கிற்கும் இடையே தொடர்புகள் இருந்தன. ஆயுதங்கள் வாங்குவதற்காக KPயின் கணக்கிலிருந்து கஷோகியின் கணக்கில் டெபாசிட்கள் மற்றும் பணம் எடுத்தல் ஆகியவை இருந்தன. SITயின் ஒரு கொள்கை KPயை குற்றப்பத்திரிகை தாக்கல் செய்யக்கூடாது என்பது தெளிவாகிறது. KP தான் படுகொலையின் பின்னணியில் உள்ள நிதியங்களுக்கான முக்கிய இணைப்பாக இருந்தார். எனவே KPயை கைது செய்திருந்தால், முழு சதியும் அம்பலமாகியிருக்கும். இவ்வாறு பிரபாகரன், பொட்டு அம்மான் மற்றும் அகிலா ஆகியோர் மீது வெற்றிகரமாக குற்றப்பத்திரிகை தாக்கல் செய்த அதே நேரத்தில் KP தனியாக விடப்பட்டார்.

மேலும், சிவராசன் வைத்திருந்த முக்கிய டைரியின் பல பக்கங்களை SIT வேண்டுமென்றே மறைத்து இருந்தது. துரைசாமி தனது புத்தகத்தில், சிவராசன் தனது நாட்குறிப்பில் சுமார் ரூ.17,14,700/- TAGக்கு செலுத்தப்பட்டதாகவும், மீதமுள்ள ரூ 45,000 இன்னும் TAGக்கு செலுத்தப்படவில்லை என்றும் குறிப்பிட்டுள்ளார்.[117] இந்த டைரி ஜெயக்குமாரின் வீட்டிலிருந்து படுகொலை செய்யப்பட்டு சில மாதங்களுக்குப் பிறகு கைப்பற்றப்பட்டது. இந்த தொகை ரொக்கமாக வழங்கப்பட்டதாகவும், இது RDX சப்ளைக்காகவோ அல்லது பெல்ட் குண்டுக்காகவோ (அல்லது) சுற்றுப்பயணத்தை ஏற்பாடு செய்வதற்காகவோ இருந்திருக்கலாம் என்றும் துரைசாமி குறிப்பிடுகிறார். படுகொலைக்கு செலவிடப்பட்ட மொத்தத் தொகை வெறும் ரூ.17 லட்சம்[118] மட்டுமே என்பது கார்த்திகேயனின்

---

116 https://www.indiatoday.in/magazine/investigation/story/19960531-gaps-in-the-probe-753114-1996-05-31

117 துரைசாமி (ஆங்கிலம்) – பக்கம் 115

118 துரைசாமி (ஆங்கிலம்) – பக்கம் 177

வாதம். இது ஒரு அப்பட்டமான பொய் என்பதை இந்த ஒரு ஆதாரத்திலிருந்து காணலாம். தெளிவாக, இந்தப் படுகொலை சம்பந்தப்பட்ட பணம் கோடிகளில் இருந்தது. முழுநாட்குறிப்பையும் அவர்கள் அணுகியதால், SITக்கு அது தெரியும். தொடக்கத்திலிருந்தே கார்த்திகேயனுக்குக் கட்டளையிடப்பட்டபடி அவர்கள் அதை மறைத்தனர் என்பது தெளிவு.

கே - பெல்ட்-குண்டு கோணத்தில் மேலும் ஏதேனும் ஆதாரம் உள்ளதா?

ஒரு – கேள்வி படிக்க ஒரு சிறிய மாற்றம்செய்யப்பட வேண்டும் 'சிறப்பு புலனாய்வுக்குழு குண்டு கோணத்தை மூடிமறைத்துவிட்டது என்று கூறுவதற்கு வேறு ஏதேனும் ஆதாரம் உள்ளதா?' பதில் ஆம். மே 31, 1996 அன்று 'தி இந்தியா டுடே' இதழில் வெளியான நேர்காணலுக்குத் திரும்பிச் செல்வதன் மூலம் ஒருவர் தொடங்க வேண்டும். நேர்காணல் தொடங்குவதற்கு முன்பு கொடுக்கப்பட்ட அறிமுகம் கீழே மறுபதிப்பு செய்யப்பட்டுள்ளது.

"ராஜிவ் கொலையை விசாரித்த சிபிஐயின் சிறப்பு விசாரணைக் குழுவின் (எஸ்ஜடி) இணை இயக்குநர் டி.ஆர்.கார்த்திகேயன், 56, விமர்சனங்களை எதிர்க்கிறார். எஸ்.ஐ.டி விசாரணைக்கு தலைமை நிருபர் சாரு லதா ஜோஷி அளித்த பேட்டியில் கேள்விகளுக்கு பதிலளிக்கையில் அவர் பல முறை நிதானத்தை இழந்தார்.

கேள்விகளில் ஒன்று மற்றும் அதற்கு கார்த்திகேயனின் பதில் கீழே மறுஉருவாக்கம் செய்யப்பட்டுள்ளது.

கே - வெடிமருந்துகள் எங்கிருந்து வந்தன?

A - நாம் ஏன் அதற்குள் செல்ல வேண்டும்?[119]

இந்த ஒரு பதிலின் மூலம், முழு வழக்குக்கும் கார்த்திகேயனின் அணுகுமுறை தெளிவாக உள்ளது - மூடிமறைப்பு, அதிக மூடிமறைப்பு மற்றும் இன்னும் மூடிமறைப்பு. ஜெயின் கமிஷன், அதன் இடைக்கால அறிக்கையில், பெல்ட்-குண்டு எங்கிருந்து வந்தது என்ற கேள்வி படுகொலையின் பின்னணியில் உள்ள பெரிய சதியை

---

119 https://www.indiatoday.in/magazine/interview/story/19960531-no-other-agency-except-the-ltte-was-involவேத்-த்-ர்-கார்த்திகேயன்-833001-1996-05-31

வெளிப்படுத்தும் என்று தெளிவாகக் குறிப்பிட்டுள்ளது. இதை அறிய ஜெயின் கமிஷனை ஒருவர் பார்க்க வேண்டும் என்பது இல்லை. இது வெறும் பொது அறிவு மட்டுமே. 'பெல்ட்-குண்டு எங்கிருந்து வந்தது' என்ற கேள்விக்கான பதிலை வெளிக்கொணர்ந்தால், இயற்கையாகவே அது வெடிமருந்துகளுக்கு எவ்வளவு பணம் கொடுக்கப்பட்டது, யார் பணம் கொடுத்தது, யார் பணத்தைப் பெற்றார்கள், யார் இடைத்தரகர், பணம் எப்போது கொடுக்கப்பட்டது போன்ற மேலும் கேள்விகளுக்கு வழிவகுக்கும். இந்த சதியில் யார் ஈடுபட்டார்கள், ராஜீவை முடிவுக்குக் கொண்டுவருவதற்கான முடிவு எப்போது எடுக்கப்பட்டது போன்ற கேள்விகளுக்கு இது பதிலளிக்கும். ஆனால் கார்த்திகேயனின் கோப உணர்வு மட்டும் முன்னுக்கு வரவில்லை. அவர் தனது நகைச்சுவை உணர்வையும் வெளிப்படுத்தியுள்ளார் -

கே – எனவே நீங்கள் ஜெயின் கமிஷன் மூலம் விசாரிக்கப்பட வேண்டிய பகுதிகள் உள்ளன என்று ஒப்புக்கொள்கிறீர்கள்.

ப – ஒருவேளை இன்னும் சில விடுதலைப் புலி மக்கள் சம்பந்தப்பட்டிருக்கலாம். ஆனால் அது ஒன்றும் பெரிய விஷயம் இல்லை. பெரிய கேள்விகளுக்கு பதில் அளிக்கப்பட்டுள்ளது.

கார்த்திகேயன் மேற்கூறிய கேள்விக்கு புது கொலையின் முழு உண்மையும் வெளியே வந்து விட்டது என சொல்வதன் மூலம் தான் நகைச்சுவை உணர்வை வெளிப்படுத்தியுள்ளார்.

பெல்ட் வெடிகுண்டு - மேலும் தகவல்

கே - பெல்ட் குண்டு பற்றி:

ஜெர்மனியில் வாழும் இலங்கைத் தமிழர் ஒருவர் சென்னைக்கு வருகை தந்திருப்பதாகவும், அவர் வெடிமருந்துகளில் நிபுணத்துவம் பெற்றவர் என்றும் ஜெர்மன் உளவுத்துறை ஐபி-யை எச்சரித்ததாகவும் பி.ராமன் எழுதுகிறார். *IB* உடனடியாக அதை புறக்கணித்தது, அவர்களின் தகவல்களின்படி அவர் ஒரு வெடிகுண்டு நிபுணர் அல்ல என்று கூறி ஜெர்மனியிடமிருந்து வந்த தகவலை நிராகரித்தது.[120] பெல்ட்-குண்டை ஜோடித்து ஜெர்மனிக்கு திரும்பிச் சென்ற வெடிபொருட்கள் நிபுணர் இளையதம்பி கிருபாலன் என்று *SIT*க்கு தகவல் கிடைத்ததாக ரகோத்தமன் தனது ஆங்கில புத்தகத்தில் உறுதிப்படுத்துகிறார். உண்மையில், படுகொலை செய்யப்பட்ட சில மணித்தியாலங்களின் பின்னர், விடுதலைப் புலிகள் கிட்டு இளையதம்பியைத் தொடர்பு கொண்டு, பணியின் (வெடிபொருள் சாதனம்) வெற்றிக்காக அவரைப் பாராட்டினார். ரகோத்தமன் கூறும் அடுத்த கூற்று சுவாரசியமானது "இளையதம்பியை விசாரிப்பதற்காக ஜெர்மன் அதிகாரிகளுக்கு நாங்கள் ஒரு கடிதத்தை அனுப்பியபோது, அது நிராகரிக்கப்பட்டது. எனவே, குண்டு தயாரித்தவரைப் பற்றி எங்களால் எந்த முன்னணியையும் பெற முடியவில்லை."[121]

இப்போது, இந்த அறிக்கை நம்பமுடியாத மற்றும் ஒரு அப்பட்டமான பொய். ஜெர்மனிய உளவுத்துறை, ராஜீவ் படுகொலைக்கு முன்னரே, ஒரு விடுதலைப் புலிகளின் வெடிக்கும் நிபுணர் சென்னைக்கு விஜயம் செய்திருப்பதாகவும், அவர்

---

120 *http://www.indiandefencereview.com/spotlights/the-assassination-of-rajiv-gandhi/2/*

121 *ரகோத்தமன் (ஆங்கிலம்) – 124-125*

ஏதோவொரு நடவடிக்கையில் ஈடுபட்டுள்ளார் என்றும் எச்சரித்தது. IB, மிகவும் வேண்டுமென்றே அதை புறக்கணித்திருக்கலாம். இப்படுகொலைக்குப் பிறகு, இளையதம்பியை விசாரிக்க விரும்புவதாக ஜெர்மன் அதிகாரிகளுக்கு இந்திய உளவுத்துறை கடிதம் அனுப்பியிருந்தால், ஜெர்மன் அதிகாரிகள் அதை நிராகரித்தனர் என்பது நம்பத்தகுந்ததா? இரண்டாவதாக, ஜெர்மனி மேற்கு ஐரோப்பாவில் உள்ள ஒரு நாடு. அது ஒரு சோமாலியா அல்லது ஆப்கானிஸ்தான் அல்ல. ஒரு நாட்டின் பிரதமர் படுகொலை செய்யப்பட்ட இது போன்ற சூழ்நிலைகளின் கீழ், அவர்கள் இந்தியாவுடன் ஒத்துழைக்காமல் இருந்திருப்பார்களா? அப்படியானால் ரகோத்தமன் ஏன் இப்படி ஒரு பொய்யை எழுதினார்? ஒரு காரணம் இருக்கிறது.

இந்த எழுத்தாளர் 2020 ஆம் ஆண்டு செப்டம்பர் 24ஆம் தேதி ரகோத்தமனை நேர்காணல் செய்யச் சென்றபோது, புத்தகத்தில் எழுதப்பட்டதைத் தவிர, ரகோத்தமன் மற்றொரு தகவலையும் கொடுத்தார். இளையதம்பி கிருபாலன் வெடிகுண்டைத் தயாரிக்கும் பணியில் ஈடுபட்டிருந்தபோது அவர் கொண்டிருந்த முகவரி இதுதான்.

வீட்டு உரிமையாளரின் பெயரை ரகோத்தமன் குறிப்பிடவில்லை என்றாலும், அது தமிழ்நாட்டின் அரசியல்வாதியும் தமிழ் தேசியவாதியுமான பழ.நெடுமாறனின் வீடு என்பதை எழுத்தாளர் உறுதிப்படுத்தினார். எந்த அரசியல்வாதியும் தொடப்படக் கூடாது என்ற கார்த்திகேயனின் கொள்கையின்படி, அவர் தொடப்படவில்லை, இளையதம்பி கோணம் முற்றிலுமாக புறக்கணிக்கப்பட்டது. இந்த ஆதாரத்திற்கு வலு சேர்ப்பது போல் SIT விசாரணையின் போது படுகொலைக்குப் பின்னர் மற்றொரு சம்பவம் நடந்தது. இன்ஸ்பெக்டர் மோகன்ராஜ் மற்றொரு அதிகாரியுடன் 1991 ஆம் ஆண்டின் பிற்பகுதியில் பழ நெடுமாறனின் வீட்டிற்குச் சென்றார். அவர்கள் மணியை அழுத்தினார்கள்.

நெடுமாறன் வெளியே வந்ததும், ராஜீவ் காந்தி கொலை வழக்கு தொடர்பாக அவரைப் பார்க்க வந்திருப்பதாகவும், தாங்கள் சிறப்புப் புலனாய்வுக் குழுவைச் சேர்ந்தவர்கள் என்றும் தெரிவித்தனர். இதைக் கேட்டதும் நெடுமாறன் ஆவேசமடைந்து, "நான்தான் அவரை (ராஜீவ்

காந்தியை) கொன்றேன், என்னை சுடுங்க, என்னை சுடுங்க" என்று கூச்சலிட்டபடி தனது சட்டையைக் கிழிக்கத் தொடங்கினார். திரும்பும் வழியில், மற்றொரு அதிகாரி மோகன்ராஜிடம், நெடுமாறனிடம் உண்மையை வெளியே கொண்டு வர ஒரே வழி, அவரை ஸ்டேஷனுக்கு அழைத்து வந்து அடிக்கம்பைக் கொடுப்பதுதான் என்று கூறினார். மோகன்ராஜ் ஆசிரியருக்கு விவரித்த இந்த சம்பவம் நெடுமாறன் இருந்த மனநிலையை தெளிவாகக் காட்டியது. ஒரு அப்பாவி நபர் இப்படி எதிர்வினையாற்றியிருக்க மாட்டார்..

இப்படுகொலையின் பின்னர் உடனடியாக, இளையதம்பி பற்றிய பல்வேறு கேள்விகளை உள்ளடக்கிய ஒரு நேர்காணலை விடுதலைப் புலிகள் கிட்டு வழங்கியிருந்தார்.

கேள்வி – ராஜீவ் படுகொலைக்காக விடுதலைப் புலிகள் தமது அதிர்ச்சியை வெளிப்படுத்தியுள்ளனர். ஆனால் இன்றளவும் விடுதலைப் புலிகள் தமது கண்டனத்தை வெளிப்படுத்தவில்லை. ராஜீவ் படுகொலையை காட்டுமிராண்டித்தனமான செயல் என்று அழைக்க நீங்கள் முன்வருவீர்களா?

ப–ராஜீவ்காந்திபடுகொலைபற்றியசெய்தியைக்கேட்டதும், நான் அதிர்ச்சியடைந்தேன். நாங்கள் அனைவரும் அதிர்ச்சி அடைந்தோம். எங்களுக்குக் கிடைத்த தகவல்களின்படி, ஈழத்தமிழர்களும் அதிர்ச்சி அடைந்தனர். எனவே நமது எதிர்வினையும் அந்த வகையில் வெளிப்பட்டது.

கேள்வி – ஆனால் நீங்கள் (LTTE) ஏன் ராஜீவ் காந்தியின் படுகொலையை கண்டிக்கவில்லை? இந்தச் செயலை நீங்கள் கண்டிக்காதது உங்கள் மீதான சந்தேகத்தை அதிகரிக்கவே செய்கிறது?

ப – புலிகள் மீது குற்றம் சுமத்த, இவை மட்டும் போதாது. இந்திய துணைக்கண்டத்தில் நடந்த படுகொலை என்பதால் புலிகள் மீது அனைவரும் பழி சுமத்துகின்றனர். ஆனால் இந்தியாவிலும் பல குழுக்கள் உள்ளன. பல குழுக்களிடம் ஆயுதங்கள் உள்ளன. இப்படி இருந்தாலும் புலிகள் மீது பழி சுமத்துகிறார்கள்.

கேள்வி – ராஜீவ் காந்தி படுகொலைக்கு உங்கள் கண்டனத்தை தெரிவிக்க நீங்கள் தயாராக இருக்கிறீர்கள்ளா இல்லையா?

ப - முதலில் எனது அமைப்பின் உறுப்பினர்கள் இதைப் பற்றி என்ன நினைக்கிறார்கள் என்பதை நான் அறியவேண்டும். இதைப் பற்றி தமிழக மக்கள் என்ன நினைக்கிறார்கள் என்று விசாரிக்க வேண்டும். இந்திரா காந்தி படுகொலை செய்யப்பட்டபோது, எங்கள் குழுவினர் மிகவும் கொந்தளித்தனர். இந்த படுகொலை மிகவும் துரதிர்ஷ்டவசமானது என்று அவர்கள் நினைத்தார்கள். நம் மக்கள் என்ன நினைக்கிறார்களோ அதற்கு எதிராக நாம் செல்ல முடியாது. அவர்களின் உணர்வுகளுக்கு மதிப்பளிக்க வேண்டும்.

கே - உங்கள் கருத்துப்படி, ராஜீவ் படுகொலைச் செய்தியைக் கேட்டு இலங்கைத் தமிழர்கள் வருத்தப்படவில்லை.

ப - அவர்கள் அதிர்ச்சியடைந்தனர், ஆனால் ஒரு அளவிற்கு மட்டுமே

கே - ராஜீவ் காந்தி கொலையில் விடுதலைப் புலிகளின் வெடிபொருள் நிபுணர் இளையதம்பி கிருபாலனுக்கு தொடர்பு இருப்பதாக *SIT* சந்தேகம். கிருபாலன் பற்றிய விவரம் தெரியுமா?

ப - அவர் ஜெர்மனியில் பணிபுரிகிறார். அவர் ஜெர்மனியில் எங்கள் பிரதிநிதி. இவர் தமிழீழ விடுதலைப் புலிகளின் ஜெர்மன் கிளையின் தலைவர்.

கேள்வி - படுகொலைக்கு சில நாட்களுக்கு முன்னர் கிருபாலன் தமிழ்நாட்டிற்கு வந்திருந்தார். ஸ்ரீபெரும்புதூருக்கு அருகிலுள்ள போரூரில் அவர் தங்கியிருந்தார். இதற்கு ஆதாரம் இருக்கிறது. அதனால்தான் கிருபாலனை கைது செய்ய சர்வதேச உதவியைப் பெற முயற்சிப்பதாக *SIT* கூறி வருகிறது. இதற்கு உங்கள் எதிர்வினை என்ன?

ப - நான் முதலில் அவர்களைப்பற்றி என்ன நினைக்கிறீர்கள் என அமைப்பின் என் உறுப்பினர்கள் சரிபார்க்க வேண்டும். இதைப் பற்றி தமிழ் நாட்டு மக்கள் என்ன நினைக்கிறார்கள் என்று நான் விசாரிக்க வேண்டும்.

இல்லை, நிச்சயமாக கிருபாலன் இதில் ஈடுபடவில்லை. அப்போதைய இலங்கைப் பாதுகாப்பு அமைச்சர் ரஞ்சன் விஜேரத்ன படுகொலை செய்யப்பட்ட போதும் அவர்கள் அதையேதான்

சொன்னார்கள். முழு அத்தியாயத்தையும் திட்டமிட்டது கிருபாலன்தான் என்று அவர்கள் சொன்னார்கள். இப்போது கூட, அவர்களும் அதையேதான் சொல்கிறார்கள். ஏதாவது நடக்கும் போதெல்லாம், அவர்கள் அதை அவர் மீது குற்றம் சாட்டுகிறார்கள்.

கே – அது சரிதான்...ஆனால் கிருபாலன் ஏன் ஏப்ரல் மாதம் இந்தியாவுக்கு வந்தார்?

ப – உண்மையைச் சொன்னால், கிருபாலன் தனது பெற்றோரைச் சந்திக்க இந்தியா சென்றிருந்தார். அவரைச் சந்திப்பதற்காக அவரது பெற்றோரும் யாழ்ப்பாணத்தில் இருந்து இந்தியா வந்திருந்தனர். பாருங்கள்... கிருபாலனை இருவரும் பார்த்து 8 வருடங்கள் ஆகிறது. நீண்ட இடைவெளிக்குப் பிறகுதான் அவரால் விஜயம் செய்ய முடிந்தது. அதனால்... இதற்காகத்தான் அவர் இந்தியா சென்றார்.

கே – குர்தா-பைஜாமாவுடன் ஒருவர் கொலையாளியுடன் ஸ்ரீபெரும்புதூர் கூட்டத்திற்குச் சென்றிருந்தார். அந்த நபரின் பெயர் ராஜா அல்லது ரகுவப்பா என்றும் அவர் புலிகளின் புலனாய்வுப் பிரிவின் சிரேஷ்ட உறுப்பினர் என்றும் SIT சந்தேகிக்கிறது. உங்கள் நிறுவனத்தில் அப்படி ஒரு நபர் இருக்கிறாரா?

ப – எனக்கு ரகுவை தெரியும். ஆனால் எங்கள் சக ஊழியர் கொலையாளியுடன் காணப்படுவதாகக் கூறப்படும் புகைப்படத்தில், அந்த நபர் ரகு அல்ல. ரகு சுமார் 3 ஆண்டுகளுக்கு முன்பு எங்கள் அமைப்பில் இருந்து ராஜினாமா செய்துவிட்டு, தனது வியாபாரத்தை கவனித்துக் கொண்டு மெட்ராஸில் இருக்கிறார். அவர் சென்னையில் எங்கு வசிக்கிறார் என்பது சி.பி.ஐ.க்கும் காவல்துறைக்கும் தெரியும். அவரை மிகவும் எளிதாகக் கண்டுபிடிக்க முடியும்.

கே - கூட்டாளி ரகு அல்ல என்று நீங்கள் கூறுகிறீர்கள். அப்படியே ஆகட்டும். செயற்கை கண் அணிந்துள்ள இந்த நபரை பிடிக்க SIT முயற்சிக்கிறது. இந்த நபர் விடுதலைப் புலிகளின் சிரேஷ்ட அங்கத்தவராக இருக்க முடியுமா என்பதை நீங்கள் அறிந்திருக்க வேண்டும்.

ப – நாம் எல்லா விடுதலைப் புலிகளின் பெரும்பாலான உறுப்பினர்களை எனக்குத் தெரியும். அவர்களில் யாரும் செயற்கைக் கண்ணைக் கொண்டிருக்கவில்லை. செய்தித்தாள்களில்

வெளியிடப்படும் புகைப்படங்களைப் பார்க்கும்போது, அவர் ஒரு இலங்கைத் தமிழரைப் போல் தோற்றமளிக்கவில்லை என்பதே எனது அபிப்பிராயம். அவரது முகம் ஒரு இலங்கைத் தமிழரைப் போலத் தெரியவில்லை. அவ்வாறு சொல்வதற்கான எனது காரணங்களை என்னால் விளக்க முடியாது, ஏனென்றால் அது உள்ளுணர்வின் அடிப்படையிலானது.122

கிட்டுவின் இந்தப் பேட்டியே பல உண்மைகளைவெளிப்படுத்துகிறது. பொதுவாக, தமிழ் தேசியவாதிகள் விடுதலைப் புலிகளே இந்தக் கொலையையே செய்யவில்லை என்று நிலைப்பாட்டை எடுக்கின்றார். இந்தப் பேட்டியைப் படித்தால், அது மே 28ஆம் தேதிக்குப் பின்னர் படுகொலை செய்யப்பட்ட சில நாட்களிலேயே எடுக்கப்பட்டதாகவும், ஆனால் சிவராசன் அடையாளம் காணப்படுவதற்குமுன்னர்ஜூன்மாதநடுவில்எடுக்கப்பட்டதாகவும் தெளிவாகக் காட்டுகிறது. நேர்காணலில், மூன்று முக்கிய விஷயங்கள் புலிகளின் பாத்திரத்தை அம்பலப்படுத்துகின்றன. முதலாவதாக, விடுதலைப் புலிகள் ஏன் வெறுமனே அதிர்ச்சியுற்றனர், ஆனால் ராஜீவ் காந்தியின் படுகொலையை கண்டிக்கவில்லை என்று கேட்கப்பட்டபோது, அவர் மிகவும் பலவீனமான பதிலைக் கொடுக்கிறார். முதலில் தமிழர்கள் இந்தப் படுகொலையால் சீற்றமடைந்தார்களா என்பதைக் கண்டுபிடிக்க வேண்டும், மக்களின் உணர்வுகளை மதிக்க வேண்டும், பின்னர்தான் படுகொலையைக் கண்டிக்கலாமா வேண்டாமா என்பதை அவரால்தான் தீர்மானிக்க முடியும் என்றார்.

இரண்டாவதாக, இளையதம்பி கிருபாலன் படுகொலைக்கு சில காலத்திற்கு முன்னர் ஏன் இந்தியாவுக்கு வந்தார் என்று கேட்கப்பட்டபோது, கிட்டு மற்றொரு பலவீனமான பதிலைக் கொடுத்தார். அவர் தனது பெற்றோரை சந்திக்க விரும்பினார். அதனால்தான் அவர் ஜெர்மனியில் இருந்து இந்தியா வரை பயணம் செய்தார் என்று கிட்டு கூறினார். அவரது பெற்றோரும் இந்தியாவில் இல்லை. குறைந்த பட்சம் அவருடைய பெற்றோர் இந்தியாவில்

இருந்திருந்தால், இந்த நொண்டித்தனமான சாக்குப்போக்கு ஏற்றுக் கொள்ளப்பட்டிருக்க முடியும்.

ஆனால் அவரது பெற்றோர் யாழ்ப்பாணத்தில் தங்கியிருந்தனர். எனவே அவர்களும் யாழ்ப்பாணத்திலிருந்து பயணித்து மெட்ராஸில் சந்தித்ததாகத் கிட்டு கூறினார். ஆனால் அவரது பெற்றோர் யாழ்ப்பாணத்திலிருந்து மெட்ராசிற்கு வருவதற்கும், ஜெர்மனியில் இருந்து மெட்ராசிற்கு வருவதற்கும் பதிலாக, இளைய தம்பி ஏன் யாழ்ப்பாணத்திற்குச் சென்று தனது பெற்றோரை சந்திக்கவில்லை? எனவே, இளையதம்பி மெட்ராஸில் இருந்த சிறிது காலத்திலேயே ராஜீவ் படுகொலை ஒரு தற்செயல் நிகழ்வுதான் என்றும், கொலை நடந்த உடனேயே கிட்டு இளைய தம்பியை தொலைபேசியில் அழைத்ததும் ஒரு தற்செயல் நிகழ்வு என்றும் வாசகர்களும் அனைவரும் நம்ப வேண்டும்.. *RAW* இடைமறிப்புகள், படுகொலைக்குப் பின்னர் உடனடியாக கிட்டுவை அழைத்து, திட்டத்தின் (வெடிபொருட்கள்) வெற்றிக்காக அவரைப் பாராட்டினார் என்பதைக் காட்டுகின்றன.

மூன்றாவதாக, ஒற்றைக்கண் கொண்ட கூட்டாளியின் அடையாளம் பற்றி கேட்கப்பட்டபோது, கிட்டு இந்த நபரை தனக்குத் தெரியாது என்றும், விடுதலைப் புலிகளின் பெரும்பாலான மூத்த நபர்களை தனக்குத் தெரியும் என்றும் கூறுகிறார். மேலும், இந்த மனிதர் இலங்கைத் தமிழர் கூட அல்ல என்று அவரது உள்ளுணர்வு கூறுகிறது என்றார். சிவராசனின் பெயர் சந்திரசேகரன் பிள்ளை பாக்கியச்சந்திரன். ஆரம்பத்தில் அவர் *TELO*வில் இணைந்து பின்னர் *1980*களின் நடுப்பகுதியில் விடுதலைப் புலிகளுக்கு மாறினார். ரகுவப்பா, ராஜா என்று எல்லாப் பெயர்களுமே அவர் பயன்படுத்திய பெயர்கள்தான். பேட்டி காண்பவர் இந்தப் பெயர்களைக் குறிப்பிடுகிறார். ஆயினும் கிட்டு எதுவும் அறியாதது போல பாசாங்கு செய்கிறார்.

பத்மநாபாவை கொல்லும் பொறுப்பு சிவராசனுக்குக்கொடுக்கப்பட்டது. அதை அவர் மகிழ்ச்சியுடனும் வெற்றியுடனும் செய்தார். அவரை பிரபாகரன் மற்றும் பொட்டு அம்மான் ஆகியோர் தனிப்பட்ட முறையில் வாழ்த்தினர். சிவராசன் விடுதலைப் புலிகளில் இருந்து பிரிந்து சென்றிருக்க முடியும்

மற்றும் ஒரு தனிப்பட்ட கூலிப்படையாக செயற்பட்டிருக்க முடியும் என்பது தமிழ் தேசியவாதிகளால் முன்வைக்கப்படும் இன்னுமொரு நொண்டி சாக்கு ஆகும். அது உண்மையாக இருந்திருந்தால், கிட்டு இந்த நேர்காணலில் அதை தெளிவாக சுட்டிக்காட்டியிருப்பார், ஏனெனில் அது புலிகள் நிரபராதிகள் என காட்டியிருக்கும். பெயரை முற்றிலுமாக அழித்திருக்கும். ஆனால் அவர் செய்யவில்லை. இறுதியாக, இந்த மனிதன் ஒரு இலங்கைத் தமிழர் கூட இல்லை என்று கிட்டு தனது உள்ளுணர்வு தன்னிடம் சொல்கிறது என்று கிட்டு கூறுவது, ஒரு முழு பூசணிக்காயையும் சோற்றில் மறைக்க படாத பாடு படுகிறார் என்பதை காட்டுகிறது.

சீக்கிய உக்கிரவாதிகளின் பங்கு

கே – ராஜீவ் படுகொலையுடன் சீக்கிய போராளிகளின் தொடர்பும் நிறைய ஆராயப்படுகிறதா?

அ –மஹந்த் சேவாதாஸ் சிங், ஷாஹீத் பெருமன் அகாலி தளத்தின் தலைவர் சாட்சியம் சுவாரசியமானது. லண்டனில் காலிஸ்தான் தீவிரவாதத் தலைவராக இருந்த ஜக்ஜித் சிங் சவுகானைச் சந்திக்க அப்போதைய பிரதமர் சந்திரசேகர் அவரை அனுப்பினார். பஞ்சாபில் இந்த வன்முறைக்கு ஒரு முக்கிய காரணம் வெளிநாட்டில் காலிஸ்தான் போராளிகள் இருப்பதுதான். எனவே 1990 ஆம் ஆண்டு டிசம்பர் 26ஆம் தேதி ஜகஜித் சிங்க் மஹந்த்தை சந்தித்து அவரை லண்டனில் உள்ள காலிஸ்தானி தலைமையகத்திற்கு அழைத்துச் சென்றார். அங்கு, விடுதலைப் புலிகள், ஜே.கே.எல்.எஃப் மற்றும் வேறு சில அமைப்புகளைச் சேர்ந்த பாபர் கல்சா மக்கள் உட்பட சுமார் 10-12 பேர் அமர்ந்திருந்தனர். ஜக்ஜித் மகந்திடம் ராஜீவ் காந்தியை டெல்லியில் கொலை செய்யப் போவதாகவும், படுகொலைக்கு சந்திராசாமி உடந்தையாக இருப்பார் என்று கூறியதாகவும் கூறப்படுகிறது.[123]

அவர் திரும்பி வந்து சதித்திட்டத்தைப் பற்றி சந்திரசேகரிடம் கூறி எச்சரித்தார். 1991 பிப்ரவரியில் ராஜீவ் காந்தியிடம் இது குறித்து அவர் தெரிவித்தார். தான்தான் ஜக்ஜித்தின் குரு என்று சந்திரசாமி தன்னிடம் கூறியதாக ரமேஷ் தலால் கூறுகிறார். மேலும், மே 22, 1991 அன்று படுகொலை செய்யப்பட்ட பின்னர், பஞ்சாபி பவனில் இருந்து தொலைபேசி மூலம் மஹந்த் ஜக்ஜித்துடன் பேசியபோது, ராஜீவ்

---

123 ரமேஷ் தலால் - பக்கம் 118

படுகொலைக்கு அவர்தான் காரணம் என்பதை உறுதிப்படுத்தினார். இந்த தொலைபேசி உரையாடலின் அடிப்படையில், மகந்த், ராஜீவ் படுகொலைக்கு சீக்கிய போராளிகள்தான் காரணம் என்று குறிப்பிட்டு, இந்திய பிரதமருக்கு ஒரு கடிதம் எழுதியிருந்தார். இந்த நிகழ்வுகள் அனைத்தும் சில உண்மைகளையும் சுட்டிக்காட்டுகின்றன. ஆரம்பத்தில், ராஜீவைக் கொல்வதற்கான ஒப்பந்தம் விடுதலைப் புலிகளுக்கு பிரத்தியேகமாக வழங்கப்படவில்லை. சீக்கிய போராளிகள் மூலம் அவரைக் கொல்வதற்கான சாத்தியக்கூறுகளும் ஆராயப்பட்டன. ஆனால் இறுதியாக, இப்பணியின் பொறுப்பு விடுதலைப் புலிகளிடம் ஒப்படைக்கப்பட்டது.

இரண்டாவதாக, ஜக்ஜித் சிங் சவுகான், இந்த சந்தேகம் விடுதலைப் புலிகள் மீது விழாமல் தடுப்பதற்காக, எல்லாவற்றிற்கும் மேலாக - அவர்கள் விடுதலைப் புலிகளுடன் கைகோர்த்துக் கொண்டிருந்தனர், ராஜீவ் படுகொலை கிட்டத்தட்ட ஒரு கூட்டு நடவடிக்கையாகும், ஜக்ஜித் கொலைக்கான பொறுப்பைக் சீக்கிய தீவிரவாதிகள் மீது திருப்ப முயன்றார். ஆனால் ஆதாரங்கள் ஏற்கனவே புலிகளை நோக்கி தெளிவாக சுட்டிக்காட்டியதால் அவர் அம்முயற்சியில் தோல்வியடைந்தார். இங்கே பெரிய சதியை மூடிமறைத்ததற்காக கார்த்திகேயனுக்கு கேடயம் கொடுக்கப்பட வேண்டும். விடுதலைப் புலிகள் படுகொலையை நிறைவேற்றினர் என்பதை அவர் அறிந்திருந்தார். ஒப்பந்தப் படுகொலை பற்றிய விபரங்களை விடுதலைப் புலிகள் ஒருபோதும் வெளியிடமாட்டார்கள் என்பதையும் அவர் அறிந்திருந்தார். எனவே அவர் விடுதலைப் புலிகளைப் பிடித்து, சதித்திட்டத்தை தீட்டியதற்காகவும், சதித்திட்டத்தை நிறைவேற்றியதற்காகவும் அவர்கள் மீது முழு பழியையும் சுமத்தினார். அதை முழுமையாக விடுதலைப் புலிகள் மீது குற்றம் சாட்டியதன் மூலம், உண்மையான குற்றவாளி யார் என்ற கேள்வியிலிருந்து கவனத்தை திசைதிருப்பி அவர் வெற்றி பெற்றார்.

மொசாட் மற்றும் *CIA*

கே – மொசாத் மற்றும் *CIA* பற்றி:

ப – மொசாட் கோணம் மற்றும் விடுதலைப் புலிகளுக்கு பாதுகாவலர்கள் மத்தியில் மிகவும் பிடித்தமான *CIA* கோணம் ஆகியவை இப்போது கவனிக்கப்பட வேண்டும். முன்னாள்

மொசாட் முகவராக இருந்த விக்டர் ஒஸ்ட்ரோவ்ஸ்கி மற்றும் கனடிய பத்திரிகையாளரான கிளேர் ஹோய் ஆகியோர் 'ஏமாற்று மூலம் ஏமாற்றுவேலை' என்ற தமது சொந்த நூலில் மொசாத் இலங்கை ஆயுதப் படைகளுக்கும் விடுதலைப் புலிகளுக்கும் ஒரே நேரத்தில் கஃபார்சிர்கின் என்ற இடத்தில் பயிற்றுவித்ததாக எழுதியுள்ளதாக ராஜீவ் ஷர்மா தனது அற்புதமான புத்தகத்தில் எழுதுகிறார். விக்டர் இலங்கை ஆயுதப் படைகளைக் கவனித்துக் கொண்டிருந்த அதேவேளை யோசி என்ற சூப்பர்வைசர் இலங்கைத் தமிழரின் பொறுப்பாளராக இருந்தார். தமிழர்களுக்கு கமாண்டோ கடற்படையில் பயிற்சி அளிக்கப்பட்டு வந்ததுடன், சுரங்கத் தரையிறக்கங்கள், ஊடுருவல் நுட்பங்கள், தகவல்தொடர்புகள் மற்றும் கப்பல்களை எவ்வாறு நாசப்படுத்துவது என்பது குறித்தும் பயிற்சி அளிக்கப்பட்டு வந்தது.

எனவே விக்டரின் முதலாளியாக இருந்த ஆமி யார், மற்ற குழுவும் மொசாத்தால் பயிற்றுவிக்கப்படுகிறது என்பது இந்த இரு குழுக்களுக்கும் தெரியாது என்பதால் யோசியுடன் தனது பயிற்சித் திட்டம் பற்றிய தகவல்களை பகிர்ந்து கொள்ளுமாறு கேட்டுக்கொண்டார். எனவே யோசி தமிழ் போராளிகளுக்கு ஹைஃபா என்ற இடத்தில் பயிற்சி அளிப்பார் என்றும் விக்டர் டெல் அவிவில் சிங்கள இராணுவத்தின் பொறுப்பாளராக இருப்பார் என்றும் தீர்மானிக்கப்பட்டது. இரண்டு குழுக்களும் 2 வாரங்களுக்குப் பிறகு கேஃபர் சர்கினில் தங்கள் பயிற்சியைச் செய்ய வேண்டியிருந்தபோது ஒரு சவால் இருந்தது. அது மிகப் பெரிய தளமாக இருந்தபோதிலும், அவர்கள் ஜாகிங் செய்யும் போது 2 குழுக்கள் ஒருவருக்கொருவர் 2 கெஜங்களுக்குள் கடந்து சென்றன. ஒரு வேடிக்கையான திருப்பம் என்னவென்றால், இந்த 2 குழுக்களைத் தவிர, சிறப்பு ஆயுதங்கள் மற்றும் உத்திகள்-SWAT அணியைச் சேர்ந்த 24 பேர், இந்தியாவும் ஒரு தனிக் குழுவாக வந்தது.

இது பயிற்சி பற்றியது. சதிக் குற்றச்சாட்டைப் பொறுத்தவரை, மொசாட் கோட்பாட்டிற்கு ஒரு காரணம், சந்திரசாமி மற்றும் சுப்பிரமணியம் சுவாமி ஆகியோரின் தலையீடு. சுப்பிரமணியம் சுவாமி ஒரு மொசாட் ஏஜெண்ட் என்றும், சந்திரசாமி ஒரு CIA ஏஜெண்ட் என்றும் குற்றம் சாட்டப்பட்டுள்ளது. இது தமிழ் தேசியவாதிகள்,

விடுதலைப் புலிகளிடமிருந்து பழியைத் திசைதிருப்ப விரும்பும் மக்கள் மற்றும் ரமேஷ் தலால் போன்ற கற்றறிந்த எழுத்தாளர்களின் விருப்பமான வாதமாகும். எடுத்துக்காட்டாக, CIA, மொசாட் மற்றும் சந்திரஸ்வாமி ஆகியோருக்கு எதிரான அர்ஜுன் சிங் மீதான கொலைக் குற்றச்சாட்டுக்கள் முற்றிலும் தவறானவை என்றும், புலிகள் மட்டுமே கொலையின் பின்னணியில் சூத்திரதாரிகள் என்ற அவரது கூற்றும் தவறானது என்றும் ரமேஷ் தலால் தனது புத்தகத்தில் எழுதுகிறார். இதைச் செய்து சுப்பிரமணியம் சுவாமி CIA/மொசாட் அவருக்கு விரித்த வழியில் மாட்டிக் கொள்கிறார் என்று அவர் கூறுகிறார். சந்திரசாமி இன்னும் ஒரு படி மேலே போய், CIA, மொசாத் மற்றும் சந்திராசாமி ஆகியோரால் சுப்பிரமணியம் சுவாமி இந்த புத்தகத்தை எழுதுமாறு கேட்டுக் கொள்ளப்பட்டதாக கூறுகிறார். தனது குற்றச்சாட்டுக்கு வலுசேர்க்கும் வகையில், 1994 நவம்பர் 2 ஆம் தேதி ஜெயின் கமிஷனில் சுப்பிரமணியம் சுவாமி தாக்கல் செய்த பிரமாணப் பத்திரம் குறித்து தலால் பேசுகிறார்.[124] டி.என். சேஷன் மே 22, 1991 அன்று தன்னிடம் வந்து, ராஜீவ் படுகொலையின் பின்னணியில் மொசாத்தான் சூத்திரதாரி என்று தன்னிடம் கூறியதாக அவர் குறிப்பிடுகிறார். மார்ச் 20, 1995 அன்று சுவாமியின் அறிக்கையின்படி, சேஷனின் குற்றச்சாட்டுகள் நகைச்சுவை மிகுந்தது என்று கூறி பிரதமர் சந்திரசேகரை அவர் கூட ஏமாற்றிவிட்டார்.

மொசாத்தில் இருந்து சுப்பிரமணியம் சுவாமிக்கு தொலைபேசி பிரதிகள் வருவதைப் பார்த்ததாக முன்னாள் அமைச்சரவை செயலாளர் ஜாஃபார் சைஃபுல்லாவிடம் இருந்து அடுத்த ஆதாரம் வந்தது. ஆனால் அத்தகைய இடைமறிப்புகள் எதுவும் இல்லை என்று RAW மற்றும் IB ஆகியவற்றால் தெளிவுபடுத்தப்பட்டது. சுப்ரமணியம் சுவாமியும் இத்தகைய டிரான்ஸ்கிரிப்டுகள் இருந்திருந்தால், அவற்றை அழித்திருக்க முடியாது என்று தெளிவுபடுத்தினார். இதுகுறித்து சைஃபுல்லாவிடமிருந்து எந்த விளக்கமும் இல்லை. அது இஸ்ரேல் சார்ந்த பார்வை அல்லது பாலஸ்தீன ஆதரவு யாருக்கும் இருக்கலாம். அதில் தவறு இல்லை. ஆனால் ராஜீவ் கொலை வழக்கு போன்ற ஒரு முக்கியமான வழக்கில் தங்கள் சொந்த விருப்பு வெறுப்புகளை முன்னிறுத்திபொய்களை இட்டுக்கட்டக்கூடாது.[125]

---

124 தலால் – பக்கம் 144

125 https://parliamentofindia.nic.in/ls/lsdeb/ls12/ses2/0405089808.htm

ராஜீவ் படுகொலைக்கு முந்தைய மாதங்களில் 2 அமெரிக்க உளவுத்துறை அதிகாரிகள்,வில்லியம் சி கிரஹாம் மற்றும் லாரன்ஸ் என்.பி. ஆகியோரின் இருப்பைப் பற்றி ஜெயின் கமிஷன் பேசுகிறது. இருப்பினும் இந்த ஆதாரம் மிகவும் பலவீனமானது. மொசாட் மற்றும் CIA ஏஜெண்டுகள் இருப்பதுமட்டும், ராஜீவ் படுகொலையின் பின்னணியில் CIA அல்லது மொசாட் இருந்தது என்ற முடிவுக்கு வருவதற்கான சான்றாக இருக்கப் போவதில்லை. படிப்படியாக அதை எடுத்துக் கொண்டால், இஸ்ரேல் கோணம் முதலில் அமெரிக்கக் கோணத்திற்கு முன்னால் கையாளப்படும்.

ராஜீவ் காந்தி இஸ்ரேலுக்கு எதிரானவரா? அவ்வாறு கூறுவதற்கு எந்த ஆதாரமும் இல்லை. வாதத்திற்காக, ராஜீவ் இஸ்ரேல்-விரோதி என்று அனுமானித்துக் கொண்டாலும், இஸ்ரேல் தலையிட்டு ராஜீவை படுகொலை செய்ய அந்த காரணம் போதுமானதா? இஸ்ரேல் / பாலஸ்தீனம் பொதுவாக மிகவும் விவாதிக்கப்பட்ட பிரச்சினையாகும், மேலும் பெரும்பாலான நாடுகள் பாலஸ்தீனம் மற்றும் ஒரு சில சக்திவாய்ந்த நாடுகள் இஸ்ரேலை ஆதரிக்கின்றன. எனவே இத்தகைய சூழ்நிலையில், ராஜீவ் இஸ்ரேலுக்கு எதிரானவராக இருந்திருந்தால் கூட, மொசாத் முடிவு செய்து அவரை முடிப்பதற்கு அது மட்டுமே காரணமாக இருந்திருக்குமா? இஸ்ரேலுக்கு எதிரான உலகத் தலைவர்களை மொசாத் கொலை செய்ய முடிவு செய்தால், மொசாத் அநேகமாக ஒவ்வொரு வாரமும் ஒரு உலகத் தலைவரை படுகொலை செய்ய வேண்டியிருக்கும்.

CIA/அமெரிக்கக் கோணத்தில் பார்த்தால், அமெரிக்காவைக் குறிவைக்கும் / விடுதலைப் புலிகளைப் பாதுகாக்கும் பகுப்பாய்வாளர்களால் பரந்த அளவில் விவாதிக்கப்பட்ட ஒரு கோட்பாடு என்னவென்றால், வளைகுடாப் போரின்போது ராஜீவ் காந்தி அமெரிக்க விமானங்களுக்கு எரிபொருள் நிரப்புவதை எதிர்த்தார் என்ற உண்மையை அவர்கள் சுட்டிக் காட்டுகின்றனர். அமெரிக்காவுக்கு எரி பொருள் கொடுக்கும் முடிவு சந்திரசேகரால் தீர்மானிக்கப்பட்டது, ராஜீவ் சந்திரசேகரை எரிபொருள் நிரப்புவதை நிறுத்துமாறு கட்டாயப்படுத்தினார். CIA ராஜீவை குறிவைத்ததற்கு இதுவும் ஒரு காரணம். அதாவது ராஜிவ் ஒரு அமெரிக்க-விரோதி என்று CIA கருதினர் என்றுகோட்பாடுகள் விவாதிக்கப்பட்டு அவை

என்னவென்பதற்காக வளைகுடா போரின் பின்னணியை அறிவது முக்கியம்.

சதாம் உசேன் ஈராக்கிற்குச் சென்று ஆக்கிரமித்ததன் விளைவாக வளைகுடாப் போர் தொடங்கியது. 1990 ஜூலை மாதக் கடைசியில் / ஆகஸ்ட் தொடக்கத்தில் சதாம் ஹூசைன் தனது அண்டை நாடான குவைத்தில் அவற்றின் பொதுவான எல்லையில் அமைந்துள்ள *ArRumylah* எண்ணெய் வயல்களில் இருந்து கச்சா எண்ணெயை திருடியதாகக்குற்றம் சாட்டி ஆத்திரமூட்டும் உரையை நிகழ்த்தினார். குவைத் எல்லைக்கு ஈராக் தங்கள் துருப்புக்களை அனுப்பத் தொடங்கியது. ஈராக்கிற்கும் குவைத்திற்கும் இடையே அதிபர் ஹொாஸ்னி முபாரக் பேச்சுவார்த்தைக்கு ஏற்பாடு செய்திருந்தார். வெறும் 2 மணி நேரத்திற்குப் பிறகு, பேச்சுவார்த்தைகள் முறிந்தன, சதாம் ஹூசைன் தனது துருப்புக்களுக்கு குவைத் மீது படையெடுக்க உத்தரவிட்டார்.

வளைகுடாநாடுகள்ஆதரவுக்காகமேற்கத்தியநாடுகளைநோக்கித் திரும்பின. நவம்பர் 29, 1990 அன்று, ஐ.நா. பாதுகாப்புச் சபை, ஜனவரி 15, 1991 க்குள் குவைத்தில் இருந்து பின்வாங்காவிட்டால், ஈராக்கிற்கு எதிராக "தேவையான அனைத்து வழிகளையும்" பயன்படுத்துவதற்கு அங்கீகாரம் அளித்தது. சதாம் செவிசாய்க்கவில்லை, தனது படைகளை விலக்கிக் கொள்ளவில்லை. இவ்வாறாக பாலைவனப் புயல் நடவடிக்கை ஜனவரி 17 அன்று அமெரிக்காவால் முக்கியமாக அமெரிக்கதலைமையிலானவான்வழித்தாக்குதலைத்தொடங்கியது. வெறும் 42 நாட்கள் தொடர்ச்சியான தாக்குதல்களுக்குப் பின்னர், அமெரிக்கா ஒரு எளிதான வெற்றியைப் பெற்றது. பெரும்பாலான ஈராக்கியப் படைகள் சரணடைந்தன அல்லது தப்பியோடின. அப்போதைய அமெரிக்க ஜனாதிபதி ஜோர்ஜ் எச்.டபிள்யூ. புஷ்ஷினால் போர்நிறுத்தம் பிரகடனப்படுத்தப்பட்டது.[126]

இந்தச் சூழ்நிலையில்தான் போர் நடந்து கொண்டிருக்கும் சமயத்தில் 1991 ஜனவரி 9ஆம் தேதி அமெரிக்க சி-141 போக்குவரத்து விமானங்களை பம்பாயில் உள்ள சஃபர் விமான நிலையத்தில் ஒரு நாளைக்கு 2 என்ற வீதத்தில் நிறுத்தி எரிபொருள் நிரப்ப அனுமதிப்பது என்று இந்திய அரசு முடிவு செய்தது. ராஜீவ் தலைமையிலான இடதுசாரிக் கட்சிகளும் காங்கிரசும் இதை

---

126 *https://www.history.com/topics/middle-east/persian-gulf-war*

எதிர்த்தன. சந்திரசேகர் ராஜீவின் ஆதரவை நம்பியிருக்க வேண்டியிருந்ததால், பிப்ரவரி 20ம் தேதி ஒரு முடிவு எடுக்கப்பட்டது. வெளியுறவு அமைச்சரகமும் இந்தியாவுக்கான அமெரிக்கத் தூதர் வில்லியம் க்ளார்க்கும் செய்தியாளர்களிடம் கூறுகையில், அரசியல் கட்சிகளுக்கும் இந்திய மக்களுக்கும் இடையே உரசலை ஏற்படுத்த விரும்பாததால், எரிபொருள் நிரப்பும் இந்த நடவடிக்கையை நிறுத்த அமெரிக்கா முடிவு செய்துள்ளதாகத் தெரிவித்தனர்.

சில உண்மைகளை இங்கே சுட்டிக்காட்ட வேண்டும். எரிபொருள் நிரப்புதல் ஜனவரி 17, 1991 அன்று அதிகாரப்பூர்வமாகத் தொடங்கியது. எரிபொருள் நிரப்புவதை அனுமதிக்கும் முடிவு ஜனவரி 9 ஆம் தேதி எடுக்கப்பட்டது. யுத்தம் பெப்ரவரி 28, 1991 அன்று முடிவுக்கு வந்தது. எரிபொருள் நிரப்புவதை நிறுத்துவதற்கான முடிவை இந்திய அரசு பிப்ரவரி 20 அன்று எடுத்தது. இவ்வாறாக யுத்தத்தின் பெரும்பகுதியில் எரிபொருள் நிரப்புவதற்கு அனுமதி வழங்கப்பட்டது. இந்தியா எரிபொருள் நிரப்புவதை நிறுத்திய பின்னரும், அமெரிக்காஎரிபொருள்நிரப்புவதற்கானஒருகண்டறிந்து, இந்தியப் பெருங்கடல் தீவான டியாகோ கார்சியாவிலிருந்து தொடர்ந்து எரிபொருள் நிரப்பியது.[127]

இறுதியாக அது போரை வசதியாக வென்றது. அப்படியானால் அமெரிக்காவோ அல்லது CIAவோ ராஜீவ் மீது ஏன் கோபப்பட வேண்டும்? அமெரிக்காவைப்பொறுத்தவரைராஜீவின்வெளியுறவுக் கொள்கைகள் என்ன? ராஜீவின் கீழ் ஐ.ஏ.எஸ் அதிகாரியாக பணியாற்றிய வஜத்துல்லா ஹபிதுல்லா தனது புத்தகத்தில் இந்தியா-அமெரிக்கா உறவுகளை வலுப்படுத்துவதில் ராஜீவ் ஆர்வமாக இருந்தார் என்று எழுதுகிறார்.

ஒரே மாதத்தில், தொழில்நுட்ப பரிமாற்றம் குறித்து ஒரு பெரிய புரிந்துணர்வு ஒப்பந்தம் கையெழுத்தானது. ஜூன் 1985ல் வாஷிங்டன் டி.சி.க்கு சென்ற அவர், காங்கிரசில் நடந்த ஒரு கூட்டுக் கூட்டத்தொடரிலும் உரையாற்றினார். இதை ஒரு இந்தியப் பிரதமர் செய்வது இதுவே முதல் முறையாகும். 1987 அக்டோபரில் மற்றொரு விஜயத்தைத் தொடர்ந்து, ரீகன் நிர்வாகம் வர்த்தகத்தில் குறிப்பிடத்தக்க விரிவாக்கத்தை அறிவித்ததுடன், இருதரப்பு வர்த்தக

ஊக்குவிப்புக் குழுவையும் அமைத்தது. ராஜீவ்[128] காந்தி உண்மையில் அமெரிக்காவுடன் நட்புறவை வளர்த்துக் கொள்ள விரும்பினார் என்பதையே இந்த அனைத்து அம்சங்களும் காட்டுகின்றன. அப்படியானால், ராஜீவ் காந்தியை படுகொலை செய்வதற்கான நோக்கம் CIA-விற்கோ அமெரிக்காவிற்கோ வலுவான காரணங்கள் ஏதும் இல்லை என்றே மேலே கூறப்பட்டவை காண்பிக்கின்றது.

---

128 https://www.southasiamonitor.org/books/was-rajiv-gandhi-victim-foreign-intelligence-agencies

அத்தியாயம் 16

யாசர் அராஃபத் எச்சரிக்கை

கேள்வி – யாசர் அராபத் மீண்டும் மீண்டும் ராஜீவுக்கு எச்சரிக்கை அனுப்பியிருந்தாரே?

ஏ – பாலஸ்தீன விடுதலை அமைப்பின் (PLO) தலைவர் யாசர் அரபாத், பாலஸ்தீன தூதர் மூலம் ராஜீவ் காந்திக்கு எச்சரிக்கை விடுத்தது, மொசாத்தின் சாத்தியமான தலையீட்டிற்கான சான்றாக பலரால் பார்க்கப்படுகிறது. யாசர் அராஃபத் தனது தூதரை அனுப்பியிருந்தார். பிப்ரவரி மாத இறுதியில் ஒரு முறையும், ஏப்ரல் நடுவில் ஒரு முறையும் ராஜீவை இரண்டு முறையும் சந்தித்த அவர், அவரது உயிரைப் பறிக்கும் முயற்சி நடக்கும் என்று எச்சரித்தார். [129] அராஃபத் காந்தி குடும்பத்துடன் நல்ல உறவைக் கொண்டிருந்தார். PLOவும் அரஃபாத்தும் இலக்கு வைக்கப்பட்டு பல நாடுகளால் "பயங்கரவாதிகள்" என்று முத்திரை குத்தப்பட்டபோது, இந்தியா PLOவை அதன் முக்கிய அங்கமான அல்ஃபத்தாமூலமாக ஒரு அலுவலகத்தைத் திறக்க அனுமதித்தது.

அரஃபாத் இந்திரா காந்தியுடன் மிகுந்த நல்லுறவைக் கொண்டிருந்தார், அவரை அவர் அன்புடன் சகோதரி என்று அழைத்தார். இந்திரா காந்தி மற்றும் ராஜீவ் காந்தியின் இறுதிச்சடங்குகளில் அவர் கலந்து கொண்டார். இந்திரா காந்தியின் இறுதிச் சடங்குகள் நடைபெற்றுக் கொண்டிருந்தபொழுது மிகவும் துயரத்துடன் அரபாத் காணப்பட்டார். ஒரு குறிப்பிட்ட சம்பவம், அரஃபாத் இந்திராவுடன் கொண்டிருந்த உறவைப் பற்றிப் பேசுகிறது. ராஜீவ் படுகொலைக்கு முன்னர் அவர் ஏன் திரும்பத் திரும்பச் செய்திகளை அனுப்பினார் என்பதை விளக்கும். 1983 ஆம் ஆண்டு புதுதில்லி அணிசேரா இயக்கம் (NAM) உச்சிமாநாட்டின் போது,

<hr>

129 https://sangam.org/இலங்கை-தி-சொல்லப்படாத-கதை-அத்தியாயம்-47/

◄ 209 ►

ஜோர்டான் அரசர் ஹுசைனுக்குப் பிறகுதான் தனது பேச்சு இடம் வந்தது என்பதை அறிந்து அராஃபாத் கோபமடைந்தார்.

உடனடியாக, அவர் உச்சிமாநாட்டை விட்டு வெளியேற முடிவு செய்தார். உச்சிமாநாட்டின் பொதுச் செயலாளராக இருந்த நட்வர் சிங், அப்போதைய கியூபா ஜனாதிபதியாக இருந்த பிடல் காஸ்ட்ரோவை அராஃபாத் வெளியேறுவதைத் தடுக்க முயற்சிக்குமாறு வலியுறுத்தினார். இதைச் செய்யும் முயற்சியில், ஃபிடெல் காஸ்ட்ரோ அராஃபாத்திடம், நீங்கள் பிரதமர் இந்திரா காந்தியின் நண்பரா இல்லையா என்று கேட்டார். இதற்கு பதிலளித்த அராஃபத், தான் இந்திரா காந்தியை தனது சகோதரியாக கருதுவதாகக் கூறினார். உரையாடல் தொடர்ந்தபோது, அராஃபத் இறுதியில் சமாதானம் அடைந்து, NAM கூட்டத்தில் தங்கினார்.

ராஜீவை சந்திப்பதைத் தவிர, அவர் தனது தூதுவர் டாக்டர் காலித் எல் ஷேக் மூலம் ஒரு கடிதத்தை அனுப்பியிருந்தார், அது ராஜீவ் காந்தியைக் கொலை செய்யமுயற்சிக்கப்படும் என்று எச்சரித்து இந்திய அரசுக்கு அனுப்பப்பட்டது. இருப்பினும், எம். கே.நாராயணன் ராஜீவ் காந்திக்கு NSG அல்லது SPG வழங்கப்பட வேண்டும் என்று உணரவில்லை. என்று உணரவில்லை. அராஃபாத் கொடுத்த இந்த எச்சரிக்கை, முழு சதித்திட்டத்திலும் மொசாத் சம்பந்தப்பட்டிருப்பதற்கான சான்றாக பார்க்கப்படுகிறது. ஆனால் இவ்வாறு பார்க்க வேண்டிய இன்றியமையாத ஒன்றை பார்க்க மறந்து விடுகின்றார். அராஃபாத் இஸ்ரேலை தனது எதிரியாக கருதினார். அவர் இஸ்ரேலை ஒரு நாடாக உருவாக்குவதை எதிர்த்தார் மற்றும் இஸ்ரேலுக்கு எதிரான அரபு-இஸ்ரேலிய போரில் போராடினார். 1988 ஆம் ஆண்டின் பிற்பகுதியில்தான் அவர் ஒரு நாடாக இருப்பதற்கான இஸ்ரேலின் உரிமையையும் ஒப்புக்கொண்டார். பிறகு, ராஜீவ் காந்தியைக் கொலை செய்ய மொசாத்தான் தூண்டுகோலாக இருந்தது என்ற தகவல் அவருக்குக் கிடைத்திருந்தால், அரபாத் இரு காரியங்களை செய்திருப்பார்.

முதலாவதாக, ராஜீவை எச்சரித்திருப்பார். ராஜீவைக் கொல்ல மொசாத்தான் சதி செய்கிறது என்று ராஜீவை எச்சரிப்பது அவர் செய்திருக்க கூடிய இரண்டாவது காரியம். இதை அவர் செய்யவில்லை. குறைந்தபட்சம் ராஜீவ் படுகொலைக்குப் பிறகு

அவரது எச்சரிக்கைகள் குறித்து அவரிடம் சென்று பேசிய SIT அதிகாரிகளுக்கு அவர் இதைச் சொல்லியிருப்பார் இதையும் அவர் செய்யவில்லை. ராஜீவைக் கொல்ல சதித்திட்டம் தீட்டப்பட்டதைப் பற்றி அராபத்திற்கு நெருக்கமான ஒருவர்தான், அவரிடமிருந்துதான் கேள்விப்பட்டிருப்பார் என்பதை இந்த விஷயங்கள் தெளிவுபடுத்துகின்றன. அந்த நபர் யாராக இருந்திருக்க முடியும் என்பதைக் கண்டுபிடிக்க ஒருவர் தனது தலையை உடைக்க வேண்டிய அவசியமில்லை. இழிபுகழ்பெற்ற ஆயுத வியாபாரியும் அப்போது உலகின் மிகப் பெரிய பணக்காரர்களில் ஒருவருமான அட்னான் கஷோகியிடமிருந்து இதைப் பற்றி அவர் கேள்விப்பட்டிருக்க கூடும்.

எத்தியோப்பிய உள்நாட்டுப் போரினால் ஏற்பட்ட பஞ்சத்தின் போது சூடானில் இருந்து சுமார் 14,000 எத்தியோப்பிய யூதர்களை இஸ்ரேலுக்கு விமானம் மூலம் அனுப்ப அவர் உத்தரவிட்டதே கஷோகியின் அதிகம் அறியப்படாத சாதனைகளில் ஒன்றாகும். இந்த நடவடிக்கை ஆபரேஷன் மோசஸ் என்று அழைக்கப்பட்டது மற்றும் 1984 இல் கஷோகியால் ஏற்பாடு செய்யப்பட்டு நிதியளிக்கப்பட்டது. அதுவரை அராஃபத் கஷோகியின் நண்பராக இருந்தார். ஆனால் இங்கே, கஷோகி செய்த செயலால் கோபமடைந்து அவரைக் கொலை செய்ய உத்தரவிட்டார்.

ஆனால் கஷோகி அமைதியாக எதிர்வினையாற்றி, அராஃபாத்தை தனிப்பட்ட முறையில் சந்திக்குமாறு கேட்டுக்கொண்டதோடு, தனிப்பட்ட முறையில் படுகொலையை நடத்துமாறும் சவால் விடுத்தார். ஆனால் கஷோகியும் அராஃபாத்தும் ஒருவரையொருவர் கட்டிப்பிடித்துக் கொண்டு கூட்டம் முடிவடைந்தது, அவர்களின் நட்பு மீண்டும் தொடங்கியது. இந்த சம்பவம் கஷோகி-அராஃபாத் நட்பின் முன்னாள் நிலையை விளக்குவதற்காக விவரிக்கப்படுகிறது. எனவே அராஃபத் பெரும்பாலும் கஷோகியிடமிருந்து தகவல்களைப் பெற்றிருக்கலாம். கஷோகி அவரது நெருங்கிய நண்பர் என்பதால், ஆதாரத்தை வெளிப்படுத்தாமல், தான் குறிவைக்கப்படப் போவதாக ராஜீவுக்கு தகவல் கொடுத்தார்.[130] கஷோகி சந்திரஸ்வாமியின் நெருங்கிய உதவியாளர் என்பதை கவனத்தில் கொள்ள வேண்டும்.

---

130 https://www.dailymail.co.uk/news/article-4583004/Adnan-Khashoggi-shadowy-arms-dealer-friend-Nixon.html

திருப்பதி பயணம்

கொலைக்குழு மேலும் சிலருடன் 1991 மே 25 ஆம் தேதி திருப்பதிக்குச் சென்று 1991 மே 26 ஆம் தேதி திரும்பியதாக *SIT* கூறியுள்ளது.

ப – 163 மற்றும் 170 ஆம் புள்ளிகளில், நீதிபதி கே.டி.தாமஸின் தீர்ப்பு மற்றும் 438 மற்றும் 616 புள்ளிகளில், முருகன், நளினி, பத்மா, சுபா மற்றும் சிவராசன் ஆகியோர். பாக்யநாதன் ஏற்பாடு செய்த டாக்ஸியில் திருப்பதிக்குச் சென்று மே 26, 1991 அன்று திரும்பினர் என்று குறிப்பிடப்பட்டுள்ளது. இது *SIT*யின் பச்சை பொய் என்பதைக் காட்ட போதுமான ஆதாரங்கள் உள்ளன. நளினி, சிவராசன் அண்ட் கோ மே 23-ம் தேதி திருப்பதிக்குச் சென்று மே 24-ம் தேதி திரும்பி வந்ததாக ரகோத்தமன் ஒரு பேட்டியில் தெளிவாகக் கூறுகிறார்.[131] எனவே எந்த கூற்று உண்மை? *SIT* கூறியபடி அவர்கள் மே 25 ஆம் தேதி திருப்பதிக்குச் சென்று மே 26ஆம் தேதி திரும்பினார்களா? அல்லது மே 23-ம் தேதி திருப்பதிக்குச் சென்று, ரகோத்தமன் சொன்னபடி மே 24-ம் தேதி திரும்பி வந்தார்களா? ரகோத்தமன் கூறியது உண்மை என்றால், *SIT* ஏன் தேதிகளைப் பற்றி பொய் சொன்னது? முழுச் சூழலையும் புரிந்து கொள்வதற்கு இந்த விடையை அடுத்த கேள்வியுடன் சேர்த்துப் படிக்க வேண்டும்.

ரவிச்சந்திரன் தனது புத்தகத்தில் மே 24ஆம் தேதி கோடியக்கரையில் இருந்து மெட்ராஸில் உள்ள தனது அத்தை லோகமாதாவின் வீட்டிற்கு வந்ததாக விவரிக்கிறார். அது வில்லிவாக்கத்தில் இருந்தது. அவர் வீட்டை அடைந்ததும், அவருக்கு ஒரு கடிதம் கொடுக்கப்பட்டது, அதை சிவராசன் தனது அத்தைக்கு தான் வரும் முன்னரே கொடுத்துவிட்டு சென்றார். இந்த கடிதத்தில், அவர் (சிவராசன்) 25ஆம் தேதி பிற்பகல் லோக்மாதா வீட்டிற்கு வந்து அவரைச் சந்திப்பார் என்று குறிப்பிடப்பட்டிருந்தது.

எனவே ரவிச்சந்திரன் தனது அத்தையின் 2 வயது மகன் வினோத்துடன் விளையாடிக் கொண்டிருந்தார். சிறிது நேரத்தில், அவரது அத்தை வந்து, அவரது நண்பர் அவரைப் பார்க்க வந்திருப்பதாகக் கூறினார். சிவராசன் 25 ஆம் தேதி வரவிருப்பதாக

---

131 https://www.youtube.com/watch?v=OzdISculFKE   —   ரகோத்தமானுடன் சித்தண்ணன் நேர்காணல் (ஆங்கிலம்) – அத்தியாயம் 2

கடிதத்தில், அதாவது அடுத்த நாள் மட்டுமே வரவிருப்பதாக குறிப்பிட்டிருந்ததால் அவர் குழப்பமடைந்தார். ஆனால் அவர் சென்று அவரைச் சந்தித்தார். சிவராசன் ரவியிடம் சுபாவுக்கு ஒரு வாரம் அடைக்கலம் தருமாறு கேட்டுக்கொண்டார். ரவி யோசனை செய்து சிவராசனிடம் மாலைக்குள் தெரிவிப்பதாக கூறினார். சிவராசன் சம்மதித்துச் சென்று விட்டார். இதற்கிடையில் TNRTயில் நம்பர் 2 ஆக இருந்த சுசீந்திரன் ரவியை சந்திக்க வந்தார், ரவி முழு காட்சியையும் விளக்கினார். ரவி அவரிடம் கேட்டார்.

சுசீந்திரன் பொறுப்பேற்று சுபாவுக்கு அடைக்கலம் கொடுக்க சம்மதித்தார். சுசீந்திரன் ஆம் என்று பதிலளித்தார். எனவே அவர்கள் சிவராசனை அடையாறு பூங்காவில் ஏற்பாடு செய்யப்பட்ட நேரத்தில் சென்று சந்தித்தனர். ரவி சிவராசனிடம் தனது முடிவைப் பற்றிச் சொன்னபோது, சிவராசன் உடனடியாக மகிழ்ச்சியடைந்து, அன்றே சுபாவை பொறுப்பேற்க முடியுமா என்று விசாரித்தார். தன்னால் முடியும் என்று சுசீந்திரன் பதிலளித்தார். ஏற்பாட்டின்படி, திருவள்ளுவர் பேருந்து நிலையம், பாரீஸ் கார்னரில் அவர்கள் சந்தித்தனர்.

சுசீந்திரனும் சுபாவாகிய மல்லிகாவும் பொள்ளாச்சிக்கு செல்ல, சுசீந்திரன் சுபாவை தனது நண்பர் கற்பகம் வீட்டில் சில நாட்கள் விட்டுச் சென்றார். அதன் பிறகு மே 29-ம்தேதிதான் ரவிச்சந்திரன் கற்பகம் வீட்டுக்குச் சென்று சுபாவை சந்தித்தார். 25-ம்தேதி சுபா, சிவராசன் அன்ட் கோ ஆகியோர் பாக்யநாதன் ஏற்பாடு செய்திருந்த காரில் சென்னையிலிருந்து திருப்பதிக்கு சென்றிருக்க வேண்டும் என்று கூறப்பட்டபோது, சுபா உண்மையில் பொள்ளாச்சியில் இருந்தார். சுபாவை விட்டுவிட்டு சிவராசன் அன்ட் கோ திருப்பதிக்குச் சென்றனர் என்ற கேள்விக்கே இடமில்லை. ஏனென்றால் தாணுவின் கடைசி ஆசை சிவராசன் மட்டும், சுபா திருப்பதிக்குச் சென்று கொலை வெற்றிகரமாக முடிந்தவுடன் தனது ஆன்மாவுக்காக பிரார்த்தனை செய்ய வேண்டும் என்பதே. எனவே SIT பொய் சொல்கிறது என்பது தெளிவாகிறது.[132] ஆனால் எதற்கு? அதற்கான பதிலை அடுத்த கேள்வியில் காணலாம்.

---

132 ரவிச்சந்திரன் – பக்கம் 220

சங்கர் என்ற கோணேஸ்வரன்

கே – சங்கர் என்கிற கோணேஸ்வரன் கைது பற்றி என்ன?

ப – வழக்கறிஞர் துரைசாமி தனது புத்தகத்தில், 1991 ஆம் ஆண்டு ஜூன் 7 ஆம் தேதி திருத்துறைப்பூண்டி சர்க்கிள் இன்ஸ்பெக்டராக இருந்த எம்.ரவீந்திரன் சங்கரை கைது செய்ததாக எழுதியுள்ளார். சிவராசன் கைது செய்யப்பட்ட பிறகு, பொட்டு அம்மானுக்கு எழுதிய கடிதத்தில், தனது கூட்டாளிகளில் ஒருவர் நாகப்பட்டினத்தில் பிடிபட்டதாகவும், அவரைப் பற்றிய அனைத்து தகவல்களையும் அவர் வெளிப்படுத்தியதாகவும் கூறினார்.[133] சங்கரின் வருகை மற்றும் இயக்கத்தைப் பற்றி பார்க்கும்போது, அவர் ஒரு இலங்கைப் பிரஜை ஆவார், அவர் 1991 மே 1 ஆம் தேதி சிவராசனுடன் 9 பேர் கொண்ட கும்பலின் ஒருவராக இந்தியாவுக்கு வந்தார்.

அவர் மே 15 ஆம் தேதி வரை ஜெகதீசன் என்பவருடன் கோடியக்கரையில் தங்கியிருந்தார். மே 15, 16 ஆகிய தேதிகளில் ஜெகதீசனுடன் சென்னைக்கு வந்த அவர் கல்யாண் கிருஷ்ணனுக்கு சொந்தமான கல்யாண் ஈஸ்வரி லாட்ஜில் தங்கினார். ஜெகதீசன் கடந்த 25 ஆண்டுகளாக லாட்ஜின் வழக்கமான வாடிக்கையாளராக இருந்தார், எனவே ஒரு அறையை எடுத்துக்கொள்வதில் எந்த பிரச்சனையும் இல்லை. அறையை எடுத்துக் கொண்டு, ஜெகதீசன் அங்கிருந்து கிளம்பினார். ஆனால் சங்கர் அந்த அறையில் தொடர்ந்து தங்கினார்.

மே 21ம் தேதி படுகொலைக்குப் பிறகு, லாட்ஜ் உரிமையாளர் கல்யாண் கிருஷ்ணன், சங்கர் ஒரு இலங்கைத் தமிழர் என்பது அவருக்குத் தெரிந்திருந்தாலும், காவல்துறையினரிடமிருந்து பிரச்சினையை எதிர்பார்த்ததாலும் பீதியடையத் தொடங்கினார். எனவே அவர் ஷங்கரை காலி செய்யச் சொன்னார். ஷங்கரிடம் ராபர்ட் பாயாஸின் தொலைபேசி எண் இருந்தது. கல்யாண் கிருஷ்ணன் ராபர்ட் பாயாஸின் எண்ணுக்கு போன் செய்தார். அழைப்பு சென்றது. எபினேசர் ப்ரொவிஷன் ஸ்டோருக்கு போன் போனது, எபினேசர் ப்ரொவிஷன் ஸ்டோரில் பணிபுரியும் சௌந்தரபாண்டியன் அதை எடுத்தார்.

---

133 துரைசாமி – பக்கம் 97

ஆரம்ப அழைப்பில், அவர் அரசுத் தரப்பு எண் 54 ஒரு பீதியான சூழ்நிலையின் காரணமாக, வீடு சுமார் 300 மீ. தள்ளியிருப்பதால் பாயாஸ் அல்லது சிவராசனை அழைக்க முடியாது என்று அவரிடம் கூறினார். சுமார் 2-3 நிமிடங்களில் மற்றொரு அழைப்பு வந்தது. இந்த முறை அழைத்தவர் தன்னை சங்கர் என்று அடையாளப்படுத்திக் கொண்டு, பாயாஸ் அல்லது சிவராசனுடன் அவசரமாகப் பேச வேண்டும் என்று கூறினார். சௌந்தர பாண்டியன் ஷங்கரிடம் கடையில் தான் மட்டுமே உள்ள ஒரே நபர் என்றும், அதனால் பாயஸை போய் அழைக்க முடியாது என்றும் கூறினார். ஆனால் அவர் ஒரு செய்தியை எடுத்து அதை அனுப்ப முடியும் என்று கூறினார்.. இதற்கு ஷங்கர், பாயாஸின் முகவரி தனக்கு வேண்டும் என்று பதிலளித்தார். சௌந்தரபாண்டியன் தன்னிடம் பாயாஸின் முகவரி இல்லை என்று கூறி, எபினேசர் ஸ்டோர்ஸின் முகவரியைக் கொடுத்தார். இதற்குப் பிறகு, பாயாஸின் வீட்டிற்கு சங்கர் வருகை தந்ததற்கான எந்த ஆதாரமும் இல்லை என்று நீதிபதி கூறுகிறார்.

இதற்குப் பிறகு, ஜூன் 7, 1991 அன்று திருத்துறைப்பூண்டியில் ஷங்கரின் கைது பற்றிக் குறிப்பிடப்படுகிறது.[134] இங்குள்ள முக்கியமான கேள்வி என்னவென்றால், சங்கர் ஜூன் 9 ஆம் தேதி கைது செய்யப்பட்டார் என்பது உண்மை என்றால், மே 23 முதல் ஜூன் 7 வரை அவர் எங்கே இருந்தார்? உண்மை என்னவென்றால், ஜூன் 7 அன்று அவர் கைது செய்யப்படவில்லை. அவர் ஜூன் 7 ஆம் தேதிக்கு முன்பே கைது செய்யப்பட்டார். இந்த கேள்விக்கு படிப்படியான அடிப்படையில் பதிலளிப்பது முக்கியம். திருப்பதி பயணம் பற்றிய முந்தைய கேள்விக்கு இந்த கேள்வி ஒரு முக்கியமான இணைப்பைக் கொண்டுள்ளது என்பதை வாசகர் மனதில் கொள்ள வேண்டியது அவசியம்.

இப்போது சங்கர் கைது செய்யப்பட்டபோது, அவரிடம் ஒரு துண்டு காகிதம் கண்டுபிடிக்கப்பட்டது. அதில் 2 எண்கள் குறிப்பிடப்பட்டுள்ளன. ஒன்று எபனேசர் கடையின் தொலைபேசி எண், மற்றொன்று நளினியின் அனபாண்ட் சிலிக்கான் எண். இதற்குப் பிறகுதான் சிறப்பு விசாரணைக் குழு நளினியைத் தொடர்பு கொண்டு அவரிடம் வந்து பேசியது. சென்னை அடையாறில் உள்ள தனது அலுவலகத்திற்கு மே 27-ம்தேதி முதல்முறையாக போலீஸ்

---

134 https://www.casemine.com/judgement/in/5609ad65e4b014971141147f- குறிப்பு

அதிகாரிகள் வந்து தன்னிடம் பேசியதாக நளினியே தனது புத்தகத்தில் குறிப்பிட்டுள்ளார்.[135] நளினியின் இந்த ஒரு அறிக்கை, சங்கர் மே 27ம் தேதிக்கு முன்னர் கைது செய்யப்பட்டார் என்பதை நிரூபிக்கிறது. ஜெனிபர் வில்சனுக்கு அளித்த பேட்டியில், தஞ்சாவூரில் மே 25-ம் தேதி சங்கர் கைது செய்யப்பட்டதாக ரகோத்தமன் உண்மையைப் போட்டுடைக்கின்றார்.[136] ஜூன் 7 ஆம் தேதி சங்கர் கைது செய்யப்பட்டதாக SIT ஏன் பொய் சொன்னது? அதுதான் பெரிய கேள்வி.

திருப்பதி பயணம் பற்றிபெரிய உண்மை

Q- அப்படியானால் பெரிய உண்மை என்ன?

ப – எனவே, சிவராசன் அண்ட் கோ மே 25 மற்றும் 26 ஆகிய தேதிகளில் திருப்பதிக்கு சென்றதாக அவர்கள் கூறியது SITயின் தற்செயலான தவறா? எதுவும் தற்செயலானது அல்ல. SIT சொன்ன ஒவ்வொரு பொய்யும் ராஜீவ் கொலைக்குப் பின்னணியில் உள்ள பெரிய உண்மையை மறைக்க நன்கு திட்டமிடப்பட்டிருந்தது. ரகோத்தமன், தனது கடைசி நாட்களில், எழுத்தாளரின் நெருங்கிய நண்பர் ஒருவரைச் சந்தித்தார்.

ராஜீவ் காந்தி படுகொலை குறித்து அவர்கள் விவாதித்துக் கொண்டிருந்தபோது, ஒரு பெரிய சதித்திட்டம் இருப்பதை ஒப்புக்கொண்ட ரகோத்தமன், படுகொலை செய்யப்பட்ட சில நாட்களுக்குப் பிறகு, திருத்துறைப்பூண்டி அருகே சர்க்கிள் இன்ஸ்பெக்டர் ரவீந்திரனால் 2 பேர் பிடிபட்டதாக குறிப்பிட்டார். தாங்கள் இலங்கைத் தமிழர்கள் என்று அவர்கள் அவரிடம் கூறினார்கள், ஆனால் ராஜீவ் காந்தியின் கொலையில்தங்களுக்கு எந்தத் தொடர்பும்இல்லைஎன்றுஅவர்கள்அவரிடம்கெஞ்சினார்கள். ரவீந்திரன் இதனை சரி பார்க்க க்யூ-பிரிவு எண்ணையைத் தொடர்பு கொண்டார். கியூ பிரிவு, பதிலுக்கு, SITயைத் தொடர்பு கொண்டு, இந்த இரண்டு சந்தேகத்திற்கிடமான நபர்கள் வாயுமேடு செக்போஸ்டில் பிடிபட்டதாக அவர்களுக்குத் தெரிவித்தனர். SIT, பதிலுக்கு, 1 நபரை கைது செய்து, மற்ற நபரை விட்டுவிடுமாறு கியூ-

---

135 நளினி பக் 168

136 *https://www.youtube.com/watch?v=fd82ahdR3WY*

பிராஞ்சுக்கு அறிவுறுத்தியது. கைது செய்யப்பட்டவர் சங்கர் ஆவார். விடுவிக்கப்பட்ட நபர் சிவராசன்.

இதை ரகோத்தமன் எனது நண்பரிடம் தெரிவித்தார். SITயின் இந்த நடவடிக்கையின் மூலம், சிவராசன் வேண்டுமென்றே SITயால் தப்பிக்க அனுமதிக்கப்பட்டார் என்பது வாசகர்களுக்குத் தெளிவாகத் தெரிய வேண்டும், அதே நேரத்தில் அவர்கள் அவரைப் பிடிக்க தங்களால் இயன்ற அளவு முயற்சி செய்கிறார்கள் என்று உலகம் முழுவதையும் அவர்கள் ஏமாற்றிக் கொண்டிருந்தனர். SIT வேண்டுமென்றே தேதிகளை மாற்றியமைத்ததற்கு இதுவே துல்லியமாக காரணம். சிவராசனும் மற்றவர்களும் மே 23 மற்றும் 24 ஆகிய தேதிகளில் திருப்பதி சென்றனர் என்பது உண்மை. சிவராசன் வேண்டுமென்றே தப்பிச் செல்ல அனுமதிக்கப்பட்ட இந்தச் சம்பவம் மே 25தேதி நடந்திருக்க வேண்டும். 25ஆம் தேதி சிவராசன் வேண்டுமென்றே தப்பிக்க விடப்பட்ட சம்பவம் பின்னர் வெளிச்சத்திற்கு வந்தால், சிவராசனும் மற்றவர்களும் அன்று திருப்பதிக்கு வந்திருப்பதை SIT எப்போதும் சுட்டிக்காட்டலாம். எனவே திருத்தரைப்பூண்டியில் இருந்திருக்க முடியாது என்று கூறுவதற்கு வசதியாக இருந்திருக்கும். அதே காரணத்திற்காக, ஷங்கர் ஜூன் 7 ஆம் தேதி கைது செய்யப்பட்டதாகக் கூறப்படுகிறது, ஆனால் உண்மை என்னவென்றால், அவர் மே 25 அன்று கைது செய்யப்பட்டார்.

சிவராசன் கைது

கேள்வி–சிவராசனைப்பிடிக்கSITவேண்டுமென்றேவிரும்பவில்லை என்று சொல்வதற்கு வேறு ஏதேனும் ஆதாரம் உள்ளதா?

ப – நவம்பர் 19, 2020 அன்று, இந்த எழுத்தாளர் TNCCயின் முன்னாள் தலைவர் ஜி.கே.மூப்பனாருக்கு நெருக்கமான கட்சி ஊழியரான தனஞ்செழியனை சந்தித்தார். அவர் ஒரு அதிர்ச்சியூட்டும் தகவலை அளித்தார். 1991ஆம் ஆண்டு மே மாதம் 21ஆம் தேதி, ராஜீவ் காந்தி படுகொலை செய்யப்படுவதற்குச் சற்று முன்பு, மேடைக்குச் செல்லும் வழியில் இந்திரா காந்தியின் திருவுருவச் சிலைக்கு மாலை அணிவிக்க நின்றபோது, அவருடன் சிவராசன் காரசாரமான உரையாடலை மேற்கொண்டார். உடனடியாக, பிரதான சாலையில்

இருந்த சிலைக்கு மாலை அணிவித்த பிறகு, ராஜீவ் கீழே இறங்கி காரில் ஏறத் தயாரானபோது, பத்திரிகையாளர் உடையணிந்த குர்தா-பைஜாமா (சிவராசன்) நபர் நிறுத்தினார். PSO குப்தா சிவராசனை துடைத்தெறிய முயற்சித்ததாகத் தெரிகிறது. இதைப் பார்த்ததும் ராஜீவ் காரில் ஏறத் தயாரானார். சிவராசன் அருகில் வந்து தன்னிடம் பேச அனுமதிக்குமாறு அவர் PSOவிடம் சுட்டிக்காட்டினார்.

சிவராசன் சூடான தொனியில் ஆங்கிலத்தில் ஏதோ பேசினார். தனஞ்செழியன் அருகில்நின்று உரையாடலைப் பார்த்துக் கொண்டிருந்தார். ஆனால் அவருக்கு அவ்வளவாக ஆங்கிலம் வராததால், என்ன பேசப்படுகிறது என்பதை அவரால் புரிந்து கொள்ள முடியவில்லை. சிவராசன் புகார் தொனியில் எதையோ சொல்ல, ராஜீவ் அவரை சமாதானப்படுத்த முயன்றார். பின்னர் அவர் காரில் ஏறிச்சென்றார்.[137] இந்த உரையாடலை அங்கீகரிப்பதற்காக, எழுத்தாளர் 5 வெவ்வேறு நபர்களுடன் வினவினார். 5 வெவ்வேறு ஆதாரங்கள் 4 வெவ்வேறு பதிப்புகளைக் கொடுத்தன, அவை அனைத்தும் கீழே விவாதிக்கப்பட்டுள்ளன.

அ) எழுத்தாளர்ஜி.கே.மூப்பனாரின்கட்சித்தொண்டரானகராத்தே தியாகராஜனிடம் பேசினார், அவரும் தனஞ்செழியனுடன் அந்த இடத்தில் இருந்தார். தனஞ்செழியன் விவரித்தது போன்ற எதுவும் நடக்கவில்லை என்று அவர் கூறினார். அவரது பதிப்பின் படி, ராஜீவ் இப்போதுதான் வந்தார். அவர் இந்திரா சிலைக்கு மாலை அணிவித்தார். பின்னர் அவர் கீழே சென்று, காரில் ஏறி வெளியேறினார்.[138]

ஆ) மாலை அணிவிக்கும் இடத்தில் இருந்த மூப்பனாரின் கட்சித் தொண்டரான முனவர் பாஷாவிடம் பின்னர் எழுத்தாளர் பேசினார். இந்திரா காந்தியின் சிலைக்குமாலை அணிவித்துவிட்டு காரில் ஏறிய ராஜீவ் காந்தியை யாரும்

---

137 மூப்பனாரின் கீழ் காங்கிரஸ் கட்சி தொண்டர் தனஞ்செழியனுடன் நேர்காணல்

138 மூப்பனாரின் கீழ் காங்கிரஸ் தொண்டர் காரத்தே தியாகராஜனுடன் நேர்காணல்

தடுக்கவில்லை, யாரும் குறுக்கிடவில்லை என்று அவர் கூறினார்.[139]

இ) என்.அகிரன் விசாரணைக் குழுவால் எழுதப்பட்ட 'ராஜீவ் படுகொலையில் சர்வதேச சுப்பரி கொலையாளிகள் – அதிர்ச்சியூட்டும் உண்மைகள் மற்றும் புதைக்கப்பட்ட ரகசியங்கள்' என்ற புத்தகத்திலிருந்து இது மறுபிரசுரம் செய்யப்பட்டுள்ளது.

10.10 பிற்பகல் 21/05/91

ராஜீவ் ஸ்ரீபெரும்புதூருக்குள் நுழைகிறார். பொதுக் கூட்டத்திற்குச் செல்வதற்கு முன்பு, சிறிது காலத்திற்கு முன்பு அவர் திறந்து வைத்த இந்திரா காந்தி சிலைக்கு மாலை அணிவிக்கிறார். ஒரு இளைஞன் காலில் விழுகிறான். அவர் அந்த இளைஞனை மேலே தூக்குகிறார். அவருடைய சிரித்த முகத்தில் எந்த மாற்றமும் இல்லாமல், அந்த இளைஞன் என்ன சொல்கிறான் என்பதைக் கேட்கிறார். வாழப்பாடியும் மூப்பனாரும் ஏற்கனவே மேடைக்குச் சென்று தங்கள் தலைவரின் வருகைக்காகக் காத்திருந்தனர்.140

ஈ) நவம்பர்24, 2020 அன்று இந்த எழுத்தாளர் ரகோத்தமானிடம் பேசியபோது, இந்திரா காந்தி சிலைக்கு மாலை அணிவித்து மரியாதை செலுத்திய பின்னர் ராஜீவ் காந்திக்கும் சிவராசனுக்கும் இடையே நடந்த சூடான உரையாடலை தனஞ்செழியன் நேரில் பார்த்ததாக தனஞ்செழியன் திடுக்கிடும் வகையில் வெளிப்படுத்தியதாக குறிப்பிட்ட போது, தனஞ்செழியன் குறிப்பிட்டதைப் போல யாரோஒருவர்ராஜீவுடன்ஒருகுறுகிய சூடானஉரையாடலை நடத்தியது உண்மைதான் என்று ரகோத்தமனின் பதில் இருந்தது. ஆனால் ஒரு பஞ்சாபி சிங்தான் டெல்லியிலிருந்து குடியெயர்ந்தார். நாங்கள் வடக்கிலிருந்து வந்திருக்கிறோம் என்றும், அரசியல்வாதிகளால் அவர்களுக்கு உதவி எதுவும் செய்யப்படவில்லைஎன்றும்அவர்ராஜீவிடம்முறையிட்டுக் கொண்டிருந்தார். ராஜீவ் அவரை சமாதானப்படுத்த

---

139 முனவர் பாஷா, காங்கிரசுடன் நேர்காணல்மூப்பனாரின் கீழ் ரெஸ் தொழிலாளி

140 நக்கீரன் குழுவின் நூல் (தமிழ்) – பக்கம் 32

முயன்றார். ரகோத்தமன் மேலும் கூறினார் "இந்த பஞ்சாபி சிங்தான் உங்கள் தனஞ்செழியன் சிவராசன் என்று தவறாக நினைத்துக் கொண்டார்" தனஞ்செழியனிடம் இதைச் சொன்னபோது, "ஒரு பஞ்சாபி சிங்குக்கும் சிவராசனுக்கும் உள்ள வித்தியாசம் எனக்குத் தெரியாதா?" என்று பட்டென்று பதிலளித்தார்.[141]

உ) மூப்பனாரின் கட்சி தொண்டர் தனஞ்செழியன், அந்த இடத்தில் இருந்தவர் இவ்வாறு கூறினார் - ராஜீவ் காந்தி இந்திரா சிலைக்கு மாலை அணிவித்துவிட்டு, கீழே இறங்கி, தனது காரில் ஏறவிருந்தபோது, சிவராசன் அவரிடம் பேச முயன்றார். அப்பொழுது ராஜீவின் பாதுகாவலர் PSO குப்தா சிவராசனைதள்ளமுயன்றார். சிவராசன் தன்னுடன்வந்துபேச அனுமதிக்குமாறுராஜீவ்காந்திPSGக்குசுட்டிக்காட்டியபோது. நிச்சயமாக, தெளிவுபடுத்துவதற்கு, அந்த நேரத்தில், இது சிவராசன் என்று யாருக்கும் தெரியாது. ராஜீவ் காந்தி உட்பட அனைவரும் அவரை ஒரு பத்திரிகையாளர் என்று தவறாக கருதினர். பிறகு சிவராசன் முன்னால் சென்று ராஜீவிடம் ஆங்கிலத்தில் தனஞ்செழியனால் புரிந்து கொள்ள முடியாத ஒரு விஷயத்தைச் சொன்னார். ராஜீவ் அவரை சமாதானப்படுத்தி, பின்னர் அவரது காரில் ஏறினார்.

ஊ) நீனா கோபால் எழுதிய ஆறாவது பதிப்பு உள்ளது. மற்றவர்களுக்கு அது பேசிய வார்த்தைகள் என்றால், நீனாவுக்கு அது பேசாத வார்த்தைகள். ராஜீவ்காந்தியைப் பற்றிய தனது புத்தகத்தில், படுகொலைக்கு முந்தைய நாள் நடந்த நிகழ்வுகள் - ஜெயலலிதாவை அவர் நேர்காணல் செய்ய வேண்டியிருந்தது, ராஜீவ் காந்தியுடன் அவருக்கு எப்படி சந்திப்பு கிடைத்தது, பார்பராவும் அவரும் ராஜீவ் காந்தியால் அழைத்துச் செல்லப்பட்டு, அவர்கள் அனைவரும் ஒரே காரில் சென்றது, ஸ்ரீபெரும்புதூருக்குச் செல்லும் வழியில் போரூர் மற்றும் பூந்தமல்லியில் அவர்கள் காரில் காத்திருந்தது என்பது பற்றி நீனா கோபால் தனது புத்தகத்தில் எழுதுகிறார். இறுதியாக அவர் குண்டுவெடிப்பைப் பற்றி பேசுகிறார். ஆனால் முக்கியமாக

---

141 ரகோத்தமானுடன் நேர்காணல்

அவர் ராஜீவ் காந்தி தனது காரை நிறுத்தி தனது தாயின் சிலைக்கு மாலை அணிவிக்கும் பகுதியைத் தவிர்க்கிறார். ராஜீவ் இந்திராவின் சிலைக்கு மாலை அணிவித்தது குறித்த முழு பகுதியையும் அவர் தவிர்த்தது வேண்டுமென்றே நடந்ததா அல்லது தற்செயலானதா என்பதுதான் கேள்வி. சிவராசன் சம்பவத்தின் காரணமாக அவர் வேண்டுமென்றே இந்தப் பகுதியைத் தவிர்த்தாரா?

இதை மட்டும் விட்டுவிட்டு, ஏதோ ஒன்று நிச்சயமாக நடந்தது. ரகோத்தமன் கூறியதிலிருந்தும், நக்கீரன் என்ற நூலில் எழுதப்பட்டிருப்பதிலிருந்தும், தனஞ்செழியன் சொன்னதிலிருந்தும் இது தெளிவாகத் தெரிகிறது. முனவர் பாஷா மற்றும் கராத்தே தியாகராஜன் ஆகியோர் என்ன நடக்கிறது என்பதை (குறைவான வாய்ப்பு) தவறவிட்டனர் அல்லது எந்தவொரு சர்ச்சைகளிலிருந்தும் (அதிக வாய்ப்புள்ளது) விலகி இருக்க வேண்டுமென்றே உண்மையைச் சொல்லவில்லை என்பது தெளிவு. அது ஒரு பஞ்சாபி சிங் என்று ரகோத்தமானின் விளக்கத்தைப் பற்றி பேசுகையில், ரகோத்தமன் பொய் சொல்கிறார் என்பதற்கு இரண்டு வலுவான விளக்கங்கள் உள்ளன. ஒன்று, அவர் ஒரு சிங்காக இருந்திருந்தால், அவர் PSGயால் தெளிவாக தடுத்து நிறுத்தப்பட்டு, ராஜீவுடன் தொடர்பு கொள்ள அனுமதிக்கப்பட்டிருக்க மாட்டார். அதற்குக் காரணம் ஒன்றல்ல, பல காரணங்கள் உள்ளன. முதலாவதாக, இந்திரா காந்தி தனது சொந்த சீக்கிய மெய்ப்பாதுகாவலர்களால் படுகொலை செய்யப்பட்டார். இது மட்டுமல்ல.

அக்டோபர் 2, 1986 அன்று ராஜ்காட்டில் ராஜீவ் காந்தி மீதும் ஒரு முயற்சி மேற்கொள்ளப்பட்டது. ராஜ்காட்டில் சில நாட்கள் மறைந்திருந்த கரம்ஜித் சிங், ராஜீவ் சம்பவ இடத்திற்கு வரும் வரை காத்திருந்தார். மூன்றாவதாக, ராஜீவ் காந்தி சீக்கிய தீவிரவாதிகளிடமிருந்து அச்சுறுத்தல்களை எதிர்கொண்டார் என்பது அனைவரும் அறிந்ததே. இந்தக் காரணங்களுக்காக, அது ஒரு சீக்கியராக இருந்திருந்தால், அநேகமாக ராஜீவே தன்னை முன்னுக்கு வர அனுமதிக்குமாறு PSG க்கு சுட்டிக்காட்டியிருக்க மாட்டார். எழுத்தாளரே ஸ்ரீபெரும்புதூருக்கு வருகை தந்துள்ளார். அந்தப் பகுதியில் சீக்கியப் பெருமகன் குடியேறுவதற்கான சாத்தியக்கூறுகள்,

அவர் ராஜீவ் கூட்டத்திற்கும், பின்னர் இந்திராவின் சிலைக்கு ராஜீவ் மாலை அணிவித்த குறிப்பிட்ட இடத்திற்கும் வந்து, ராஜீவிடம் புகார் கூறுவது என்பது முற்றிலும் சாத்தியமில்லை என்று தெரிகிறது. ரகோதமன் இதைவிட சிறப்பான பொய்யை சொல்லியிருக்க வேண்டும்.

சிவராசனை கைது செய்தல் – மேலதிக தகவல்

கேள்வி – சிவராசனைப் பிடிப்பதில் *SIT* ஆர்வம் காட்டவில்லை என்ற குற்றச்சாட்டுகள் உள்ளனவா? அது எவ்வளவு உண்மை?

ப - அது முற்றிலும் உண்மை. 'தி இந்து' அத்தியாயத்தைப் பார்ப்பதன் மூலம் ஒருவர் தொடங்கலாம். 1991 ஆம் ஆண்டு மே மாதம் 24ஆம் தேதி படுகொலை செய்யப்பட்ட

சில நாட்களின் பின்னர் 'தி இந்து'வால் முதன்முறையாக புகைப்படங்கள் வெளியிடப்பட்டன. அந்த புகைப்படத்தில், தனு, லதா கண்ணனுக்கும், அவரது மகள் கோகிலாவுக்கும் இடையே, சிவராசன் சில அடி தூரத்தில் நின்று கொண்டிருந்தார். இருப்பினும் புகைப்படத்தில் ஒரு சிறிய மாற்றம் செய்யப்பட்டது. புகைப்படம் வெளியிதுவதற்கு முன்பு சிவராசன் மட்டும் புகைப்படத்திலிருந்து நீக்கப்பட்டார். இந்த சம்பவம் முந்தைய அத்தியாயங்களில் ஒன்றில் விரிவாக விவரிக்கப்பட்டுள்ளது. இந்த அத்தியாயத்தில் விவரிக்கப்பட்டுள்ளபடி, என்.ராமின் தற்காப்பு என்னவென்றால், அவர் ஒரு அப்பாவி பத்திரிகையாளரைப் போல தோற்றமளித்தார், எனவே அவரை தேவையில்லாமல் சிக்க வைப்பதைத் தவிர்ப்பதற்காக, அவரைசட்டகத்திலிருந்துஅகற்றியதாகக்கூறினார்.[142]

இது ஒரு கேள்வியை எழுப்புகிறது - ஒரு படுகொலை நடக்கிறது. அந்தப் படுகொலையைத் திட்டமிட்டது யார் என்று அப்போது யாருக்கும் தெரியாது. அனைவரும் - குறிப்பாக *CBCID / SIT* தடயங்களைத் தேடிக்கொண்டிருந்தனர். இந்த இடத்தில், ஒருவர் ஒரு புகைப்படத்தை அணுகும்போது, வெள்ளை பைஜாமா-குர்தா அணிந்த ஒரு மனிதனைப் பார்க்கும்போது, அவர் ஒரு அப்பாவி பத்திரிகையாளர் என்று ஒருவர் நினைப்பாரா அல்லது அவர்

---

142 *https://www.youtube.com/watch?v=m85jzhZHsHc* – ரகோத்தமானுடன் சித்தண்ணன் நேர்காணல் (ஆங்கிலம்) - சாப்ட்er 1

கொலையாளிக்கு நெருக்கமாக நிற்கிறார் என்ற உண்மையைக் கருத்தில் கொண்டு, அந்த நபரைப் பற்றி தானாகவே ஒரு சந்தேகத்தைப் பெறுவாரா? அது பின்னர் கூறியதாகத்தான் இருக்கும் என்று எழுத்தாளர் நினைக்கிறார். குறைந்தபட்சம் அவர் ஒரு நன்கு அறியப்பட்ட பத்திரிகையாளராகவோ அல்லது ராமுக்கு மிகவும் பரிச்சயமான நபராகவோ இருந்திருந்தால், ராமின் நிலையைப் புரிந்து கொள்ள ஒருவர் முயற்சி செய்யலாம். ஆனால் சிவராசனை ராமுக்குத் தெரிந்திருக்க வாய்ப்பில்லை, ஏனென்றால்அவர் ஒரு உண்மையான பத்திரிகையாளர் அல்ல. எல்லாவற்றிற்கும் மேலாக அவர் விடுதலைப் புலிகளின் ஒரு பயங்கரவாதி.

அப்படியானால் சிவராசன் ஒரு பத்திரிகையாளரின் பையுடன் வெள்ளையும் வெள்ளையுமாக இருந்ததாலும், ஒரு பத்திரிகையாளரைப் போல தோற்றமளிப்பதாலும், சிவராசனை சட்டகத்திலிருந்து அகற்ற ராம் எப்படி முடிவு செய்தார்?

ராம் பத்திரிக்கையாளர் வட்டத்தில் பரிச்சயமான பத்திரிக்கையாளரா என்பதை அவரது சக ஊழியர்கள் அல்லது பணியாளர்கள் யாரிடமாவது சரிபார்த்தாரா? ராம் போன்ற மிகவும் அறிவார்ந்த நபர் நிச்சயமாக அதைச் செய்திருப்பார். ராமுக்கு அதிகபட்சபலனைஅளித்து, அவர்ஒருஉண்மையானபத்திரிகையாளர் என்று அவர் உண்மையில் நினைத்ததாக அனுமானித்து, முதலில் புகைப்படத்தை SITயிடம் ஒப்படைப்பது அவரது கடமையாகும். இரண்டாவதாக, அவர் ஒரு உண்மையான பத்திரிகையாளராக இருந்திருந்தாலும், கொலையாளியுடன் நெருக்கமாக இருந்தால், கொலையாளி என்ன செய்தாள், அவள் யாரிடம் பேசினாள் என்பது பற்றிய முக்கியமான தடயங்களை அவர் பெற்றிருக்க முடியும். எனவே முழுப் புகைப்படத்தையாவது வெளியிடுவது அவரது கடமையாக இருந்தது. ஆகையால் சிவராசனை சட்டகத்தில் இருந்து ராம் நீக்குவதற்கான காரணம் என்ன?

விளக்கம் மிகவும் எளிமையானது. இப்படுகொலை நடந்ததில் இருந்து IB மூடிமறைப்பில் ஈடுபட்டுள்ளது என்பது நிரூபணமாகும். எம்.கே. நாராயணன் படுகொலை நடந்த உடனேயே விசாரணை நடத்துவதற்காக டெல்லியில் இருந்து சென்னைக்கு வந்தார். உண்மையான குற்றவாளி யார் என்பது அவருக்கு ஏற்கனவே

தெரியும். தடங்களை மூடி மறைக்கவும், உண்மையான குற்றவாளி பிடிபடாமல் தடுப்பதற்கே அவர் வந்தார். சிவராசனின் புகைப்படம் வெளியிடப்படப் போகிறது என்பதை அறிந்ததும், ராமெத் தொடர்பு கொண்டு, டெல்லியில் உள்ள ஒருவரின் அறிவுறுத்தலின் பேரில் அநேகமாக எம். கே. நாராயணன், ராம் மீது அழுத்தத்தை கொடுத்திருப்பார். ராமும் பணிந்தார்.

மிருதுளாவின் வாக்குமூலத்தின்படி, 1991 ஆம் ஆண்டு ஆகஸ்ட் மாதம் 10 ஆம் தேதி, சிவராசனும் மற்றவர்களும் மறைந்திருந்த புத்தனஹள்ளியில் உள்ள தனது வீட்டை விட்டு வெளியேறுமாறும், ஹூக்கப்பனடோடி என்ற இடத்திற்குச் சென்று சிக்கண்ணா என்ற நபரைச் சந்திக்குமாறும் கேட்டுக் கொள்ளப்பட்டார். அவர் அதைச் செய்தார். சாத்தனூர் என்ற இடத்தில் தங்கினார். பெங்களூரிலிருந்து 80 கி.மீ தூரத்தில் இந்த இடம் அமைந்திருந்தது. சுரேஷ் மாஸ்டர், டிரைவர் அண்ணா, ரங்கன், அவரது கணவர் ரங்கநாத் உள்ளிட்ட அனைவரும் அன்று இரவு சாத்தனூர் வந்து தங்கினர். எனவே சிவராசனும் சுபாவும் ஒரு நாள் முழுவதும் தனியாக விடப்பட்டனர். காரணம் எளிமையானது. யாரோ ஒரு வி.ஐ.பி. வந்து அவர்களைச் சந்தித்தனர். ஆனால் இந்த சம்பவம் *SIT*யால் முழுவதுமாக மறைக்கப் பட்டது என்று வக்கீல் துரைசாமி அவர் புத்தகத்தில் எழுதுகிறார்.

கே - ஆனால் பின்னர் சிவராசனின் புகைப்படம் (தனு, லதா கண்ணன் மற்றும் கோகிலவாணியுடன்) 'தி இந்து'வில் வெளியிடப்பட்டது. இந்த மூடிமறைப்பு ஏன் அப்போது இல்லை?

ப – என்ன நடந்திருக்கும் என்று ஒரு தர்க்கரீதியான யூகத்தை மட்டுமே செய்ய முடியும். *IB* ஒரு பெரிய மூடிமறைப்பில் ஈடுபட்டது என்பதைக் காட்டுவதற்கு உறுதியான ஆதாரங்கள் உள்ளன. சிவராசனின் புகைப்படம் 'தி இந்து'வில் வெளியிடப்படுவதை அவர்களால் தடுக்க முடியவில்லை, ஏனெனில் போட்டோ அனைத்து துறைகளுக்கும் சென்றது. *TNFSC, CBCID* மற்றும் *SIT* அனைவருக்கும் புகைப்படங்கள் பற்றி தெரியும். புகைப்படங்கள் தனியாக *SIT*க்கு வந்திருந்தால், கண்டிப்பாக கார்த்திகேயனும், எம்.கே. நாராயணனும் கூட்டாளிகளாக இணைந்திருப்பார்கள், சிவராசன் சட்டத்தில் இருந்து நிரந்தரமாக புதைக்கப்படுவதை உறுதி செய்திருப்பார்கள்.

சிவராசனை பாதுகாப்பதா?

கேள்வி – சிவராசனை SIT பாதுகாக்க முயற்சிக்கிறது என்பதை நிரூபிக்க வேறு ஏதேனும் நிகழ்வுகள் உள்ளனவா?

ப - பல நிகழ்வுகள் உள்ளன. SIT அவரைப் பாதுகாக்க கடுமையாக முயற்சித்தது என்பதற்கு அவரது மரணமே சான்றாகும். ஆனால் முழு சம்பவத்தையும் சரியான கண்ணோட்டத்தில் வைக்க, SIT டெல்லியில் மிகவும் சக்திவாய்ந்த ஒருவரைப் பாதுகாக்க முயன்றது. எனவே சிவராசனைப் பாதுகாக்க அவர்கள் தங்களால் இயன்ற அளவு நடவடிக்கை எடுக்க வேண்டியிருந்தது. ஏனென்றால் சிவராசன் டெல்லியில் உள்ள சதிகாரர்களுடன் தொடர்ந்து தொடர்பில் இருந்தார். அவர் உயிருடன் பிடிபட்டிருந்தால், டெல்லியில் உள்ள நபரின் பெயரை அவர் வெளிப்படுத்தியிருப்பார், அது கார்த்திகேயனுக்கு சிக்கலாகப் போயிருக்கும். நிலைமை மிக மோசமாக மாறினால் சிவராசன் உயிரோடு பிடி படாமல் பார்த்து கொள்ளும் பொறுப்பு கார்த்திகேயனிடம் இருந்தது. கோணனகுண்டே 'நாடகத்திற்குள்' செல்வதற்கு முன், சொக்கநாதனின் வழக்கு விவரிக்கப்படும். நீதிபதி இதைப் பற்றிக் குறிப்பிடுகிறார்.

பாஸ்கரனின் தூரத்து உறவினர் சி. சொக்கநாதன். அவர் இலங்கைக்குச் சென்றிருந்தார், அங்கு அவர் அவரைச் சந்தித்தார். அதன் பிறகு, அவர் பாஸ்கரனுடனான தொடர்பை இழந்தார். பாஸ்கரன் கொடுங்கையூரில் சிவராசனுக்கு பாதுகாப்பான வீடு எடுத்து விஜயன் (அவரது மருமகன்) மற்றும் செல்வலட்சுமி (விஜயனின் மனைவி) ஆகியோருடன் தங்கியிருந்தார். இத்தனை வருஷமா ஒரு ஃபிட்டர், 1991 ஆம் ஆண்டு ஜூன் மாதம் 20 ஆம் தேதி பாஸ்கரன் திடீரென அவரைச் சந்திப்பதற்காக தனது வீட்டிற்குள் நுழைந்தார்.

ரூ.2000/- முதல் ரூ.3,000/- வரையிலான பட்ஜெட்டில் வீடு தேடி வருவதாக அவர் கூறினார். பாஸ்கரனின் மொத்த குடும்பத்திற்கும் சுமார் ரூ.500/- வாடகை கொண்ட ஒரு வீடு போதுமானதாக இருக்கும் என்று அவர் உறுதியாக நம்பியதால் சொக்கநாதன் குழப்பமடைந்தார். அவர் இதை பாஸ்கரனிடம் கூறினார். பாஸ்கரன் தயக்கத்துடன் அது வேறொருவருக்கானது என்று பதிலளித்தார். சொக்கநாதன் ஆர்வமாக அது யாருக்காக என்று கேட்டார். ஆரம்பத்தில் அவர் நேராகபதிலைக் கொடுக்காமல், நிலைமையிலிருந்து மீள்வதற்கு முயன்ற போதிலும், பின்னர் அவர் அழுத்தத்திற்கு அடிபணிந்து, அது சிவராசனுக்கானது என்ற உண்மையை போட்டுடைத்தார். சொக்கநாதனுக்கு இதைக் கேட்டதும் பெரும் அதிர்ச்சி ஏற்பட்டது, அவர் உதவ மறுத்துவிட்டார்.

பாஸ்கரன் விடாப்பிடியாக சிலநாட்களாவது சுபாவையாவது தங்க வைக்க முடியுமா என்று கேட்டார். சொக்கநாதன் வெளிப்படையாக மறுத்துவிட்டார். இதைக் கேட்டு கோபமடைந்த பாஸ்கரன், உண்மையை வெளியே யாரிடமாவது கூறினால் சொக்கநாதனை கொன்று விடுவதாக மிரட்டி வீட்டிற்குச் சென்றார். இது சொக்கநாதனை ஒரு சிக்கலில் ஆழ்த்தியது, ஏனெனில் அவர் SIT க்கு சென்று இதை அவர்களுக்குத் தெரிவிக்க வேண்டும் என்பதை அவர் அறிந்திருந்தார். சிவராசனைப் பிடிக்க அவர்கள் கடும் முயற்சி எடுப்பதாகவும் அவர் எங்கிருக்கிறார் என்பது குறித்த எந்த தகவலும் வரவேற்கப்படும் என்றும், பொருத்தமான வெகுமதி அளிக்கப்படும் என்றும் SIT பெரிய அளவில் விளம்பரம் செய்திருந்தது. 2 நாட்களுக்குப் பிறகு, ஜூன் 23ஆம் தேதி, சொக்கநாதன் தனது உறவினரான சீனிவாசனிடம் ஆலோசித்தார், அவர்கள் இருவரும் தைரியத்தை வளர்த்துக் கொண்டு மல்லிகைக்குச் சென்றனர்.

ஆனால், அவர்களை ஏமாற்றமடையச் செய்யும் வகையில், SIT 4 நாட்களுக்குப் பிறகு அழைப்பதாகக் கூறி அவர்களை திருப்பி அனுப்பியது. அதைத் தொடர்ந்து, அவர் மீண்டும் ஜூன் 28அன்று அழைக்கப்பட்டார், பின்னர் அவரது வாக்குமூலம் பதிவு செய்யப்பட்டது.[143] குறைந்தபட்சம் அது ஒரு தொலைபேசி அழைப்பாக இருந்திருந்தால், ஒரே நாளில் நிறைய தொலைபேசி

___

143 *https://www.casemine.com/judgement/in/5609ad65e4b014971141147f* - புள்ளி
504

அழைப்புகள் வரும், சில போலியான அழைப்புகலாகவும் இருக்கும் என்பதால் ஒருவித நியாயப்படுத்தலைக் கொடுக்க முடியும். ஆனால் இங்கே, கேள்விக்குரிய நபர் நேரடியாக SIT-க்கு சென்றிருந்தார். சொக்கநாதனின் பேச்சைக் கேட்ட SIT பாஸ்கரனின் வீட்டை அப்போதே சோதனை செய்திருக்க வேண்டும். ஆனால் அவர்கள் அப்படிச் செய்திருந்தால் சிவராசன் கைது செய்யப்பட்டிருப்பார். அது SITயின் பணியே அல்ல. அவர்கள் சிவராசனைத் தேடுகிறார்கள் என்று உலகை நம்ப வைப்பதும், உண்மையில் அதைப் பற்றி எதுவும் செய்யாமலிருப்பதும் அவர்களின் வேலையாக இருந்தது. இதற்கிடையில், துல்லியமான தகவல்கள் சரியான சேனல்கள் மூலம் சிவராசனுக்கு சென்றிருக்கும். பறவை பறந்த பிறகு, 4 நாட்களுக்குப் பிறகு மிகவும் விளம்பரப்படுத்தப்பட்ட சோதனை நடத்தப்பட்டது.

ஜூலை 27ம் தேதி, விக்கி மற்றும் குணா, விடுதலைப் புலிப் போராளிகள், கோயம்புத்தூரில் பிடிபட்டனர். விக்கியிடமிருந்து, சிவராசன் பெங்களூரில் பதுங்கியிருப்பதாக SIT-க்கு தகவல் கிடைத்தது. துரைசாமியின் கூற்றுப்படி, ஜூலை 29 ஆம் தேதி சிவராசன் இருக்கும் இடம் குறித்து SIT-க்கு தகவல் கிடைத்தது. இருப்பினும், ஜூலை 31 ஆம் தேதி வரை, SIT எதுவும் செய்யவில்லை, ஜூலை 31 நள்ளிரவில் வீட்டிற்குச் சென்றனர். (ஒருவேளை மீண்டும் பறவை பறந்ததை உறுதிப்படுத்திய பின்னர்). இந்நிலையில், ஆகஸ்ட் 2ம் தேதி தான் புத்தன ஹள்ளியில் உள்ள ரங்கநாத்தின் வீட்டிற்கு சிவராசன் வந்தார். எனவே ஜூலை 31 முதல் ஆகஸ்ட் 2 வரை அவர் எங்கே இருந்தார். இதை SIT கவனிக்கவே இல்லை. எனவே, SITயால் இது பற்றிய தகவல்களை வெளியிட முடியாத அளவுக்கு அவர் ஒரு முக்கியமான இடத்தில் இருந்தாரா?[144]

SIT அமைக்கப்பட்ட உடனேயே நடந்த ஒரு நகைச்சுவை கலந்த ஒரு துன்பியல் நிகழ்வும் நடந்தது. சிவராசனைப் பற்றி மேலும் பல தகவல்களைப் பெறுவதற்காக, SIT ஒரு சிறப்பு தொலைபேசி எண்ணை அமைத்து, ஒரு நபரை உட்கார்ந்து தொலைபேசி அழைப்புகளை எடுக்க நியமித்தது. தமிழ் தெரியாத தெலுங்கு பேசும் பிரபாகர் ராவை SIT நியமித்தபோது. மோகன்ராஜ் நகைச்சுவையாக விவரிக்கிறார், ஒவ்வொரு முறையும் அந்த நபர் தொலைபேசியை

---

144 துரைசாமி (ஆங்கிலம்) – பக்கம் 180-181

எடுக்கும் போது, பிரபாகர் ராவ் "பாகுநாரா?" என்று சொல்வார். (எப்படி இருக்கீங்க?) சிவராசனைப் பிடிக்க அவர்கள் அனைத்து முயற்சிகளும் எடுக்கின்றனர் என்றால் அவரைப் பற்றிய தடயங்களை வழங்கும் தொலைபேசி அழைப்புகளை எடுக்க தமிழ் தெரியாத ஒரு தெலுங்கு பேசும் நபரை SIT ஏன் நியமிக்க வேண்டும்?

கொனனகுண்டே ரெய்டு

கே – கோனாநாகுண்டே ரெய்டு பற்றி என்ன?

ப – ஜூலை 27அன்று, கோயம்புத்தூர், கவுன்டர் பாளையத்தில், விக்கி மற்றும் ரகு, 2 விடுதலைப் புலிகள் கைது செய்யப்பட்டு விசாரிக்கப்பட்டனர். கொளத்தூர் மணியின் உத்தரவின் பேரில் டிரைவர் தனசேகரன் சிவராசனை தனது டெம்போ டிராவலரில் அழைத்துச் சென்று பெங்களூரில் இறக்கிவிட்டுச் சென்றபோது சிவராசனுடன் இருந்தவர் விக்கி. எனவே ஜூலை மாத இறுதிக்குள் விக்கியிடமிருந்து சிவராசன் பெங்களூரில் பதுங்கியிருப்பதாக அவர்களுக்குத் தகவல் கிடைத்தது. இதைக் கேட்டதும், கார்த்திகேயன் செய்திருக்க வேண்டியது என்னவென்றால், அவர் உடனடியாக தனது கமாண்டோகுழு, சயனைடு எதிர்ப்புமாத்திரைகள் போன்றவற்றுடன் பெங்களூர் வந்திருக்க வேண்டும். ஆனால் அவர் அப்படி எதுவும் செய்யவில்லை. உண்மையில் ஆகஸ்ட் 18ம் தேதி மாலை சிவராசன் இறுதியாக கோணனகுண்டேயில் கண்டுபிடிக்கப்பட்டபோது, கார்த்திகேயன் 'ஏதோ அவசர வேலைக்காக' ஹைதராபாத்தில் இருந்தார்.

கர்நாடக கேடரின் ஓய்வுபெற்ற ஐபிஎஸ் அதிகாரி கெம்பையாவின் வார்த்தைகளில் கூறுவதானால், ஆகஸ்ட் 19 ஆம் தேதி சுபா மற்றும் சிவராசன் ஆகியோர் வீட்டை சோதனையிட்டிருந்தால் அவர்கள் உயிருடன் பிடிபட்டிருப்பார்கள் என்பதில் அவர் 100 சதவீதம் உறுதியாக இருந்தார். அவர்கள் மனதளவில் தயாராக இருந்தார்கள். புலி உறுப்பினர்கள் தினமும் வீட்டுக்குள் பால் வாங்கும் ஹலினா முனியம்மா என்ற பெண்ணை உள்ளே அனுப்புவதே அவர்களது திட்டமாக இருந்தது. கைதிகள்கதவைத் திறந்தவுடன், அவர்கள் சயனைடு குப்பிகளை கடிக்க அவர்களுக்கு வாய்ப்பளிக்காமல் வீட்டிற்குள் நுழைந்து அவர்களைக் கைது செய்திருப்பார்கள். போலீசார் வீட்டை அனைத்து பக்கங்களிலிருந்தும் மூடியிருந்தனர்,

ஆனால் அக்கம்பக்கத்தினர் கூட அதைப் பற்றி அறிந்திருக்கவில்லை, மேலும் ஊடக கவனம் இல்லை. நடவடிக்கையின் முழு ரகசியத்தையும் அவர்கள் உறுதி செய்திருப்பதாக அவர் மேலும் கூறினார். இதிலிருந்து, சிவராசனைப் பிடிக்க 100 சதவிகிதம் வாய்ப்பு இல்லையென்றாலும், அவரை உயிரோடு பெற குறைந்தபட்சம் 20 - 30 சதவிகிதம் வாய்ப்பு இருந்தது என்பது தெளிவாகிறது. எனவே என்ன நடந்தது?

சோதனை நடத்த முடிவு எடுப்பதற்கு சில நிமிடங்களுக்கு முன்பு, கெம்பையா அப்போதைய மாநகர ஆணையரை அழைத்தார், அவர் சிறப்பு புலனாய்வுக் குழுவின் தலைவர் கார்த்திகேயனுக்காக காத்திருக்குமாறு கேட்டுக் கொண்டார். மாலை 04.00 மணியளவில் பெங்களூர் வந்த அப்போதைய *CBI* இயக்குநரான ராஜா விஜயகரனை அழைக்க கார்த்திகேயன் முடிவு செய்ததாகவும், லக்னோவில் இருந்து சயனைடு எதிர்ப்பு குழுவிற்காக காத்திருக்குமாறு கேட்டுக் கொண்டதாகவும் அவர் கூறினார். ஆபரேஷன் நிறுத்தப்பட்டது, அடுத்த நாள் காலை - ஆகஸ்ட் 20 ஆம் தேதி லக்னோவில் இருந்து குழு வந்தது. அப்போதுதான் இந்த நடவடிக்கைக்கு அனுமதி வழங்கப்பட்டது. ஆகஸ்ட் 20ஆம் தேதி அதிகாலையில், கதவுகள் உடைக்கப்பட்டன. ஆனால் அது மிகவும் தாமதமாகிவிட்டது. 7 பேரும் ஆகஸ்ட் 19 ஆம் தேதி இரவு குப்பி கடித்தனர்.[145]

இதை மேலும் உறுதிப்படுத்தும் வகையில், சிவராசனைப் பிடிக்க அமைக்கப்பட்ட சிறப்பு கமாண்டோ படையின் பொறுப்பாளராக இருந்த மேஜர் ரவீந்திரன், ஆகஸ்ட் 17 ஆம் தேதி நடந்த மாண்டியா சோதனைகளுக்குப் பிறகு, 5 தீவிரவாதிகள் உயிருடன் பிடிபட்ட பின்னர், ரவீந்திரனின் குழு ஆகஸ்ட் 18 ஆம் தேதி இரவு 08.30 மணியளவில் ஜெயநகர் காவல் நிலையத்திற்கு விரைந்து வருமாறுகேட்டுக் கொள்ளப்பட்டது. அவர் உடனடியாக கோனனகுண்டே வீட்டைத் தாக்க விரும்பினார், ஆனால் அவரது உடனடி அதிகாரியும் அப்போதைய காவல்துறை துணை ஐ.ஜி.யும் *SIT*யின் கமாண்டிங் அதிகாரியுமான ராதா வினோத் ராஜூ, உடல்நலக் குறைவால் பாதிக்கப்பட்ட மனைவி வீட்டில் இருந்தபோதிலும், குழுவுடன் முகாமிட்டிருந்தார், ஹைதராபாத்தில் உள்ள

---

145 *http://www.thesundayindian.com/article_print.php?article_id=15033*

கார்த்திகேயனிடம் இருந்து அனுமதி கிடைக்கும் வரை அவர்களை நிறுத்தி வைக்குமாறு கேட்டுக் கொண்டார்.

"எங்களிடம் 25 முதல் 30 கமாண்டோக்கள் கொண்ட ஒரு குழு இருந்தது, அவர்களில் 6 பேர் வீட்டைத் தாக்குவதற்காக திட்டமிட்டிருந்தோம். ஆகஸ்ட் 18ம் தேதி இரவு 08.30 மணியளவில் அப்போதைய பெங்களூரு போலீஸ் கமிஷனர் ஆர்.ராமலிங்கம் முன்னிலையில் திரு.கார்த்திகேயனிடம் தொலைபேசியில் பேசினேன். நேரத்தை வீணடிக்காமல் உடனுக்குடன் நடவடிக்கை எடுக்க வேண்டும் என்ற எண்ணம் எங்களிடம் இருந்தது. ஆனால் உத்தரவு வருவதற்கு நீண்ட நேரம் பிடித்தது. ஆகஸ்ட் 18 ஆம் தேதி இரவு முதல் நாங்கள் அனுமதிக்காக காத்திருந்தோம், இறுதியாக ஆகஸ்ட் 20 ஆம் தேதி அதிகாலையில் அனுமதி வழங்கப்பட்டது." இவ்வாறு மேஜர் ரவி கூறுகிறார். மேஜர் ரவியின் அத்தியாயம் அடுத்த கேள்வியில் விரிவாக விவரிக்கப்பட்டுள்ளது.[146]

இது மிகவும் அபத்தமான நடவடிக்கையாக இருந்தது. உள்ளே இருந்த தீவிரவாதிகளிடம் சயனைட் கேப்சூல்கள் இருப்பதை அறிந்த சிபிஐ, கமாண்டோ குழுவை 36 மணி நேரம் காத்திருக்க வைத்தது. ஆகஸ்ட் மாத தொடக்கத்தில் சிவராசன் பெங்களூரில் பதுங்கியிருப்பது அவர்களுக்குத் தெரியும். சிவராசனை உயிருடன் பிடிப்பதில் அவர்கள் அவ்வளவு குறியாக இருந்திருந்தால் ஆகஸ்ட் முதல் வாரத்திலேயே சயண்டைட் எதிர்ப்பு மருந்துகளை பெங்களூருக்குக் கொண்டு வந்திருக்க வேண்டும். ஆனால் அது அப்படி இல்லை என்பது வாசகருக்குத் தெரியும்.

கோனனகுண்டே பற்றியஉண்மை

கே – மேஜர் ரவி கார்த்திகேயனிடம் தனது அதிருப்தியை வெளிப்படுத்தும் வகையில் பேட்டி கொடுத்தாரா?

ப – இந்த ஆசிரியர் மேஜர் ரவியுடன் பேசினார், அவர் கோனனகுண்டேவில் சரியாக என்ன நடந்தது என்பதற்கான விரிவான பதிப்பைக் கொடுத்தார். மேஜர் ரவி மற்றும் அவரது 10 கருப்பு பூனை கமாண்டோக்கள் குழுவுடன் பெங்களூர்

146 https://www.deccanchronicle.com/nation/current-affairs/200817/my-commandos-were-ready-not-allowed-to-capture-em-alive-major-ak-ravindran.html

கோரமங்களாவில் தங்கியிருந்தனர். அவர்கள் கர்நாடகாவில் சில சோதனைகளை நடத்தினர். ஆகஸ்ட் 18ம் தேதி இரவு 07.00 மணியளவில் மேஜர் ரவிக்கு டி.ஐ.ஜி ராதா வினோத் ராஜுவிடம் இருந்து தொலைபேசி அழைப்பு வந்தது. அதற்கேற்ப ரவி ராஜுவை வைஜெயாநகர் காவல் நிலையத்தில் சென்று சந்தித்தார். சிவராசன் கோணனகுண்டேவில் பதுங்கியிருப்பதாக ராஜு அவரிடம் கூறினார். மேஜர் ரவி இயல்பாகவே உற்சாகமாக இருந்தார். அவர் காத்திருந்த தருணம் இது. அவர் சென்று மிருதுளா காவல் நிலையத்தில் கட்டப்பட்டிருப்பதைக் கண்டார். சிவராசன் மற்றும் கும்பல் வைத்திருந்த ஆயுதங்கள் குறித்து அவர் மிருதுளாவிடம் விசாரித்தார். சிவராசன் 9 மிமீ கைத்துப்பாக்கி, மற்றொரு துப்பாக்கி மற்றும் சில கையெறி குண்டுகளை வைத்திருப்பதாக அவருக்குத் தகவல் கிடைத்தது. தகவல் கிடைத்ததும், அவர் வெளியேறத் தயாரானார். ஆனால் ராஜு, ரெய்டு நடத்துவதற்கு முன்பு கார்த்திகேயனின் அனுமதியைப் பெற வேண்டும் என்று கூறினார். அது ஆச்சரியத்தைத் தந்தாலும், மேஜர் ரவி காத்திருந்தார்.

ஆனால் கார்த்திகேயனிடம் பேசிவிட்டு ராஜு திரும்பி வந்து ரவியிடம் துரதிருஷ்டவசமாக கார்த்திகேயன் ஹைதராபாத்திலிருந்து பெங்களூர் வரும் வரை ரெய்டை நடத்த வேண்டுமென்று சொன்னதாகவும், அடுத்த நாள் காலையில் அவர் விரைந்து வருவதாகவும் கூறினார். மேஜர் ரவி இரண்டு காரணங்களால் இதைக் கேட்டு ஆச்சரியப்பட்டார். முதலாவதாக, விஷயங்கள் எதிர்பாராத திருப்பத்தை எடுக்கும் சாத்தியக்கூறுகள் எப்போதும் இருந்ததால், முடிந்தவரை விரைவாக நடவடிக்கை எடுக்கப்பட வேண்டும். இரண்டாவதாக, கார்த்திகேயன் அங்கு வருவது தேவையே இல்லை. இது ஒரு கள நடவடிக்கை மற்றும் கார்த்திகேயன் *SIT* தலைவராக இருந்தார். அவர் கோனனகுண்டே தளத்திற்கு வந்து என்ன செய்யப் போகிறார்? மேஜர் ரவி ராஜுவை சமாதானப்படுத்த முயன்றார். ஆனால் ராஜு தனது உத்தரவுகளைப் பெற்றிருந்தார், செய்ய எதுவும் இல்லை.

ரவி அதை அப்படியே விடாமல் கார்த்திகேயனிடம் பேச விரும்பினார். எனவே ராஜு கார்த்திகேயனுக்குடயல் செய்து ரவியிடம் போனை கொடுத்தார். இந்த நடவடிக்கைக்கு அவர் தேவையில்லை

என்றும், அவர்கள் மிக வேகமாக நடவடிக்கை எடுப்பது அவசியம் என்றும் கூறி ரவி கார்த்திகேயனை சமாதானப்படுத்த முயன்றார். ஆனால் கார்த்திகேயன் அசையவில்லை. அவர் ரவியிடம் தான் ஒரு சிறப்பு விமானம் / தனி விமானம் மூலம் காலையில் பெங்களூர் வந்து சேரப் போவதாகவும் கூறினார். இதனால் அழைப்பு தோல்வியில் முடிந்தது. இதற்குப் பிறகு, ரவி தனது ஆட்களுடன் கோணனகுண்டேவுக்குச் சென்றார். அங்கு, சிவராசன் பதுங்கியிருந்த வீட்டிற்கு அடுத்த வீட்டில் அவர் சென்று அங்கிருந்து சிவராசன் வீட்டை கவனிக்க விரும்பினார்.

கதவைத் தட்டிய பிறகு, அது ஒரு நடுத்தர வயது நபரால் திறக்கப்பட்டது. தனது அடையாள அட்டையைக் காட்டிய பிறகு, அவர் பிரச்சினையை மிகவும் சுருக்கமாக விளக்கினார். பின்னர் அவர் அந்த நபரிடம் தனக்கு வீடு தேவை என்று கூறினார், அவர் வீட்டைக் காலி செய்ய வேண்டும் என்று கூறினார், மேலும் அவரின் கார் ஓட்டுநர் அங்கு இருப்பார் என்றும், அவர் செல்லலாம் என்றும், அவர் விரும்பும் எந்த ஹோட்டலிலும் தங்கலாம் என்றும், பணம் செலுத்தப்படும் என்றும் தனது கார் சாவிகளைக் கொடுத்தார். உடனடியாக, அந்த மனிதர் அளித்த பதில் ஆச்சரியமாக இருந்தது. அடுத்த அறையில் அவரது மகள் தூக்கம் கலைந்து அழத் தொடங்கினாள். அந்த நபர் உடனடியாக அங்கு சென்றார், சத்தத்தை நிறுத்துவதற்காக தன்னுடைய மகளின் வாயை கை வைத்துமூடிக்கொண்டார். பின்னர் ஒரு சில நிமிடங்களில், அவர் மூட்டை கட்டி தனது குடும்பத்துடன் வெளியே சென்றார்.

மேஜர் ரவி எழுத்தாளரிடம் சொல்ல இந்த வார்த்தைகளை வைத்திருந்தார் - "ஹரீஷ், நீங்கள் ஒரு புத்தகத்தை எழுதுகிறீர்கள் என்றால், நீங்கள் இதை பதிவு செய்ய வேண்டும் என்று நான் விரும்புகிறேன். அந்த கனவான், அவரது பெயர் எனக்குத் தெரியாது. அவர் இப்போது எங்கே இருக்கிறார் என்று எனக்குத் தெரியாது. ஆனால் அவர் அமைதியாக எதிர்வினையாற்றிய விதம், அவர் எங்களுடன் ஒத்துழைத்த விதம். இந்த நாட்டில் தேசபக்திக்கு அவர் மிகச்சிறந்த உதாரணம். அவர் நிச்சயமாக உங்கள் புத்தகத்தில் குறிப்பிடப்படுவதற்கு தகுதியானவர். நீங்கள் அதை செய்வீர்கள் என்று நம்புகிறேன்."

கோனனகுண்டேவுக்குத் திரும்பிய ரவியின் திட்டம், சிவராசன் தங்கியிருந்த சுமார் 5 கமாண்டோக்களுடன் வீட்டின் பின்வாசல் வழியாக உள்ளே செல்ல வேண்டும். சுமார் 2-3 கமாண்டோக்கள் மொட்டை மாடி வழியாக வந்து அங்கு ஒரு நுழைவாயிலை உருவாக்குவார்கள். இவ்வாறு சிவராசன் 2 குழுக்கள் நுழைவதால் ஆச்சரியப்படுவார். அவர் எந்தக் குழுவைத் தாக்க வேண்டும் என்று தெரியாமல், தடுமாறும் பொழுது அவரை உயிருடன் பிடிப்பதற்கு ஒருநல்ல வாய்ப்பு இருந்தது. ஆனால் இரவு முழுவதும் கார்த்திகேயன் காரணமாக எந்த நடவடிக்கையும் எடுக்கப்படவில்லை. நாள் முழுவதும் கூட கழிந்தது. எந்த அங்கீகாரமும் வழங்கப்படவில்லை, எனவே ரவியால் எதுவும் செய்ய முடியவில்லை.

மேலும், ரவி ஆரம்பத்தில் சென்றபோது, மழையில், நிறைய போலீசார் தங்கள் மழை கோட்டுகளுடன் நின்று கொண்டிருந்தனர். அடுத்த நாள் ஆகஸ்ட் 19-ம் தேதி காலை சிவராசன் பற்றிய செய்தி எப்படியோ வெளிப்பட்டது. மக்கள் ஒன்றுகூடி வீட்டை நோக்கிச் செல்லும் சாலையில் பேசத் தொடங்கினர். இவ்வாறாக அந்த ஆச்சரியமான அம்சம் தொலைந்துபோனது. சிவராசன் இப்போது சரியாக என்ன நடக்கிறது என்பதை அறிந்து கொள்ள எல்லா வாய்ப்புகளும் இருந்தன.

இறுதியாக, ஆகஸ்ட் 19-ம் தேதி அதிகாலையில் சிறப்பு விமானத்தில் ரவியிடம் வரப் போகிறேன் என்று தற்பெருமை பேசிய கார்த்திகேயன், ஆகஸ்ட் 19-ம் தேதி மாலை அந்த இடத்தை அடைந்தார். பின்னர் அவர் ரவியை அழைத்து கேட்டார் அவரது திட்டங்கள் என்ன என்று?. ரவி நம்பமுடியாமல் அவரிடம் சொன்னார் - "திட்டங்கள். என்ன திட்டங்கள்? நான் நேற்று மாலை செல்ல வேண்டியிருந்தது. அங்கீகாரம் வழங்கப்படவில்லை. ஆச்சரியமான உறுப்பு இப்போது இழந்துவிட்டது. இப்போது நான் என்ன திட்டம் போடுவேன்?" கார்த்திகேயன் அவரிடம் "நீ திமிர் பிடித்தவன். இனி நான் உன்னுடன் பேசப்போவதில்லை. நான் உன் முதலாளியிடம் நேரடியாகப் பேசுகிறேன்." எனவே ரவி அங்கிருந்து நடந்தார்.

சிறிது நேரத்தில், 19ஆம் தேதி இரவு 07.30 மணியளவில், ஒரு லாரி வீட்டின் அருகில் உள்ள ஈரமான சேற்றில் சிக்கியது. முந்தைய நாள் பலத்த மழை பெய்தது. ஈரமான சேற்றில் இருந்து வாகனத்தை

வெளியே எடுக்க லாரியை முயற்சித்து தள்ளுவதன் மூலம் மக்கள் உதவத் தொடங்கினர். துரதிருஷ்டவசமாக, சிவராசன் மற்றும் கும்பல், சலசலப்பைக் கேட்டதும், இது வரவிருக்கும் தாக்குதலுக்கான போலீசாரின் சூழ்ச்சி என்று தவறாக முடிவு செய்து, உள்ளேயிருந்து சுடத் தொடங்கினர். கமாண்டோக்கள் திருப்பிச் சுட்டனர், சிறிது நேரம் நீடித்த துப்பாக்கிச் சூட்டில், கமாண்டோக்களில் ஒருவர் ஒரு குண்டால் அவரது காலில் காயமடைந்தார், மேலும் ரவியின் காரில் மருத்துவமனைக்கு அழைத்துச் செல்லப்பட்டார். பின்னர் துப்பாக்கிச் சூடு திடீரென நிறுத்தப்பட்டது. அரை மணி நேரத்திற்குப் பிறகு, வீட்டின் உள்ளே இருந்து 1 ஒற்றை துப்பாக்கிச் சூடு வெளியே வந்தது. அதன் பிறகு முழு அமைதி நிலவியது. இதற்கிடையில் நள்ளிரவில், ரவியின் முதலாளியாக இருந்த கர்னல் தத்தா வந்தார், ஆகஸ்ட் 20ஆம் தேதி அதிகாலையில், இறுதியாக அவர் ஒப்புதல் அளித்தார், கமாண்டோக்கள் உள்ளே சென்று சிவராசன் மட்டும் தலையில் சுடப்பட்ட 7 சடலங்களைக் கண்டனர். ஒருவேளை, அவர் சயனைடு காப்ஸ்யூலை உட்கொண்டார், அவர் இறந்துவிட்டார் என்பதை உறுதிப்படுத்த, நீரோ அவரது தலையில் ஒரு தோட்டாவை வைத்தார்.

இதற்குப் பிறகு, கார்த்திகேயன் இறுதியாக வந்து மேஜர் ரவிக்கு ஒரு பதக்கத்தை பரிந்துரைக்க வேண்டும் என்று கர்னல் தத்தாவிடம் கருத்து தெரிவித்தார். ரவி கார்த்திகேயனை நோக்கித் திரும்பி, "சிவராசனை உயிரோடு பிடிக்க விரும்பினேன். என்னால் அதைச் செய்ய முடியவில்லை. பதக்கத்தால் இப்போது என்ன பிரயோஜனம்? நீங்கள் ஒன்றைப் பெற்று உங்கள் கழுத்தில் தொங்க விட்டு கொள்ளுங்கள்" என்று கூறி விட்டு சோர்வாக நடந்து சென்றார். அதுதான் அவர் எனவே அவர் கார்த்திகேயனை கடைசியாகப் பார்த்ததும், இந்தப் புத்தகம் வெளிவரும் வரை அவரிடம் கடைசியாகப் பேசிய வார்த்தைகள்.

ஸ்ரீபெரும்புதூர் தளத்திற்கான அங்கீகாரம்

கே - ஸ்ரீபெரும்புதூர் தளத்திற்கு கூட்டத்தை நடத்த காவல்துறையால் அங்கீகரிக்கப்படவில்லை என்று தகவல்கள் உள்ளன?

ப – ராஜீவ் காந்தி மே 21 அன்று மாலை சென்னை மீனம்பாக்கம் விமான நிலையத்தில் தரையிறங்குவதாக இருந்தது. தரையிறங்கிய பிறகு, அவர் ஹெலிகாப்டரில் ஸ்ரீபெரும்புதூர் வர வேண்டும். பள்ளி மைதானத்தில் ஒரு ஹெலிபேட் அமைக்கப்பட இருந்தது. ராஜீவ் ஏற்கனவே ஒரு முறை ஹெலிகாப்டரில் இந்த இடத்திற்குச் சென்றிருந்தார். ஸ்ரீபெரும்புதூரில் நடைபெற்ற கூட்டத்தில் பங்கேற்று பேசிய அவர், இரவு ஸ்ரீபெரும்புதூரில் தங்கிவிட்டு, அதே ஹெலிகாப்டரில் புதுச்சேரிக்கு புறப்பட்டார். பின்னர் பாண்டிச்சேரியிலிருந்து மயிலாடுதுறை, கிருஷ்ணகிரி, சிவகங்கை போன்ற பிற தொகுதிகளுக்கும், பின்னர் பெங்களூருக்கும், பெங்களூரிலிருந்து டெல்லிக்கும் செல்வதாக இருந்தது. இதுதான் ஆரம்ப திட்டம்.

நிகழ்வுகள் பின்வருமாறு நடந்தன. மே 19-ம்தேதி மாலை 6.00 மணிக்கு காந்தி மைதானத்தில் நடைபெறும் கருணாநிதியின் பேரணிக்கு அனுமதி பெறுவதற்காக ஸ்ரீபெரும்புதூர் காவல் நிலையத்தை தி.மு.க. அனுமதி வழங்கப்படுகிறது. ஒரு சில மணி நேரங்களில், அதே நாளில், காங்கிரஸ்காரரும், மரகதத்தின் பிரச்சார மேலாளருமான மாத்தூர் ராமசாமி நாயுடு, காவல் நிலையத்திற்குச் சென்று, மே 21 ஆம் தேதி எஸ்.சூல் ஜி சுற்றுகளில் ராஜீவ் கூட்டத்தை நடத்த அனுமதி கேட்கிறார். அதற்கான அனுமதியும் வழங்கப்படுகிறது. இந்த இடம் உட்புறத்தில் இருந்தது மற்றும் பிரதான சாலையில் இல்லை. சில காரணங்களால் காங்கிரஸ்காரர்கள் பள்ளி மைதானத்திற்குப் பதிலாக கோயில் மைதானத்தை இடமாகத் தீர்மானிப்பதால் இந்தப் பிரச்சினை எழுகிறது.[147] இதுதான் பெரிய கேள்வி. காங்கிரஸ் மக்கள் ஏன் பள்ளி மைதானத்திற்கு அனுமதி பெற்றனர், அதன் பிறகு கோயில் மைதானம் புதர்கள் நிறைந்திருந்த போதிலும், அந்த இடத்தை தாங்களாகவே கோயில் மைதானமாக மாற்ற முடிவு செய்தது ஏன்?

ஏ.டி.எஸ்.பி ராமகிருஷ்ணன் மற்றும் ஏ.எஸ்.பி பிரத்ஈப் பிலிப் ஆகியோர் மே 20 அன்று புதிய இடத்திற்குச் சென்று, பள்ளி மைதானத்தில் மட்டுமே கூட்டத்தை நடத்துவதற்கு அனுமதி வழங்கப்பட்டுள்ளது என்று அந்த இடத்தில் இருக்கும் மரகதம்

---

147 ரகோத்தமன் (தமிழ்) – பக்கம் 106, 107

சந்திரசேகருடன் வாதிடுகின்றனர், பின்னர் எந்த அடிப்படையில் கோயில் மைதானத்தில் முன்னேற்பாடுகள் செய்யப்படுகின்றது என்று கேட்கின்றனர். ஆனால் மரகதம் கட்டாயப்படுத்த மறுத்து, இது பிரதான சாலையில் உள்ளது என்றும், உட்புறத்தில் உள்ள பள்ளி மைதானத்தில் கூட்டம் நடந்தால் யாரும் வரமாட்டார்கள் என்றும் கூறி வாதிட்டார். போலீஸ் அதிகாரிகள் சிறிது நேரம் வாதிட்டு, தங்கள் வாதங்கள் கவனிக்கப்படாது என்பதை அறிந்த பிறகு, அந்த இடத்தை விட்டு வெளியேறினார்கள்.[148]

இடத்தை மாற்றுவதற்கான காரணத்தைப் பொறுத்தவரை, ரகோத்தமன் தனது வீடியோ ஒன்றில், கோயில் மைதானத்திற்கு ரியல் எஸ்டேட் மதிப்பு அதிகரிக்கும் என்று மதிப்பிட்ட பின்னர், அவர்கள் கோயில் மைதானத்தில் பேரணியை நடத்த முடிவு செய்கிறார்கள் என்று கூறுகிறார். இது ஒரு சரியான நொண்டி சாக்குப்போக்கு மற்றும் ஒரு அரைபுத்திசாலித்தனமான பொய் போல் தெரிகிறது. ரியல் எஸ்டேட் காரணம் உண்மையானது என்றால், காங்கிரஸார் முறையான முறையில் அனுமதி பெறாதது ஏன்?, கோவில் மைதானத்தை கூட்டம் நடத்தும் இடமாக காவல்துறை நிராகரித்தவுடன், காவல்துறையின் அறிவுறுத்தலுக்கு கீழ்ப்படியாதது ஏன்?

காங்கிரஸ்காரர்கள் கிடைக்கக்கூடிய ஒரே மாற்று வழியையே பின்பற்றினர். போலீசாரின் ஒப்புதலைப் பெறாமல், அவர்கள் முடிந்தவரை அந்த இடத்தைத் தயார் செய்ய முயற்சித்தால், தேர்தல் பேரணியை ஒரு பாதி தயாராக உள்ள இடத்தில் கூட நடத்த முடியும். எனவேஇந்த இடத்தைத் தேர்ந்தெடுப்பதற்கான காரணம் என்ன?

ராஜீவை வரவேற்க அனுமதிக்கப்பட்ட பட்டியல்

கே - ராஜீவை வரவேற்க அங்கீகரிக்கப்பட்ட நபர்களின் பட்டியலைப் பற்றி கேள்விகள் உள்ளனவா?

ப – மரகதம் சந்திரசேகர் ஏன் அப்போலோவில் இருந்து எய்ம்ஸ் மருத்துவமனைக்கு மாற்றப்பட்டார் என்பது தான் கேட்கப்பட வேண்டிய கேள்வி. மீதமுள்ள பதில்களை இக்கேள்வியிலிருந்து

148 https://timesofindia.indiatimes.com/city/chennai/total-recall-on-the-day-of-rajiv-gandhi-assassination/articleshow/86829495.cms

பெற்றுக்கொள்ளலாம். உத்தரபிரதேசம் போன்ற ஒரு தொலைதூர கிராமத்தில் யாராவது காயமடைந்தால், அந்த நபரை உடனடியாக உ.பி.யில் / அதைச் சுற்றியுள்ள ஒரு சிறிய மருத்துவமனையில் உடனடியாக அனுமதிப்பதில் தர்க்கவியல் இருக்கும், பின்னர் அந்த நபரை எய்ம்ஸ் போன்ற மருத்துவமனைக்கு மாற்றுவதில் தர்க்கவியல் இருக்கும். மற்றொரு சூழ்நிலையில், அரக்கோணம் அல்லது ஸ்ரீபெரும்புதூர் போன்ற ஒரு இடத்தில் அந்த நபர் காயமடைந்தால், அந்த நபர் காஞ்சிபுரம் பொது மருத்துவமனை போன்ற ஏதாவது ஒரு மருத்துவமனையில் அனுமதிக்கப்படலாம். இதைத் தொடர்ந்து, அந்த நபர் சென்னை அப்பல்லோ மருத்துவமனை போன்ற ஒரு பெரிய மருத்துவமனைக்கு மாற்றப்படலாம். ஆனால் அப்பல்லோ மருத்துவமனையில் அனுமதிக்கப்பட்டுள்ள ஒருவர், அதுவும் சிறிய காயங்களுடன், ஏன் டெல்லியில் உள்ள எய்ம்ஸ் மருத்துவமனைக்கு மாற்றப்பட வேண்டும்? உண்மையான தேவை என்ன?

மேலும் இரண்டு கேள்விகளுக்கு பதிலளிக்க முடிந்தால், இந்த கேள்விக்கான பதிலை ஒருவர் தானாகவே புரிந்து கொள்ள முடியும். முதல் கேள்வி என்னவென்றால், மரகதம் ஒருதலைப்பட்சமாக பள்ளி மைதானத்திலிருந்து, காவல் துறையிடமிருந்துமட்டும் அங்கீகாரம் பெற்ற இடத்தை கோயில் மைதானத்திற்கு மாற்றியது ஏன்? அவர்களிடத்தில் பதில் இல்லை. உண்மை என்னவென்றால், மரகதம் அவர்கள் அந்த முடிவை எடுக்கவில்லை. இது சிவராசனின் முடிவு. ஆனால் ஏன், எப்படி? காரணம் எளிமையானது. ஆரம்பத்தில், பள்ளி மைதானத்தில் பேரணியை நடத்த காவல்துறையால் ஒப்புதல் வழங்கப்பட்டது. பிரதான சாலையிலிருந்து 1-2 கி.மீ தூரத்தில் பள்ளி மைதானம் இருந்தது. ராஜீவ் காந்தியை முடிப்பது எவ்வளவு முக்கியமோ, அதே போல, இந்த வேலை முடிந்த பிறகு தப்பிப்பதும் முக்கியம். கோயில் மைதானம் பிரதான சாலையிலேயே இருந்தது. எனவே உட்புறத்திலிருந்து அதைப் பெறுவதுடன் ஒப்பிடும்போது பிரதான சாலையிலிருந்து ஒரு பஸ் அல்லது ஆட்டோவைப் பெறுவது ஒப்பீட்டளவில் எளிதானது. சிவராசன் செய்ய வேண்டியதெல்லாம் டெல்லியில் உள்ள நபரைத் தொடர்புகொள்வதுதான், மேலும் அந்த இடத்தை மாற்ற மரகதம் மீது போதுமான அழுத்தம் கொடுக்கப்படும்.

இரண்டாவது கேள்வி என்னவென்றால், ராஜீவை வாழ்த்த அங்கீகரிக்கப்பட்ட பெயர்கள் பட்டியலில், தனுவின் பெயர் இல்லை. அவர் பெயர் ஏன் அங்கே இல்லை? பட்டியலில் சுமார் 20 ஒற்றைப்படை பெயர்கள் இருந்தன. பெயர்களில், ஒரே ஒரு பெண் பெயர் மட்டுமே இருந்தது. மற்றவை ஆண் பெயர்கள். அந்தப் பெண் பெயர் கோகிலவாணி. ஒரு கவிதையை இந்தியில் ராஜீவுக்கு வாசித்த இளம் பெண் இவர்தான். கோகிலவாணியும் அவரது தாயாரும் மரகதத்தின் மகள் லதா பிரியகுமாரால் (குமுதவள்ளி கண்கண்ட சாட்சியால் உறுதிப்படுத்தப்பட்டது) கைவிடப்பட்ட நிலையில், கொலையாளி தனுவை மரகதத்தின் மகன் லலித் சந்திரசேகர் (எஸ்.ஐ. அனுசுயாவால் உறுதிப்படுத்தப்பட்டது) அந்த இடத்தில் இறக்கிவிடப்பட்டார். தனு கோகிலாவுடன் சென்று ராஜீவை வாழ்த்த வேண்டும் என்பது மரகதத்தின் திட்டமாக இருந்தது. ஆனால் மரகதத்திடம் எந்தத் தவறான உள்நோக்கமும் இல்லை என்பது தெளிவாகிறது. தனு தற்கொலை குண்டுதாரி என்பது அவருக்கு தெரியாது.

எனவே மக்கள் பட்டியலில் தனுவின் பெயர் ஏன் சேர்க்கப்படவில்லை? மரகதம் அதைச் செய்திருப்பார். ஆனால் டெல்லியைச் சேர்ந்த ஒருவர் மரகதத்தைத் தொடர்பு கொண்டு, தனுவுக்கு ராஜிவ் அணுகலை வழங்குமாறு (உத்தரவிட்டார்) கேட்டுக்கொண்டுள்ளார். தாணு ராஜீவை முடிக்கப் போகிறார் என்பது அந்த நபருக்குத் தெரியும். எனவே அந்த நபர் வேண்டுமென்றே மரகதத்திடம் தனுவுக்கு ராஜீவை ரகசியமாக அணுகுவதை உறுதி செய்யுமாறு கேட்டார். இவர்கள் EPRLFஐச் சேர்ந்த இலங்கைத் தமிழர்கள் என்றும், ராஜீவின் நலன்விரும்பிகள் என்றும் அந்த நபர் மரகதத்திடம் கூறியிருப்பார். ஆனால், இவர்கள் இலங்கைத் தமிழர்கள் என்பதால், ராஜீவுக்கு ஒப்புதல் அளிக்கப்பட்டவர்களின் பட்டியலில் அவரது பெயர் இடம் பெறாமல், ராஜீவுக்கு மறைமுகமான முறையில் எந்த சர்ச்சையும் இல்லாமல், அணுகலையும் வழங்குவது நல்லது என்று கூறியிருப்பார். இதனால் தாணு கோகிலாவுடன் சென்று ராஜீவுக்கு மாலை அணிவிக்க திட்டம்தீட்டப்பட்டது.

மரகதம் இதையெல்லாம் கண்டுபிடித்திருப்பார்கள், ஆனால் படுகொலை நடந்த பிறகுதான். ராஜீவின் ஸ்ரீபெரும்புதூர் பேரணி

முழுவதும் ராஜீவின் அருகிலேயே அவர் இருப்பார் என்று எதிர்பார்க்கப்பட்டதால், ராஜீவுடன் மரகதமும் இறந்துவிடுவார் என்று சதிகாரர்களின் எதிர்பார்ப்பாக இருந்தது. அதிர்ஷ்டவசமாக அவருக்கும், துரதிருஷ்டவசமாக சதிகாரர்களுக்கும், அவர் தப்பித்தார். காரணம், ஏன், எப்படி என்று மற்றொரு கேள்வியில் விளக்கப்பட்டுள்ளது. ஆனால் மரகதம் தப்பிப் பிழைத்தது புதுதில்லியில் உள்ள சதிகாரர்களின் நிலைமையை சிக்கலுக்குள்ளாகியது. சதித்திட்டத்தைப் பற்றிய விவரங்கள் அவருக்குத் துல்லியமாகத் தெரிந்து விட்டது. இந்த உண்மைகளை SIT அதிகாரிகளுக்குத் தாமாகவே வெளிப்படுத்திவிடுவார் அல்லது தொடர்ச்சியான விசாரணையின் கீழ் அவர் உடைந்து போய்விடக்கூய பெரிய ஆபத்து இருந்தது. எனவே, சிறந்த சிகிச்சையைப் பெறுவதற்கான சாக்குப்போக்கின் கீழ், அவர் சாதுர்யமாக புது தில்லி எய்ம்ஸ் மருத்துவமனைக்கு மாற்றப்பட்டார். அப்போது புதுதில்லியில் உள்ள மரகதத்துக்கு 'தேவையான சிகிச்சை' அளிக்கப்பட்டிருக்கும்.

சிவராசனின் டெல்லி இணைப்புகள்

கேள்வி – சிவராசன் டெல்லியில் தொடர்பு வைத்திருந்தார் என்பது உறுதியானதா?

ப – பெங்களூர் ரங்கநாத்தின் ஒப்புதல் வாக்குமூலங்கள், சிவராசன் சந்திரஸ்வாமி மற்றும் மார்கரெட் ஆல்வா ஆகியோருடன் கொண்டிருந்த தொடர்புகளைக் குறிக்கும் வகையில் குறிப்பிடப்பட்டன என்ற உண்மையை விட்டுவிடுங்கள். சிவராசனின் நகர்வுகளைப் பார்த்தால், டெல்லியில் உள்ள 'மிக முக்கியமான' வி.வி.ஐ.பி.க்களுடன் அவர் கொண்டிருந்த தொடர்பை நிரூபிக்க அது தெளிவாக இருக்கும். சிவராசன் மற்றும் அவரது கூட்டாளிகளான டேவிட், சின்ன சாந்தன், திலீபன், டேனியல் மற்றும் ரவி ஆகியோரால் படுகொலை செய்யப்பட்ட பத்மநாபாவின் வழக்கில், சிவராசன் அன்ட் கோ ஆகியோர் 1990 ஆம் ஆண்டு ஜூன் மாதம் 10ஆம் தேதியே இலங்கையிலிருந்து வந்தனர். இக்குழுவினர் 1990 ஆம் ஆண்டு ஜூன் மாதம் 21 ஆம் தேதி கொலை செய்யப்பட்டு 2 நாட்கள் பின்னர் தஞ்சாவூர், மல்லிப்பட்டினம், வேதாரண்யம்

ஆகிய இடங்களுக்குச் சென்று யாழ்ப்பாணத்திற்கு தப்பிச் சென்றனர். கருணாநிதி ஆட்சியில் இருந்தபோது இது நடந்தது.

உண்மையில், கருணாநிதிதான் தமிழகக் காவல்துறையை அழைத்து, அடுத்த நாள் அவர் டெல்லியிலிருந்து சென்னை திரும்பும் வரை எந்த நடவடிக்கையும் எடுக்க வேண்டாம் என்று அவர்களுக்குத் தெரிவித்திருந்தார்.[149] விடுதலைப் புலிகள் தப்பிச் செல்வதற்கு வசதியாக கருணாநிதி இதைச் செய்தார். இல்லையெனில் சிவராசன் நிச்சயமாக கைது செய்யப்பட்டிருப்பார், ஏனென்றால் தப்பிக்கும் பொழுது, சிவராசன் செங்கல்பட்டு அருகே ஒரு போலீஸ் சோதனைச் சாவடியில் 2 போலீஸ் கான்ஸ்டபிள்களை தாக்கினார். எனவே, சிவராசனும் அவரது கூட்டாளிகளும் செல்லும் திசை குறித்து காவல்துறையினருக்கு நிச்சயமாகத் தகவல்இருந்தது.

இந்த நிலையில், சிவராசன் ராஜீவை படுகொலை செய்த பிறகு, பீதி அடையவேயில்லை. அறிகுறிகள் எதுவும் தென்படவில்லை. இது மிகப் பெரிய கொலை. எல்லாவற்றிற்கும் மேலாக, அது ஒரு முன்னாள் பிரதம மந்திரியை கொன்ற செயலாகும். எனவே அவர் இந்தியாவை விட்டு விரைவில் வெளியேற முயற்சித்திருக்க வேண்டும். ஆனால் அவர் அதை செய்யவில்லை. அதற்குப் பதிலாக, 'தி இந்து'வில் அவரது புகைப்படம் வெளியிடப்பட்ட மே 28-ம் தேதி வரையாவது அவர் திறந்தவெளியில் இருந்தார். அவர் திருப்பதிக்குச் சென்றிருந்தார், திறந்தவெளியில் காணப்பட்டார். இதற்குப் பிறகும்கூட, அவர் பீதியடையவில்லை, தனது கூட்டாளிகளில் பெரும்பாலானவர்களை தில்லிக்கு / டெல்லிக்கு அருகே. உள்ள இடங்களுக்கு அனுப்பி வைத்திருக்கிறார். தி.மு.க.வின் அனைத்து தார்மீக மற்றும் நேரடி ஆதரவும் அவருக்குக் கிடைத்தபோது, அவர் பீதியடைந்து, இந்தியாவிலிருந்து இலங்கைக்கு விரைகிறார். ஆனால் விடுதலைப் புலிகளுடன் கைகோர்த்துக்கொண்டதற்காக தி.மு.க.வை பதவி நீக்கம் செய்யும் போது, அதன் பின்னர், அவர் பிரதம மந்திரியை கொள்கின்ற போது, அவர் முற்றிலும் தளர்வாக இருந்து இந்தியாவிற்குள் பயணித்துக் கொண்டிருக்கிறார். இது ஒன்றும் பெரிய மர்மம் இல்லை.SITயால் பிடிபடாமல் இருக்க

---

149 https://tamilnation.org/intframe/india/jaincommission/growth_of_tamil_militancy/ch3sec1.html

டெல்லியில் சக்திவாய்ந்த வி.வி.ஐ.பி.க்களின் ஆதரவு இருப்பதால் அவர் இதைச்செய்தார் என்ற முடிவுக்கு வருவது அவ்வளவு கடினமா?

ஸ்ரீபெரும்புதூரில் உள்ள வீடு

கே – சிவராசன் மற்றும் கும்பல் ஸ்ரீபெரும்புதூருக்கு எந்த நேரத்தில் வந்தது?

ப - அது ஏற்கனவே தெளிவுபடுத்தப்பட்டுள்ளது. சிவராசன் மற்றும் கும்பல் பேருந்தில் வந்ததாக SITயின் கூற்று அப்பட்டமான பொய். இது ஏற்கனவே மற்றொரு கேள்வியில் விரிவாக விளக்கப்பட்டுள்ளது. ஆனால் இதில் குறிப்பிடப்படாத விஷயம் என்னவென்றால், சிவராசன் யாரோ ஒருவரிடமிருந்து ராஜீவ் விமானத்தின் தாமதம் குறித்த தகவலைப் பெற்றுள்ளார். அவர் தன்னுடன் எடுத்துச் சென்ற ஒரு சிறிய அஞ்சல் அட்டையில் அவர் குறிப்பிட்டுள்ளார். அவர் மாலை 06.00 மணிக்கு ராஜீவ் வருகை என்பதை அடித்துவிட்டு எதிர்த்து எழுதப்பட்டு இரவு 08.00 மணி என எழுதி இருக்கிறார். இதன் பொருள் அவர் தொலைபேசி அவர் உபயோகத்துக்கும் தூரத்தில் இருந்தது என்பதாகும். 1991-ம் ஆண்டு மொபைல் போன்கள் இல்லை. வழக்கறிஞர் துரைசாமி கூறுகையில், சிவராசன் ஸ்ரீபெரும்புதூரில் உள்ள ஒரு தொலைபேசி வசதியுள்ள ஒரு வீட்டை எடுத்து வைத்திருந்தார். அவர் அங்கு சென்று ராஜீவின் விமானம் தாமதமாகிவிட்டது என்ற செய்தியைப் பெற்றிருப்பார். இந்த உண்மையை SIT மூடிமறைத்தது. இவ்வாறு துரைசாமி கூறினார். ஆனால், இந்த நேரத்தில், ராஜீவ் படுகொலையில் மற்றொரு முக்கியமான உண்மையை SIT மூடிமறைத்தது என்பதை அறிந்து வாசகர்கள் ஆச்சரியப்பட மாட்டார்கள்.

ரத்துசெய்யப்பட்ட உதவிகள்

கேள்வி – ராஜீவ் கொலை தொடர்பாக 1991-ம் ஆண்டு தமிழகத்தின் சில இடங்களில் ரெய்டுகள் நடக்கவிருந்ததாகவும், அது நிறுத்தப்பட்டதாகவும் கூறப்படும் ஒரு சம்பவமும் இருக்கிறதா?

ப - அது உண்மைதான். மோகன்ராஜ் ஜெப்மணி மற்றும் ரகோத்தமன் இருவரும் இது உண்மை. என்பதை

உறுதிப்படுத்துகின்றனர்.[150] மோகன்ராஜ் பின்வருமாறு விவரிக்கிறார் - 1999 ஆம் ஆண்டில் (அவர் தேதி சரியாக நினைவில் இல்லை), 14 கார்கள் தயாராக இருந்தன, காலையில் அவர்கள் பல்வேறு இடங்களில் சோதனைகள் நடத்தப்பட வேண்டியிருப்பதால் அவர்கள் தங்களைத் தயார்படுத்திக் கொள்ள வேண்டும் என்று அவர்களுக்கு தெரிவிக்கப்பட்டது. இலக்கு வைக்கப்பட்ட இடங்களில், அவர்களில் 2 பேர் ரவிச்சந்திரனின் வீடு (வைகோவின் சகோதரர்) மற்றும் திருச்சி சாந்தன் பதுங்கியிருந்ததாகக் கூறப்படும் சுப்புலட்சுமி ஜெகதீசனின் பார்ம் ஹவுஸ் ஆகியவை என்று மோகன்ராஜ் நினைவு கூர்ந்தார். எனவே SITயினர் மதிய உணவுக்குப் பிறகு தங்களைத் தயார்படுத்திக் கொண்டிருந்தனர்,

திடீரென்று டெல்லியின் அறிவுறுத்தல்களின்படி சோதனைகள் ரத்து செய்யப்பட்டுள்ளன என்பது அவர்களுக்கு அதிர்ச்சியாக இருந்தது. இதற்கு மேல் எந்த விளக்கமும் கொடுக்கப்படவில்லை- அவை "டெல்லியில் இருந்து வந்த அறிவுறுத்தல்கள்" மட்டுமே. SITயின் பாலாஜி எஸ்.பி. மோகன்ராஜை உள்ளே அழைத்தார், அவர் சென்று கீழே இறங்கி அமைதியாக தனது தலையை வைத்தார். ராதாவினோத் ராஜு அவரிடம் நீங்கள் ஏன் அமைதியாக இருக்கீகீர்கள் என்று கேட்டார், மேலும் அந்த மௌனம் அவரைக் கொல்கிறது என்றும் குறிப்பிட்டார். "நீங்கள் காஷ்மீரை அழித்தீர்கள், பின்னர் நீங்கள் அசாமை அழித்தீர்கள்" என்று மோகன்ராஜ் கண்ணீர் மல்கக் கூறிவிட்டு, "இப்போது தமிழ்நாட்டையும் அழிக்க வந்திருக்கிறீர்கள்" என்றார். அந்த வார்த்தைகள் கோபத்தில் மட்டுமே உச்சரிக்கப்பட்டன. எனவே அவர் உணர்ச்சிவசப்பட்டு அழத் தொடங்கினார் என்று கூறினார். இது ஒருபுறமிருக்க, டெல்லியிலிருந்து வரும் அறிவுறுத்தல்களின்படி ரெய்டுகளை இரத்துச் செய்வது, இந்த வழக்கில் எந்த அரசியல்வாதியும் சிக்கிக் கொள்ளக் கூடாது என்பதில் தில்லியைச் சேர்ந்த யாரோ ஒருவர் மிகவும் கவனமாக இருந்தார் என்பதற்கான தெளிவான அறிகுறியாகும்.

---

150 https://www.youtube.com/watch?v=YN9Tf7HS_8c – ரகோத்தமானுடன் சித்தண்ணன் நேர்காணல் (தமிழ்) – பாகம் 3

செயின்ட் கிட்ஸ் வழக்கு

கே வ்ஜீரா–படுகொலைக்கும் செயின்ட் கிட் வழக்குக்கும் ஏதேனும் தொடர்பு உள்ளதா?

ப - குவைத்தை தளமாகக் கொண்ட 'தி அரபு டைம்ஸ்' பத்திரிகையில் வி.பி.சிங்கின் மகன் அஜெயாசிங், செயின்ட் கிட்ஸ்ஸில் உள்ள ஃபர்ஸ்ட் டிரஸ்ட் கார்ப்பரேஷன் வங்கியில் ஒரு வங்கிக் கணக்கைத் தொடங்கியதாகவும், செப்டம்பர் 16, 1986 முதல் மார்ச் 26, 1987 வரையிலான காலகட்டத்தில், 2 மில்லியன் அமெரிக்க டாலர் முதல் 5 மில்லியன் டாலர் வரையிலான 6 டெபாசிட்கள் மொத்தம் 21 மில்லியன் அமெரிக்க டாலர்களாக செய்யப்பட்டதாகவும் கூறப்படுகிறது. இந்த கணக்கில் 33 லட்சம் அமெரிக்க டாலர் வட்டி குவிந்துள்ளதாகவும், வி.பி.சிங் இந்த கணக்கின் பயனாளி என்றும் குற்றம் சாட்டப்பட்டது. அமெரிக்காவில் யாரும் இந்தக் கதையை நம்பாததால், சந்திரஸ்வாமி தனது அரேபியத் தொடர்புகளைப் பயன்படுத்தி குவைத்தி செய்தித்தாளில் வெளியிட்டார். செயின்ட் கிறிஸ்டோபர் தீவு என்று அதிகாரப்பூர்வமாக அழைக்கப்படும் செயின்ட் கிட்ஸ், கரீபியனில் உள்ள ஒரு சிறிய தீவு ஆகும். ராஜீவ் காந்தி அரசில் வெளியுறவுத் துறை அமைச்சராக இருந்த நரசிம்மராவ், அவரது இணை அமைச்சர் கே.கே.திவாரி, சந்திரசாமியின் தனிச் செயலாளர் கே.என்.அகர்வால் (மாமாஜி) மற்றும் சில நபர்கள் அனைவரும் வி.பி.சிங்கைப் பயன்படுத்தி அஜெயா சிங் இந்த கணக்கைத் தொடங்கியதற்கான ஆவணங்களை மோசடி செய்து தயார் செய்ததாக குற்றம் சாட்டப்பட்டனர்.

அத்னான் கஷோகியின் மருமகன் லாரி கோல்ப், ஃபர்ஸ்ட் டிரஸ்ட் கார்ப்பரேஷனின் MD ஜார்ஜ் மெக்லீன் (போதைப்பொருள் கடத்தல் குற்றச்சாட்டுகளிலிருந்து மோசடி லாபம் பெற்றவர்) ஆகியோரும் குற்றம் சாட்டப்பட்டனர், மேலும் அவர்கள் மீதும் வழக்குகள் பதிவு செய்யப்பட்டன. அரசாங்கம் விசாரணைகளை நடத்த முடிவு செய்தபோது, அமலாக்க இயக்குநரகத்தின் (ED) துணை இயக்குநர் ஏ.பி.நந்தே, கணக்கின் தன்மை குறித்து சென்று விசாரிப்பதற்காக துணை அதிகாரியாக தேர்ந்தெடுக்கப்பட்டார். ஆரம்பத்தில் நந்தே நியூயார்க்கிற்கும், அங்கிருந்து செயின்ட் கிட்ஸ் செல்வதற்கும்

திட்டமிடப்பட்டிருந்தது. ஆனால், அமலாக்கத் துறையின் இயக்குநர் கே.எல்.வர்மா திட்டத்தை மாற்றியமைத்தார், அதன் படி அவர் முதலில் மியாமியை அடைந்தார், பின்னர் அவர் செயின்ட் கிட்ஸ் சென்றார், அதன் பிறகு அவர் நியூயார்க்கிற்கு சென்றார்.

திரும்பி வந்ததும், அந்த கணக்கு உண்மையானது என்று கூறி நந்தே ஒரு அறிக்கையை சமர்ப்பித்தார். அவர் தனது அறிக்கையில், அஜெயா சிங் மற்றும் வி.பி.சிங் ஆகியோரின் பாஸ்போர்ட் நகல்களில் உள்ள கையொப்பங்களுடன் அவர்களுக்கு இடையிலான ஒப்பந்தத்தில் கையெழுத்திட்டதை ஒப்பிட்டதாக கூறினார். இது உண்மையாக இருக்க முடியாது, ஏனெனில் அவரது பாஸ்போர்ட்டில் வி.பி.சிங்கின் கையொப்பம் ஆங்கிலத்தில் இருந்தது, அதே நேரத்தில் ஒப்பந்தத்தில் அவரது கையொப்பம் இந்தியில் இருந்தது. மேலும், அவர் செயின்ட் கிட்ஸ் பயணத்தின் போது லாரி கோல்பின் ஒரு தனியார் விமானத்தில் பயணம் செய்தது மட்டுமல்லாமல், அவருடன் பயணித்ததும் கண்டறியப்பட்டது நியூயார்க்கிலிருந்து மியாமிவரை அவருடன் சேர்ந்த மாமாஜி.

அமெரிக்காவிலிருந்து நந்தே திரும்புவதற்கு முன்பு, அஜெயா சிங்கின் பெயரில் வங்கிக் கணக்கு இருப்பதாகக் கூறப்படும் குற்றச்சாட்டு குறித்து அவரது அரசாங்கம் விசாரணை நடத்தி வருவதாகக் கூறி செயின்ட் கிட்ஸ் பிரதமரிடம் இருந்து எழுத்துப்பூர்வமான தகவலைப் பெற தீவிர முயற்சிகள் மேற்கொள்ளப்பட்டன. வி.பி. சிங் மீது அரசாங்கம் ஒரு வலுவான மற்றும் செல்லுபடியாகும் வழக்கைக் கொண்டுள்ளது என்று நாடாளுமன்றத்தில் பொய்யாகப் பரப்புவதற்காகவே இந்த தகவல் தொடர்பு இருந்தது. இவ்வாறாக முழு அரசாங்க இயந்திரமும் வி.பி. சிங்கிற்கு எதிராக இயக்கப்பட்டது.[151]

ஒரு லேசான மாற்றுப்பாதை அவசியம். செயின்ட் கிட்ஸ் விவகாரத்திலும், ஊழல் விவகாரத்திலும் வி.பி.சிங் சுத்தமான கைகளைக் கொண்டிருந்தாலும், அவர் வேறு வழியில் ஊழல்வாதியாக இருந்தார். அவர் மலிவான அரசியல் செய்தார், அரசியல் சூழ்நிலைகளை தனக்கு சாதகமாக சுரண்டிக் பயன்படுத்திக்

---

151 என்.கே.சிங் - பக்கம் 189-196

கொண்டார், மற்றவர்களின் பலவீனங்களை அதிகாரத்திற்கு வருவதற்காக மட்டுமே பயன்படுத்தினார். இதைச் செய்ய அவருக்கு எந்த வரம்பும் இல்லை. அவர் ராஜீவ் காந்தியின் கீழ் பணிபுரிந்தார். ஆனால் அவர் தனது சொந்த முதலாளிக்கு எதிராக வேவு பார்த்தார். சோ ராமசாமி அடிக்கடி எழுதுவார் "அவர் தனது சொந்த முதலாளிக்கு எதிராக வேவுபார்த்த விதத்தால், இந்த நபருக்கு (வி.பி.சிங்) அரசியல் ஒழுக்கங்கள் எதுவும் இல்லை என்று நான் வலுவாக நம்புகிறேன்." 1989 ஆம் ஆண்டு தேர்தல் பிரச்சாரத்தில், அவர் ஜன் மோர்ச்சாவைத் தொடங்கியபோதும், பின்னர் தேசிய முன்னணி ராஜீவ் காந்திக்கு எதிராக பிரச்சாரம் செய்தபோதும், தேர்தல் பேரணிகளில் ஒரு துண்டு காகிதத்தை ஏந்தியபடி, தன்னிடம் ராஜீவ் காந்தியின் சுவிஸ் வங்கிக் கணக்கு எண் இருப்பதாகக் கூறுவார். ஆனால் அவர் பிரதமரான மறுகணமே, போஃபர்ஸ் பற்றி முற்றிலுமாக மறந்துவிட்டார்.

அவர்வைத்திருந்த காகிதத் துண்டைப் பற்றி ஒரு நகைச்சுவையான கதை உள்ளது. இதை அருண் ஷோரி தனது புத்தகத்தில் விவரிக்கிறார். ஒருமுறை அருண் ஷோரி வி.பி.சிங்கிடம் வங்கிக் கணக்கு எண்களை சரிபார்க்கும் வகையில் காகிதத் துண்டைக் காட்டுமாறு கேட்டார். வி.பி.சிங் எந்த தயக்கமும் இல்லாமல் அதைச் செய்தார். போஃபர்ஸ் பீரங்கியின் லஞ்சப் பணம் டெபாசிட் செய்யப்பட்ட கணக்கு எண்கள் இருக்க வேண்டும். அருண் ஷோரி சரிபார்த்து, அவை முறையே கார்ல்ஸ்கோகா மற்றும் ஸ்டாக்ஹோமில் உள்ள மார்ட்டின் அட்போவின் தொலைபேசி எண்கள் என்பதைக் கண்டறிந்தார். முன்னதாக இதே கணக்கு (தொலைபேசி) எண்களை ராஜீவ் மற்றும் சோனியாவின் சுவிஸ் வங்கி கணக்கு எண்களாக அருண் ஷோரியிடம் சந்தாஸ்வாமி கொடுத்திருந்தார்.[152] இந்த குறுகிய வேடிக்கையான அத்தியாயம், சந்திராஸ்வாமி எந்த வகையான வஞ்சகர் என்பதைக் காட்டுகிறது. ராஜீவ் மற்றும் சோனியாவின் ஸ்விஸ் வங்கிக் கணக்கு எண்களாக ஒன்றிரண்டு தொலைபேசி எண்களை காட்டியிருக்கிறார். வி பி சிங்கும் அதை நம்பினார்.

தேசிய முன்னணி தேர்தலில் வெற்றி பெற்ற பின்னர் பிரதமர் பதவிக்கான போட்டியில், தேவி லால், சந்திரசேகர் மற்றும் வி.பி. சிங் ஆகிய மூன்று போட்டியாளர்கள் இருந்தனர். நேர்மையான

---

152 அருண் ஷோரி – பக்கம் 372-374

முறையில் விளையாடுவதற்குப் பதிலாக, வி.பி.சிங் அருண் நேரு மூலம் தேவி லாலுடன் ரகசிய ஒப்பந்தம் செய்தார். இவ்வாறு நேரம் வந்தபோதும், உட்கட்சித் தேர்தல்களை ஏற்பாடு செய்த மது தந்தாவதே வேட்புமனுக்களுக்கு அழைப்பு விடுத்தபோது, வி.பி.சிங் தேவிலாலின் பெயரை முன்மொழிந்தார். வி.பி.சிங் பிரதமராவதை தடுப்பதே முக்கிய நோக்கமாக இருந்த சந்திரசேகர், எழுந்து நின்று அதை வழிமொழிந்தார். இருப்பினும் தேவி லால் எழுந்து நின்று, தான் பிரதமராக விரும்பவில்லை என்று கூறி உடனடியாக மறுத்துவிட்டார். அதற்கு பதிலாக, அவர் வி.பி.சிங்கின் பெயரை முன்மொழிந்தார், இது அஜித் சிங்கால் முன்பு திட்டமிட்டபடி உடனடியாக வழிமொழியப்பட்டது. அதிர்ச்சி அடைந்த சந்திரசேகரால் பேசவே முடியவில்லை, தேர்வுகள் முடிந்துவிட்டதாக அறிவிக்கப்பட்டது. வி.பி.சிங் பிரதமரானார், தேர்தல் பேரணிகளின் போது வி.பி.சிங் ஒருபோதும் தனக்கு பிரதமராகும் எண்ணம் இல்லையென்று மீண்டும் மீண்டும் வலியுறுத்திய பிறகு கடந்த கூற்றுகள் மேலே சொன்னவை.

அவர் இந்த அரசியல் சந்தர்ப்பவாதிகளினால்தான் பதவியையும் இழந்தார். உண்மையில், இதற்காக, தேவி லால் ஒரு பிரச்சனை உருவாக்குபவராகக் கருதப்பட்டு, ஹரியானாவின் முதல்வராக தனது மகன் ஓம் பிரகாஷ் சவுதாலா நீடிக்க பல ஒப்பந்தங்களை மேற்கொண்டதால் வீபிசிங்க்பலராலும் பாராட்டப்பட்டார். ஆகஸ்ட் 8, 1990 அன்று, தேவி லால் ஒரு பெரிய விவசாயிகள்பேரணியை ஏற்பாடு செய்ய திட்டமிட்டிருந்தார். 1990 ஆகஸ்ட் 7ஆம் தேதி தேவி லாலை முழுமையாகத் தடுத்து நிறுத்துவதற்காக, வி.பி.சிங், மண்டல் கமிஷன் பிற்படுத்தப்பட்ட வகுப்பினருக்கான இடஒதுக்கீட்டை அமல்படுத்தப் போவதாக அறிவித்தார். இது நாடு முழுவதும் பெரும் சலசலப்பையும் பரவலான போராட்டங்களையும் ஏற்படுத்தியது.

இருப்பினும் வி.பி.சிங் தேவி லாலை மூக்கறுப்பதற்காக இதைச் செய்ததால் அதிகம் கவலைப்படவில்லை. ஆனால், இது அவர் மீதே பாய்ந்தது. வி.பி.சிங்கின் இந்த நடவடிக்கையால் தங்கள் சொந்த இந்து வாக்குகள் பிளவுபட்டு வருகின்றன என்பதை பாஜக உணர்ந்தது, மேலும் நிகழ்வுகள் தங்கள் ஆதரவை விலக்கிக் கொள்ள வழிவகுத்தன, இதனால் வி.பி.சிங்கின் அரசாங்கம் வீழ்ச்சியடைந்தது.

வி.பி.சிங் நாடகமாடி விஷயங்களை கையாளாமல் நியாயமான முறையில் தேர்தலில் போட்டியிட்டிருந்தால், அவர் சந்திரசேகருக்கு எதிரான உட்கட்சித் தேர்தலில் வெற்றி பெற்று பிரதமராக ஆகியிருக்க வாய்ப்பு உள்ளது. அவர் தனது 5 ஆண்டு கால பதவிக்காலத்தையும் நிறைவு செய்திருப்பார். ஆனால் சிலர் பழக்கவழுக்கித்தினால் பொய் மற்றும் பித்தலாட்டம் மூலமாகவே காரியத்தை சாதிக்கப் பார்த்து தோல்வி அடைகின்றனர்.

அத்தியாயம் *18*

ஃபேர்ஃபாக்ஸ்

◆━━◆✦◆✦◆━━◆

கே - கடந்த சில ஆண்டுகளில் போபர்ஸ் கதை பற்றி ஒரு சில வெளிப்பாடுகள் உள்ளன?

ப - போபர்ஸ் கதை முதன்முதலில் *FairFox* நிறுவனம் மூலம் வி. பி. சிங்கின் கவனத்திற்கு கொண்டு வரப்பட்டது. நியூயார்க்கை தளமாகக் கொண்ட ஃபேர்ஃபாக்ஸ் குழுமம், 1987 ஆம் ஆண்டில் கரன்சி கட்டுப்பாட்டு சட்டங்களின் மீறல்களை விசாரிக்கும் பொறுப்பை ஒப்படைத்தது. இந்தப் பொறுப்பை அப்போது நிதியமைச்சராக இருந்த விபி. சிங் ஃபேர்ஃபாக்ஸிடம் ஒப்படைத்தார். இந்த முடிவை வி.பி.சிங், வினோத் பாண்டே மற்றும் பூரே லால் ஆகிய மூவரும் எடுத்தனர். பல பணக்கார இந்தியர்கள் செலாவணிக் கட்டுப்பாட்டுச் சட்டங்களை மீறுகிறார்கள் என்றும், அவர்களைக் கண்டுபிடிப்பதில் அவர்களுக்கு சிரமம் இருப்பதாகவும் மூவருக்கும் கவலை இருந்தது. அவர்கள் இந்தியாவுக்குள் அணுகல் மற்றும் தொழில்நுட்ப நிபுணத்துவம் பெற்றிருந்தனர். ஆனால் இந்த பிரச்சினையில் இந்தியாவுக்கு வெளியே உள்ள வங்கி கணக்குகள் சம்பந்தப்பட்டிருப்பதால், அவர்களுக்கு வெளிநாட்டு உதவி தேவைப்பட்டது.

FairFox-ன்தலைமை நிர்வாக அதிகாரி மற்றும் நிர்வாக இயக்குனர் மைக்கேல் ஹெர்ஷ்மனுக்கு ஒரு டஜன் பணக்கார இந்திய தொழிலதிபர்களின் பட்டியல் வழங்கப்பட்டது. இந்த தொழிலதிபர்கள் பணமதிப்பிழப்பு சட்டத்தை மீறி இந்தியாவிற்கு வெளியே செல்வத்தை மாற்றியதாக குற்றச்சாட்டு எழுந்தது. மிக ஆரம்பத்தில், விசாரணையின் போது, மைக்கேல் மில்லியன் கணக்கான டாலர்கள் மதிப்புள்ள பல பெரிய பரிமாற்றங்கள் நடந்திருப்பதை கண்டுபிடித்தார். இவை நாணயக் கட்டுப்பாட்டுச்

சட்டங்களை மீறவில்லை, மாறாக பாதுகாப்பு ஒப்பந்தங்களுக்கு ஈடாக இலஞ்சமாக இருந்திருக்கலாம். வி.பி. சிங் இதில் ஆர்வம் காட்டினார், மைக்கேல் இதை மேலும் விசாரிக்க வேண்டும் என்று அவர் விரும்பினார்.

குறிப்பாக, பி.சி.சி.ஐ வங்கிகளுக்கு உள்ளேயும் வெளியேயும், குறிப்பாக லண்டன் மற்றும் பம்பாயில் பணம் செல்வதில் கவனம் செலுத்தப்பட்டது. இந்திய அரசாங்கத்திடமிருந்து ஒரு ஒப்பந்தத்தை வாங்க ஏ.பி.போபர்ஸ் நிறுவனத்தால் லஞ்சப் பணமாக பணம் கொடுக்கப்பட்டதாக மைக்கேலுக்கு தெரிய வந்தது. மைக்கேலுக்கு BCCIயில் ஒரு தொடர்பு இருந்தது. இந்த நபர் மூலமாக இந்த தகவல் கிடைத்தது.

இது குறித்து நிதியமைச்சகத்திடம் புகார் அளித்ததைத் தொடர்ந்து, ED உடன் இருந்த புரே லால், பம்பாயில் உள்ள வங்கியில் சோதனை நடத்த உத்தரவிட்டு நடவடிக்கை எடுத்து அதை மூடினார். வங்கியின் மேலாளர்கள் கைது செய்யப்பட்டனர். பி.சி.சி.ஐ.யின் தலைவர் ஆகா ஹசன் அபேதி உடனடியாக ஒரு சில சூட்கேஸ்களுடன் டெல்லிக்கு பறந்தார். அவர் ராஜீவை சந்தித்தார், சூட்கேஸ்கள் கைமாறிக்கொண்டன. கைது செய்யப்பட்ட மேலாளர்கள் விடுவிக்கப்பட்டு வங்கி மீண்டும் திறக்கப்பட்டது. வி.பி.சிங் ஃபேர்ஃபாக்ஸை விசாரண செய்வதற்கு அமர்த்தியதை ராஜீவ் அறிந்த முதல் சந்தர்ப்பம் இதுவாகும். ஆனால் அதிகம் செய்ய முடியவில்லை. அவர் செய்தது என்னவென்றால், அவர் வி.பி. சிங்கை நிதியமைச்சகத்திலிருந்து மாற்றிவிட்டு அவரை பாதுகாப்பு அமைச்சராக்கினார். இரண்டாவதாக, அவர் பாராளுமன்றத்திற்குச் சென்று CIA இதன் பின்னணியில் இருப்பதாக குற்றம் சாட்டினார். ராஜிவ் படுகொலைக்குப் பின்னர், உண்மையான சதிகாரர்கள் பாதுகாக்கப்பட வேண்டும் என்று விரும்பியவர்களும், புலிகளிடமிருந்து பழியை வேறு இடத்திற்கு திசை திருப்ப விரும்பியவர்களும் இதே மூலோபாயத்தைப் பின்பற்றினர் என்பதை நினைவில் கொள்க. ராஜீவ் படுகொலைக்கு CIA தான் காரணம் என்று அவர்கள் குற்றம் சாட்டினர். இந்த நாள் வரை, அவர்களில் சிலர் செய்கிறார்கள். மூன்றாவதாக, வி.பி.சிங் ஃபேர்ஃபாக்ஸுடன் தொடர்பு கொள்ள வழிவகுத்த சூழ்நிலைகள் குறித்து விசாரிக்க

தக்கார் நடராஜன் கமிஷனை உருவாக்குவதாக ராஜீவ் அறிவித்தார். வி.பி.சிங் இடமாற்றம் செய்யப்பட்ட பிறகு, இந்த விஷயத்தில் தொடர வேண்டாம் என்று பூரே லால் கேட்டுக் கொள்ளப்பட்டார்.

மேலும், இந்த விசாரணையை மைக்கேல் தொடங்கியபோது லஞ்சம் கொடுக்க 3 முறை முயற்சிகள் நடந்தன. 1வது முயற்சியானது மத்திய மேற்கு பகுதியில் உள்ள ஒரு குடியுரிமை பெறாத இந்தியர் (NRI) எடுத்தது, மைக்கேல் சிகாகோ என்று நம்புகிறார், அவர் வந்து தனக்கு ஒரு கவர்ச்சியான ஒப்பந்தத்தை வழங்கினார். ஆனால் ஒப்பந்தத்தின் விதிமுறைகள், வி.பி.சிங்கின் அறிவுறுத்தலின் கீழ் மேற்கொள்ளப்பட்டு வரும் விசாரணைக்கு அவர் முற்றுப்புள்ளி வைக்க வேண்டும் என்பது முக்கியமான ஒன்றாகும். மைக்கேல் நிச்சயமாக மறுத்துவிட்டார். பி.சி.சி.ஐ.யின் விவகாரங்களை விசாரிக்க மைக்கேல் லண்டனில் இருந்தபோது இந்த இரண்டாவது முயற்சி மேற்கொள்ளப்பட்டது. அந்த நேரத்தில், மீண்டும் ஒரு இரவு தொலைபேசியில், ஒரு மர்மமான இந்தியர் தொலைபேசியில் தொடர்பு கொண்டு, முதலீட்டை நிறுத்த 1 மில்லியன் அமெரிக்க டாலர்களை வழங்கினார். மைக்கேல் மீண்டும் இல்லை என்று கூறினார், மேலும் அவர் விசாரணையை நிறுத்தாவிட்டால் என்ன நடக்கும் என்று அழைப்பாளரிடம் கேட்டார். அதற்கு, மைக்கேல் கொல்லப்படுவார் என்று அழைத்தவர் பதிலளித்தார். இந்த அழைப்புக்குப் பிறகு, மைக்கேல் தனது பாதுகாப்பு கருதிதான் ஹோட்டலை மாற்றினார்.

3வது சந்தர்ப்பம் மைக்கேலுக்கு லஞ்சம் கொடுக்கும் முயற்சி கூட அல்ல. இது வி.பி.சிங்கின் பெயரைக் கெடுக்க மட்டுமே செய்தது. அத்னான் கஷோகியின் தலைமை அதிகாரி மைக்கேலைத் தொடர்பு கொண்டு, அவரது தலைவர் அவரைச் சந்திக்க விரும்புவதாகக் கூறினார். எனவே மைக்கேலுக்காக ஒரு வாடகை விமானம் ஏற்பாடு செய்யப்பட்டது, அவர் கஷோகியை சந்திக்க நியூயார்க்கிலிருந்து ஸ்பெயினுக்கு பறந்தார். ஸ்பெயினில் இருந்த கஷோகியின் இல்லத்தில் ஒரு சுவாமிஜியுடன் அவர் அமர்ந்திருந்தார். அந்த ஸ்வாமிஜி வேறு யாருமல்ல, சந்திரஸ்வாமிதான். வி.பி.சிங்கின் மகன் செயின்ட் கிட்ஸ் வங்கியில் கணக்கு வைத்திருந்ததாகவும், வி.பி.சிந்தான் அக்கவுண்ட்டின் முக்கிய பயனாளி என்றும் காட்ட

ஒரு தொகுப்பு ஆவணங்களை அவரிடம் கொடுத்தார். இது மைக்கேலுக்கு வி.பி.சிங் ஒரு மோசடிக்காரர் என்பதையும், அவர் அவரை ஆதரிக்கக் கூடாது என்பதையும் சுட்டிக்காட்டுவதற்காக செய்தது. ஆனால், மைக்ஹேல், ஆவணங்களைப் படித்ததும், தனது அனுபவத்தின் மூலம், அவற்றை போலி ஆவணங்கள் என்று தீர்மானித்து, அவர்களிடம் கூறிவிட்டு வெளியேறினார்.[153,154]

சந்திரசாமி பற்றி மேலும் கேள்வி

கே – மேலே விளக்கிய சூழ்நிலையில் ராஜீவ் காந்தியைக் காப்பாற்ற முயன்ற சந்திரசாமி, திரும்பி, கொலை செய்வதற்கான சதித்திட்டத்தில் பங்கேற்பார் என்பது நம்பத்தகுந்ததா?

ப – இந்த கேள்வி மிகவும் முக்கியமானது. ஆனால் பதில் மிகவும் எளிது. சந்திரசாமி ஒரு அரசியல் தரகர். ஒருவர் பணத்தைக் கொடுத்து ஒரு நபரைக் காப்பாற்றச் சொன்னால், அவர் அவரைக் காப்பாற்றுவார். ஒருவர் பணத்தைக் கொடுத்து, யாரையாவது சிக்க வைக்கச் சொன்னால், அவர் அதைச் செய்வார். ஒருவர் பணம் கொடுத்து ஒரு நபரைக் கொலை செய்யும்படி கேட்டால், அவர் அதையும் ஏற்பாடு செய்வார்.

வரைபடக் கோட்பாடு

கே –சிவராசன் பற்றிய வேறு சில சம்பவங்கள்/பின்னூட்டங்கள்?

ப –சென்னையைச் சேர்ந்த புகைப்படப் பத்திரிகையாளரான பார்த்தசாரதி, படுகொலை தினத்தன்று அந்த இடத்தில் இருந்தவர், இந்தஎழுத்தாளருக்குமிகவும்சுவாரசியமானஒருகருத்தைக்கூறினார். சிவராசன் இறப்பதற்கு முன்பும், மரணத்திற்குப் பின்னரும் அவரது முகத்தைப் பார்த்தபோது, அது அமைதியாகவும், நிதானமாகவும், புத்துணர்ச்சியுடனும் இருந்தது. பொதுவாக ஒரு நாட்டின் முன்னாள் பிரதமரை படுகொலை செய்த ஒருவர் பீதியடைந்து அழுத்தத்திற்கு உள்ளாவார். இந்த காரணிகளால் அவர் எடையை இழந்திருக்கலாம்

---

153 https://www.youtube.com/watch?v=jxa9Z1Z1InY - மைக்கேல் ஹெர்ஷ்மன் பேட்டி

154 https://www.youtube.com/watch?v=nWSIEI3aMTk - மைக்கேல் ஹெர்ஷ்மன் பேட்டி

அல்லது அதிகரித்திருக்கலாம். குழி விழுந்த கண்கள், கலைந்த தலைமுடி, அழுத்தமான வெளிப்பாடுகள் - இவை அனைத்தும் சட்டத்திலிருந்து தப்பி ஓடிய ஒரு நபரிடம் எதிர்பார்க்கப்படுபவை. ஆனால் சிவராசன் விஷயத்தில் இது காணப்படவில்லை. ஏன்? முழு நாடும் அவரைத் தேடிக் கொண்டிருந்தாலும், முக்கியத்துவம் வாய்ந்த சக்திவாய்ந்த மனிதர்களின் ஆதரவு அவருக்கு இருந்தது என்பதையே இந்தப் பதிலால் அர்த்தப்படுத்த முடியும். வரைபடக் கோட்பாட்டிற்கு ஒரு திட்டவட்டமான தர்க்கம் உள்ளது.

பாதிக்கப்பட்டவர்கள்

கேள்வி - ராஜீவ் காந்தியால் பாதிக்கப்பட்டவர்களின் குடும்பங்களின் நிலைப்பாடு என்ன?

ப – பாதிக்கப்பட்டவர்களின் பட்டியல் பின்வருமாறு. வாசகர் மரியாதையின் அடையாளமாக இந்த பட்டியலைப் படிக்க வேண்டும்.

a. ராஜீவ் காந்தி (முன்னாள் பிரதமர்)

b. பி.கே. குப்தா (ராஜீவ் எஸ்.ஐ மற்றும் பி.எஸ்.ஓ)

c. டி.கே.எஸ். முகமது இக்பால் (போலீஸ்சூப்பரின்டென்டன்ட்)

d. ராஜகுரு (இன்ஸ்பெக்டர் சட்டம் ஒழுங்கு)

e. சி எட்வர்ட் ஜோசப் (இன்ஸ்பெக்டர் எஸ்பிசிடிசி)

f. வி.எத்திராஜுலு (எஸ்.ஐ.)

g. எஸ். முருகன் (கான்ஸ்டபிள்)

h. ஆர் ரவிச்சந்திரன் (கமாண்டோ கான்ஸ்டபிள்)

i. தர்மன் (கான்ஸ்டபிள்)

j. திருமதி சந்திரா (கான்ஸ்டபிள்)

k. திருமதி லதா கண்ணன் (காங்கிரஸ் கட்சி தொண்டர்)

l. கோகிலவாணி (லதா கண்ணனின் மகள்)

m. திருமதி சந்தானி பேகம் (காங்கிரஸ் கட்சி தொண்டர்)

n. டேரில் பீட்டர் *(லலித் சந்திரசேகரின் நண்பர்)*

o. திருமதி சரோஜா தேவி *(காங்கிரஸ் கட்சி)*

p. முனுசாமி *(முன்னாள் MLC)*

q. தனு *(தற்கொலை குண்டுதாரி)*

r. ஹரிபாபு *(புகைப்படக் கலைஞர் மற்றும் சதித்திட்டத்தில் பங்கேற்றவர்)*[155]

2 பேரையும் குற்றவாளிகளாக விட்டுவிட்டு, 16 பேர் கொல்லப்பட்டனர். படுகொலைக்குப் பிறகு, ராஜீவ் காந்தியின் தொலைநோக்கு பார்வையை நனவாக்குவதற்காக ஜூன் 21, 1991 அன்று ராஜீவ் காந்தி அறக்கட்டளை நிறுவப்பட்டது. புதுதில்லியில் ராஜீவ் காந்தி சூப்பர் ஸ்பெஷாலிட்டி மருத்துவமனை உள்ளது. புதுதில்லியில் ராஜீவ் காந்தி புற்றுநோய் நிறுவனம் மற்றும் ஆராய்ச்சி மையம் உள்ளது. புது தில்லியில் ராஜீவ் காந்தி நகர் உள்ளது. இவை அனைத்தும் பார்ப்பதற்கு நல்லது. ஆனால் ராஜீவைக் கொல்ல சதித்திட்டம் தீட்டியவர்களுக்கு என்ன நடந்தது? அவரது பெயரில் தொடங்கப்பட்ட அஸ்திவாரங்கள், கல்லூரிகள் மற்றும் மருத்துவமனைகளைப் போலவே அவர்களும் இன்றுவரை பிரகாசிக்கின்றனர்.

இதுதான் சதிகாரர்களின் நிலை என்றால், பாதிக்கப்பட்டவர்களின் குடும்பங்களுக்கு என்ன நடந்தது? மே 22, 2016 அன்று இந்தியன் எக்ஸ்பிரஸ் வெளியிட்ட ஒரு கட்டுரையில், சண்டே எக்ஸ்பிரஸ் பாதிக்கப்பட்டவர்களின் சில குடும்பங்களை கண்டறிந்தது. அவர்களில் பெரும்பாலோர் பேசத் தயங்கினர், உண்மையில் பலர் அலட்சியம் மற்றும் புறக்கணிப்பு செய்யப்பட்டு அது குறித்து புகார் தெரிவித்தனர். சிலர் அப்போதைய காங்கிரஸ் தலைவர் சோனியா காந்தி மற்றும் துணைத் தலைவர் ராகுல் காந்தியை சில முறை சந்தித்தனர், ஆனால் எந்த உதவியும் கிடைக்கவில்லை. உதாரணமாக, தர்மன் போலீஸ் கான்ஸ்டபிளின் மகனான ராஜசேகரன் ஒரு டாக்ஸி டிரைவர், சோனியா மற்றும் ராகுலை அவர்களின் இல்லத்தில் சந்தித்தார். ஆனால் உதவி வரவில்லை. இந்த கேள்வியை ஒருவர் கேட்க வேண்டும். நளினி மற்றும் பிற கொலையாளிகளை

மன்னித்ததால் சோனியா காந்தி மிகவும் பரந்த மனப்பான்மை கொண்டவர் என்று அழைக்கப்பட்டார். ஆனால், இந்த நிமிடம் வரை போராடி வரும் பாதிக்கப்பட்டவர்களின் குடும்பங்களுக்கு சோனியா காந்தி எந்த நிதியுதவியும் வழங்கவில்லை. இதெல்லாம் ஏன் நடக்கிறது? அதன் பின்னால் உள்ள அர்த்தம் என்ன?

இரண்டு கமிஷன்கள்

கேள்வி – 1 க்கு பதிலாக 2 ஆணைக்குழுக்கள் ஏன் நியமிக்கப்பட்டன? ஒரே ஏன் சதி மற்றும் பாதுகாப்பு குறைபாடு கோணம் இரண்டையும் கவனித்திருக்க முடியாது?

ப- ஆரம்பத்தில், அந்த யோசனை இருந்தது. இப்படுகொலை நடந்த உடனேயே, சந்திரசேகர் தலைமையில் அமைச்சரவை கூடியது. ராஜீவ் காந்தியின் துயரமான மறைவுக்கு இரங்கல் தீர்மானம் நிறைவேற்றினர். இந்தத் தீர்மானத்தைத் தொடர்ந்து, ராஜீவ் காந்தி படுகொலை செய்யப்பட்ட சூழ்நிலைகளை விசாரிக்க சுப்ரீம் கோர்ட் நீதிபதி தலைமையில் விசாரணை ஆணையம் அமைக்கப்படும் என்று முடிவு செய்யப்பட்டது. பாதுகாப்பு ஏற்பாடுகளின் போதுமான தன்மை அல்லது போதாமை குறித்து ஆணையம் விசாரிக்கும். எதிர்கால ஏற்பாடுகள் சரிசெய்யப்படுவதற்காக இக்கமிஷனின் அறிக்கைகள் உபயோகிக்கப்படும் என கருத்து நிலவியது.

அப்போதைய உள்துறை இணையமைச்சர் சுபோத் காந்த் சஹாய், 1991 மே 23 அன்று அப்போதைய இந்திய நீதித்துறை நீதிபதி ரங்கநாத் மிஸ்ராவுக்கு ஒரு கடிதம் எழுதினார். அதற்கு பதிலளித்த நீதிபதி மிஸ்ரா, பொதுவாக உச்ச நீதிமன்ற நீதிபதிகள் வேறு காரணங்களுக்காக பயன்படுத்தாத போதிலும், நாட்டில் அன்று இருந்த அசாதாரண சூழ்நிலையில் ஒரு கமிஷன் உச்ச நீதிமன்ற நீதிபதியின் மேற்பார்வையில் உருவாவதற்கு அனுமதி அளித்தார். இவ்வாறாக வர்மா கமிஷன் 1991 ஆம் ஆண்டு மே மாதம் 27 ஆம் தேதி நியமிக்கப்பட்டது. இதற்கிடையில் நரசிம்மராவ் காங்கிரஸ் தலைவராக நியமிக்கப்பட்டார்.

ஜூன் 2ஆம் தேதி, அவர் பிரதமருக்கு ஒரு கடிதம் எழுதினார், குறிப்பு விதிமுறைகள் திருத்தப்பட வேண்டும் என்றும், பாதுகாப்பு குறைபாடுகளைத் தவிர, நீதிபதி வர்மா ராஜீவை கொலை செய்ய

சதித்திட்டம் தீட்டப்பட்டதா என்பதை விசாரிக்க வேண்டும்என்றும் கூறினார். சதிக் கோணத்தை விசாரிப்பது நீதிபதி வர்மாவுக்கு ஆர்வம் இல்லை, எனவே உள்துறை செயலாளர் ஆர்.கே.பார்கவாவின் கடிதத்திற்கு அவர் அளித்த பதிலில், சதிக் கோணத்திற்குள் செல்வது விசாரணை குழுக்களின் பொறுப்பாக இருக்கும் என்று எழுதினார். நரசிம்ம ராவ் 1991 ஜூன் 21 அன்று பிரதமரானார். காங்கிரஸ் உறுப்பினர்கள் ஜே.எஸ்.வர்மா இந்த சதி கோணத்தை விசாரிக்க வேண்டும் என்று கோரிக்கை வைத்தனர். எனவே மீண்டும், அழுத்தம் காரணமாக, ராவ் தலைமை நீதிபதி மிஸ்ராவிடம், சதிக் கோணத்தை உள்ளடக்கும் வகையில் குறிப்பு விதிமுறைகள் மாற்றியமைக்கப்பட வேண்டும் மற்றும் விரிவுபடுத்தப்பட வேண்டும் என்று பரிந்துரைத்தார். இது ஜூன் 29, 1991 அன்று நடந்தது. ஒன்றுக்கு மேற்பட்ட காரணங்களுக்காக, ஒரு பதவியில் இருக்கும் நீதிபதி சதி கோணத்தை விசாரிக்கக்கூடாது என்று கூறி தலைமை நீதிபதி மீண்டும் கோரிக்கையை நிராகரித்தார். ஆனால் அவர் ஜூலை 19, 1991 அன்று மீண்டும் எழுதினார், அநேகமாக அழுத்தம் காரணமாக இருக்கலாம். ஒரு ஓய்வு பெற்ற உயர் நீதிமன்றத்தின் கீழ் உள்ள 2 வது1991 ஆம் ஆண்டு மே மாதம் 27 ஆம் தேதி நியமிக்கப்பட்டது. இவ்வாறு வர்மா கமிஷன் பாதுகாப்பு குறைபாடுகள் குறித்து விசாரிக்கவும், ஜெயின் கமிஷன் சதிக் கோணத்தை விசாரிக்கவும் உருவாக்கப்பட்டது.[156]

மற்ற புத்தகங்களிலிருந்து சுவாரஸ்யமான தகவல்கள்

கே – ராஜீவ் படுகொலை குறித்து எழுதப்பட்ட வேறு எந்த புத்தகத்திலும் எழுதப்பட்ட வேறு ஏதேனும் ஆர்வத்தைத் தூண்டும் வகையில் இருக்கின்றனவா?

ப- ஆமாம். குறிப்பாகச் சொன்னால், நீனா கோபாலின் புத்தகத்தில் குறிப்பிடப்பட்டுள்ள சில விசித்திரமான சம்பவங்கள் ஆசிரியரின் கவனத்தை ஈர்த்துள்ளன.

1991-92-ல் கோபால் சுப்ரமணியம், நீதிபதி வர்மா தலைமையிலான நீதித்துறை ஆணையத்தின் வழக்கறிஞராக இருந்தார், இது கொலைக்கு வழிவகுத்த பாதுகாப்பு குறைபாடுகள் குறித்து விசாரிக்க இருந்தது. துரதிர்ஷ்டவசமாக, சோனியா காந்திக்கு நெருக்கமான வழக்கறிஞர்கள் சதிக் கோட்பாடுகளில் இருந்து விலகி

---

156 ஃபராஸ் அஹ்மத் - பக்கம் 22-28

இருக்குமாறு அவருக்கு ஆலோசனை வழங்கியதையடுத்து, அவர் நீதித்துறை ஆணையத்திலிருந்து ராஜினாமா செய்தார். ஆனால் அந்த சதி கோட்பாடுகள் என்ன என்பது பற்றி குறிப்புப் புத்தகத்தில் இல்லை.

புத்தகத்தில் குறிப்பிடப்பட்டுள்ள மற்றொரு சம்பவம் மிகவும் சுவாரஸ்யமானது. நீனா கோபால், பார்பரா கிராசெட்டுடன் மே 21, 1991 அன்று ஸ்ரீபெரும்புதூர் செல்லும் போது ராஜீவ் காந்தியுடன் காரில் இருந்தனர். குண்டுவெடிப்பிற்குப் பிறகு, நீனா அபுதாபிக்குத் திரும்பினார், அங்கு அவர் வளைகுடா செய்திகளில் பணியாற்றிக் கொண்டிருந்தார். படுகொலை செய்யப்பட்ட சில நாட்களுக்குப் பிறகு, அபுதாபியில் உள்ள இந்தியத் தூதரகத்தில் இருந்து சோனியா காந்தி தன்னை டெல்லியில் சந்திக்க விரும்புவதாகக் கூறி அவருக்கு தொலைபேசி அழைப்பு வந்தது. எனவே அவர் மீண்டும் இந்தியாவுக்கு பறந்தார்.

31ஆம் தேதி சோனியாவை 10 ஜன்பத்தில் சந்திக்கச் சென்றார். அங்கு அவர் ஒப்பனை இல்லாத ஒரு எளிய தோற்றமுள்ள சோனியா காந்தியை கண்டார். அவர் தனது கைகளைப் பிடித்துக் கொண்டு கூறினார் "எல்லாவற்றையும் சொல்லுங்கள், அவர் என்ன சொன்னார், அவர் என்ன மனநிலையில் இருந்தார், அவரது கடைசி தருணங்கள் எப்படி இருந்தன, நான் அதை உங்களிடமிருந்து கேட்க விரும்புகிறேன், ஒவ்வொரு சிறிய விவரமும். அவர் மகிழ்ச்சியாக இருந்தாரா, பதட்டமாக இருந்தாரா, அவரது கடைசி வார்த்தைகள் என்ன...."[157] எனவே நீனா கோபால் விவரித்த அனைத்தையும் அவர் கேட்டார். சாராம்சத்தில், மோகன்ராஜ் இவ்வாசிர்யர்தாம் கூறிய மாதிரி ராஜீவ் தனது முடிவை அடைவதற்கு முன்பு மற்றவர்களிடம் சொல்லியிருக்கக்கூடிய ஒவ்வொரு சிறிய விவரத்தையும் அவர் தெரிந்து கொள்ள விரும்பினார்.

SITயின் ஒரு பகுதியாக இருந்த மோகன்ராஜ் ஜெபமணியைப் பற்றி இங்கே குறிப்பிட வேண்டும். இந்த எழுத்தாளரிடம் அவர் ஆரம்பத்தில், தொழில்நுட்பக் கோளாறு காரணமாக விசாகப்பட்டினம் விமான நிலையத்தில் ராஜீவின் வருகை தாமதமாகியபோழுது தடுத்து வைக்கப்பட்டபோது,

---

157 நீனா கோபால் – pgs 23-24

ஸ்ரீபெரும்புதூருக்குச் செல்லாவிட்டால் சோனியாஏமாற்றமடைவார் என்று அங்கிருந்தவர்களிடம் கூறியதாக அதிகாரப்பூர்வமற்ற முறையில் அவர்களுக்குத் தகவல் கிடைத்தது. மோகன்ராஜ் மேலும் கூறுகையில், "ஸ்ரீபெரும்புதூருக்கு செல்லாவிட்டால் *Aunty* (மரகதம்) ஏமாற்றமடைவார்" என்று பின்னர் முறையாக தகவல் வந்தது. ஆனால் அந்த நேரத்தில் அவர்கள் அதைப் பற்றி அதிகம் சிந்தித்ததில்லை."

கே - மக்களின் எதிர்வினைகள் முக்கியமானவையா?

டப– ரகோத்தமன் தெளிவாக உறுதிப்படுத்துகிறார். உதாரணமாக, ரகோத்தமனும் சில CBI அதிகாரிகளும் அப்போலோ மருத்துவமனைக்குச் சென்று லலித் சந்திரசேகரிடம் விசாரித்தபோது, அவர் தனது தாயார் மரகதத்துடன் தனி அறைகளில் அனுமதிக்கப்பட்டார். அந்த நேரத்தில், காது கேளாத மற்றும் ஊமையாக இருந்த தனது மகளுடன் அவரது மனைவி வினோதினி மட்டுமே இருந்தார். ரகோத்தமன், லலித் சந்திரசேகர் தானுவிடம், தற்கொலைப் படைத் தீவிரவாதியின் புகைப்படத்தைக் காட்டினார். அவர் ஒரு சில விநாடிகள் புகைப்படத்தைப் பார்த்து, அவளை தனக்குத் தெரியாது என்று சாதாரணமாக பதிலளித்தார். ஆனால் அதே சமயம், அவரது மகளும் படத்தைப் பார்த்தாள், அவளால் பேச முடியாததால், "பா....பா..." என்று உற்சாகமான குரலில் சொல்ல ஆரம்பித்தாள். இதைப் பார்த்த லலித் சந்திரசேகர் ஆக்ரோஷமாக குழந்தையை வெளியே அழைத்துச் செல்லுமாறும், இங்கு என்ன செய்கிறார் என்று மனைவியிடம் சத்தம் போட்டார்.

நவம்பர் 24, 2020 அன்று எழுத்தாளர் ரகோத்தமனை ஒரு நேர்காணலுக்காக சந்தித்தபோது, இந்த எழுத்தாளர் நேரம் பார்த்து ஒரு மணி நேர உரையாடலுக்குப் பிறகு பொருத்தமான நேரத்தில் கேள்வியைக் கேட்டார். கேள்வி என்னவென்றால், விசாகப்பட்டினத்தில் ராஜீவ் காந்தி தனது விமானத்தில் தொழில்நுட்பக் கோளாறு இருப்பதை அறிந்ததும், ஸ்ரீபெரும்புதூருக்குச் செல்லாவிட்டால் *Aunty* (மரகதம்) ஏமாற்றமடைவார் என்று கருத்துத் தெரிவித்திருந்தார் என்று அவர் தனது புத்தகத்தில் எழுதியிருந்தார். ஸ்ரீபெரும்புதூர் செல்லாவிட்டால் சோனியாவுக்கு ஏமாற்றம் ஏற்படும் என்று ராஜீவ் கருத்து

தெரிவித்ததாக தங்களுக்கு தகவல் கிடைத்ததாக மோகன்ராஜ் கூறி வருகிறார். இதைக் கேட்டதும் ரகோத்தமன் மிகவும் கோபமடைந்து, சோனியாவை ஏன் இதில் கொண்டு வருகிறாய், அவர் என்ன செய்தார் என்று எழுத்தாளரைப் பார்த்து கத்தத் தொடங்கினார். அதுவரை இருந்த சுமூக உறவு முற்றிலுமாக முறிந்துபோனது, பேட்டியின் எஞ்சிய காலத்தில், ரகோத்தமன் அவ்வளவாக ஒத்துழைக்கவில்லை.[158] சுருங்கச் சொன்னால், ரகோத்தமன் காட்டிய கோபம், மருத்துவமனையில் லலித் சந்திரசேகர் காட்டிய கோபத்தைப் போலவே இருந்தது.

மேலும், இன்னும் ஒரு வீடியோவை பொதுமக்கள் கவனிக்க வேண்டும். அந்த வீடியோவில், ரகோத்தமனை சித்தண்ணன் பேட்டி கண்டார். வாழப்பாடி ராமமூர்த்தி, திண்டிவனம் ராமமூர்த்தி, ஜி.கே.மூப்பனார் ஆகியோர் பேரணிக்கு தேர்ந்தெடுக்கப்பட்ட இடம் பொருத்தமானது அல்ல, மாற்றப்பட வேண்டும் என்று எச்சரித்தபோது, மார்கரெட் ஆல்வா மட்டுமே பேரணியை அதே இடத்தில் நடத்த வேண்டும் என்று வலியுறுத்தினார் என்ற கேள்வியை சித்தண்ணன் கேட்கிறார். இதுதான் கேள்வி, பெரும்பாலான நேரத்திற்கு ரகோத்தமன் நன்றாக இருக்கிறார். ஆனால் சித்தண்ணன் 'மார்கரெட் ஆல்வா' என்று குறிப்பிட்ட கணத்தில், ரகோத்தமன் தனது கைக்குட்டையை எடுத்து தனது முகத்தில் இருந்து வியர்வையை துடைக்கத் தொடங்குகிறார்.[159] இந்த கேள்வியை முடிக்க, ஆம், மக்களின் எதிர்வினைகள் மற்றும் உடல் மொழி முக்கியம்.

ஓலோஃப் பால்மே மற்றும் ராஜீவ் படுகொலைகள்

கே - ஓலோஃப் பால்மே கொலைக்கும் ராஜீவ் படுகொலைக்கும் ஏதாவது தொடர்பு உள்ளதா?

ப - அது தெளிவாக தெரியவில்லை. ஓலோஃப் பால்மே ஒரு வசீகரிக்கும் சமூக ஜனநாயகக் கட்சித் தலைவராக இருந்தார், அவரது தலைமை டோனி பிளேயரின் தலைமையுடன் ஒப்பிடப்பட்டது. அவர் வெவ்வேறு கட்டங்களில் அமெரிக்கா மற்றும் ரஷ்யா ஆகிய

---

158 ரகோத்தமானுடன் நேர்காணல்

159 *https://www.youtube.com/watch?v=25VIbw6z09Q* – சித்தண்ணன் (தமிழ்) உடன் ரகோத்தமன் நேர்காணல் – பாகம் 2 – 07:45 முதல்th நிமிடம்ute

இரண்டிற்கும் எதிராக நின்றார். அவர் வியட்நாமில் அமெரிக்காவின் தலையீட்டை எதிர்த்தார், இதேபோல் செக்கோஸ்லோவாக்கியாவின் சோவியத் படை எடுப்பை எதிர்த்தார். பிப்ரவரி 28, 1986 அன்று, ஸ்வீடன் பிரதமர் ஓலோஃப் பால்மே, பிற்பகலிலேயே தனது பாதுகாவலர்களிடம் மாலையில் புறப்படலாம் என்று கூறியிருந்தார். இது அவர் அடிக்கடி செய்த ஒன்று. வேலையை முடித்துவிட்டு, மாலை 06.30 மணிக்கு தனது வீட்டிற்குத் திரும்பினார். அவர் தனது இரவு உணவை சாப்பிட்டார், அது அவரது மனைவியால் சமைக்கப்பட்டு பரிமாறப்பட்டது.

20.42 மணிக்கு, ஓலோஃப் பால்மே மற்றும் அவரது மனைவி சுரங்கப்பாதை தொடுற வண்டியை பிடித்தனர். மூன்று நிலையயங்களுக்குப் பிறகு, அவர்கள் இறங்கி தங்கள் மகனையும் அவரது வருங்கால காதலியையும் சந்தித்தனர். அவர்களில் 4 பேருக்கும் ஸ்வீடிஷ் திரைப்படமான 'தி பிரதர்ஸ் மொஸார்ட்' படத்தைப் பார்க்க ஓலோஃப் டிக்கெட் வாங்கினார்[160]. கிராண்ட் சினிமாவின் திரைப்படத்திற்குப் பிறகு, இரண்டு ஜோடிகளும் தனித்தனி வழிகளில் சென்றனர் என பால்ம்ஸ் ஸ்வீவாகன் மற்றும் டன்னல்கேடனின் பரபரப்பான சாலை சந்திப்பை அடைந்தார், ஒரு நபர் திடீரென்று அவர்களுக்குப் பின்னால் வந்து தனது தலையின் பின்புறத்தில் வந்து தன்னுடைய துப்பாக்கி மூலம் சுட்டார். இதைத் தொடர்ந்து ஓலோஃப்பின் மனைவி மீண்டும் துப்பாக்கிச் சூடு நடத்தப்பட்டது. தோட்டா அவரது தோள்பட்டையை மட்டுமே மேய்ந்ததால் அவர் உயிர் பிழைத்தார்.

போதை மருந்துக்கு அடிமையான கிறிஸ்டர் பெட்டர்சன், ஏற்கனவே சில காலம் சிறையில் இருந்தவர், முதல் சந்தேக நபர் ஆனார், மேலும் ஓலோஃப்பின் மனைவி அவரை ஒரு வரிசையில் அடையாளம் காட்டிய பின்னர், ஜூலை 1989 இல் ஓலோஃப் பால்மேவின் கொலைக்கு தண்டனை விதிக்கப்பட்டார். பெட்டர்சன் மேல்முறையீடு செய்தார், அவர் குற்றவாளியென நிரூபணம் செய்ய போதிய ஆதாரம் இல்லை என கூறி சில மாதங்களில் விடுவிக்கப்பட்டார். ஒருவழக்கறிஞர் 1998 இல் மறுவிசாரணையைத் தொடங்குமாறு முறையிட்டார், ஆனால் தோல்வியுற்றார்.

---

160 *https://www.ipsnews.net/2020/06/murder-foul-death-olof-palme/*

இதற்கிடையில் பெட்டர்சன் பின்னர் குற்றத்தை ஒப்புக்கொண்டதாக தெரிவிக்கப்பட்டது. அவர் 2004ல் தற்கொலை செய்து கொண்டார்.

இதற்கிடையில், இடதுசாரி நூலாசியர் மற்றும் எழுத்தாளருமான ஸ்டீக் லார்சன், 'தி கேர்ள் வித் தி டிராகன் டாட்டூ' உட்பட மூன்று சிறந்த புத்தகங்களின் எழுத்தாளர் ஓலோஃப் பால்மே வழக்கை விசாரித்து 2 கோட்பாடுகளைக் கொண்டு வந்தார். ஒன்று குர்திஷ் PKK குற்றவாளிகள். லார்சன் இந்தக் கோட்பாட்டைக் கொண்டு வருவதற்கு ஒரு காரணம், ஸ்டாக்ஹோமில் உள்ள PKK அலுவலகம் ஓலோஃப் பால்ம் கொல்லப்பட்ட இடத்திற்கு அருகில் இருந்தது. ஆனால் அவரே அந்தக் கோட்பாட்டை நிராகரித்தார். தென்னாப்பிரிக்காவிற்கு விற்கும் ஆயுத வியாபாரிகளுக்கு எதிராக Palme கமிஷன் ஒரு பிரச்சாரத்தைத் தொடங்கியதிலிருந்து தென்னாப்பிரிக்கா அதற்குப் பொறுப்பாக இருந்திருக்கலாம் என்பது அவர் கொலைக்குக் கொண்டிருந்த இரண்டாவது சாத்தியமான விளக்கம். தென்னாபிரிக்காவுக்கு ஆயுதங்கள் அனுப்பப்படுவதற்கு பால்மேயின் பொது மற்றும் தனியார் எதிர்ப்புதான் நோக்கம் என்று லார்சன் நம்பினார். 1980 களில் போஃப்பர்ஸ் என்ற ஸ்வீடிஷ் ஆயுதக் கம்பெனி, சர்ரேயில் உள்ள ஒரு நிழலான பிரிட்டிஷ் கம்பெனியுடன் தொடர்புடையது என்றும் பால்மே விசாரணை குறிப்பிட்டது. அது தென்னாப்பிரிக்காவுக்கும் லண்டனுக்கும் அடிக்கடி பயணம் செய்த ஒருவரால் நடத்தப்பட்டு வந்தது. எனவே ஓலோஃப் பால்மே கொலையுடன் போஃப்பர்ஸ் நிறுவனத்திற்கும் தொடர்பு இருப்பதற்கான சாத்தியக்கூறுகள் உள்ளன. ஆனால் ஆசிரியர் இதைப் பற்றி கருத்துத் தெரிவிக்கவோ அல்லது எந்த முடிவுக்கும் வரவோ போதுமான ஆழமான ஆராய்ச்சியை நடத்தவில்லை.

போபர்ஸ் மற்றும் ராஜீவ் படுகொலை

கே – ராஜீவ் படுகொலைக்கும் போபர்ஸுக்கும் தொடர்பு உள்ளதா?

ப – இது ஒரு தந்திரமான கேள்வி மற்றும் ஒரு எளிய நேரடி 'ஆம்' அல்லது 'இல்லை' என்று பதில் சொல்லாமல், போபர்ஸ் வழக்கின் விவரங்கள் முதலில் கவனிக்கப்பட வேண்டும். போபர்ஸைப் பொறுத்தவரை போபர்ஸ் வழக்கை கூர்ந்து கவனித்த நிபுணர்கள்கூட செய்யும் இரு தவறுகள் என்னவென்றால், ஆரம்பத்தில் இந்திய அரசாங்கம் இந்திய இராணுவத்திற்கு ஹோவிட்சர் துப்பாக்கிகளை வாங்க முடிவு செய்தபோது, சோஃப்மா (பிரான்ஸ்), போபர்ஸ் (ஸ்வீடன்) மற்றும் இண்டர்நேஷனல் மிலிட்டரி சர்வீசஸ் (இங்கிலாந்து) ஆகிய 4 நிறுவனங்கள் தேர்ந்தெடுக்கப்பட்டன என நினைப்பது. இரண்டாவதாக, ஹோவிட்சர் பீரங்கிகளை வாங்குவதற்கான பேச்சுவார்த்தைகள் ராஜீவ் காந்தியால் தொடங்கப்பட்டவை என்ற எண்ணத்தில் பொதுவாக இருப்பது. இரண்டு விஷயங்களிலும், அவை தவறு. ஹோவிட்சர் பீரங்கிகளை வாங்குவதற்கான முடிவை இந்திரா காந்தி எடுத்தார். இரண்டாவதாக, சோஃப்மா (பிரான்ஸ்), போபர்ஸ் (ஸ்வீடன்), இன்டெல் மிலிட்டரி சர்வீசஸ் (இங்கிலாந்து) மற்றும் வோஸ்ட் ஆல்பைன் (ஆஸ்திரியா) ஆகிய ஹோவிட்சர் பீரங்கிகளை வாங்குவதற்கு ஆரம்பத்தில் தேர்ந்தெடுக்கப்பட்ட 4 மற்றும் 3 நிறுவனங்கள் இருந்தன. மோசமான போபர்ஸின்மோடமான கதைவோஸ்ட் ஆல்பைனிலிருந்தும் இந்திரா காந்தியிடமிருந்தும் தொடங்குகிறது.

கன்சர்வேடிவ் கட்சியின் கர்ட் வெல்ட்ஹெய்ம் அந்த நேரத்தில் ஆஸ்திரிய அரசாங்கத்திற்கு தலைமை தாங்கினார் மற்றும் ஈராக் மீது அனுதாபம் கொண்டிருந்தார். இதனால் அவர் 155 மிமீ ஹோவிட்சர் துப்பாக்கிகளை சதாமுக்கு விற்க முடிவு செய்தார்,

Saddam துப்பாக்கிகளைப் பெறுவதில் ஈர்க்கப்பட்டார். ஆனால் பரிவர்த்தனையை முடிக்கும்முன்னரே, அரசாங்கம் மாறியது. பழைமைவாதிகள் வெளியேறினர். புதிய ஆஸ்திரிய அதிபர் ஒரு முக்கிய யூதக் குடும்பத்தைச் சேர்ந்தவரான பௌரோ கிரெய்ஸ்கி ஆவார். ஆஸ்திரியாவின் நடுநிலைமைச் சட்டங்கள் ஒப்பந்தத்தால் மீறப்பட்டதால், கர்ட் ஈராக்குடன் செய்து கொண்ட ஒப்பந்தத்தை அவர் உடனடியாக ரத்து செய்தார். ஈராக் அப்போது ஈரானுடன் போரிட்டுக் கொண்டிருந்தது.

கிரெய்ஸ்கி இந்திரா காந்தியுடன் ஒரு நல்ல நட்பை கொண்டிருந்தார். மேலும், காங்கிரஸ் கட்சியை "சோசலிச அகிலத்தின்" உறுப்பினராக்குவதில் அவர் ஒரு கருவியாக இருந்தார். எனவே இந்திரா காந்தியுடனான அவரது தனிப்பட்ட உறவு மிகச்சிறப்பாக இருந்தது. கிரெய்ஸ்கி 155 மிமீ ஹோவிட்சர் துப்பாக்கிகளை ஈராக்குடனான ஒப்பந்தத்தை இரத்துச் செய்ததால் யாரிடமாவது விற்க வேண்டியிருந்தது. மிகவும் நல்ல தரம் வாய்ந்து இருந்தது என்பதுதான் அவருக்கு இருந்த ப்ளஸ் பாயிண்ட். அவை மிகச் சிறந்தவை, அப்போது கிடைத்த அனைத்து ஹோவிட்சர் துப்பாக்கிகளிலும் மிக நீண்ட தூரம் சென்றடைந்தன. அவை துல்லியமானவை, கரடுமுரடானவை மற்றும் பராமரிக்க எளிதானவை.

ஆகவே, இந்திராவுடன் பகிர்ந்து கொண்ட தனிப்பட்ட சமன்பாட்டையும், துப்பாக்கிகளின் தரத்தையும் வைத்துப் பார்க்கும்போது, இந்திராவை நம்பவைப்பது கடினமான காரியமாக. கிரிஸ்கி அதை வெற்றிகரமாகச் செய்தார். காங்கிரசின் தேர்தல் நிதிக்கும் ஒரு சிறிய தொகை அனுப்பப்பட்டது. ஆனால் பின்னர் சிக்கல் வந்தது. கிரிஸ்கி 1983 இல் பதவியில் இருந்து விலகினார். பின்னர் இந்திரா காந்தி அக்டோபர் 31, 1984 அன்று படுகொலை செய்யப்பட்டார். ராஜீவ் காந்தி புதிய பிரதமராக பதவியேற்றார். மறுபுறம், ஸ்வீடன் பிரதமர் ஓலோஃப் பால்மே விரைவில் தேர்தல்களை எதிர்கொண்டார், மேலும் சில நிதிகளை திரட்ட வேண்டியிருந்தது. அதைச் செய்வதற்கான ஒரு வழி, போபர்ஸ் ஹோவிட்சர்ஸை இந்திய அரசாங்கத்திற்கு விற்பதுதான். எனவே அவர் ராஜீவை தேசிய அந்தஸ்தையும் புகழையும் அடையச் செய்து,

அணுசக்தி முன்முயற்சியை மேற்கொள்ள அவரைத் தூண்டினார். பதிலுக்கு ராஜீவ் போபர்ஸ் வாங்க ஒப்புக்கொண்டார்.

சொல்லத் தேவையில்லை, ஒரு வாடிக்கையாளர் ஒரு குழப்பமான நிலையில் விடப்பட்டார்- வோஸ்ட் ஆல்பைன். வோஸ்ட் ஆல்பைன் நிறுவனத்தின் சந்தைப்படுத்தல் இயக்குநராக இருந்த ஐசன்பெர்கர், இந்திய அரசாங்கம் அவர்களிடமிருந்து ஹோவிட்சர் துப்பாக்கிகளை வாங்கும் என்ற புரிதலுடன் காங்கிரஸ் கட்சியின் கணக்கில் நிதி செலுத்தப்பட்டதாக வெளிப்படுத்தினார். ஆனால் இப்போது ராஜீவ் வேறு ஒரு வாடிக்கையாளரிடம் பேசிக்கொண்டிருந்தார். எனவே ஆஸ்திரிய அரசாங்கம், தாங்கள் செலுத்திய நிதியை இந்திய அரசாங்கம் திருப்பித் தர வேண்டும் என்றும், இதை செய்து முடிக்க வேண்டும் என்றும் விரும்புவதாக ஒரு தகவலைக் கொடுத்தார். பின்னர், இந்தியர்கள் தாங்கள் விரும்பும் எவருடனும் ஒப்பந்தத்தைத் தொடரலாம் என்று கூறினார். இந்த ஒப்பந்தம் பற்றி ராஜீவுக்குத் தெரியாதிருந்தது. அவர் கோபமடைந்தார். இப்போது அவர் நிதியைத் திருப்பித் தருவதற்கான ஒரு வழியைக் கண்டுபிடிக்க வேண்டியிருந்தது. ஒரு வழி கண்டுபிடிக்கப்பட்டது. போஃபர்ஸ் தானே வோஸ்டு ஆல்பைனுக்கு அந்தப் பணத்தைக் கொடுப்பதாக இரகசியமாக ஒப்புக் கொள்ளப்பட்டது. சுவிஸ் நாட்டைச் சேர்ந்த வங்கியாளரான பி ரான்ஸ் லெஃப்பான்ட் அந்தப் பணத்தைப் போஃபோர்ட்ஸிடமிருந்து பெற்று, அந்தப் பணத்தை வோஸ்ட் ஆல்பினுக்கு மாற்றவும் ஏற்பாடு செய்யப்பட்டது.

கே - அப்படியானால் போபர்ஸ் ஒப்பந்தத்தில் என்ன தவறு நடந்தது?

ப – அக்டோபர் 1984 இல், ஸ்வீடிஷ் பாதுகாப்பு அமைச்சர் ஆண்டர்ஸ் தன்ஸ்பெர்க் இந்தியாவுக்கு விஜயம் செய்தார். போஃபர்ஸிற்கான பரப்புரை (மென்மையான பரப்புரை) அவரது நிகழ்ச்சி நிரலின் ஒரு பகுதியாக இருந்தது. ஆனால் முந்தைய கேள்வியில் தெளிவுபடுத்தப்பட்டபடி, இந்திரா காந்தியால் விரும்பப்பட்டது வோஸ்ட் அல்பைன் ஆகும். எனவே போஃபர்ஸ்க்கு அதிக வாய்ப்புகள் இல்லை என்று ஆண்டர்ஸ் தர்ன்ஸ்பெர்க் கருதினார். ஆனால் இந்திரா காந்தி படுகொலை முழு கதையையும் மாற்றியது. ஜனவரி 1986 இன் 2 ஆம் பாதியில், ஒலோஃப் பால்ம்

இந்தியா வந்தார். அதிகாரப்பூர்வமாக, ராஜீவுடன் விவாதித்து, ஐந்து கண்டங்கள்-ஆறு-நாடுகள் சமாதான முன்முயற்சிக்கான நிகழ்ச்சி நிரலை முன்னெடுத்துச் செல்வதுதான் காரணம். அதிகாரப்பூர்வமற்ற முறையில், போஃபர்ஸ் ஒப்பந்திரகாக பிரச்சாரம் செய்வது ஒன்றாகும். உலகளாவிய பிரச்சினைகளைப் பொறுத்தவரை ராஜீவ் கவனத்தை ஈர்த்து மையத்திற்கு வரும்படி ஓலோஃப் பால்மே வற்புறுத்தினார், மேலும் அணுசக்தி முன்முயற்சியில் பால்மே அவரை ஆதரித்தார். இதற்கு பிரதியுபகாரமாக ராஜீவ் போபர்ஸ் பீரங்கிகளை வாங்க ஒப்புக்கொண்டார்.

சிறிது காலத்திற்குப் பிறகு, ஓலோஃப் பால்மே பிப்ரவரி 28, 1986 அன்று படுகொலை செய்யப்பட்டார். இறுதிச்சடங்குமார்ச் 15-ம்தேதிக்குநடத்த திட்டமிடப்பட்டது. ஐ.நா. பொதுச் செயலாளருடன் இறுதிச் சடங்கில் உரையாற்றும் கௌரவம் பெற்ற ஒரேபெருமைராஜீவுக்குவழங்கப்பட்டது. இதைராஜீவ் நேர்த்தியாகச் செய்து பாராட்டைப் பெற்றார். இதற்கு முன்பே, இறுதிச் சடங்கின் காலையில், ராஜீவ் புதிய ஸ்வீடன் பிரதமர் இங்வார் கார்ல்சனை சந்தித்தார். ஓலோஃப் பால்மேவின் மறைவுக்கு இரங்கல் தெரிவித்த பின்னர், அவர் இங்வாரிடம், ஸ்வீடிஷ் நிறுவனமான *A B Bofors* க்கு ஹோவிட்செர்துப்பாக்கிக்கான ஒப்பந்தத்தை அங்கீகரித்து கோப்பில் தனது முடிவை பதிவு செய்திருப்பதாகக் கூறினார். ஒப்பந்தத்தின் நிதி விதிமுறைகள் தொடர்பாக ஸ்வீடிஷ் அரசாங்கத்திடம் இருந்து சில விளக்கங்களுக்கு உட்பட்டு அவை வரும் பட்சத்தில் ஒப்பந்தம் நிறைவேற்றப்படும் என அவர் கூறினார்.

முன்னதாக, ஜனவரி 20, 1986 அன்று, ஓலோஃப் பால்மே இந்தியாவுக்கு வருகை தந்த மாலையில், பாதுகாப்பு அமைச்சர்களுடன் கலந்தாலோசித்து, பிரதமர் அலுவலகத்தில் ஒரு குறிப்பு தயாரிக்கப்பட்டது. இது முதல் முறையாக, போஃபர்ஸ் பீரங்கிகளை பிரான்சின் சோஃப்மாவின் சலுகைக்கு சமன்படுத்தியது. பின்னர் ஜென்ரல் சுந்தர்ஜி பிப்ரவரி 1, 1986 அன்று இராணுவத் தளபதியாக நியமிக்கப்பட்டார். பிப்ரவரி 17, 1986 அன்று, அவர் போபர்ஸ் பீரங்கியை நம்பர் 1 இடத்தில் முன்னிறுத்தினார். இது ஒப்பந்தத்தின் இறுதி ஒப்புதலுக்கு வழிவகுத்தது. அதன் பிறகு, விஷயங்கள் படு பயங்கர வேகத்தில் நடக்கத் தொடங்கின.

பாதுகாப்புத்துறை இணையமைச்சர் அருண் சிங்கின் ஒப்புதல் மார்ச் 21 அன்று பூட்டானுக்குச் செல்வதற்காக விமானத்தில் ஏறியபோது வாய்மொழியாக பெறப்பட்டது. பின்னர் ராஜீவ் காந்தியின் ஒப்புதல் கோரப்பட்டு அதற்கு அடுத்த நாளான மார்ச் 22 அன்று பெறப்பட்டது. இறுதியாக, 1986 மார்ச் 24 அன்று ராஜீவ் காந்தியின் பிரதமர் ஒப்புதல் பெறப்பட்டது. இவ்வாறு ஒப்பந்தம் கையொப்பமிடப்பட்டு மார்ச் 24, 1986 அன்று முடிக்கப்பட்டது.[161]

போஃபர்ஸ் - ஊழல் வெடிப்பு

கே – போபர்ஸ் ஊழல் எப்படி வெடித்தது, அதன் தாக்கம் அப்போது என்ன?

ஒரு - ஸ்வீடிஷ் வானொலி போபர்ஸ் பற்றிய கதையை உடைப்பதற்கு சில மாதங்களுக்கு முன்பு, ஸ்டாக்ஹோமில் ஒரு மர்மமான சோக சம்பவம் ஏற்பட்டது. ஜனவரி 1987 இல், ஸ்வீடிஷ் போர் பொருட்கள் ஆய்வாளர் அல்கெர்னான் ஸ்டாக்ஹோம் சுரங்கப்பாதை நிலையத்தில் வேகமாக வந்த புறநகர் ரயிலில் மோதியதில் இறந்தார். அவர் தற்செயலாக கீழே விழுந்தாரா அல்லது அவர் வேண்டுமென்றே விழுந்து தற்கொலை செய்து கொண்டாரா என்பது இன்னும் சர்ச்சைக்குரிய கேள்வியாக உள்ளது. அல்கெர்னோனின் சட்டைப் பையிலிருந்து அவரது நாட்குறிப்பிலிருந்து ஒரு குறிப்பு மீட்கப்பட்டது. சில நாட்களுக்கு முன்னர் மூத்த போபர்ஸ் அதிகாரியை அல்கர்னான் சந்தித்தது பற்றிய குறிப்பு அதில் அடங்கியிருந்தது. அவரது மரணத்திற்கு நேரடியாகவோ அல்லது மறைமுகமாகவோ போஃபர்ஸ்தான் காரணம் என்று இது தானாகவே அர்த்தப்படுத்தவில்லை என்றாலும், அவருக்கும் போபர்ஸுக்கும் இடையிலான சாத்தியமான தொடர்பு கவலைக்குரியதாக இருந்தது. ஆயுத ஏற்றுமதிக் கொள்கையை அமுல்படுத்துவதில் ஸ்வீடிஷ் அரசாங்கத்தின் முக்கிய நபராக ஒரு போர் மூலப்பொருட்கள் ஆய்வாளர் உள்ளார். இக்கொள்கையை நடைமுறைப்படுத்துவதில் அல்கெர்னான் மற்றும் போபர்ஸ் இடையே சில வேறுபாடுகள் வளர்ந்திருக்கக் கூடும்.

---

161   B M Oza, pgs 8-18

பின்னர், 1987 ஏப்ரல் 16 அன்று ஸ்வீடிஷ் வானொலி, இந்திய அரசாங்கத்துடனான ஒப்பந்தத்தை இறுதி செய்வதற்கான அவர்களின் தேடலில் போஃபர்ஸால் இடைத்தரகர்களுக்கு பணம் செலுத்தப்பட்டது என்று அறிவித்தபோது, இந்தியாவில் மிகப் பெரிய அதிர்ச்சியை ஏற்படுத்தியது.. போஃபர்ஸ் எந்த இடைத்தரகர்களையும் பயன்படுத்துவதில்லை என்று ஒப்புக்கொண்டதாக ஒலோஃப் பால்மே ராஜீவ் காந்தியிடம் முன்பு தெரிவித்திருந்தார் என்பதை இந்த கட்டத்தில் மீண்டும் வலியுறுத்த வேண்டும். எனவே போஃபர்ஸ் இடைத்தரகர்களைப் பயன்படுத்தியிருந்தால் அல்லது இடைத்தரகர்களுக்கு கமிஷன் கொடுத்திருந்தால், அது ஒப்பந்தத்தை வெளிப்படையாக மீறுவதாக இருந்திருக்கும். அப்போதைய சுவீடனின் இந்தியத் தூதர் பி.எம். ஓசா இதைக் கேட்டு வேறு எந்த நபரையும் போலவே அதிர்ச்சியுற்றார், மேலும் பிரதமர் அலுவலகத்தின் இணைச் செயலாளர் ரோனன் சென் ஸ்வீடிஷ் அரசாங்கத்தை அணுகி ஒரு மறுப்பு தெரிவிக்குமாறு அறிவுறுத்தினார்.

ஸ்வீடன் அரசாங்கம் அவ்வாறு செய்ய மறுத்துவிட்டது. அவர்கள் தூதர் ஓசாவிடம், என்ன நடந்தது என்பதை முழுமையாக மறுப்பதற்குப் பதிலாக முழு விஷயத்தையும் விசாரணைக்கு உத்தரவிடுவதும், மேலும் விவரங்களைப் பெறுவதும்தான் சரியான காரியம் என்று கூறினர். போபர்ஸ் இந்தியாவுடனான பரிவர்த்தனைகளில் எந்த நடுத்தரமக்களையும் பயன்படுத்தாது என்று ஒலோஃப் பால்மே ராஜீவ் காந்தியிடம் தெரிவித்ததையும் அவர்கள் ஒப்புக்கொண்டனர். ஆனால் போபர்ஸ் ஒரு தனியார் நிறுவனம், ஒரு அரசு நிறுவனம் அல்ல. போஃபர்ஸ் தனது வாக்குறுதியை மீறியிருந்தால், அதற்கு எதிராக என்ன சட்ட நடவடிக்கை எடுக்க முடியும் என்பதை மட்டுமே அவர்களால் ஆராய முடியும்.

முதலாவதாக, தூதர் ஓசா பிரதமர் அலுவலகத்திடம், ஸ்வீடிஷ் அரசாங்கம்எந்த கமிஷன்களும் கொடுக்கப்படவில்லை என்று ஒரு அறிவிப்பை வெளியிடத் தயாராக இல்லை என்று கூறினார். அதற்குப் பதிலாக அவர்கள் ஒரு விசாரணையை நடத்தத் தயாராக இருந்தனர். இந்த ஆலோசனைக்கு இந்திய பிரதமர் ஒப்புதல் அளித்துள்ளதாக வெளியுறவுச் செயலாளர் அவரிடம் தெரிவித்தார். இதன்

தொடர்ச்சியாக, தூதர் ஓசா ஸ்வீடன் வெளியுறவு அலுவலகத்திற்கு ஒரு உத்தியோகபூர்வ குறிப்பை அனுப்பி விசாரணை நடத்தப்பட வேண்டும் என்று கோரினார்.

இரண்டாவதாக, போபர்ஸ் நிறுவனம் ஸ்வீடிஷ் வானொலி ஒலிபரப்புக்கு செலுத்திய கமிஷன்கள் குறித்து அறிக்கை அளிக்குமாறு கேட்டுக் கொள்ளப்பட்டது. ஏப்ரல் 24அன்று அவர்கள் இதைச் செய்தார்கள். அந்த அறிக்கையில் இடை தரகர்களுக்கு கமிஷன் எதுவும் கொடுக்கப்படுவதில்லை என்று கூறப்பட்டது. வானொலியின் வெளிப்பாட்டைத் தொடர்ந்து போபர்ஸின் நம்பகத்தன்மை மிகவும் குறைவாக இருப்பதால், அவர்களின் அறிக்கையை நம்பக்கூடாது என்றும், ஸ்வீடன் அரசு அதிகாரப்பூர்வ விசாரணை நடத்த இந்திய அரசு வலியுறுத்த வேண்டும் என்றும் தூதர் ஓசா பிரதமர் அலுவலகத்திற்கு இதை அனுப்பினார். பிரதமர் அலுவலகத்திடமிருந்து ஒப்புதல் பெற்ற பின்னர் தூதர் ஓசா ஏற்கனவே அதற்கான கோரிக்கையை முன்வைத்திருந்தார்.

ராஜீவ் இங்கு தனது முதல் பெரிய தவறைச் செய்தார். இது இறுதியில் போபோர்ஸ் ஊழலில் அவரின் பங்கை வெளிக்கொண்டு வந்தது. ஏப்ரல் 27, 1987 அன்று, போபர்ஸ் அறிக்கை கிடைத்ததும், தூதர் ஓசா இந்த அறிக்கை "நம்பத்தகுந்தது அல்ல" என்று தெளிவாகக் குறிப்பிட்டிருந்த நிலையில், ராஜீவ் ஸ்வீடிஷ் பிரதமர் இங்கர் கார்ல்சனை அழைத்து, போபர்ஸ் தங்கள் அறிக்கையில் தாங்கள் எந்த கமிஷனும் கொடுக்கவில்லை என்பதை உறுதிப்படுத்தியதால், ஸ்வீடிஷ் அரசாங்கம் இந்த விவகாரம் குறித்து ஒரு உத்தியோகபூர்வ விசாரணை நடத்துவது அவசியம் அற்றது என்று கூறினார். சாராம்சத்தில், அவர் தூதர் ஓசாவிடம் ஒரு விஷயத்தைச் சொன்னார். அதாவது ஓசா மேலே சென்று ஸ்வீடிஷ் அரசாங்கத்தை முழு அத்தியாயத்திலும் விசாரணை நடத்துமாறு கோருமாறு கேட்டுக்கொண்டார். மறுபுறம், தூதரிடம் கூடத் தெரிவிக்காமல், அவர் அமைதியாக இங்கர் கார்ல்ஸனை அழைத்துப் பேசி, மேலும் எந்த விசாரணையும் நடத்த வேண்டாம் என்று கேட்டுக்கொண்டார்.

அவர் பாராளுமன்றத்தில் உரையாற்றியபோது இரண்டாவது பெரிய தவறைச் செய்தார், "இடைத்தரகர்கள் யாரும் இல்லை என்று ஒரு நாட்டின் பிரதம மந்திரியிடமிருந்து உறுதியான தகவல்

வரும் பொழுது அதை நாம் ஏற்று கொள்ள வேண்டும்" என்று கூறினார். அவர் மேலும் கூறுகையில், "சம்பந்தப்பட்ட எந்த முகவர்களும் இல்லை என்று ஸ்வீடிஷ் அரசாங்கத்தால் எங்களுக்கு உறுதியளிக்கப்பட்டுள்ளது. நாங்கள் ஸ்வீடிஷ் அரசாங்கத்திடமிருந்து ஒரு டெலெக்ஸ் கிடைத்துவிட்டது, அவர்கள் சரிபார்த்தனர் என்று கூறினர், அதன் அடிப்படையில் அவர்கள் 'இல்லை' என்று கூறியுள்ளனர்." ஏப்ரல் 27 அன்று இராணுவத் தளபதிகள் முன்னிலையில் இதேபோன்று அவர் உரையாற்றினார். இந்த அவரது பேச்சு உடனடியாக பிரதமர் இங்வார் கார்ல்சனால் மறுக்கப்பட்டது, அவர்ஸ்வீடன் அத்தகைய உறுதிப்படுத்தல் எதையும் செய்யவில்லை என்று தெளிவுபடுத்தினார். இதை எதிர்கொண்ட ராஜீவ், இங்வார் கார்ல்ஸனிடமிருந்து அல்ல, ஓலோஃப் பால்மேயிடமிருந்து அத்தகைய உறுதிப்படுத்தலைப் பெற்றதாக மீண்டும் ஒரு முறை தனது பேச்சை மாற்றினார். 1986 பெப்ரவரியில் ஓலோஃப் படுகொலை செய்யப்பட்டார். அதே நேரத்தில் ஸ்வீடிஷ் வானொலி 1987 ஏப்ரலில்தான் போபர்ஸ் ஒப்பந்தத்தைப் பெறுவதற்கு கமிஷன்கள் வழங்கப்பட்டன என்ற தகவலை அறிவித்தது.

அந்த நேரத்தில் இடைத்தரகர்கள் யாரும் இல்லை என்பதை ஓலோஃப் பாம் எப்படி ராஜீவிடம் உறுதிப்படுத்தியிருக்க முடியும்? போஃபர்ஸ் மூலம் ஏற்பட்ட வெப்பத்தால் ராஜீவ் தூக்கி எறியப்பட்டு, திருப்பப்பட்டார், இறுதியாக அவர் மனம் தளர்ந்து, இங்கர் கார்ல்ஸனுக்கு ஒரு வேண்டுகோளை அனுப்பி, அதிகாரப்பூர்வ விசாரணையை நடத்துமாறு கேட்டுக் கொண்டார். விசாரணைஸ்வீடிஷ் தேசிய தணிக்கை வாரியத்தால் நடத்தப்பட்டது மற்றும் அறிக்கை ஜூன் 3 அன்று சமர்ப்பிக்கப்பட்டது. 1987 ஆம் ஆண்டு. இப்பிரச்சினையைப் கூர்ந்து கவனித்தவர்களுக்கு அந்த அறிக்கை, இடைத்தரகர்களுக்கு கமிஷன்கள் வழங்கப்பட்டன என்பதை உறுதிப்படுத்தியதில் ஆச்சரியப்படுவதற்கில்லை. இரண்டாவதாக, பெறுநர்களின் பெயர்கள் மற்றும் வங்கி பரிவர்த்தனைகளின் விவரங்கள் ஸ்வீடிஷ் அரசாங்கத்தால் அறிக்கையிலிருந்து மறைக்கப்பட்டது. வெற்றுத்தனமாக இருந்தன. ஸ்வீடன் அரசாங்கம், போபர்ஸ் நிறுவனத்தால் அவர்கள் மீது வழக்குத் தொடரப்படலாம் என்று கூறி இவ்வாறு செய்தது,

அந்த விவரங்கள் தேவை என்றால் இந்திய அரசாங்கம் போபர்ஸ் நிறுவனத்தை நேராக தொடர்பு கொண்டு பெற்றுக் கொள்ளலாம் என்று ஸ்வதேஷ் அரசாங்கம் தெரிவித்தது.

போபர்ஸ் அவர்களுக்கு பெயர்களை வழங்காவிட்டால் ஒப்பந்தத்தை ரத்து செய்வதாக அச்சுறுத்துவதன் மூலம் இந்திய அரசாங்கம் அதை எளிதாக செய்திருக்க முடியும். உண்மையில், போபர்ஸ் ஒப்பந்தத்தில் ஒப்புதல் அளித்த ராணுவப் பிரதிநிதி என்று அரசாங்கம் கூறிக் கொள்ளும் ஜெனரல் சுந்தர்ஜியும், ஒப்பந்தங்கள் இரத்துச் செய்யப்பட்டால், துப்பாக்கிகள் வராமல் இருந்தால், அது ஏற்றுக்கொள்ளக்கூடிய ஆபத்து என்று கூறி, போபர்ஸ் நிறுவனத்தைப் பார்த்து பெயர்களை வெளியிடாவிட்டால் ஒப்பந்தம் ரத்து செய்யப்படும் என்று கூறி இடைத்தரகர்களின் விவரங்களை வாங்க முடியம் என்று கூறினார். முழு நாடும் பெயர்கள் வெளிவர வேண்டும் என்று விரும்பினால், ராஜீவும் சோனியாவும் இதற்கு நேர்மாறானதையே விரும்பினர்.

அந்த நேரத்தில், போபர்ஸ் ஏற்கனவே மொத்த ஆர்டர் 415 ஹோவிட்சர் பீரங்கிகளில் 60 ஐ வழங்கியிருந்தது. இந்தச் சூழ்நிலையில், உண்மையை உண்மையாக கொண்டுவர முயன்றுகொண்டிருந்த தூதர் ஓசா, போம்பர்ஸ் நகரைச் சேர்ந்த ஆண்டர்ஸ் கார்ல்பெர்க்கைத் தொடர்பு கொண்டார். கார்ல்பேர்க் தனது நல்லெண்ணத்தைத் தக்கவைத்துக் கொள்வதற்காக தானும் இந்தியா வந்து மத்திய அரசுடன் பேசத் தயாராக இருப்பதாகக் கூறினார். அதன் அடிப்படையில், பாதுகாப்பு செயலாளர் பட்நாகரைத் தொடர்பு கொண்ட தூதர் ஓசா, போபர்ஸ் பிரதிநிதிகளை வரவேற்கத் தயாராக இருப்பதை உறுதிப்படுத்தினார்.

அது ஒரு வார இறுதி நாள் என்பதால், இந்த செயல்முறையை விரைவுபடுத்த தூதர் விரைந்து சென்று, போம்பர்ஸ் குழுவிற்கான விசாவை தயார் செய்து கொடுத்தார். போபர்ஸ் பிரதிநிதிகள் வார இறுதியில் பயணம் செய்ய வேண்டியிருந்தது. ஆனால் திங்களன்று காலை, ஸ்டாக்ஹோமில் உள்ள தனது வீட்டு வாசலில் அவர்களைப் பார்த்து ஓசா அதிர்ச்சியும் திகைப்பும் அடைந்தார். அவர்களை வரவேண்டாம் என்று இந்திய பாதுகாப்பு அமைச்சகம் அறிவுறுத்தியிருந்தது. பாதுகாப்பு அமைச்சரகத்திலும் பிரதமர்

அலுவலகத்திலும் வேலை செய்பவர்களும் சரியாக விளக்கம் அளிக்கவில்லை. விசாரணைகளின் மூலம் இந்த முடிவை ராஜீவ் தன்னிச்சையாக எடுத்த முடிவு என்பதை அவர் புரிந்துகொண்டார்.

ராஜிவ் வருகை தரவிருந்த போஃபர்ஸ் நிறுவன அதிகாரிகள் ஜூனியர் அலுவலர்கள் என்றும், அவர்கள் வாய்மொழியாக மட்டுமே விளக்கமளிக்கத் தயாராக இருப்பதாகவும் ராஜீவ் கூறியதாகக் கூறப்படும் ஒரு செய்திக்குறிப்பில் குறிப்பிடப்பட்டுள்ளது. இந்த இரண்டு கூற்றுகளும் உண்மையல்ல. ஆண்டர்ஸ் கார்ல்பெர்க் நோபல் குழுமத்தின் மூத்த நிர்வாகியாக இருந்தார், அதில் போபர்ஸ் ஒரு துணை நிறுவனமாக இருந்தது. மேலும், எந்த நிலையிலும் போபர்ஸ் அதிகாரிகள் வாய்மொழி விளக்கங்களை மட்டும் கூறப்படுவதாக சொல்லவில்லை. அடுத்து லார்ஸ் ரிங்ஸ்பெர்க், போஃபர்ஸ் தலைமையகமான கார்ஸ்காகாவை உள்ளடக்கிய ஸ்டாக்ஹோமின் வழக்கறிஞராக பொறுப்பு வகித்தார். இந்தியாவுடனான ஒப்பந்தம் தொடர்பாக போஃபர்ஸ் நிறுவனத்திற்கு எதிராக பூர்வாங்க குற்றவியல் விசாரணையைத் தொடங்குவது குறித்து அவர் யோசித்தார்.

இங்கு, இடைத்தரகர்களைக் கையாள்வதில்லை என்ற வாக்குறுதியை போஃபர்ஸ் திரும்பப் பெற்றதால், இந்தியாவே பாதிக்கப்பட்ட காட்சியாக இருந்தது. எனவே, அத்தகைய விசாரணையில் இந்தியா ஆர்வம் காட்டுகிறதா என்பதை அறிய அவர் ஆர்வமாக இருந்தார். இந்தியா தரப்பிலிருந்து வந்த பதில் நேர்மறையானது என்பதைச் சொல்லத் தேவையில்லை. இறுதியாக, இந்திய அரசாங்கத்தின் வெதுவெதுப்பான பதிலின் காரணமாக, ரிங்பெர்க் ஆர்வம் இழந்து, குற்றச்சாட்டுகளை முன்வைக்க வேண்டாம் என்று முடிவு செய்தார். இதற்கிடையில் முன்னாள் மத்திய அமைச்சர் சங்கரானந்த் தலைமையில் *JPC* போபர்ஸ் வழக்கை விசாரிக்க அரசாங்கத்தால் உருவாக்கப்பட்டது, பெரும்பாலான உறுப்பினர்கள் காங்கிரஸைச் சேர்ந்தவர்கள். எனவே அவர்கள் என்ன வகையான அறிக்கையை சமர்ப்பித்திருப்பார்கள் என்பதை ஒருவர் கற்பனை செய்து பார்க்க முடியும்.[162]

---

162   *B M Oza – pgs 22-84*

ஜனவரி 22, 1990 அன்று, ஏ.பி.போபர்ஸின் சத்தா மற்றும் இந்துஜா சகோதரர்கள் மீது இந்திய தண்டனைச் சட்டம் மற்றும் ஊழல் தடுப்புச் சட்டத்தின் பிற பிரிவுகளின் கீழ் கிரிமினல் சதி, ஏ மாற்றுதல், மோசடி ஆகிய குற்றங்களுக்காக CBIFIR பதிவு செய்தது. அக்டோபர் 22, 1999 அன்று, வின் சத்தா, குவாத்ரோச்சி, அப்போதைய பாதுகாப்புச் செயலாளர் எஸ்.கே.பட்நாகர் மற்றும் மார்ட்டின் அர்ட்போ ஆகியோருக்கு எதிராக முதல் குற்றப்பத்திரிகை தாக்கல் செய்யப்பட்டது. ராஜீவ், பட்நாகர், அர்ட்போ, குவாத்ரோச்சி, போபர்ஸ் ஆகிய மூவருக்கும் இடையே இந்திய அரசை ஏமாற்ற சதி நடப்பதாக CBI தாக்கல் செய்த குற்றப்பத்திரிகையில் குற்றம் சாட்டப்பட்டது. ஒரு வருடம் கழித்து தாக்கல் செய்த 2வது குற்றப்பத்திரிகையில், ஐரோப்பாவைச் சேர்ந்த பெயர்களும் சேர்க்கப்பட்டது.

ஊழலில் குவாத்ரோச்சியின் பங்கு

கே - போபர்ஸ் ஊழலில் குவாத்ரோச்சியின் பங்கு என்ன?

ப - குவாத்ரோச்சி சோனியா காந்தியின் குடும்ப நண்பராக இருந்தார், சோனியா காந்தி மூலம் அவர் ராஜீவுடன் அறிமுகமானார். அவர் தொழில் ரீதியாக ஒரு பட்டயக் கணக்கராக இருந்தார். 1965 பிப்ரவரி முதல் 1993 ஜூலை வரை அவர் இந்தியாவில் தங்கியிருந்தார். மார்ச் 1968 முதல் ஜூன் 1968 வரை ஒரு சிறிய இடைவெளியைத் தவிர. அவர் ஒரு இத்தாலிய பன்னாட்டு நிறுவனமான சினாம்பிரோகேட்டி யில் பணியாற்றினார். இது எண்ணெய் சுத்திகரிப்பு நிலையங்கள், எரிவாயு பதப்படுத்துதல், பெட்ரோகெமிக்கல்கள், உரங்கள் மற்றும் குழாய்கள் போன்ற துறைகளில் வடிவமைப்பு, பொறியியல், கட்டுமான மேலாண்மை மற்றும் பணியாளர்களுக்கு பயிற்சியளித்தல் போன்ற சேவைகளை வழங்குகிறது. ஸ்னாம்ப்ரோகெட்டியோ அல்லது குவாத்ரோச்சியோதுப்பாக்கிகள், துப்பாக்கி அமைப்புகள் அல்லது பாதுகாப்புத் தொடர்பான உபகரணங்களில் எந்த அனுபவமும் கொண்டிருக்கவில்லை என்பதை கவனத்தில் கொள்ள வேண்டும். இருப்பினும் அவர் AE சர்வீசஸ் என்ற பெயரில் ஒரு கணக்கை நிறுவினார், மேலும் மார்ச் 31, 1985 க்கு முன்னர் ஒப்பந்தத்தைப் பெறுவதாக போபர்ஸுக்கு

உறுதியளித்தார். அவர்களின் வார்த்தைக்கேற்ப கோப்புகள் ஜெட் வேகத்தில் பறந்தன. அனுமதிகள் பெறப்பட்டன, மார்ச் 24, 1985 அன்று போபர்ஸ் ஒப்பந்தம் கையெழுத்தானது.

இங்கே முக்கியமான கேள்வி என்னவென்றால், குவாத்ரோச்சியை யாரோ ஒருவர் போஃபர்ஸூக்கு அறிமுகப்படுத்தினார் என்பதுதான். குவாத்ரோச்சியின் பெயரை இந்தியாவிலிருந்து யாராவது பரிந்துரைக்கும் வரை, குவாட்ரோச்சியை ஒரு இடைத்தரகராக. போஃபர்ஸ் ஒப்புக்கொண்டிருக்க மாட்டார்கள், யார் அந்த ஒருவர்? போபர்ஸிடமிருந்து பெறப்பட்ட நிதியை ஒரு கணக்கிலிருந்து மற்றொரு கணக்கிற்கு வின் சாத்தாவும் குவாத்ரோச்சியும் அடிக்கடி மாற்றிக் கொண்டிருப்பதும், பணத்தைக் கண்டுபிடிக்காமல் இருப்பதற்கும், பணத்தின் தடத்தை அழிப்பதற்கும் பரிமாற்றம் செய்து வந்ததும் விசாரணையில் தெரியவந்தது. ஜூலை 1993ல், சுவிஸ் உச்ச நீதிமன்றம் குவாத்ரோச்சி மற்றும் இவ்வழக்கில் குற்றம் சாட்டப்பட்ட மற்றவர்களுடைய மேல்முறையீட்டை தள்ளுபடி செய்தது. அதே மாதத்தில், குவாத்ரோச்சி இந்தியாவிலிருந்து தப்பித்து, திரும்பி வரவே இல்லை. 1997 பிப்ரவரியில், CBIயின் உத்தரவின் பேரில், குவாத்ரோச்சிக்கு எதிராக இன்டர்போல் ஜாமீனில் வெளிவர முடியாத வாரண்ட் மற்றும் ரெட் கார்னர் நோட்டிஸை வெளியிட்டது. 2000 டிசம்பரில் குவாத்ரோச்சி மலேசியாவில் கைது செய்யப்பட்டார், ஆனால் அவர் நாட்டை விட்டு வெளியேறக்கூடாது என்ற நிபந்தனையின் கீழ் ஜாமீன் பெற்றார். ஆகஸ்ட் 2001 இல், பாதுகாப்பு செயலாளர் எஸ்.கே. பட்நாகர் புற்றுநோயால் காலமானார். குவாத்ரோச்சியை நாடு கடத்துமாறு இந்தியா கோரியது, ஆனால் மலேசியா அந்த வேண்டுகோளை நிராகரித்தது. இது 2002 டிசம்பரில் நடந்தது.

ஜூலை 2003 இல், குவாத்ரோச்சியின் கணக்குகளை முடக்கக் கோரி இந்தியாவால் இங்கிலாந்திற்கு ரோகேட்டரியின் கடிதம் அனுப்பப்பட்டது, பிப்ரவரி-மார்ச் 2004 இல், நீதிமன்றம் ராஜீவ் காந்தி மற்றும் பட்நாகரை விடுவித்தது மற்றும் போபர்ஸ் நிறுவனத்திற்கு எதிராக IPCயின் பிரிவு 465 இன் கீழ் மோசடி குற்றச்சாட்டுகளை உருவாக்க உத்தரவிட்டது. அதே நேரத்தில், குவாத்ரோச்சியை நாடு கடத்துவதற்கான இந்தியாவின் கோரிக்கையை மலேசிய

உச்ச நீதிமன்றம் நிராகரித்தது. 2005 ஆம் ஆண்டு மே-அக்டோபர் மாதங்களில், டெல்லி உயர் நீதிமன்றம் இந்துஜா சகோதரர்கள் மற்றும் ஏ.பி. போபோர்ஸ் உச்ச நீதிமன்ற நீதிபதி அஜய் அகர்வால், 90 நாட்களுக்குள் CBI யால் மேல்முறையீடு செய்யப்படாத நிலையில், உயர் நீதிமன்ற தீர்ப்பை எதிர்த்து மேல்முறையீடு செய்ய உச்ச நீதிமன்றம் அனுமதி அளித்தது. இந்துஜா சகோதரர்களின் வழக்கு தவறவிடப்பட்டதற்குக் காரணம், அவர்கள் நிரபராதிகள் என்றோ அல்லது ஆதாரங்கள் பலவீனமாக இருந்தாலோ அல்ல என்பதையும் கவனத்தில் கொள்ள வேண்டும். ஏனெனில் அவர்கள் சமர்ப்பித்த ஆவணங்கள் நிழற்பிரதிகளாக இருந்தன. அவைகளில் ஒரு முத்திரையும் இல்லை. அவர்களும் சான்றளிக்கப்படவும் இல்லை. நீதிமன்றத் தீர்ப்புக்குப் பின்னர் இந்துஜா சகோதரர்கள் "நீதி வெல்லும்" என்று தங்களுக்குத் தெரியும் என்று பிரகடனம் செய்தது ஒரு கேலிக்கூத்தாகும்.

இதற்குப் பிறகு 2007 ஆம் ஆண்டில் அர்ஜென்டினாவில் உள்ள இகுவாஸு விமான நிலையத்தில் குவாத்ரோச்சிகைது செய்யப்பட்டார்.[163] அப்போது ஒரு வேடிக்கையான நிகழ்வு நடந்தது. குவாத்ரோச்சி பிப்ரவரி 8ம் தேதி கைது செய்யப்பட்டார் என்று CBIக்கு தெரியவந்த போதிலும், பிப்ரவரி 8ம்தேதி அவர் தொடர்பான ஒரு வழக்கு நீதிமன்றத்தால் விசாரிக்கப்பட்டபோது உச்ச நீதிமன்றத்தில் இதை வெளியிடவில்லை.[164] இண்டர்போல் இந்த செய்தியை ஊடகங்களுக்கு கசியவிட்ட பின்னரே CBI அவரை கைது செய்யப்பட்டதற்கான விவரங்களை வெளியிட்டது.[165] பிப்ரவரி 23ம் தேதி மிசியோன்ஸில் உள்ள பெடரல் நீதிமன்றம் அவருக்கு ஜாமீன் வழங்கியது. 3 நாட்களுக்குப் பிறகு, குவாத்ரோச்சி அர்ஜென்டினாவை விட்டு வெளியே செல்ல முடியாது என்ற நிபந்தனையுடன் விடுவிக்கப்பட்டது குறித்து இந்திய அரசுக்குத் தெரிவிக்கப்பட்டது.

[166]1997-ம் ஆண்டு புதுதில்லியில் உள்ள ஒரு நீதிமன்றத்தால் பிறப்பிக்கப்பட்ட அசல்கைதுஉத்தரவைக்கூட CBIசமர்ப்பிக்காததால்,

---

163 https://www.rediff.com/news/2007/feb/23bofors.htm

164 https://www.rediff.com/news/2007/feb/24bofors.htm

165 https://www.rediff.com/news/2007/feb/24bofors2.htm

166 https://www.rediff.com/news/2007/feb/27bofors6.htm

அர்ஜென்டினா நீதிமன்றம் இந்தியாவின் கோரிக்கையை நிராகரித்ததாக ஒரு வழக்கறிஞர் மனு தாக்கல் செய்தார்.[167] மூன்று மாதங்களுக்குப் பிறகு, முதல் நிகழ்வின் கூட்டாட்சி நீதிமன்றம், இந்தியாவிடம் ஒப்படைப்பதற்கான கோரிக்கையை நிராகரித்தது. பின்னர், CBI யின் உத்தரவின் பேரில் குவாத்ரோச்சியின் பெயர் இன்டர்போலின் ரெட் கார்னர் நோட்டீஸிலிருந்து நீக்கப்பட்டது. குவாத்ரோச்சியை நாடுகடத்துவதற்கான தொடர்ச்சியான முயற்சிகள் வெற்றியடையவில்லை என்பதே இதற்குக் கொடுக்கப்பட்ட காரணம். 2005ல், இந்துஜா சகோதரர்கள் மற்றும் போபர்ஸ் மீதான குற்றச்சாட்டுகளை 6 மாதங்களில் தள்ளுபடி செய்யாததற்கு எதிராக CBI மேல்முறையீடு செய்யவேண்டியிருந்தது. ஆனால் அவர்கள் செய்யவில்லைபின் திடீரென்று, இவ்வளவு வருடங்களுக்குப் பிறகு, அவர்கள் விசாரணையைத் திறக்க முடிவு செய்தனர். 2018 நவம்பரில், டெல்லி உயர் நீதிமன்றத்தின் 2005 தீர்ப்புக்கு எதிரான CBI யின் மேல்முறையீட்டை உச்சநீதிமன்றம் தள்ளுபடி செய்தது, தாமதத்திற்கு CBI அளித்த காரணங்களை அது நம்பவில்லை என்று கூறியது. இருப்பினும், 2005 ஆம் ஆண்டு தீர்ப்பை எதிர்த்து ஏற்கனவே வழக்கறிஞர் அஜய் அகர்வால் தாக்கல் செய்த மேல்முறையீட்டில் CBI அனைத்து காரணங்களையும் எழுப்ப முடியும் என்றும் உச்ச நீதிமன்றம் கூறியது. மே 2017 இல், CBI மற்றும் அஜய் அகர்வால் இருவரும் இந்த சவாலை திரும்பப் பெற விரும்பினர். ஆனால் நீதிமன்றம் அபராதம் வடிவில் நடவடிக்கை எடுப்பதாக அச்சுறுத்தியபோது, அஜய் அகர்வால் இந்த வழக்கை தொடர்ந்து வாதிட முடிவு செய்தார்.

போபர்ஸ்போரின் போது பிற சுவாரஸ்யமான கண்டுபிடிப்புகள்

கே - போபர்ஸ் விசாரணையின் போது வேறு ஏதேனும் சுவாரஸ்யமான கண்டுபிடிப்புகள் வந்ததா?

ப - போபர்ஸ் விசாரணையின் போது நடந்த ஒரு சுவாரஸ்யமான சம்பவம் கவனத்திற்குரியது. 1987 செப்டம்பரில் போபர்ஸ் பிரதிநிதிகள் இந்தியாவுக்கு வந்து இந்திய அரசின் பிரதிநிதிகளை சந்தித்தனர். 1987 செப்டெம்பர் 15, 16 மற்றும் 18ஆம் தேதிகளில் பாதுகாப்பு அமைச்சகத்தில் இக்கூட்டம் இடம்பெற்றது. பெர்ஜ்ஜ் மோர்பெர்க் (போபர்ஸ் பிரசிடென்ட்) மற்றும் லார்ஸ் கோத்லின் (மூத்த வி.பி மற்றும் தலைமை சட்ட வல்லுநர், நோபல் இண்டஸ்ட்ரீஸ்) ஆகியோரால் பிரதிநிதித்துவப்படுத்தப்பட்டது போபர்ஸ் நிறுவனத்தால்.

இந்திய அரசின் பாதுகாப்பு செயலாளர் எஸ்.கே.பட்நாகர் தலைமையிலான இந்திய அரசு குழுவுக்கு தலைமை தாங்கினார். இந்த சந்திப்பின்போது, போபர்ஸ் பிரதிநிதிகள் வால்ட்டேர் வின்சி மற்றும் வால் டி மோரோ ஆகியோரது பெயர்களை வெளியிட்டு அறிக்கையும் கொடுத்தனர். அதாவது இவர்கள் இருவரிடம் எந்த பணமாற்றமும் நடத்தப்படவில்லை என்று ஒரு அறிக்கை வெளியிடப்பட்டது. இதையொட்டி, போபர்ஸ்

பிரதிநிதிகளுடனான *JPC* யின் சந்திப்புக்கு முன்னோட்டமாக இந்த சந்திப்பு நடத்தப்பட்டது என்று மேலும் விளக்கப்பட்டுள்ளது. சுவாரஸ்யமாக, இந்திய அரசின் பிரதிநிதிகள் இந்தப் பெயர்களைக் குறிப்பிடவோ அல்லது அவற்றைப் பற்றி எந்தக் கேள்வியும் கேட்கவோ இல்லை என்றாலும், போபர்ஸ் பிரதிநிதிகள்

தாங்களாகவே இந்த இரண்டு பெயர்களையும், அவர்களுக்கு பணம் செலுத்தப்படவில்லை என்ற உண்மையையும் குறிப்பிட்டனர். எனவே அவர்களுக்கு பணம் எதுவும் கொடுக்கப்படவில்லை என்றால், அவர்களின் பெயர்களை அந்த இடத்தில் குறிப்பிட வேண்டிய அவசியம் என்ன? ஆனால் அவர்கள் JPC கூட்டத்தில் பெயர்களை குறிப்பிடவில்லை அல்லது கூட்டத்தில் அவர்களைப் பற்றி எந்த கேள்வியும் கேட்கவில்லை. மேலும் வால்டர் வின்சி மற்றும் வால் டி மோரோ, அனைத்து சாத்தியக்கூறுகளிலும், அந்த நேரத்தில் முறையே அனுஷ்கா மற்றும் நதியாவின் கணவர்களாக இருந்தனர். அனுஷ்காவும் நதியாவும் சோனியா காந்தியின் சகோதரிகள்.

அவர்களுக்குப்பணம் கொடுக்கவே இல்லை என்றால் அவர்கள் ஏன் பெயர்களைக் குறிப்பிட்டனர்? அது ராஜீவுக்கு இழைக்கப்பட்ட மறைமுகமான அச்சுறுத்தல் என்று மட்டுமே பாதுகாப்பான அனுமானம் செய்து கொள்ள முடியும். அந்த நேரத்தில் ஒப்பந்தத்தை ரத்து செய்வதற்கான கோரிக்கைகள் இந்தியாவில் பலரால் வைக்கப்பட்டது. ஒருவேளை அது ராஜீவிடம் "ஒப்பந்தம் நிறைவேறவில்லை என்றால், பணம் பரிமாற்றம் நடந்தது குறித்து கூடுதல் தகவல்கள் வழங்கப்படும்" என்று தெரிவித்து இருக்கலாம்.[168] போஃபர்ஸ் ஊழலில் சோனியா காந்தியின் குடும்பம் சம்பந்தப்பட்டிருந்ததும் உறுதியானது.

ராஜீவ் படுகொலை – ஒரு ஒப்பந்த வேலையா?

கேள்வி – விடுதலைப் புலிகள் ராஜீவ் காந்தியை படுகொலை செய்ய ஒரு ஒப்பந்தம் போடப்பட்டது என்பதற்கு வேறு ஏதேனும் ஆதாரம் உள்ளதா?

ப – ஆமாம் நிறைய உள்ளது. விடுதலைப் புலிகளுக்குச் சொந்தமான கப்பல்களில் ஒன்றான சன்பேர்ட் 1990 மார்ச்சில் இடைமறிக்கப்பட்டது என்று ராஜீவ் ஷர்மா தனது புத்தகத்தில் தெளிவாக எழுதுகிறார். மரக்கட்டைகள், உணவு தானியங்கள்

---

168 https://www.opindia.com/2019/03/papers-long-buried-questions-that-were-never-asked-was-sonia-gandhi-இத்தாலிய-குடும்பம்-சம்பந்தப்பட்ட-இன்-போபர்ஸ்-ஊழல்/

மற்றும் உரங்களை உள்ளே மறைத்து வைக்கப்பட்டிருந்த போதைப்பொருட்களின் பொதிகளைக் கொண்டு செல்ல இக்கப்பல் பயன்படுத்தப்பட்டது. ஆனால் அந்த சந்தர்ப்பத்தில், அது விடுதலைப் புலிகளுக்காக அபாயகரமான வெடிபொருட்கள், RDX, AK தொடர் தாக்குதல் துப்பாக்கிகள், கையெறி குண்டுகள், வெடிமருந்துகள் மற்றும் தொடர்பாடல் உபகரணங்கள் ஆகியவற்றை வைத்திருந்தது. விடுதலைப் புலிகளுக்காக வந்த முதலாவது பிரதான கப்பல் இதுவாகும். சன்பேர்ட் சைப்ரஸிலிருந்து தோன்றி சிங்கப்பூர் மற்றும் மலேசியா வழியாக பயணித்தது. அவர்கள் மலேசிய அதிகாரிகளால் பிடிக்கப்பட்டு, இலங்கையில் உள்ள அவர்களின் சகாக்களுக்கு தகவல் அனுப்பப்பட்டது. ஆனால் இலங்கை எந்த ஆர்வத்தையும் வெளிப்படுத்தவில்லை, எனவே கப்பல் விடுவிக்கப்பட்டது. அந்தக் கப்பலைக்கைப்பற்றுவதில் இலங்கை அரசாங்கம் எந்த அக்கறையும் காட்டாததற்குக் காரணம், பிரேமதாச அரசாங்கம் அக்காலத்தில் விடுதலைப் புலிகளுடன் நல்லுறவில் இருந்தது. IPKF ஐ வெற்றிகரமாகத் துரத்திய பின்னர், அவர்கள் இருவரும் சமாதானப் பேச்சுக்களை நடத்திக் கொண்டிருந்தனர். விடுதலைப் புலிகளை தனது நல்ல நோக்கங்களை நம்ப வைப்பதற்காக, பிரேமதாசா ஆயுதங்களையும் நல்லெண்ணப் பணமான 75 இலட்சம் ரூபாவையும் வழங்கியிருந்தார். எனவே, விடுதலைப் புலிகள் இந்த உபகரணங்களைக் கொண்டுவருவது பற்றி அவர்கள் உண்மையில் கவலைப்படவில்லை.

ஆனால் ராஜீவ் ஷர்மாளழுப்பும் முக்கிய கேள்விஎன்னவென்றால், அது ஏதேனும் குறிப்பிட்ட காரணத்திற்காக வழங்கப்பட்ட ஆயுதங்கள்தானா? குறிப்பாக, ராஜீவ் காந்தியை ஒழித்துக்கட்டுவது போன்ற ஒரு பணியைச் செய்வதற்காக விடுதலைப் புலிகளுக்கு கூலிப் பணமாக கொடுக்கப்பட்டதா? செப்டம்பர்-அக்டோபர் 19 1991ல், படுகொலைக்குப் பிந்தைய சூழ்நிலையில், மீண்டும் ஒரு சம்பவம் நடந்தது. இந்த முறை, அது Golden Bird. இந்த சந்தர்ப்பத்தில், அவர்கள் எந்த அதிகாரிகளாலும் பிடிக்கப்படவில்லை. அவர்கள் ஆர். டி.எக்ஸ், வெடிமருந்துகள் மற்றும் விமான எதிர்ப்பு துப்பாக்கிகளின் முழு சரக்குகளையும் கப்பலில் இருந்து யாழ்ப்பாணத்திற்குச் சென்ற அவர்களின் துடுப்புபடகுகளுக்கு மாற்றினார்கள். டோங்

நோவா என்பது Golden Bird மற்றும் Sun Bird விட சற்று சிறியதாக இருந்த மற்றொரு கப்பலாகும், இது இந்திய அதிகாரிகளால் கைப்பற்றப்பட்டது. தொடர்ச்சியான மற்றும் தொடர்ச்சியான விசாரணையின் பின்னர், டோங் நோவாவும் ஒரு ஆயுதக் கிடங்கை வாங்கியது, அவை கடல் டி ஜகர்ஸின் வேகப் படகுகளுக்கு மாற்றப்பட்டு யாழ்ப்பாணத்திற்கு கொண்டு செல்லப்பட்டன என்பது நிறுவப்பட்டது.

மூன்று கப்பல்களின் உரிமையாளர் கே.பி. 169 கே.பி. 1990 நவம்பரில் வக்கீல் கந்தசாமியுடன் பேசியதாகவும், விடுதலைப் புலிகள் விரைவில் இந்தியத் தலைமையை குறிவைக்கப் போவதாகவும் அவருக்குத் தெரிவித்தார். கே.பி., மும்பை, பி.சி. சி.ஐ.,யிடம் கணக்கு வைத்திருந்தார். 170 பி.சி.சி.ஐ.யில் நடந்த முறைகேடுகள் குறித்து விசாரிப்பதற்காக அமெரிக்காவில் அமைக்கப்பட்டிருந்த கெர்ரி கமிஷன் சந்திரசாமியின் சீடர்களான அட்னான் கசோகி மற்றும் எர்னி மில்லர் ஆகியோரால் விடுதலைப் புலிகளுக்கு மீட்கும் பணமாக நிதி மாற்றப்பட்டதா என்பது குறித்து விசாரணை நடத்தி வருவதாக சுட்டிக்காட்டியிருந்தது. பிரபாகரன், பொட்டு அம்மான் மற்றும் அகிலா ஆகியோருடன் கே.பி.யும் தலைமறைவு குற்றவாளியாக சேர்க்கப்பட்டிருக்க வேண்டும் என்பதே உண்மை. ஆனால் SIT அவரைத் தொடவில்லை, ஏனென்றால் அவர் கைது செய்யப்பட்டிருந்தால், படுகொலையின் பின்னணியில் உள்ள பெரிய சதி நிச்சயமாக வெளிவந்திருக்கும்.

எம்.டி.எம்.ஏ.வின் பங்கு

கே - MDMA இன் பங்கு என்ன?

ப – ஜெயின் கமிஷன் பெரிய சதி பற்றி மேலும் விசாரணை அழைப்பு விடுத்தது. இவ்வாறாக 1998 டிசம்பர் 2ம் தேதி ராஜீவ் படுகொலைக்குப் பின்னால் உள்ள பெரிய சதியை ஆராய்வதற்காக தனிநபர் விவகார அமைச்சகத்தின் உத்தரவின் பேரில் எம்.டி.எம்.ஏ உருவாக்கப்பட்டது. விசாரணையின் காலம் அந்த நேரத்தில் ஆரம்பத்தில் 2 ஆண்டுகள் என அறிவிக்கப்பட்டது. MDMA தனது அறிக்கைகளை மூன்று மாதங்களுக்கு ஒரு முறை சென்னை

---

169 ராஜீவ் ஷர்மா – பக் - 3-4, 10-13
170 ரகோத்தமன் (தமிழ்) – பக்கம் 119

தடா சிறப்பு நீதிமன்றத்தில் சமர்ப்பித்து வந்தது. இது ஒரு சில ஆண்டுகளுக்கு முன்பு வரை இருந்தது. MDMA வில் பணிபுரிந்த ஒரு தனி போலீஸ் அதிகாரி இருந்தார். இப்போது, அந்த அதிகாரி கூட MDMA வுக்காக வேலை செய்கிறாரா என்பது ஒரு கேள்வியாக உள்ளது. இந்த எழுத்தாளருக்கு கிடைத்த தகவலின்படி, அந்த அதிகாரி கூட சென்னையிலிருந்து பெங்களூருக்கு மாற்றப்பட்டுள்ளார். எனவே MDMA தற்போது செயல்படுகிறதா? இது மிகவும் சந்தேகத்திற்குரியதாகும்.

ஒரு கட்டத்தில், MDMA வில் சுமார் 40 அதிகாரிகள் பணியாற்றிக் கொண்டிருந்தனர். CBI இணை இயக்குனரின் கீழ் எஸ்பி அந்தஸ்தில் உள்ள அதிகாரிகள் தலைமையில் 4 பிரிவுகள் இருந்தன. ராஜீவை கொல்ல காலிஸ்தான் தீவிரவாதிகள் சதித்திட்டம் தீட்டியது குறித்து அப்போதைய பிரதமர் சந்திரசேகரிடம் தெரிவித்ததாக ஜெயின் கமிஷனின் முன் அகாலிதளம் (பெருமன்) தலைவர் மஹந்த் சேவா தாஸ் கூறிய கூற்றுக்களை விசாரிக்க 1 வது பிரிவு அமைக்கப்பட்டது. சந்திராசாமி, அட்னான் கஷோகி மற்றும் சுப்பிரமணியம் சுவாமி ஆகியோரின் பங்கு குறித்து விசாரணை நடத்த 2 வது பிரிவு இருந்தது.

கே.பி., கருணாநிதி ஆகியோரின் பங்குகளை ஆராய்வதற்காக 3 வது பிரிவு இருந்தது. சுப்புலட்சுமி ஜெகதீசன் மற்றும் விடுதலைப் புலி உறுப்பினர்களுக்கு இடையில் அனுப்பப்பட்ட வயர்லெஸ் செய்திகளைடிகோட் செய்வதில்ஏற்பட்டதாமதம்குறித்து விசாரணை செய்வதற்காக 4வது பிரிவு அமைக்கப்பட்டது.[171] ஆனால் எந்தக் கேள்விக்கும் அவர்களிடம் பதில் இல்லை. வாதம் எளிமையானது. ரமேஷ் தலால் சொன்னதைப் போல் ராஜீவ் கொலை வழக்கில் ஒரு பெரிய சதித்திட்டம் தீட்டப்பட்டதா என்ற கேள்வியை விசாரிக்க MDMA அமைக்கப்பட்டது. "ஆம், ராஜீவ் கொலையில் ஒரு பெரிய சதி இருக்கிறது" என்று அவர்கள் கூறியிருக்க வேண்டும். அல்லது அவர்கள் "இல்லை, அனைத்து குற்றச்சாட்டுகளும் தவறானவை" என்று கூறியிருக்க வேண்டும்." இதில் பெரிய சதி எதுவும் இல்லை. விடுதலை புலிகளால் மட்டுமே முடிக்கப்பட்டது" என்று கூறியிருக்க வேண்டும். ஆனால் அதையும் அவர்கள் செய்யவில்லை. இதன் பொருள் என்னவென்றால், அவர்கள் நாட்டை இழிவுபடுத்தும் மிகப்

---

171 https://openthemagazine.com/features/india/the-dangling-சதி-கேள்வி/

பயங்கரமான உண்மை ஒன்றை கண்டுபிடித்துவிட்டனர். எனவே அதை வெளிப்படுத்த வேண்டாம் என்று முடிவு செய்துள்ளனர்.

நளினியுடன் பிரியங்கா

கேள்வி – நளினியுடனான பிரியங்கா காந்தியின் சந்திப்பு பற்றி?

ப – பிரியங்கா காந்தி மார்ச் 19, 2008 அன்று வேலூர் சிறையில் நளினி ஸ்ரீஹரனை ரகசியமாக சந்தித்தார். முதலாவதாக, பிரியங்கா தனது தந்தையின் கொலையாளியுடன் சமரசம் செய்து கொள்ள விரும்பினார் என்றால், ஏன் நளினியை ரகசியமாக சந்திக்க வேண்டும்? இரண்டாவதாக, நளினியை மட்டும் பிரியங்கா ஏன் சந்தித்தார்கள்? மேலும் 6 பேர் இருந்தனர். முருகன் மீதான குருட்டுக் காதல் காரணமாகவே கடைசி நிமிடத்தில் நளினி கொலைகாரக் குழுவில் சேர்ந்தார். எனவே ஏன் அவரை தனியாக சந்திக்கவும், மற்றவர்களை விட்டு விட்டு அவரை மட்டும் ஏன் தேர்வு செய்ய வேண்டும்? சந்திப்புப் பற்றி, கூட்டத்தைப் பற்றிய செய்திகளை கம்பளத்தின் கீழ் (மறைமுகமாக வைப்பதே) வைப்பதே ஆரம்ப நோக்கமாக இருந்தது. துரைசாமியின் மகன் ராஜ்குமார் 2008-ம் ஆண்டு ஏப்ரல்8ஆம் தேதி சிறையில் நடந்த கூட்டம் குறித்த விவரங்களைக் கேட்டு தகவல் அறியும் உரிமைச் சட்டத்தில் மனு தாக்கல் செய்தார். தகவல் அறியும் உரிமைச் சட்டம் தபால் மூலம் அனுப்பப்பட்டதால், விண்ணப்பம் ஏப்ரல் 10 ஆம் தேதி சிறை அதிகாரிகளை சென்றடைந்தது. இந்தக் கூட்டம் ஒருபோதும் நடந்ததில்லை என்பதை மறுப்பதே போலீஸ் தரப்பிலிருந்து பெறப்பட்ட பதில்.

ஏப்ரல் 11ஆம் தேதி தகவல் அறியும் உரிமைச் சட்டத்தின் கீழ் கேட்கப்பட்ட கேள்விக்கு மகளிர் தனிச்சிறை கண்காணிப்பாளர் ராஜசௌந்திரி அளித்த பதிலில், "உங்கள் கேள்விக்கு பதிலளிக்கும் விதமாக, மார்ச் 14, 2008 மற்றும் மார்ச் 19, 2008 ஆகிய தேதிகளில், இந்த கைதியை யாரும் சந்திக்கவில்லை என்பதை நான் தெரிவித்துக் கொள்கிறேன்" என்று கூறினார். அடுத்த மூன்று நாட்கள் அரசு விடுமுறை நாட்கள். டைம்ஸ் ஆஃப் இந்தியா செய்தித்தாள் ஏப்ரல் 15 அன்று இந்த செய்தியை வெளியிட்டது. கூட்டம் நடந்ததை அன்றே பிரியங்கா ஒப்புக்கொண்டார் "வன்முறை மற்றும் நான் அனுபவித்த இழப்புடன் சமாதானத்திற்கு வருவதற்கான வழி

இந்த சந்திப்பு" என்று பிரியங்கா கூறினார்.[172] ஒரு ஜோடி இங்கே கவனிக்கப்பட வேண்டும். சிறைச்சாலையில், யாராவது ஒரு கைதியைச் சந்திக்கும்போது, அவர் சந்திக்கும் நேரத்தை சரியாகக் குறித்துக் கொள்வது முற்றிலும் கட்டாயமாகும். எடுத்துக்காட்டாக, கூட்டம் 11.23 மணிக்குத் தொடங்கி 11.36 மணிக்கு முடிந்தால், சரியான நேரத்தை சரியாகக் குறிப்பிட வேண்டும்.

இருப்பினும், பிரியங்கா மற்றும் நளினி இடையேயான சந்திப்பு குறித்து எந்த பதிவும் இல்லை, மேலும் பெண்கள் சூப்பரின்டென்ட் ஆரம்பத்தில் சந்திப்பை மறுத்தார். பிரியங்கா சொல்வது உண்மை என்றால், அதாவது நளினியின் இழப்பை சமாளிப்பதற்காக மட்டுமே அவர் சென்று நளினியை சந்தித்தார் என்றால், ஏன் இந்த சந்திப்பு நேரடியான முறையில் நடைபெறவில்லை? அவர் அதைச் செய்யப் போகிறார். என்று உலகுக்கு அறிவிக்க வேண்டியதில்லை. ஆனால் அவர்கள் செய்ய வேண்டியதெல்லாம் சரியான முறையில் காரியங்களைச் செய்வதுதான். ஆனால் நுழைவு கூட செய்யப்படவில்லை என்ற உண்மையும், மகளிர் காவல் கண்காணிப்பாளர் கூட்டத்தை மறுக்குமாறு அறிவுறுத்தப்பட்டிருப்பதும், அதன் நோக்கம் என்னவென்று தெளிவாகக் காட்டுகிறது.

பிரியங்கா பொதுவெளியில் என்ன சொல்லியிருக்கிறார் என்பதை பார்ப்போம். மேலும், பொதுமக்களிடமிருந்து தவறவிடப்பட்ட ஒரு சுவாரஸ்யமான உண்மை என்னவென்றால், பிரியங்கா காந்தி நளினியை சென்று சந்தித்தபோது ஒரு *RAW* அதிகாரியுடன் இருந்தார். இப்போது, *RAW* கொலையில் ஈடுபட்டது பற்றி கேள்விகள் உள்ளன. *RAW* தலைவர் பாஜ்பாய் முதல் வாரத்தில் விடுதலைப் புலிகளின் *SIT* குழுவின் விசாரணையை திசை திருப்ப முயன்றார். உண்மையில், கார்த்திகேயன், ராஜா விஜய் கரண் மற்றும் எஸ்.கே.தத்தா ஆகியோர் மே 30 ஆம் தேதி கொழும்புக்கு, குர்தா-பைஜாமா அணிந்த சந்தேகத்தின் பேரில் கொலையாளி மற்றும் அவரது கூட்டாளி பற்றிய கூடுதல் விவரங்களைச் சேகரிக்க சென்றனர். ஆனால் *RAW* தலைவர் ஜி.எஸ்.பாஜ்பாய் அது விடுதலைப் புலிகள் அல்ல என்று பிடிவாதமாக இருந்ததோடு, அந்தக் குழு இந்தியாவிற்குத் திரும்ப

---

172 *https://economictimes.indiatimes.com/news/politics-and-nation/jailer-lied-on-பிரியங்க-நளினி-சந்திப்பு/articleshow/3007095.cms?from=mdr*

வேண்டும் என்று கோரினார். விடாப்பிடியாக அவர் இருந்தால், அந்த அணி தங்கள் பயணத்தை முடித்துக் விரைவில் இந்தியா திரும்ப வேண்டியிருந்தது. மேலும், விடுதலைப் புலிகளின் கிட்டு புலிகளின் கிட்டு இந்தியா வரும் வழியில் *RAW* அவரை படுகொலை செய்தது. முழு சதித்திட்டத்தையும் விடுதலைப் புலிகள் கிட்டு இருந்ததினால் அவர்கள் இச்செயலை செய்தனர். அவர்கள் அங்கு ஒரு சந்தர்ப்பத்தை எடுத்துக் கொள்ள விரும்பவில்லை. கிட்டுவை கொலை செய்ய *RAW*விற்கு யார் அறிவுறுத்தினார்கள் என்பது நிச்சயமாக பெரிய கேள்வி.

மற்றொரு சுவாரஸ்யமான உண்மை என்னவென்றால், பிரியங்கா மீண்டும் மீண்டும் நளினியிடம் சூத்திரதாரி யார் என்று கேட்டுள்ளார். மேலும் குற்றத்தின் பின்னணியில் உள்ள நோக்கத்தையும் நாடினார்.[173] விடுதலைப் புலிகள் அமைப்பில் உறுப்பினராகக் கூட இல்லாத நளினியை பிரியங்கா ஏன் தொடர்பு கொள்ள வேண்டும்? முன்பு குறிப்பிட்டது போல, நளினி கடைசி நிமிடத்தில் படுகொலைக் குழுவில் சேர்ந்தார். *MDMA* வால் பல ஆண்டுகளாக விசாரிக்கப்பட்டு வந்த ஒரு வழக்கின் பெரிய சதியைப் பற்றி அவருக்கு அப்படி என்ன தெரிந்திக்க முடியும்? அல்லது நளினி பொதுவாக சந்தித்து, முழு சதி பற்றியும் நளினிக்கு எவ்வளவு தெரியும் என்று தெரிந்து கொள்ள இந்த சந்திப்பு நடந்ததா?

முருகன் ஒரு புத்தகம் எழுத விரும்புவதாக செய்திகள் வந்ததாகவும் ராஜீந்தர் பூரி கூறுகிறார். அது முழு சதியையும் அவிழ்க்கக்கூடும் என்பதால், பிரியங்கா நளினியை சந்தித்து அவரை அச்சுறுத்தி முருகன் இந்த புத்தகத்தை எழுதுவதைத் தடுத்திருக்கலாம்.

கேள்வி : ராஜீவை கொலை செய்ய வேறு ஏதேனும் முயற்சிகள் நடந்ததா?

ப – குறைந்தது இரு சம்பவங்கள் இருந்தன. ஒன்று பொது மக்களுக்குத் தெரிந்திருந்தது, மற்றொன்று அவ்வளவாக அறியப்படவில்லை.

அக்டோபர் 2, 1986 அன்று, ஒரே சீக்கிய வெறியரான கரம்ஜித் சிங், இந்திரா காந்தி படுகொலைக்குப் பிறகு நடந்த சீக்கிய

---

173 *https://www.boloji.com/articles/4573/was-priyanka-seeking-the-truth*

இனப்படுகொலைக்கு பழிவாங்க ராஜீவை கொலை செய்ய விரும்பினார். மகாத்மா காந்தியின் பிறந்த நாளான அக்டோபர் 2 ஆம் தேதி காந்தி சமாதிக்கு ராஜீவ் வருகை தந்ததால், செப்டம்பர் 25, 1986 முதல் அவர் அந்த இடத்தில் பதுங்கியிருந்தார். காலை 06.55 மணிக்கு ராஜீவ் காந்தி உள்ளே நுழைந்தபோது, துப்பாக்கி மூலமாக முதல் குண்டு சுடப்பட்டது. இது ஒரு துப்பாக்கிச் சூடா என்பது கூட தெளிவாகத் தெரியவில்லை, ஆனால் அனிச்சை நடவடிக்கையில், அவரைச் சுற்றியுள்ள பாதுகாவலர்கள் (அந்த நேரத்தில் அவருக்கு சிறப்பு பாதுகாப்பாக காவலர்கள் இருந்தனர் - SPG) உடனடியாக அவரைச் சுற்றி ஒரு பாதுகாப்பு வட்டத்தை உருவாக்கினர். விரைவில் தோட்டா கண்டுபிடிக்கப்பட்டது, இது ராஜீவ் காந்தி மீதான முயற்சி என்பது தெளிவாகியது. அந்த இடத்தைச் சுற்றிலும் போலீஸார் சோதனையிட்டனர்- மரங்கள், வேலிகள் மற்றும் சாலையின் குறுக்கே உள்ள கட்டிடங்கள், ஆனால் ஒரு வெளிப்படையான மறைவிடமாக இருந்த விதானத்தை விட்டுவிட்டு, அது கரம்ஜித் சிங் பதுங்கியிருந்த இடம், ராஜீவ், ஜெயல் சிங் மற்றும் காந்தி ஆகியோர் காந்தி சமாதி சென்று அஞ்சலி செலுத்திவிட்டு அதே இடத்திற்கு திரும்பிய போது, காலை 08.00 மணியளவில் அதே இடத்திற்குத் திரும்பியபோது இரண்டாவது துப்பாக்கிச் சூடு நடத்தப்பட்டது.

3வது துப்பாக்கிச் சூடு நடந்தபோது காவலர்கள் விதானம் மற்றும் சமாதியை நோக்கி ஓடினர். ராஜீவ் வேகமாக சோனியாவை காரில் ஏறுமாறு கத்தினானர். இரண்டாவது ஷாட் சுடப்பட்டபோது, பாதுகாவலர்களால் ராஜீவைச் சுற்றி கிட்டத்தட்ட ஊடுருவ முடியாத வட்டம் உருவானது. மூன்றாவது ஷாட்டுக்குப் பிறகு, விதானத்தின் உள்ளேயிருந்து துப்பாக்கிச் சூடுகள் நடத்தப்பட்டன என்பது தெளிவாகத் தெரிந்தது. சவரம் செய்யப்பட்ட ஒரு சுத்தமான மனிதன் 10 அடி உயரமான விதானத்தின் கூரையில் நின்று "மெயின் சரண்டர் கர்த்தா ஹூன் (நான் சரணடைகிறேன்) என்று கூச்சலிட்ட போது அவர் கைது செய்யப்பட்டார்.[174] இந்திரா காந்தி படுகொலையைத் தொடர்ந்து நடந்த சீக்கியர்களுக்கு எதிரான கலவரங்களில் அவரும் அவரது நண்பரும் அச்சுறுத்தலுக்கு உள்ளானார்கள் என்பதே

174 https://www.indiatoday.in/magazine/cover-story/story/19861031-attempt-to-assassinate-prime-minister-rajiv-gandhi-exposes-chinks-in-his-security-armour-801365-1986-10-31

இதன் நோக்கமாகும். அவரது நிலப்பிரபுவின் ஆலோசனையின் அடிப்படையில், அவர் தனது தலையை மொட்டையடித்தார், இதனால் ஒரு சீக்கியராக அடையாளம் காணப்படாமல் காப்பாற்றப்பட்டார். ஆனால் அவரது நண்பர் பிடிபட்டு உயிருடன் எரிக்கப்பட்டார்.

சீக்கியர்களைக் கொல்வதற்கு ராஜீவ் தனது பொறுப்பற்ற "ஒரு பெரிய மரம் (இந்திரா) விழும்போது பூமி குலுங்குகிறது" என்ற அவரது எதிர்வினை கரம்ஜித்தை கோபப்படுத்தியதுடன், ராஜீவை கொலைசெய்வதேஅவருக்குஒரேதர்க்கரீதியானதீர்வாகத்தெரிகிறது. அவர் கைது செய்யப்பட்டு, 14 ஆண்டுகள் சிறையில் கழித்தார், இறுதியாக 2000 ஆம் ஆண்டில் விடுவிக்கப்பட்டார். இரண்டாவது சம்பவம் சுவாரஸ்யமானதாகும். அதை பி.சந்திரசேகரன் தனது புத்தகத்தில் விவரிக்கிறார். சில ஆண்டுகளுக்கு முன்பு (நேரம் குறிப்பிடப்படவில்லை), டெல்லி உளவுத்துறை அதிகாரி ஒருவர் உள்ளே வந்து சில இரும்புத் துண்டுகளைக் கொடுத்ததாக அவர் கூறுகிறார். அவற்றை அவரிடம் கொடுக்கையில், இந்த இரும்புத் துண்டுகள் அனைத்தும் எந்தப் பகுதியைச் சேர்ந்தவை என்பதைக் கண்டறியுமாறு அந்த அதிகாரி அவரைக் கேட்டுக்கொண்டார். பொதுவாக பி சந்திரசேகரனுக்கு இவற்றை அனுப்பியது யார், ஏன் என்று கேள்வி கேட்கும் பழக்கம் இருந்தது.

இதற்கு பதிலளித்த உளவுத்துறை அதிகாரி, இவை பிரதமரால் (ராஜீவ்) அனுப்பப்பட்டவை என்றும், கேட்கப்பட்டால் மட்டுமே விவரங்களைத் தெரிவிக்குமாறு அவர் என்னிடம் கேட்டதாகவும், முற்றிலும் அவசியமானதாகவும் கூறினார். அது பிரதமரிடம் இருந்து வந்ததால், சந்திரசேகரன் மேற்கொண்டு எந்தக் கேள்வியும் கேட்கவில்லை, மேலும் அவர் என்ன செய்யச் சொல்லப்பட்டாரோ அதைச் செய்து தனது முடிவுகளை உளவுத்துறை அதிகாரியிடம் சமர்ப்பித்தார்.

அவர் டெல்லிக்குச் சென்று, சில நாட்களுக்குப் பிறகு திரும்பி வந்து, சந்திரசேகரனுக்கு தனது நன்றியைத் தெரிவித்தார், மேலும் ராஜீவிடமிருந்து அவருக்கும் ஒரு செய்தியைக் கூறினார். ராஜீவ் அவருக்கு நன்றி தெரிவிக்க விரும்பினார், மேலும் அந்த இரும்புத் துண்டுகள் ராஜீவ் பறக்க வேண்டிய ஒரு விமானத்திலிருந்து

எடுக்கப்பட்டவை என்ற உண்மையையும் வெளிப்படுத்தினார். விமானம் தொடங்கியபோது, இயந்திரத்திலிருந்து விசித்திரமான சத்தங்கள் வெளிப்படத் தொடங்கின. எனவே அது சரிபார்க்கப்பட்டு, இந்த இரும்புபகுதி வேண்டுமென்றே இயந்திரத்தில் செருகப்பட்டது கண்டுபிடிக்கப்பட்டது. அதிர்ஷ்டவசமாக, தொடங்கிய உடனேயே, இரும்பு பகுதி இயந்திரத்தில் சிக்கிக்கொண்டது, எனவே பைலட் கண்டுபிடிக்க முடிந்தது. இரும்புப்பகுதி இயந்திரத்தில் ஏறியிருந்தால், விமானம் வானில் சென்ற பிறகு, ராஜீவின் உயிருக்கும் மற்ற அனைவருக்கும் பெரும் அச்சுறுத்தல் இருந்திருக்கும். இதைச்செய்த நபரும் பிடிபட்டார் என்று உளவுத்துறை சி.இ.ஆர் குறிப்பிட்டது. விசித்திரமாக, விவரம் ஒன்றும் பகிரங்கமாக வெளிவரவில்லை.[175]

ஜெயின் கமிஷனின் செயல்பாடுகள்

கேள்வி - ஜெயின் கமிஷனின் செயல்பாடுகள் எப்படி இருந்தன?

ப - ஒரு வரியில், ஜெயின் கமிஷன் இடைக்கால அறிக்கை ஒரு ரத்தினமாக இருந்தது. ராஜீவ் படுகொலைக்கு ஒட்டுமொத்த தமிழ் சமூகத்தையும் குற்றம் சாட்டுவது போன்ற சில விசித்திரமான கண்டுபிடிப்புகளை தவிர, இந்த அறிக்கை மிகவும் நடுரோந்தமாக இருந்தது. மீண்டும் ஒரு வரியில், அவர் ஜெயின் கமிஷனின் இறுதி அறிக்கை ஒரு துன்ப அறிக்கையாகவே இருந்தது.. இந்தப் புத்தகத்தின் முடிவில் ஏன் என்று வாசகருக்குத் தெரியும். இந்த ஆணையம் ஆகஸ்ட் 23, 1991 அன்று அமைக்கப்பட்டது. 1994 ஆம் ஆண்டில், புதுதில்லி வழக்கறிஞர் முஷ்டாக் அகமது, ஜெயின் கமிஷன் நியமிக்கப்பட்ட உள்துறை அமைச்சகத்தின் அறிவிப்பை ரத்து செய்யக் கோரி டெல்லி உயர் நீதிமன்றத்தில் ஒரு மனுவைத் தாக்கல் செய்தார். ராஜீவ் படுகொலை குறித்து சிறப்பு புலனாய்வுக் குழு விசாரணை நடத்தி வரும் நிலையில், ஜெயின் கமிஷனும் அதே பகுதிகளில் விசாரணை நடத்தினால் கடுமையான விளைவுகளை ஏற்படுத்தும் மற்றும் தற்போதைய விசாரணையை பாதிக்கும் என்று வாதம் இருந்தது.

அந்த ஆண்டு ஜூலை மாதம், ஜெயின் கமிஷனைக்கூட அவர்களின் சார்பு வாதங்களை கூட கேக்காமல், சிறப்பு புலனாய்வுக் குழு மற்றும் குற்றப்பத்திரிகை தாக்கல் செய்யப்பட்ட தனிநபர்கள்

---

175 சந்திரசேகரன் – பக்கம் 117

மீது விசாரணை நடத்துவதை உயர் நீதிமன்றம் தடை செய்தது. இந்திய-இலங்கை ஒப்பந்தம் கையெழுத்தான ஜூலை 1987 முதல் ஜெயின் கமிஷன் விசாரணையைத் தொடங்கவும் நீதிமன்றம் உத்தரவிட்டது. ஆனால் நவம்பர் 1995 இல், டெல்லி உயர் நீதிமன்றம் 1994 இல் ஆணையத்தின் மீது விதித்த அனைத்து கட்டுப்பாடுகளையும் நீக்கியது மற்றும் முஷ்டாக்கின் மனுவை தள்ளுபடி செய்தது. அதே மாதத்தில், முஷ்டாக்கின் வழக்கை தள்ளுபடி செய்ததை எதிர்த்து இந்திய அரசாங்கம் உச்ச நீதிமன்றத்தில் மேல்முறையீடு செய்தது. இதனால், பானை உடைந்து உண்மை வெளிப்பட்டது. முஷ்டாக் ஒரு மறைப்பாக மட்டுமே இருந்தார், மேலும் அது தனது சொந்த ஆணையத்தை அழிக்கும் முயற்சியில் அரசாங்கம் ஈடுபட்டது வெளியே வந்தது.

ஜெயின் கமிஷன் தனது நடவடிக்கைகளைத் தொடங்கியபோது மத்திய அரசு இப்படித்தான் நடந்துகொண்டது என்றால், நீதிபதி ஜெயின் தனது அறிக்கையை முடித்து சமர்ப்பிக்கவிருந்தபோது மத்திய அரசு நடந்து கொண்ட விதம் இன்னும் கேலிக்கூத்தாக இருந்தது. ஜெயின் கமிஷனின் செயலாளர் பிப்ரவரி 1998ல் மத்திய உள்துறைச் செயலாளர் பி.பி.சிங்கிற்கு ஒரு கடிதம் எழுதினார். தங்களுக்குத் தேவையான மற்றும் மத்திய அரசால் இன்னும் சமர்ப்பிக்கப்பட வேண்டிய ஆவணங்களின் பட்டியலை அது சமர்ப்பித்தது. இவற்றில் 1988 முதல் கடற்படை இடைமறிப்பு, சந்திரசாமியின் பிசிசிஐ கணக்குகளின் முழு விவரங்கள் மற்றும் 1988 முதல் சந்திராஸ்வாமி பற்றிய அனைத்து IB அறிக்கைகளும் அடங்கும். ஜெயின் கமிஷன் ஏற்கனவே 12 முறை நீட்டிப்பு பெற்றது. ஆனால் இன்னும் செய்ய வேண்டியதை மனதில் வைத்து மேலும் ஒரு நீட்டிப்பு கேட்டனர். இது ஒரு சம்பிரதாயம் என்று நம்பப்பட்டது. குறைந்த பட்சம் அதைத்தான் அவர்கள் எதிர்பார்த்தனர்.

பிப்ரவரி 27, 1998 அன்று, அரசாங்கம் திடீரென்று ஜெயின் கமிஷனிடம் நீட்டிப்பு வழங்கப்படப் போவதில்லை என்று தெரிவித்தது. அதற்கும் மேலாக, இறுதி அறிக்கையைத் தயாரிக்க அவர்களுக்கு 7 நாட்கள் மட்டுமே வழங்கப்பட்டன. இறுதி அறிக்கையை 7 நாட்களில் தயாரிப்பது கிட்டத்தட்ட சாத்தியமற்றது. அதுவும், குஜ்ராலின் அரசாங்கம் ஒரு காபந்து அரசாங்கமாக இருந்தது.

அப்படியொரு முடிவை அவர் எடுத்தது யாரும் எதிர்பார்க்காதது. காங்கிரஸ் ஒரு பேருக்குக்கூட எதிர்ப்பு தெரிவிக்கவில்லை. முழு செயல்முறையும் ஒரு பெரிய மூடிமறைப்பு நடக்கின்றது என்பதைக் காட்டியது. குஜ்ரால் அரசாங்கத்தின் மூத்த அமைச்சர் ஒருவர் நீதிபதி ஜெயினை தொடர்பு கொண்டு, முழுமையான அறிக்கைக்கு பதிலாக வரைவு அறிக்கையில் சமர்ப்பிக்குமாறு கேட்டுக்கொண்டார். காரணம் எளிமையானது. ஒரு வரைவு அறிக்கையும் பாராளுமன்றத்தின் முன் வைக்கப்பட வேண்டிய அவசியமில்லை. ஒரு நடவடிக்கை எடுக்கப்பட்ட அறிக்கையும் (ATR) தேவையில்லை. ஆனால் அனைவருக்கும் மற்றும் பெரும்பாலும் மத்திய அரசுக்கு ஆச்சரியமளிக்கும் வகையில், நீதிபதி ஜெயின் 7 நாட்களுக்குள் அறிக்கையை அரசுக்கு சமர்ப்பிக்க முடிவு செய்தார்.

ஜெயின் கமிஷன் பணியாற்றிய இடத்தில் CBI ரெய்டு நடத்தி, ஜெயின் கமிஷனின் இடைக்கால அறிக்கை கசிந்தது குறித்து CBI அதிகாரிகள் அலுவலக ஊழியர்களிடம் விசாரிக்கத் தொடங்கினர். நீதிபதி ஜெயின் தனது இறுதி அறிக்கையை சமர்ப்பித்த பிறகு CBI வந்து தங்கள் விசாரணையை மீண்டும் தொடங்குமாறு CBI யை சமாதானப்படுத்துவதற்கு பெரும் முயற்சி தேவைப்பட்டது.. ஆனால் அதுவே முடிவடையவில்லை. நீதிபதி ஜெயினுக்கு அறிக்கையை சமர்ப்பிக்க வேண்டாம் என்று சில மிரட்டல் அழைப்புகள் வந்தன. நீதிபதி ஜெயின் உள்துறை அமைச்சருக்கு கடிதம் எழுதியபோது இந்த அச்சுறுத்தல் அழைப்புகளில் சிலவற்றை பதிவு செய்தார்.

இறுதியாக, நீதிபதி ஜெயின் 200 பக்க இறுதி அறிக்கையை மார்ச் 7, 1998 அன்று சமர்ப்பித்தார். இறுதியாக, மிகவும் சுவாரஸ்யமான ஒரு சம்பவம் நடந்தது. ஜெய்ப்பூரில் உள்ள தனது வீட்டிற்குச் செல்வதற்கு முன், நீதிபதி ஜெயின் ஒரு முக்கியமான வருகையாளரைப் பெற்றார். அவரது விடாமுயற்சிக்கு நன்றி தெரிவிக்க சோனியா காந்தி வந்திருந்தார்.

மற்ற மேம்படுத்தப்பட்ட கோட்பாடுகள்

கே - ஆராயப்படாத வேறு ஏதேனும் கோட்பாடுகள் உள்ளனவா?

ப – ஒரு சம்பவம் குறிப்பிடப்பட வேண்டும். ஏப்ரல் 2007 இல், பிஜேபி தலைவர் வி.கே.மல்ஹோத்ரா மற்றும் சமாஜ்வாடி

கட்சியைச் சேர்ந்த ராம்ஜி லால் சுமன் ஆகியோர் பிரான்சில் உள்ள பாரிஸில் உள்ள ஐந்து நட்சத்திர ஹோட்டலில் குவாத்ரோச்சி மற்றும் அன்டன் ரோலசிங்கம் ஆகியோரால் சதித்திட்டம் திட்டப்பட்டதாக மக்களவையில் தெரிவித்தனர். அதன் கூற்றை ஆதரிக்க பிரெஞ்சு உளவுத்துறை நிறுவனத்திடம் இருந்து ஆதாரம் இருப்பதாக அவர்கள் இணையதளத்தை மேற்கோள் காட்டினர். மல்ஹோத்ரா மற்றும் சுமன் இருவரும் பிரெஞ்சு அரசாங்கம் இந்த அறிக்கை குறித்து பதிலளிக்கவோ அல்லது கருத்து தெரிவிக்கவோ இல்லை என்பதால், இந்திய அரசு இந்த விஷயத்தை விசாரித்து சபைக்கு உண்மையை தெளிவுபடுத்த வேண்டும். அப்போதைய மனிதவள மேம்பாட்டுத் துறை அமைச்சர் அர்ஜுன் சிங், அரசாங்கம் அதை விசாரிக்கும் என்று கூறியதாக மல்ஹோத்ரா மேலும் கூறினார். அதற்குப் பிறகு, அர்ஜுன் சிங் பதிலளிக்கவில்லை அல்லது இரு தலைவர்களும் இந்த அறிக்கையைப் பின்தொடர்ந்ததாகத் தெரியவில்லை. இது மக்களவையில் எழுப்பப்பட்டது. இந்த அறிக்கை மக்களவையில் எழுப்பப்படுவதற்கு தகுதியானது என்று உறுப்பினர்கள் கருதினர். இரண்டாவதாக, குவாத்ரோச்சி சோனியா காந்தி மற்றும் ராஜீவ் காந்தியின் குடும்ப நண்பராக இருந்தார். மூன்றாவதாக, இந்த விஷயத்திற்கு வழங்கப்பட வேண்டிய முக்கியத்துவம் வழங்கப்படவில்லை என்பதுதான் உண்மை.

குவாத்ரோச்சியின் கூட்டங்கள்

கே - சோனியா காந்தியுடன் ராஜீவ் உறவு எப்படி இருந்தது?

ப – மூத்த நாடாளுமன்ற உறுப்பினர் டாக்டர் ஹண்டேவின் கூற்றுப்படி, 1980களின் பிற்பகுதியில், போஃபர்ஸ் ஊழல் வெடித்த பிறகு, ராஜீவ் காந்தி சோனியா காந்தியின் இத்தாலிய தொடர்புகளால் தான் இத்தனை இழப்புகளையும் சந்திக்க நேர்ந்தது என்று குற்றம் சாட்டினார்.

கே – சோனியாவுடனான குவாத்ரோச்சியின் தனிப்பட்ட உறவு எப்படி இருந்தது?

அ – குவாத்ரோச்சி பொது மேலாளராக இருந்த ஸ்னம்ப்ரோகெட்டியில் குவாத்ரோச்சியின் ஓட்டுநராக இருந்தவர் சசிதரன். தனது வேலையின் ஒரு பொறுப்பாக, குவாத்ரோச்சியை

ஓட்டிச் சென்ற எல்லா இடங்களிலும் அவர் உள்நுழைய வேண்டிய ஒரு பதிவேட்டை அவர்வைத்திருந்தார். விசாரணையின்போது, அவர் தனது பதிவைக் குறிப்பிட்டு, 1989 முதல் 1993 வரை குவாத்ரோச்சி ராஜீவ் காந்தியின் இல்லத்திற்கு 41 முறை சென்றிருக்கிறார் என்ற உண்மையை வெளிப்படுத்தினார். குவாத்ரோச்சியின் இந்த வருகைகள் ராஜீவ் இறந்த பிறகும் தொடர்ந்தன. 1991 மே மாதத்திற்குப் பிறகு 21 முறை சோனியா காந்தியை அவர் சந்தித்துப் பேசியுள்ளார். குவாத்ரோச்சி சோனியா மற்றும் ராஜீவின் குடும்ப நண்பர். ஒரு சாதாரண சூழ்நிலையில், அவர் எத்தனை முறை ராஜிவ் காந்தியும் சோனியா காந்தியும் சந்தித்தார்கள் என்பது அவர்களின் தனிப்பட்ட வட்டாரத்தைத் தவிர வேறு யாரும் அறிந்து கொள்ள வேண்டிய அவசியம் கிடையாது. ஆனால் இவை சாதாரண சூழ்நிலைகள் அல்ல.

முன்னைய கேள்வியில், குவாத்ரோச்சி புலிகளுடன் இணைந்து சதித்திட்டத்தை செயல்படுத்தினார் என்ற ஒரு கோட்பாடு இருப்பதாக சுட்டிக்காட்டப்பட்டுள்ளது. இப்பிரச்சினை பாராளுமன்றத்தில் எழுப்பப்பட்டதுடன் பிரெஞ்சு உளவுத்துறையிடம் இந்தத் தகவல் இருந்தது என்ற உண்மையும் எழுப்பப்பட்டது. அர்ஜுன் சிங் இந்த பிரச்சினையை எழுப்பியவர்களிடம் விசாரண செய்து இந்த செய்தி குறித்து தெளிவுபடுத்துவதாக தெரிவித்தார். ஆனால் கூறியதுபோல அவர் செய்யவில்லை. இது முழு நிலைமையையும் மேலும் சந்தேகத்திற்குரியதாக்குகிறது. இந்தச் சூழ்நிலையில், ராஜீவ் இறந்த பிறகு குவாத்ரோச்சி 41 முறை - 21 முறை ராஜீவ் இல்லத்திற்கு வருகை தந்துள்ளார் என்பது குறித்து விசாரணை நடத்தப்பட வேண்டும்.[176] அவர் ஏன் ராஜீவ் இல்லத்திற்கு பலமுறை சென்றார்? குவாத்ரோச்சிக்கும் சோனியா காந்திக்கும் இடையே இந்தப் பயணங்களின்போது என்ன பேசப்பட்டது? இந்தக் கேள்வி மிகவும் முக்கியத்துவம் வாய்ந்தது.

---

176 *https://www.indiatoday.in/magazine/the-big-story/story/20110117-he-met-sonia-21-times-after-rajivs-death-745483-2011-01-08*அவர் மே 20-ம் தேதி உ.பி. மே 18, 1991 இல் திருத்தப்பட்ட சுற்றுப்பயணத் திட்டத்தின்படி, ராஜீவ் காந்தி மே 21 அன்று விசாகத்திற்குச் செல்லத் திட்டமிடப்பட்டிருந்தது, பின்னர் அவர் மே 21 அன்று மாலை சென்னைக்கு விமானத்தில் செல்லவிருந்தார்.

ராஜீவின் பயணம் பற்றி

கே - ராஜீவின் பயணம் குறித்து கேள்விகள் உள்ளன அதாவது - அவரது தமிழக பயணம்கடைசி நிமிடத்தில் அவசரமாக திட்டமிடப்பட்டதா?

ப - தெளிவாக ஆம். SIT-யால் ஒழுங்காக பதில் அளிக்காத பல பல கேள்விகளில் மிக முக்கியமான கேள்விகளில் இதுவும் ஒன்று. ராஜீவ் முதலில் தமிழ்நாட்டுக்கு வருகிற மாதிரி திட்டமே இல்லை. மே 21ஆம் தேதி மொராதாபாத், பரேலி மற்றும் ராம்பூர் ஆகிய இடங்களில் நடைபெறும் பொதுக் கூட்டங்களில் அவர் கலந்து கொள்ளவிருந்ததை நாடாளுமன்ற உறுப்பினர் டாக்டர் சுதிர் ரே உறுதிப்படுத்தினார். புதுதில்லியின் துணை போலீஸ் கமிஷனர் (பாதுகாப்பு) அலுவலகத்தில் இருந்த பல்பீர் சிங் (வழக்கு சாட்சி 2) இதை மேலும் உறுதிப்படுத்துகிறார். சம்பந்தப்பட்ட போலீஸ் ஏஜென்சிகளுக்கு வயர்லெஸ் செய்திகள் மூலம் விஜபிகளின் சுற்றுப்பயண நிகழ்ச்சிகளுக்கு அவர் பொறுப்பாக இருந்தார். அவரது சாட்சியத்தின்படி, ராஜீவின் அசல் சுற்றுப்பயண நிகழ்ச்சி மே 16, 1991 தேதியிட்டது, அவர் உ.பி., மகாராஷ்டிரா மற்றும் பீகார் ஆகிய மாநிலங்களுக்கு மட்டுமே செல்லவிருந்தார். அவர் மே 20-ம் தேதி உ.பி. மே 18, 1991 இல் திருத்தப்பட்ட சுற்றுப்பயணத் திட்டத்தின்படி, ராஜீவ் காந்தி மே 21 அன்று விசாகபட்டினத்திற்கு செல்லத் திட்டமிடப்பட்டிருந்தது, பின்னர் அவர் மே 21 அன்று மாலை சென்னைக்கு விமானத்தில் செல்லவிருந்தார்.

ரகோத்தமானின் கூற்றுப்படி, மே 13அன்று, மார்கரெட் ஆல்வா 2 வது கட்டத்தின் ஒரு பகுதியாக தேர்தல்கள் நடைபெறும் அனைத்து தொகுதிகளின் பட்டியலையும் தயாரித்து ராஜீவுக்கு அனுப்பினார். நிறைய தொகுதிகள் இருந்ததால், இரண்டாம் கட்டத்திற்கு (மே 23 ஆம் தேதி 2 ஆம் கட்டமும், மே 26-ஆம் தேதி 3 ஆம்

கட்டமும் நடக்கவிருந்தது) குறைந்த நாட்களே இருந்ததால், அவர் தொகுதிகளைக் குறித்துக் கொண்டு, ராஜீவுக்கு அனுப்பி வைத்து, இந்த தொகுதிகளில் அவருக்கு வேண்டியவற்றை தேர்வு செய்யுமாறு ராஜூவிடம் கூறினார். தமிழ்நாட்டிற்கு ஒரு நாள் மட்டுமே கொடுப்பேன் என்று அவர் மேலும் கூறினார். அந்தப் பட்டியலைப் பார்த்த ராஜீவ் புன்னகைத்து, *Aunty*-யின் தொகுதியைச் சேர்க்கச் சொன்னார். கிருஷ்ணகிரி (வாழப்பாடி), மயிலாடுதுறை (மணிசங்கர் அய்யர்) மற்றும் சிவகங்கை (ப.சிதம்பரம்) ஆகியவை ஏற்கனவே அங்கு இருந்தன. எனவே, மார்கரெட் ஆல்வா, ராஜீவுக்கு ஒன்றரை நாள்கள் ஒதுக்கப்பட்டு, திருத்தப்பட்ட வரைபடத்தை அனுப்பினார். ராஜீவ் அதை அரை நாள் குறைக்குமாறு அவரிடம் பதிலளித்தார், ஆனால் ஸ்ரீபெரும்புதூர் சேர்க்கப்பட வேண்டும் என்று விரும்பினார்.

இவ்வாறாக, மே 20ம் தேதி அவர் புவனேஸ்வரில் இருப்பார் என்றும், அங்கிருந்து விசாகப்பட்டினத்திற்குச் செல்வார் என்றும், அங்கிருந்து சென்னைக்கு ஒரு தனிப்பயணம் மேற்கொள்வார் என்றும் திட்டமிடப்பட்டது. பின்னர் ஸ்ரீபெரும்புதூர் கூட்டத்தில் கலந்து கொண்டு ஸ்ரீபெரும்புதூரில் தங்கிய பிறகு (இது முந்தைய திட்டம், ஸ்ரீபெரும்புதூர் கூட்டத்திற்குப் பிறகு சென்னை திரும்பி வந்து விமான நிலையத்தில் உள்ள விஐபி லவுஞ்சில் தங்குவார் என்று வாழப்பாடியின் கட்டளைப்படி மாற்றப்பட்டது), அவர் ஹெலிகாப்டரில் ஏறி பாண்டிச்சேரிக்கு பறக்க வேண்டியிருந்தது. பின்னர் பாண்டியிலிருந்து மயிலாடுதுறை, சிவகங்கை, பின்னர் கிருஷ்ணகிரி வரையிலும். கிருஷ்ணகிரியில் இருந்து பெங்களூர் வரை. பெங்களூரிலிருந்து அவர் தனி விமானத்தில் டெல்லிக்கு செல்லவிருந்தார்[177].

இந்த இரண்டு பதிப்புகளிலும் ஒரு சிறிய முரண்பாடு இருப்பதை வாசகர் கவனிக்க முடியும், மே 16 தேதியிட்ட அசல் திட்டத்தின்படி, ராஜீவ் உ.பி., மகாராஷ்டிரா மற்றும் பீகாரில் இருக்க வேண்டும் என்று பல்பீர் கூறினார். ஆனால் ரகோத்தமனின் கூற்றுப்படி, மே 13ஆம் தேதியே தமிழ்நாட்டைச் சேர்க்க முடிவு செய்யப்பட்டது. ராஜிவ் வேண்டுகோளுக்கு இணங்க ஸ்ரீபெரும்புதூர் மட்டுமே பின்னர் சேர்க்கப்பட்டது. ஆனால் இந்த முரண்பாட்டை எளிதாக

---

177 ரகோத்தமன் (தமிழ்) – பக்கம் 93- 95

விளக்க முடியும். பல்பீர் டெல்லி வேலை செய்து கொண்டிருந்ததால், ராஜீவின் மாற்றப்பட்ட அட்டவணையின் அதிகாரப்பூர்வ உறுதிப்படுத்தல் மே 18 ஆம் தேதிதான் அவருக்கு வந்தது. மறுபுறம், ராஜீவ் மற்றும் மார்கரெட் இடையே நடந்தது கலந்துரையாடல்கள். இறுதி முடிவு எடுக்கப்பட்டவுடன், மே 17 ஆம் தேதி மாலை டெல்லி காவல்துறைக்கு தெரிவிக்கப்பட்டது.

இருப்பினும் மார்கரெட்டிற்கு எதிராக எழுப்பப்பட வேண்டிய ஏராளமான கேள்விகள் உள்ளன. 'கூர்வயதும் அர்ப்பணிப்பும்' என்ற தனது புத்தகத்தில், மார்கரெட் ஆல்வா, ராஜீவின் தனிப்பட்ட செயலாளர் வின்சென்ட் ஜார்ஜிடமிருந்து பயணத் திட்டத்தைப் பெற்றதாகவும், மயிலாடுதுறை, ஸ்ரீபெரும்புதூர், கிருஷ்ணகிரி, சிவகங்கை ஆகிய நான்கு தொகுதிகளையும், ஓசூரில் ஜெயலலிதாவுடன் ஒரு கூட்டுப் பேரணியையும் குறிப்பிட்டு ராஜீவ் தனிப்பட்ட முறையில் எழுதி கையெழுத்திட்டார். மே 20ஆம் தேதி அன்று ராஜீவை நேரில் சந்தித்தபோது, நீங்கள் ஏன் இவ்வளவு பேரணிகள் நடத்துகிறீர்கள் என்று கேட்டபோது, அவர் அங்கு சென்று பிரச்சாரம் செய்யாவிட்டால், தன்னால்தான் கூட்டணி மாநிலத்தை வென்றுவிட்டதாக ஜெயலலிதா கூறிக்கொள்வார் என்று அவர் பதிலளித்தார். இது ஒரு நல்ல கூட்டணி என்றும், அவர்கள் தமிழ்நாட்டில் வலுவான நிலமையில் இருப்பதாகவும் ராஜீவிடம் மார்கரெட் குறிப்பிட்டார்.

படுகொலையைத் தொடர்ந்து, அவர் அந்த சோக சம்பவத்திலிருந்து மீண்டு வருவதற்கு முன்பு, குற்றம் சாட்டப்பட்டது. கொலையாளிகளுக்கு அட்டவணையை கசியவிட்டதற்காக அவர் விசாரிக்கப்பட வேண்டும் என்று வாழப்பாடி ராமமூர்த்தி குற்றம் சாட்டினார். மார்கரட் மீண்டும் ஒரு கேள்வியைக் கேட்கிறார் அதாவது "மே 20 அன்றுதான் நானே ராஜிவிடமிருந்து பயணத்திட்டத்தை பெற்றபோது நான் எப்படி பயணத்திட்டத்தை கசிய விட்டிருக்க முடியும்?" ராஜீவின் அஸ்திகங்கையில் கரைக்கப்பட்ட அலகாபாத்தில் இருந்து திரும்பிய பிறகு, சோனியா காந்தியிடம் சென்று, ராஜீவ் கையால் எழுதப்பட்ட பயண அட்டவணையைக் காட்டினார் என்று அவர் மேலும் கூறுகிறார். சோனியா அதை சிறிது நேரம் பார்த்து, இது நிச்சயமாக ராஜீவின் கையெழுத்து என்பதை உறுதிப்படுத்தினார்.

சோனியாவின் உறுதிப்படுத்தல் ஒரு புறம் இருக்க, ராஜீவ் மார்கரெட்டிற்கு கையால் எழுதப்பட்ட பயணத்திட்டங்களை மற்ற பயணத்திட்டங்களுக்கு வழங்கினாரா என்ற கேள்வி எழுகிறது. அதற்கு எந்த ஆதாரமும் இல்லை. அப்படியானால், ராஜீவ் தனது கடைசி ஸ்ரீபெரும்புதூர் சுற்றுப்பயணத்திற்கு மட்டுமே பயணத் திட்ட அட்டவணைக்கு கையால் எழுதப்பட்ட வேண்டுகோளை விடுக்கிறார், அங்கு அவர் படுகொலை செய்யப்படுகிறார் என்பது மிகவும் விசித்திரமானதல்லவா?

மற்றொரு முக்கியமான முரண்பாடு என்னவென்றால், ரகோத்தமன் முதல் கார்த்திகேயன் வரை, மே 17 அன்று மாலை அட்டவணை இறுதி செய்யப்பட்டு, அந்த மாலை / இரவு பத்திரிகைகளுக்கு வெளியிடப்பட்டது என்று அனைவரும் ஒருமனதாக கூறுகின்றனர், ஏற்கின்றனர். உண்மையில் ரகோத்தமன், ஆரம்பப் பட்டியல் மே 13 அன்று மார்கரெட் என்பவராலும், இறுதிப்பட்டியல் மே 17 மாலையும் தயாரிக்கப்பட்டது என்றும் கூறுகிறார். எனவே மே 20 அன்றுதான் ஸ்ரீபெரும்புதூர் பயணம் பற்றி தனக்குத் தெரிய வந்தது என்று மார்கரெட் தனது புத்தகத்தில் ஏன் பொய்யாகக் கூறுகிறார்? அத்துடன் இது முடியவில்லை.. மரகதத்தின் பிரச்சாரத்தில் தொடர்புடைய பொன் கிருஷ்ணமூர்த்தி, மார்கரெட்டின் பதிப்பை சேதப்படுத்தும் வகையில் சாட்சியம் அளிக்கிறார். மே 17 ஆம் தேதி இரவு 07.30 மணியளவில் மரகதம், ராஜாமணி (மரகதம் அவர்களின் PA) மற்றும் தானும் தேநீர் அருந்திக் கொண்டிருந்தபோது, அவர்களுக்கு மார்கரெட்டிலிருந்து அழைப்பு வந்ததாக சித்தண்ணனுடனான ஒரு நேர்காணலில் அவர் கூறுகிறார்.

ராஜாமணி அழைப்பை எடுத்தார், எதிர்முனைதொலைபேசி இணைப்பில் மார்கரெட் இருந்தார்கள். அவர் மரகதத்துடன் பேச விரும்பினார், ராஜாமணி தொலைபேசியை மரகதத்திடம் கொடுத்தார். மே 21 அன்று ஸ்ரீபெரும்புதூருக்கு தேர்தல் பேரணிக்கு வர ராஜீவ் விரும்புவதாக மரகதத்திடம் மார்கரெட் கூறினார். மரகதம் ஆரம்பத்தில் தயங்கினார். அது ஏற்கனவே மே 17 ஆம் தேதி என்பதாலும், 21ஆம் தேதிக்கு இன்னும் சில நாட்களே உள்ளதாலும், அதற்கானஏற்பாடுகளைச்செய்வதுஅவர்களுக்குகடினமாகஇருக்கும் என்றும் மார்கரெட்டிடம் சொன்னார்கள். மேலும், தலைவர் தனது

தொகுதிக்கு வர விரும்பியதில் தான் மிகவும் மகிழ்ச்சியடைவதாக அவர் மார்கரெட்டிடம் கூறினார். ஆனால் இதுதான் நிலைமை என்பதால், ராஜீவ் ஸ்ரீபெரும்புதூருக்கு வருவதற்குப் பதிலாக, அவர் எங்கு பிரச்சாரம் செய்தாலும் அவருடன் சேர்ந்து கொல்ல போவதாக மார்கிரெட்டிடம் மரகதம் கூறினார். மரகதத்தை சமாதானப்படுத்த முடியாமல், மார்கரெட் தொலைபேசியை துண்டித்தார்.

ஆனால் இரவு 08.30 மணியளவில் 1 மணி நேரத்திற்குப் பிறகு, மார்கரெட் மீண்டும் மரகதத்தை அழைத்துப் பேசினார். இந்த முறை மார்கரெட் மரகதத்திடம் தங்கள் தலைவர் (ராஜீவ்) ஸ்ரீபெரும்புதூருக்கு வருவதில் மிகவும் குறிப்பாக இருக்கிறார் என்று கூறினார். அவரால் தேவையான ஏற்பாடுகளைச் செய்ய முடியாவிட்டாலும், ராஜீவ் ஜீப்பிலிருந்தும், தரையிலிருந்தும் கூட அவர் பிரச்சாரம் செய்யத் தயாராக இருப்பதாக மார்க்கரெட்டிடம் மரகதம் தெரிவித்தார். எனவே மரகதம் இந்த முறை மனம் தளர்ந்து ஒப்புக்கொண்டார். எனவே கிருஷ்ணமூர்த்தியின் வார்த்தைகள் மார்கரெட்டின் வார்த்தைகளுக்கு எதிராக மாறுகிறது. மாறுகிறது. மே 20 ஆம் தேதிதான் ஸ்ரீபெரும்புதூருக்கு திட்டமிடப்பட்ட ராஜீவின் பயணத்தைப் பற்றி தனக்குத் தெரிய வந்ததாக மார்கரெட் தனது புத்தகத்தில் குறிப்பிடுகிறார். 17-ம் தேதி மாலை அழைத்தது மார்கரெட்தான் என்றும், ராஜீவ் ஸ்ரீபெரும்புதூருக்கு வர விரும்புவதாகவும் பொன் கிருஷ்ணமூர்த்தி கூறுகிறார். ஆனால், ரகோத்தமன், கார்த்திகேயன் ஆகிய இருவருமே மே 17-ம் தேதி மாலை தமிழகத்திற்கான இறுதித் திட்டம் பத்திரிகைகளுக்கும், டெல்லி காவல்துறையினருக்கும் வெளியிடப்பட்டதாக அவர்களின் புத்தகங்களில் எழுதியுள்ளனர். மார்கரெட் ஆல்வா பயண அட்டவணை தயாரிக்கும் பொறுப்பில் இருந்தார். அவர் மட்டுமே மே 17 ஆம் தேதி பயணத்தை வெளியிட்டிருக்க முடியும்.

மேலும் பொன் கிருஷ்ணமூர்த்தியின் பேட்டி, கார்த்திகேயன் மற்றும் ரகோத்தமன் கூறுவதுடன் தெளிவாக பொருந்துகிறது. மார்கரெட் மரகதத்திடம் பேசி பொன் கிருஷ்ணமூர்த்தியின் கூற்றின்படி அவரை சமாதானப்படுத்திய பிறகு, அவர் மே 17 மாலை பத்திரிகைகளுக்கும் டெல்லி காவல்துறைக்கும் பயணத்திட்டத்தை வெளியிட்டிருக்கக்கூடும்., ஆனால் மார்கரெட் ஆல்வாவின் பதிப்பு

பொருத்தமின்மையாக இருக்கிறது. மார்கரெட் பொய் சொல்கிறார் என்ற சாத்தியத்தை எல்லாம் சுட்டிக்காட்டுகின்றன.

இங்கே ஒரு கூடுதல் முக்கியமான விவரம் உள்ளது. ஸ்ரீபெரும்புதூரில் ராஜீவ் ஆற்றிய உரையை முன்பு கூறியது போல மொழிபெயர்க்க CPI (எம்) கட்சியைச் சேர்ந்த தா.பாண்டியன் அழைக்கப்பட்டார். ராஜீவின் விமானத்தில் தொழில்நுட்பக் கோளாறு ஏற்பட்டிருப்பதாகவும், அது சரி செய்யப்பட்ட பிறகு, ராஜீவ் மெட்ராஸுக்கு பறந்ததாகவும் அவர் கேள்விப்பட்டார். எனவே பாண்டியன் காரில் ஏறியதும், ராஜீவிடம், தமிழ்நாட்டிற்குச் செல்ல ஏன் வழியிலிருந்து விலகிச் செல்ல வேண்டும் என்று கேட்டார். அவர் ஏன் விசாகப்பட்டினத்தில் தங்கவில்லை? எப்படியும் அவர்கள் வலுவான நிலைமையில் இருக்கிறார்கள் என்றும் அவர் ராஜீவிடம் கூறினார். அதனால் ஏன் சிரமப்பட்டு பயணிக்க வேண்டும்?

அதற்கு ராஜீவ் அப்படிச் செய்திருக்கலாம், ஆனால் மரகதம் அவரை ஸ்ரீபெரும்புதூருக்கு வருமாறு வேண்டுகோள் விடுத்திருந்தார். அதனால் அவரை தான் ஏமாற்ற விரும்பவில்லை என்று கூறினார். ஒரு விஷயம் தெளிவாகிறது. ராஜீவை வரச்சொல்லி மரகதம் கேட்கவில்லை என்று பொன் கிருஷ்ணமூர்த்தி கூறுகிறார். கடைசி நிமிடத்தில் தன்னால் ஏற்பாடுகளைச் செய்ய முடியாது என்று. எனவே ராஜீவ் ஸ்ரீபெரும்புதூருக்கு வருவதை எதிர்த்ததாகவும் கூறி அவர் ஆரம்பத்தில் மறுத்துவிட்டார் என்பது உண்மைதான். மறுபுறம், ராஜீவ் தனது வெற்றி வாய்ப்புகளைப் பற்றி முழு நம்பிக்கை இல்லாததால், ராஜீவ் ஸ்ரீபெரும்புதூருக்கு வர வேண்டும் என்று வலியுறுத்தியவர் மரகதம்தான் என்று தா.பாண்டியனிடம் ராஜீவ் கூறியுள்ளார். எனவே இடையில் யாரோ விளையாடியுள்ளனர் என்பது தெளிவாகிறது. ராஜீவ் ஸ்ரீபெரும்புதூருக்கு வர ஆர்வமாக இருப்பதாக யாரோ மரகதத்திடம் கூறியுள்ளனர். ராஜீவ் ஸ்ரீபெரும்புதூருக்கு வர வேண்டும் என்பதில் மரகதம் ஆர்வமாக இருப்பதாக அதே நபர் ராஜீவிடம் கூறியுள்ளார். அது யார் என்பதைக் கண்டுபிடிக்க ஒருவர் மிகவும் ஆழமாகப் ஆராய்ச்சி செய்ய வேண்டிய அவசியமில்லை. மார்கரெட் ஆல்வா இங்கே பொதுவான இணைப்பாக இருக்கிறார். இதை ஆசிரியருக்கு சுட்டி காட்டியவர் மோகன்ராஜ் ஜெபமணி.

கே - ராஜீவ் பயணத்தைக் கையாளும் ஒரே நபர் மார்கரெட் ஆல்வாவா?

அ - மார்கரெட் ஆல்வாவின் வழிகாட்டுதலின் கீழ் ஜெய்ராம் ரமேஷும் ராஜீவின் சுற்றுப்பயணஅட்டவணையை கையாண்டார் என்று ஆர்.டி. பிரதான் எழுதுகிறார். ஆனால் தெளிவாக இல்லாத ஏதோ ஒரு காரணத்திற்காக, அவர் ஓரங்கட்டப்பட்டதாகத் தெரிகிறது, ஏனெனில் அவரது பெயர் ஒரு முறை கூட வெளிவரவில்லை, மேலும் மார்கரெட் தான் பொறுப்பில் இருந்ததாக தோன்றியது.

கே - பயணத்திட்டத்தைப் பற்றி வேறு ஏதாவது குறிப்பிட வேண்டுமா?

ப - துரைசாமி தனது புத்தகத்தில் மிகவும் சுவாரசியமான ஒரு வெளிப்பாட்டைச் செய்கிறார். ராஜீவ் படுகொலை செய்யப்பட்ட பிறகு, இந்த வழக்கை சிபிஐ கைப்பற்றியது. அவர்கள் முதலில் கேட்டிருக்க வேண்டிய ஒன்று ராஜீவின் பயணத் திட்டம். ஆனால் அவர்கள் அதைச் செய்யவில்லை. எழுத்து மூலம் கேட்டிருக்கலாம், ஆனால் கொடுக்கப்படவில்லை. அந்த சூழ்நிலயில் ஜூன் 28, 1991 அன்று, *SIT*யுடன் இருந்த துணைக் காவல் கண்காணிப்பாளர் நாராயணன், ராஜீவின் பயணத் திட்டத்தைப் காங்கிரசாரிடமிருந்து பெற டெல்லி சென்றார். ஜூலை 1, 1991 அன்று, அவர் அதற்கான கோரிக்கையை சமர்ப்பித்தார். டெல்லியில், அகில இந்திய காங்கிரஸ் கமிட்டியின் நிர்வாக அதிகாரியாக இருந்த தத்தாவை அவர் தொடர்பு கொண்டார். ஆனால் தத்தா அந்தப் பிரதியை அவரிடம் ஒப்படைக்கவில்லை. அதற்குப் பதிலாக அந்தப் பிரதி மார்கரெட் ஆல்வாவிடம் இருப்பதாகவும், அது அவர்களிடமிருந்துதான் பெற வேண்டும் என்றும் நாராயணனிடம் கூறினார். எனவே நாராயணன் அடுத்த தர்க்கரீதியான காரியத்தைச் செய்தார். அவர் மார்கரெட்டுடன் ஒரு சந்திப்புக்கு கோரினார். ஆனால் மார்கரெட் அப்பாயின்ட்மென்ட் கொடுக்கவே இல்லை. அவர் ஜூலை 5, 1991 வரை டெல்லியில் தங்கி, பின்னர் ஜூலை 5 அன்று சென்னை திரும்பினார்.

இறுதியாக, 1991 ஆம் ஆண்டு நவம்பர் 28 ஆம் தேதி டெல்லி காவல்துறையின் எஸ்.ஐ.யாக இருந்த ஓ.பி.சாகர், சுற்றுப்பயணத்தின் நகலை சிறப்பு புலனாய்வுக் குழுவிடம் ஒப்படைத்தார். இதுவும் கூட ஒரு பிரதிதான், எழுதப்பட்டிருக்கக் கூடிய அசல் பிரதி அல்ல.

இவ்வாறு காங்கிரஸ் செயல்பட்டது முற்றிலும் அதிர்ச்சியூட்டும் நடத்தையாகும். இங்கே, தங்கள் தலைவரின் படுகொலை பற்றிய விசாரணை தொடங்கியுள்ளது. பயணத்திட்டத்தை ஒப்படைப்பது என்பது வெறும் சம்பிரதாயம் மட்டுமே. அகில இந்திய காங்கிரஸ் கமிட்டிகேட்காமலேயே செய்திருக்க வேண்டும். அவர்கள் அதை தானே செய்யாதது ஒரு பெரிய கொடுப்பனை. அதற்கும் மேலாக, நாராயணன் சென்றபோது, அவர் ஏன் நிர்வாகத்திலிருந்து ஒரு நபரை மட்டுமே தொடர்பு கொள்ள முடிந்தது? அவரால் ஏன் மார்கரெட் ஆல்வாவை நேரடியாகத் தொடர்பு கொள்ள முடியவில்லை? நாராயணனைச் சந்திக்க மார்கரெட் மறுத்தது மிகவும் அதிர்ச்சியூட்டும் செயல். இதனால் நாராயணன் ஜூலை 5 வரை அங்கிருந்து தோல்வியுற்ற பின்னர் தமிழ் நாட்டிற்கு திரும்பினார். இது ஒரு நேரான குற்ற உணர்வா அல்லது அப்பாவித்தனமா என்பதை வாசகர்கள் முடிவெடுக்க வேண்டும்.

இந்த எழுத்தாளர் ரகோத்தமனைச் சந்தித்தபோது, எழுத்தாளர் இந்தக் கேள்வியைக் கேட்டார். துரைசாமி சொல்கிற மாதிரி நடந்தது என்பதை ரகோத்தமன் அப்பட்டமாக மறுத்து, அட்டவணையை வரையறுப்பது வெறும் சம்பிரதாயம் என்று பல வார்த்தைகளில் கூறினார். இது டெல்லியில் அவர்களுக்கு மிகவும் எளிதாக வழங்கப்பட்டது என்று துரைசாமி எழுதியதை அவர் மறுத்தார். அதிர்ஷ்டவசமாக, இந்த எழுத்தாளர் ரகோத்தமானுடனான சந்திப்புக்குப் பிறகுதான் துரைசாமியை சென்று சந்தித்தார். எழுத்தாளர் சென்று துரைசாமியின் முன் ரகோத்தமனின் மறுப்பை வைத்தபோது, துரைசாமி மிகத் தெளிவாகச் சொன்னார்.

ரகோத்தமன் தான் குறுக்கு விசாரணையின் கீழ் நீதிமன்றத்தில் மேற்சொன்னபதிப்பைக் கொடுத்தார், பின்னர் அவர் அதை தனது புத்தகத்தில் மீண்டும் வெளியிட்டார். டெல்லியில் பலமுறை முயன்றும், நாராயணனால் மார்கரெட் ஆல்வாவைச் சந்திக்க முடியவில்லை என்று கூறியபோது, ரகோத்தமன் ஒரு பாவப்பட்ட உருவகமாக காணப்பட்டார் என்று துரைசாமி மேலும் கூறினார்.

ஆர்.டி. பிரதானின் புத்தகம்

கே. ஆர்.டி. பிரதானின் புத்தகத்தில் குறிப்பிடப்பட்டுள்ள வேறு ஏதேனும் குறிப்பிடத்தக்க அம்சம் உள்ளதா?

A - மிக நிச்சயமாக உள்ளன. ராஜீவ் படுகொலை பற்றி பேசிய ஆர்.டி.பிரதான், விடுதலைப் புலிகளிடமிருந்து ஒரு உளவாளி 10 ஜன்பத்தில் தஞ்சம் புகுந்தான் என்பதில் தான் உறுதியாக இருப்பதாக குறிப்பிடுகிறார். 1991 ஆம் ஆண்டின் முற்பகுதியில் விடுதலைப் புலிகள் ராஜீவை தொடர்பு கொள்ள முடிந்தது என்ற உண்மையை அவர்குறிப்பிடுகிறார். சுப்பிரமணியம் சுவாமி அவர்களால் விரிவாக எழுதப்பட்டிருக்கிறது. ராஜீவ் கொலையைப் பற்றிப் பேசுகையில், *LTTE* யின் ஒரு உளவாளி 10 ஜன்பத்தில் தஞ்சம் அடைந்தது தனக்கு முற்றிலும் உறுதி என்று ஆர்.டி.பிரதான் குறிப்பிடுகிறார். 1991-ம் ஆண்டு மக்களவைப் பிரச்சாரம் முழுவதிலும் சோனியா காந்தி அமேதியில் இருந்தார் என்பது அவருக்கு நிச்சயமாகத் தெரியும். இங்கே மூன்று அம்சங்கள் உள்ளன அ) அவர் உறுதியாக இருப்பது ஆ) ராஜீவுடன் விடுதலைப் புலிகள் தொடர்பு கொள்வது இ) சோனியாவும் அவரது கோட்பாட்டுடன் உடன்படுவது.

முதல் விஷயத்தைப் பற்றி, 10 ஜன்பத்தில் புலிகளின் உளவாளி ஊடுருவியது என்பதை பிரதான் எப்படி உறுதியாகக் கூறுகிறார்? அவன்/அவள் பெயர் என்ன? அவன்/அவள் தென்னிந்தியரா? உளவாளி என்ன ஆனான்/ஆனாள்? போலீஸ் விசாரணையில் இருந்து உளவாளி தப்பித்தது எப்படி? எல்லாவற்றிற்கும் மேலாக, ராஜீவ் படுகொலை செய்யப்படுவதற்கு 'அந்த உளவாளி' முக்கிய காரணம். அவன் / அவள் வீட்டிற்குள் இருந்தான்/இருந்தாள். அப்படியானால் அந்த உளவாளியை பிடிக்க சோனியா காந்தி என்ன நடவடிக்கை எடுத்தார்? *LTTE* யில் இருந்து ஒரு உளவாளி10 ஜன்பத்தில் தஞ்சம் அடைந்தான்/அடைந்தாள் என்பதை தகுந்த ஆதாரத்துடன் விளக்கம் அளிக்காமல் ஒரு தெளிவற்ற அறிக்கையை வெளியிடுவதை ஏற்க முடியாது.

2வது புள்ளி பற்றி, ராஜீவுடன் விடுதலைப் புலிகள் தொடர்பு வைத்திருந்ததையும், சுப்பிரமணியம் சுவாமியின் புத்தகத்தில் விரிவாக எழுதப்பட்டதையும் பற்றி பிரதான் பேசுகிறார்.விடுதலைப் புலிகளின் பிரதிநிதிகள் இரண்டு முறை ராஜீவை சந்தித்தனர் என்பது உண்மைதான். ஆனால் புலிகளின் வேண்டுகோளுக்கிணங்க'தி இந்து'வின் மாலினி பார்த்தசாரதி மூலமாக இந்தக் கூட்டங்கள் ஏற்பாடு செய்யப்பட்டன. ராஜீவுடனான விடுதலைப் புலிகளின்

சந்திப்பிற்கும் "உளவாளி"க்கும் இடையே எந்தத் தொடர்பும் இல்லை. மூன்றாவதாக, சோனியாவும் தனது மதிப்பீட்டை ஏற்றுக்கொள்கிறார் என்று பிரதான் கூறுகிறார். பிரதான் சோனியாவுக்கு மிகவும் நெருக்கமானவராக கருதப்பட்டார். இந்த அறிக்கைக்கு சோனியா இதுவரை இந்த மறுப்பும் தெரிவிக்கவில்லை. அதாவது பிரதான் குறிப்பிட்டது சோனியா உண்மைதான் என்று நம்புகிறார் என்கிறவாறு எடுத்துக் கொள்ளலாம். ஏற்கனவே குறிப்பிட்டுள்ளபடி, உளவாளி என்று அழைக்கப்படுவதைப் பற்றிய கூற்று மிகவும் தெளிவற்றது. இந்த தெளிவற்ற அறிக்கை சோனியா காந்தியால் மேலும் விளக்கங்கள் இல்லாமல் ஒப்புக்கொள்ளப்பட்டால், இந்த மர்மமான சூழ்நிலை மேலும் மர்மமாக அடையும்.[178]

கே - படுகொலைக்குப் பிறகு மார்கரெட்டின் பங்கு என்ன?

ப - படுகொலை செய்யப்பட்ட உடனேயே, கொலையாளிகளுக்கு பயணத்திட்டத்தை கசியவிட்டதாக வாழப்பாடி மற்றும் சுப்பிரமணியம் சுவாமி இருவராலும் குற்றம் சாட்டப்பட்டதாக மார்கரெட் அவர்களே தனது புத்தகத்தில் குறிப்பிட்டுள்ளார். அத்தகைய சூழ்நிலையில், 1991 ஆம் ஆண்டு தேர்தலுக்குப் பிறகு, காங்கிரஸ் ஆதரவைத் திரட்டி அரசாங்கத்தை அமைத்தபோது, மார்கரெட் ஆல்வா, பணியாளர், பொதுக் குறைகள் மற்றும் ஓய்வூதியத் துறை அமைச்சராக (PPP) நியமிக்கப்பட்டார்.

இந்த அமைச்சகத்தின் கீழ் சிபிஐ வந்தது என்பது இதன் சிறப்பம்சமாகும். வேறு வார்த்தைகளில் கூறுவதானால், அவர் சிபிஐயின் அரசியல் முதலாளி. ராஜீவ் கொலையில் அவருக்கு தொடர்பு இருப்பதாக கேள்விகள் எழுந்தபோது, மார்கரெட் ஆல்வா பொதுஜன பெரமுனவின் அமைச்சராக நியமிக்கப்பட வேண்டிய அவசியம் என்ன? இரண்டாவதாக, மிக முக்கியமாக, சிபிஐயே அவரது கீழ் இயங்கும் அமைச்சரவை அவருக்கு யாரால் கொடுக்கப்பட்டது? இரண்டு பேர்தான் அதைச் செய்திருக்க முடியும். ஒருவர் அப்போதைய பிரதமர் நரசிம்மராவ். ஆனால் இந்த சதியில் நரசிம்ம ராவுக்கு நேரடி பங்கு இருந்திருக்க முடியாது.

இதற்கு இரண்டு காரணங்கள் இருந்தன. பழங்குடியினர் நலன் மற்றும் ஊரக விவகாரங்களுக்கான முன்னாள் மத்திய அமைச்சர் கிஷோர்சந்திரதியோ, ராவ் வாகனத்தில் சென்றபோது, புதுதில்லியில் உள்ள மோதிலால் மார்க்கில் அவரைச் சந்தித்தார். 1991 ஆம் ஆண்டு படுகொலை செய்யப்படுவதற்கு சில வாரங்களுக்கு முன்பு இது நடந்தது. நரசிம்மராவ் தனது கார் பழுதடைந்ததால் சாலையோரம் நின்று கொண்டிருந்தார். கிஷோர் தனது காரை நிறுத்தி விஷயம் என்ன என்று கேட்டபோது, நரசிம்மராவ், தனது கார் பழுதடைந்த விவரத்தை அவரிடம் அளித்த பிறகு, ராஜீவ் தனக்கு நாடாளுமன்றத் தேர்தலில் போட்டியிட டிக்கெட் தர மறுத்துவிட்டதாக கூறினார். மேலும் அவர் புது தில்லியில் உள்ள மயூர் விஹாரில் ஒரு வீட்டை வாங்க விரும்புவதாகவும், ஆனால் தன்னிடம் சுமார் 15 லட்சம் பட்ஜெட் இருப்பதாகவும் கூறினார்.

இதிலிருந்து, நரசிம்மராவ் கட்சியில் ராஜீவ் மூலம் ஓரங்கட்டப்பட்டதால் அவருக்கு பெரிய செல்வாக்கு இல்லை என்பதும், ராவ் ஏதாவது செய்ய நினைத்திருந்தாலும் யாரும் அவர் பேச்சை கேட்டிருக்கமாட்டார்கள் என்பதும் தெளிவாகிறது. இந்தச் சதியில் ஈடுபட்டவர் காங்கிரஸைச் சேர்ந்தவர் என்பதுடன், *RAW, IB* போன்றவற்றின் மீது மிகுந்த செல்வாக்கு பெற்றிருக்க கூடியவர், புலிகளிடம் கொடுக்க நிறையப் பணம் இருந்திருக்க வேண்டும். நரசிம்ம ராவிடம் அச்சமயத்தில் பணமோ செல்வாக்கோ இல்லை என்பது தெளிவாகிறது. கூடுதலாக, அதே நபர்மார்கரெட் ஆல்வாவை பிபிபி அமைச்சராக்கினார், சிபிஐ அவருக்கு கீழ் வேலை செய்ய வேண்டியிருந்தது. அது நரசிம்மராவ் அல்ல என்பதால், இக்காரியத்தைச் செய்யக்கூடியவர் வேறு ஒருவர்மட்டுமே இருந்தார். அந்த நபர் யார் என்பது வாசகருக்குத் தெரியும்.

கே – வர்மா கமிஷனிடமிருந்து வேறு ஏதாவது குறிப்பிடத்தக்க கண்டுபிடிப்புகள் உள்ளதா?

பதில் – எஸ் சுப்பிரமணியம் எழுதிய கௌரவர்களைப் பாதுகாக்கும் கோட்பாடுகள் என்ற புத்தகத்தில் இருந்து நீதிபதி வர்மா எடுத்ததாக ஒரு மறைமுக மேற்கோள் இருந்தது. மேற்கோள் பின்வருமாறு

எனவே தீவிர வழக்கை எடுத்துக்கொள்வதற்கு, ஒரு விஐபியின் உள் நண்பர்கள்/சகாக்களில் ஒருவர் அவரை படுகொலை செய்யத் தேர்வுசெய்தால், அவருக்கு பாதுகாப்பு ஏற்பாடுகளைஎந்த பாதுகாப்பு நிறுவனமும் வழங்க முடியாது. அந்த அம்சம் உளவுத்துறைக்கு சொந்தமானது, பாதுகாப்பு துறைக்கு அல்ல.

இவ்வாறு கூறிய நீதிபதி வர்மா, இந்தக் கருத்தை எதற்காக மேற்கோள் காட்டினார் என்பதை விவரிக்காமலோ அல்லது தெளிவுபடுத்தாமலோ தனது அடுத்த கட்டத்திற்கு செல்கிறார். எழுத்தாளரின் கூற்றுப்படி, இது வர்மா கமிஷனின் மிகவும் சுவாரஸ்யமான கண்டுபிடிப்பு.

பதவி உயர்வுகள் மற்றும் வெகுமதிகள் ஏராளமாக

கே – சதி / மூடிமறைப்பில் பங்கேற்ற மக்களுக்கு எதிராக ஏதேனும் நடவடிக்கை எடுக்கப்பட்டதா?

ப - சதித்திட்டத்திற்கு மேலும் ஒரு ஆதாரம் இது. மார்கரெட் ஆல்வா, எம்.கே.நாராயணன், டி.ஆர்.கார்த்திகேயன், ஏ.எஸ். பாஜ்பாய், சந்திரசாமி போன்ற சிலர் சாதியோ அல்லது சதியை மூடி மறைத்ததிலோ சம்பந்தப்பட்டுள்ளனர்.

முதல் மார்கரெட் ஆல்வா. கொலை நடந்த உடனேயே, வாழப்பாடி ராமமுத்தி மற்றும் சுப்பிரமணியம் சுவாமி ஆகியோரால் கொலையாளிகளுக்கு பயணத்திட்டத்தை கசியவிட்டதாக அவர் மீது குற்றம் சாட்டப்பட்டதாக அவரே தனது புத்தகத்தில் எழுதியுள்ளார். வெறுமனே,விசாரணை முடிந்து வழக்கு முடியும் வரை என்ன செய்திருக்க வேண்டும், அவருக்கு எந்த பதவியும் கொடுக்கப்பட்டிருக்கக் கூடாது. அதற்குப் பதிலாக, தேர்தல் முடிந்த உடனேயே அவர் பணியாளர், பொதுமக்கள் குறைகள் மற்றும் ஓய்வூதியத் துறை அமைச்சரானார். இதில் வேடிக்கை என்னவென்றால், ராஜீவ் காந்தி கொலை வழக்கை விசாரித்து வந்த CBI அவருக்குக் கீழ் வேலை செய்தது? பின் எப்படி அவர்கள் மார்க்ரெட்டை இவ்வழக்கில் விசாரணை செய்ய முடியும்?பின்னர் 2009 ஆம் ஆண்டில் உத்தர்கண்ட் ஆளுநராகவும், 2012 இல் ராஜஸ்தான ஆளுநராகவும், 2014 இல் குஜராத் ஆளுநராகவும், 2014 இல் கோவாவின் ஆளுநராகவும் ஆனார். இந்தப் புத்தகம் வெளிவரும்

தருவாயில் இருந்தபோது, அதற்குப் பலம் சேர்க்கும் வகையில், அவர் எதிர்க்கட்சிகளின் துணைக் குடியரசுத் தலைவர் வேட்பாளராக அறிவிக்கப்பட்டார்.

M K நாராயணன் *2005* இல் *NSA* ஆனார். அவர் *2010* இல் மேற்கு வங்க ஆளுநரானார். *D R* கார்த்திகேயன் *1998* இல் *CBI* இன் தலைவராக ஆனார். அவர் தேசிய மனித உரிமைகள் ஆணையத்தின் இயக்குநர் ஜெனரலாகவும் ஆக்கப்பட்டார். அதோடு, இந்திய சிவில் சர்வீஸ் துறையில் அவர் ஆற்றிய பங்களிப்பிற்காக டி ஆர் கார்த்திகேயனுக்கு *2010* இல் பத்மஸ்ரீ விருது வழங்கப்பட்டது. இந்தப் புத்தகத்தில் டி ஆர் கார்த்திகேயனுக்கு எதிராக நிறைய விமர்சனங்கள் வந்திருக்கலாம். ஆனால் நேர்மறையான ஒன்றைக் குறிப்பிட வேண்டும். படுகொலைக்குப் பிறகுதான் அவர் படத்துக்கு வந்தார். சதித்திட்டத்தை செயல்படுத்துவதிலோ அல்லது எளிதாக்குவதிலோ அவர் ஈடுபட்டதாக எந்த கேள்வியும் இல்லை. மார்கரெட் ஆல்வா, எம்.கே.நாராயணன் போன்றவர்களைப் பற்றியும் இதைச் சொல்ல முடியாது.

IB யின் பங்கு

கே - முழு அத்தியாயத்திலும் ஐபியின் பங்கு என்ன?

ப – ராஜீவ் படுகொலைக்குப் பின்னர் உடனடியாக ஐ.பி. யின் நடவடிக்கை, ஒரு பெரிய சதி உள்ளது என்றும், இங்கு ஒரு திட்டவட்டமான டெல்லி இணைப்பு உள்ளது என்றும் முடிவுக்கு வருவதற்கான மிகப்பெரிய ஆதாரங்களில் ஒன்றாகும். *1991* ஆம் ஆண்டு மே மாதம் *21*ஆம்தேதி இரவு *10.20* மணியளவில் இப்படுகொலைஇடம்பெற்றது. ஸ்ரீபெரும்புதூர் கூட்டத்திற்கு, *2* வீடியோகிராபர்கள் பணியமர்த்தப்பட்டனர். ஒருவர் பால்ராஜ் என்ற வீடியோகிராபர். பால்ராஜை வாழப்பாடி ராமமூர்த்தி பணியமர்த்தினார். மெட்ராஸ் விமான நிலையத்திற்குச் சென்ற அவர் விமான நிலையத்திலிருந்து ராஜீவின் பயணத்தை கவர் செய்தார். மற்றொரு வீடியோகிராஃபர் பாபு. பாபுவை ஏ.ஜே.தாஸ் (ஸ்ரீபெரும்புதூரின் அமைப்பாளராக இருந்த மரகதத்தின் பிரச்சார மேலாளர்) பணியமர்த்தினார். உண்மையில், ஏ.ஜே.தாஸ் தானே மக்களிடமிருந்து பணத்தைப் பெற்றுக்கொண்டு, ராஜீவ் காந்திக்கு

மாலை அணிவிக்க அனுமதியளித்தார் என்ற குற்றச்சாட்டுகள் உள்ளன. தனுவுக்கு இல்லை. ஆனால் வேறு சில கட்சிக்காரர்களுக்கு எனவே பாபு மாலையில் அந்த இடத்திற்கு வந்து, மக்கள் கூடிவரத் தொடங்கிய சமயத்திலிருந்து தனது வீடியோகிராஃபியைத் தொடங்கினார் - இசையமைப்பாளர்கள் ஷங்கர் கணேஷ் வழங்கும் லைட் மியூசிக் நிகழ்ச்சி போன்ற சிறு நிகழ்வுகள் உட்பட. அவர் விமர்சகர். காரணம், கொலையாளி தானு யாருடன் பழகினார், கருத்தடை செய்யப்பட்ட பகுதிக்கு அவள் எப்படி வந்தாள், யார் அழைத்து வந்து ஒப்புதல் அளித்தார் போன்ற பல ஆதாரங்களை அவர் தனது வீடியோவில் வைத்திருந்தார்.

ராஜீவ் உள்ளே வந்து குண்டுவெடிப்பு நடந்தபோது, 1வது வீடியோகிராஃபர் இன்னும் ஒரு பவர் பாயிண்டைக் கண்டுபிடிக்க முடியாமல் அதை தேடிக் கொண்டிருந்தார் அவரும் விமான நிலையத்திலிருந்து ராஜீவுடன் பயணித்திருந்தார். ஆனால் 2வது வீடியோகிராஃபர்பாபு, முன்பு குறிப்பிட்டது போல, குண்டுவெடிப்பு மட்டுமல்ல, அதற்கு முன்பு நடந்த முக்கியமான நிகழ்வுகளையும் தனது வீடியோவில் கவர் செய்தார். குண்டுவெடிப்பிற்குப் பிறகு, பாபு வீட்டிற்குச் சென்று, குண்டுவெடிப்பிற்கு யார் காரணமாக இருந்திருக்க முடியும், கொலையாளியை தனது வீடியோவில் பிடித்தாரா என்பது குறித்து இயல்பாகவே ஆர்வமாக இருந்தார். இவ்வாறு நினைத்து, அவர் தனது வீட்டில் எடுத்த வீடியோவை முழுமையாக பார்த்தார். காலையில், CBCID அதிகாரிகள் ஒரு IB அதிகாரியுடன் பாபுவின் வீட்டிற்குச் சென்று அவரிடமிருந்து வீடியோ கேசட்டை பறிமுதல் செய்தனர். எம்.கே. நாராயணனுக்குச் சென்ற அதே கேசட்தான், அப்போதைய பிரதமர் சந்திரசேகருக்கு எழுதிய கடிதத்தில், சந்தேகத்திற்குரிய பெண்ணின் நடமாட்டத்தை அடையாளம் காண வீடியோ கேசட் ஸ்கேன் செய்யப்படுவதாக தெரிவித்தார்.

இங்கே சுட்டிக்காட்டப்பட வேண்டிய சில விஷயங்கள் உள்ளன. IB அதிகாரிகள், CBCID அதிகாரிகளுடன் பாபுவின் இல்லத்திற்கு முன்பு கூறியபடி சென்றனர். உண்மை என்னவென்றால், போலிஸ் திணைக்களத்தின் விசாரணைகளில் தலையிட IBக்கு எந்த அதிகாரமும் இல்லை. ஒரு போலீஸ் அதிகாரி விசாரணையின் போது

அவருடன் கூட செல்ல அவர்களுக்கு அதிகாரம் இல்லை. இந்த வழக்கில், அவர்கள் போலீஸ் அதிகாரியுடன் மட்டும் செல்லவில்லை. அவர்கள் ஒரு முக்கிய ஆதாரத்தை பறிமுதல் செய்து, அதனுடன் தலைமறைவாகியுள்ளனர். அவர்கள் அதை எம்.கே.நாராயணனிடம் ஒப்படைத்தபோது, வீடியோ கேசட்டை CBI / SITக்கு ஒப்படைக்க வேண்டிய பொறுப்பு அவருக்கு இருந்தது, அதை அவர் ஒருபோதும் செய்யவில்லை. இதன் பொருள் என்னவென்றால், டெல்லியில் உள்ள ஒருவர் - சதித்திட்டம் தீட்டிய நபர், ஸ்ரீபெரும்புதூருக்குச் சென்று அனைத்து ஆதாரங்களையும், குறிப்பாக வீடியோக்கள் மற்றும் புகைப்படங்களை மறைக்குமாறு எம்.கே.நாராயணனுக்கு அறிவுறுத்தியுள்ளார்.

மற்ற விஷயங்களை SIT கவனித்துக் கொள்ளலாம். IB மக்கள் என்ன செய்தார்கள் என்றால், அவர்கள் வீடியோ கேசட்டை பரிசோதனை செய்து, உண்மைகளை வெளிப்படுத்தும் முக்கியமான பகுதிகளை அகற்றி, கேசட்டை பாபுவிடம் திருப்பிக் கொடுத்தனர். கேசட்டை பாபுவிடம் திருப்பிக் கொடுத்தபோது, அந்த வீடியோ கேசட் சிதைக்கப்பட்டது என்ற உண்மையை பாபு வெளிப்படுத்தினால், ராஜீவ் கொலை வழக்கில் அவர் மீது வழக்கு தொடரப்படும் என்று அவர்கள் பாபுவை மிரட்டினர். அவர்கள் செய்த தில்லுமுல்லுகளைப் பொறுத்தவரை, அதுவும் ஒரு கேவலமான வேலை. கேசட்டில் இருந்த சில முக்கியமான பகுதிகளை நீக்கிவிட்டு, அந்த பகுதியை 1991 மே 22 அன்று நடந்த செய்தி நிகழ்ச்சியுடன் ஒட்டினார்கள். குறைந்த பட்சம், ஏதேனும் ஒரு பழைய செய்தி நிகழ்ச்சியை ஒட்டியிருந்தால், அவர்களின் பங்கு அவ்வளவு தெளிவாக இருந்திருக்காது. ஆனால் அவர்கள் மே 22 செய்தி நிகழ்ச்சியை வீடியோ கேசட்டின் முக்கியமான பகுதிகளில் ஒட்டியுள்ளனர், இதனால் இதை செய்தது அவர்கள்தான் என்று பகிரங்கமாக உலகிற்கு அவர்களின் செயல் மூலம் அறிவித்தார்.

இப்போது வாசகர் IB பற்றி எதிர்மறையான எண்ணங்களைப் பெற்று, அவர்கள் இந்த மட்டத்திற்கு கீழே செல்ல முடியாது என்று நினைத்தால், அவன்/அவள் தவறு செய்கிறார். இதற்குப் பிறகு, பாபு முன்னாள் பிரதமரின் கொடூரமான படுகொலையின் காட்சிகளைப் படமாக்கும் ஒரே குற்றத்திற்காக SIT / IB யால் சட்டவிரோத காவலில் வைக்கப்பட்டார். பாபு உண்மையை வெளிப்படுத்திவிடுவார்

என்று அவர்கள் பயந்ததே இதற்குக் காரணம். இறுதியாக, அவர்கள் அவரை விட்டு வெளியேறினர், இப்போது பாபு தனது கசப்பான அனுபவங்களுக்குப் பிறகு தமிழ்நாட்டை விட்டு வெளியேறி வேறொரு மாநிலத்தில் ஒரு புதிய வாழ்க்கையைத் தொடங்கியுள்ளார்.

எம்.கே. நாராயணனுக்கு எதிரான மிக மோசமான ஆதாரங்கள் வர்மா கமிஷன் அறிக்கையிலிருந்து வருகின்றன. நீதிபதி வர்மா தனது அறிக்கையில், உண்மையான படுகொலைக்கு சில வாரங்களுக்கு முன்னர் ஒரு *RAW* அதிகாரி, விடுதலைப் புலிகள் மிகப் பெரிய ஒன்றைத் திட்டமிட்டிருப்பதாகவும், *IB* கவனத்தில் கொள்ள வேண்டும் என்றும் தகவல் அனுப்பினார் என்று தெளிவாகக் கூறுகிறார். ஆனால் இந்த குறிப்பு (வேண்டுமென்றே) புறக்கணிக்கப்பட்டது மற்றும் அதற்கு எதிராக எந்த நடவடிக்கையும் எடுக்கப்படவில்லை. பல்வேறு அமைப்புகளிலிருந்து வெளிவரக்கூடிய சாத்தியமான அச்சுறுத்தல்கள் பற்றிய அறிக்கைகளையும் *IB* மாநிலங்களுக்கு அனுப்புகிறது. ராஜீவின் தமிழக பயணம் இறுதி செய்யப்பட்டவுடன், டெல்லி *IB* யில் இருந்து தமிழக காவல்துறைக்கு ஒரு அறிக்கை அனுப்பப்பட்டது. இந்த பட்டியலில் பல்வேறு குழுக்களின் பெயர்கள் இருந்தன, யாரிடமிருந்து ராஜீவுக்கு அச்சுறுத்தல் இருக்கலாம் என்று குறிப்பிடப்பட்டிருந்தது. காஷ்மீர் பயங்கரவாதிகளும் உல்ஃபாக்களும் அங்கு இருந்தனர்.

ஆனால் அதிர்ச்சியூட்டும் வகையில், புலிகள் பட்டியலில் இருந்து தவறாக பாடினார்கள். விடுதலைப் புலிகள் ஏதோ பெரிய திட்டத்தைத் திட்டமிடுகிறார்கள் என்ற தகவலை *RAW IB*க்கு அனுப்பிய பின்னர் இது நிகழ்ந்தது. ஆனால் அதே நேரத்தில் க்யூ-பிராஞ்ச் இன்ஸ்பெக்டர் ஜெனரல் எஃப்.சி.ஷர்மா ஒரே நேரத்தில் ராஜீவ் விஜயம் செய்யவிருப்பதாக அனைத்து தொகுதிகளுக்கும் ஒரு செய்தியை அனுப்பினார், விடுதலைப் புலிகளின் முயற்சிக்கான சாத்தியக்கூறுகள் உள்ளன. ராஜீவ் படுகொலை செய்யப்படப் போகிறார் என்பது *IB* க்கு தெரியும் என்றும், டெல்லியில் யாரோ ஒருவரின் அறிவுறுத்தலின்படி இந்த படுகொலைக்கு வழிவகுத்தார் என்று மட்டுமே முடிவு செய்ய முடியும். எம்.கே. நாராயணனின் பாத்திரத்தை முடிக்க, அவர் மே 20, 1991 அன்று ராஜீவ் காந்திக்கு *NSG* வழங்க வேண்டும் என்று பரிந்துரைத்து ஒரு குறிப்பை எழுதினார்.

அது படுகொலைக்கு சரியாக 1 நாள் முன்பு இருந்தது. மார்ச்சில், அரபாத் ஒரு தூதரை அனுப்பி, பிரச்சாரத்தின் போது தனது மீது ஒரு கொலை முயற்சி இருக்கும் என்று எச்சரித்தார். அந்த நேரத்தில், எம்.கே.நாராயணன், ராஜீவ் காந்திக்கு *NSG* யை வழங்குமாறு பரிந்துரைப்பது பொருத்தமானதாக உணரவில்லை. ஏப்ரலில், *RAW* அவருக்கு ஒரு அறிக்கையை அனுப்பியது, விடுதலைப் புலிகள்ஒரு பெரிய விஷயத்தைத் திட்டமிடுகிறார்கள். ராஜீவ் காந்திக்கு எதிராக பிரபாகரனுக்கு இருந்த வெறுப்பு உலகம் முழுவதும் அறியப்பட்டது. ஆனாலும், ராஜீவுக்கு என்எஸ்ஜி வழங்குவதற்கு இது சரியான நேரம் என்று எம் கே நாராயணன் நினைக்கவில்லை. ஆனால் மே 20, 1991 அன்று, திடீரென எம் கே நாராயணனுக்கு ஞானோதயம் கிடைத்து, ராஜீவுக்கு *NSG* வழங்கப்பட வேண்டும் என்று பரிந்துரைத்தார். அது கூட நடவடிக்கை எடுக்கவில்லை. ராஜீவ் காந்தி அதே *NSG* வுடன் விடப்பட்டார், அவர் அந்த நாளில் ஆயுதம் கூட அணியவில்லை, ஏனெனில் மற்றொரு பி.எஸ்.ஓ துப்பாக்கியை அவரிடம் ஒப்படைக்க முடியவில்லை.

கேள்வி – எம்.கே.நாராயணன் ராஜீவ் காந்திக்கு நெருக்கமானவர். அவர் ஏன் அவருக்கு எதிராகத் திரும்ப வேண்டும்?

ப - அது உண்மைதான். உண்மையில் ராஜீவ் காந்தி பிரதமராக இருந்தபோது எம்.கே.நாராயணன் *IB* தலைவராக இருந்தார். ஆனால் வி.பி.சிங் பிரதமரானபோது அவர் நீக்கப்பட்டார். மீண்டும், சந்திரசேகர் பிரதமரானபோது, பிரதமராக நீடிப்பதற்கு ராஜீவ் காந்தியைச் சார்ந்திருக்க வேண்டியிருந்ததால், ராஜீவ் காந்தி சந்திரசேகர் மூலம் எம்.கே.நாராயணனை *IB* தலைவராக மீண்டும் கொண்டு வந்தார். இந்த நிலையில், எம்.கே.நாராயணன் ஏன் ராஜீவுக்கு எதிராக திரும்ப வேண்டும்? அது தான் இந்த எழுத்தாளரை குழப்பமடையச் செய்தது. மோகன்ராஜிடம் இது குறித்து அவர் விவாதித்தபோது, தீர்வு வந்தது. அவர் கூறினார் "இந்த நேரத்தில் நீங்கள் ஒரு போலீஸ்காரரைப் போல சிந்திக்க வேண்டும். எம். கே. நாராயணன் ராஜீவ் காந்தியால் அல்ல, ராஜீவுக்கு நெருக்கமான ஒருவரால் நியமிக்கப்பட்டார். இதுபோன்ற சூழ்நிலையில், நாராயணனின் விசுவாசம் ராஜீவ் காந்திக்கு அல்ல, மாறாக ராஜீவுக்கு நெருக்கமான அந்த நபருக்கு மட்டுமே இருக்கும்."

ஷ்ம நாராயண் சிங்

கேள்வி - அப்போதைய ஆளுநராக இருந்த பீஷ்ம நாராயண் சிங் பற்றி என்ன?

ப – ராஜீவ் ஷர்மா தனது புத்தகத்தில் எம்.கே.நாராயணன் படுகொலை செய்யப்பட்ட இரவில் மிகவும் தொந்தரவான நபராக இருந்திருப்பார் என்று குறிப்பிடுகிறார். எழுத்தாளரின் கூற்றுப்படி, பீஷ்ம நாராயண் சிங் தான் மிகவும் தொந்தரவான நபராக இருந்திருப்பார். முன்னதாக, பீஷ்ம நாராயண் சிங், ராஜீவ் தமிழகத்திற்கு வருகை தந்தபோது அவரைச் சுற்றி பாதுகாப்பு பலப்படுத்தப்பட வேண்டும் என்று கூறியதற்கு ஆட்சேபனை தெரிவித்து வாழப்பாடி ராமமூர்த்தி எதிர்த்தார். பீஷ்ம நாராயண் சிங் பின்னர் காவல்துறைத் தலைவரை அழைத்து பாதுகாப்பை பலப்படுத்துமாறு கேட்டுக்கொண்டார். இந்த உண்மையை இந்த வழக்கைப் பின்பற்றிய பலருக்கும் நன்கு தெரியும்.

ஆனால் பலருக்குத் தெரியாத விஷயம் என்னவென்றால், ராஜீவ் காந்தி அரசியல் சாராத நண்பர் ஒருவரிடம், தனக்கு நெருக்கமானவர்களால் ஸ்ரீபெரும்புதூரைப் பார்க்க அழுத்தம் கொடுக்கப்படுவதாகக் கூறினார். மேலும், பீஷ்ம நாராயண் சிங், பாதுகாப்பு அச்சுறுத்தல் காரணமாக ஸ்ரீபெரும்புதூரை ராஜீவ் தவிர்க்க வேண்டும் என்று பரிந்துரைத்திருந்தார். இதன் எதிரொலியாக, பீஷ்ம நாராயண் சிங் மற்றும் அவரது உதவியாளர்களுக்கு சுமார் 9 அழைப்புகள் வந்தன, அவர்கள் ராஜீவ் ஸ்ரீபெரும்புதூருக்கு சென்றாக வேண்டும் என்று வலியுறுத்தினர். அகில இந்திய காங்கிரஸ் கமிட்டி அலுவலகம் மற்றும் 10 ஜன்பத்தில் இருந்து அவ்வழைப்புகள் வந்தன.[179] எனவே 10 ஜன்பத்தில் இருந்து அழைப்பு விடுத்தது யார்? சமையற்காரர்களுக்கும், வீட்டுப் பணியாளர்களுக்கும் ஆளுநருக்கு இந்த அழைப்புகளைச் செய்யும் அதிகாரம் இருந்திருக்காது. முக்கியத்துவம் வாய்ந்த மூன்று பேர் மட்டுமே இருந்தனர். அவர்கள் பிரியங்கா காந்தி, ராகுல் காந்தி மற்றும் சோனியா காந்தி. அப்போது ராகுல் காந்தி அமெரிக்காவில் இருந்தார். பிரியங்கா காந்தி ஒரு டீன் ஏஜ் பெண் மட்டுமே.

---

179 சுப்பிரமணியம் சுவாமி 251 ம்கக்ப -

கொலை வாக்குமூலம்

கே – இறுதி ஜெயின் கமிஷன் அறிக்கைக்கு எழுத்தாளர் மிக உயர்ந்த மரியாதையை ஏன் கொண்டிருக்கவில்லை என்பதற்கு வேறு ஏதேனும் காரணம் உள்ளதா?

ப - ஆமாம். ஜெயின் கமிஷனின் முன் தாக்கல் செய்யப்பட்ட ஒரு முக்கியமான பிரமாணப் பத்திரம் உள்ளது. போபால் சன்சானி இதழின் ஆசிரியராக இருந்த திரு. அனிருதா பிரசாத் சாஸ்திரி இந்த பிரமாணப் பத்திரத்தை தாக்கல் செய்தார். சிவராசன் மற்றும் சுபா ஆகியோர் *1991* ஆம் ஆண்டு மே மாதம் *12* ஆம் தேதி மத்ய பிரதேசத்திற்கு வந்ததாக பிரமாணப் பத்திரத்தில் குறிப்பிடப்பட்டுள்ளது. போபாலில் உள்ள பழைய தலைமைச் செயலகத்தில் இருந்த சுரேஷ் பச்செளரியின் இல்லத்தில் அவர்கள் தங்கியிருந்தனர். சுரேஷ் அவர்களை காங்கிரஸ் தொண்டர்களுக்கு அறிமுகப்படுத்தி, அவர்கள் மிஸ்டர் அண்ட் மிஸஸ் ஐயர் - பத்திரிகையாளர்கள் என்று கூறினார். சுரேஷ் பச்செளரி தான் நிரபராதியாக இருந்திருந்தால், சிவராசன் மற்றும் சுபாவின் புகைப்படங்கள் செய்தித்தாள்களில் வெளியான பிறகு, சுரேஷ் *SIT* அல்லது வர்மா கமிஷனுடன் தொடர்பு கொண்டு, இவர்கள் பத்திரிகையாளர்கள் போல் காட்டிக் கொண்டதாகக் கூறியிருக்க வேண்டும். உண்மையில், சிவராசன் எங்கிருக்கிறார் என்பதைப் பற்றிய தடயங்களை பொது மக்களிடமிருந்து தேடுவதாக *SIT* அறிவித்திருந்தது, மேலும் அத்தகைய முன்னணிகளுக்கு பொருத்தமான வெகுமதி பணத்தையும் வழங்கியிருந்தது (இது ஒரு கேலிக்கூத்தாக இருந்தது).

மேலும் அனிருத்தாவின் பிரமாணப் பத்திரத்தை *7* காங்கிரஸ் தொண்டர்கள் ஆதரித்தனர்.

1. *ஸ்ரீமதி சியாமா பாய்*

2. *கிசான் லால்*

3. *ஸ்ரீமதி சந்திர காந்தா*

4. *ஸ்ரீமதி பகவதி*

5. *ஸ்ரீமதி மீரா*

6. ஸ்ரீமதி ஷீலா பாய்

7. ஸ்ரீமதி மம்தா.

சதிக் கோணத்தில் மேலும் நம்பகத்தன்மையை அதிகரிக்க, ஸ்ரீமதி ஷீலா பாய் மற்றும் ஸ்ரீமதி மம்தா ஆகியோருக்கு 1992 செப்டம்பர் 21 அன்று சுரேஷ் பச்செளரியின் அடியாட்கள் பிரமாணப் பத்திரத்தை தாக்கல் செய்ததற்காக கொலை மிரட்டல் விடுத்தனர். ஷீலா பாய் மற்றும் மம்தா இருவரும் சுரேஷ் பச்செளரிக்கு எதிராக கோவிந்தபுரா காவல் நிலையத்தில் புகார் அளித்தனர். ஆனால் போலீசார் எந்த நடவடிக்கையும் எடுக்கவில்லை. இதை மேலும் ஆதரிக்க, சிவராசனின் நாட்குறிப்பில் மார்ச் 8, 1991 தேதிக்கான ஒரு பதிவு உள்ளது.

1. மத்யா பிரதேசம் மாநிலம்

2. குணா மாவட்டம்

3. சாந்தன் மலைகள்

4. குவாலியர் ராணிக்கு சொந்தமான பங்களா

5. பீகாருக்கு மாற்றப்பட்டது[180]

---

180 துரைசாமி - பக்ஸ் 206-208. F C S

முடிவுரை

2007 ஆம் ஆண்டில் சந்திரசாமி வெளிநாடு செல்ல முயற்சித்த புள்ளியில் இருந்து இந்த முழு வழக்கும் தொடங்குகிறது, மேலும் ராஜீவ் காந்தியின் படுகொலைக்கு சந்திரசாமி நிதியளித்தார் என்று கூறுவதற்கு போதுமான ஆதாரங்கள் தங்களிடம் உள்ளன என்று CBI ஆட்சேபிக்கிறது. நீதிபதி ஒரு மூடிய அறையில் சாட்சியங்களை ஆராய்ந்து, பெட்டிநிறைய ஆதாரங்கள் செல்லுபடியாகும் மற்றும் சந்திரசாமிக்கு வெளிநாடு செல்ல அனுமதி மறுக்கப்படுகிறது. ஓரிரு வருடங்களில் சந்திரசாமி மீண்டும் வெளிநாடு செல்ல முயற்சிக்கிறார். இதை எதிர்த்து சிபிஐ மீண்டும் நீதிமன்றத்தில் மேல்முறையீடு செய்தது. ஆனால் இந்த முறை, நீதிபதிகள் CBI யின் மீது நடவடிக்கை எடுத்து, இந்த வழக்கை நீண்ட காலமாக விசாரித்து வருவதாகவும், தங்களிடம் சரியான ஆதாரங்கள் இருப்பதாக நினைத்தால் சந்திரசாமிக்கு எதிராக கூடுதல் குற்றப்பத்திரிகை தாக்கல் செய்திருக்க வேண்டும் என்றும் கூறுகின்றனர். ராஜிவ் படுகொலைக்கு சந்திராசாமி நிதியளித்தார் என்ற வாதத்திற்கான ஆதாரங்களை நீதிமன்றமே முதலில் ஆராய்ந்தது, ஆதாரங்கள் செல்லுபடியாகும் என்று குறிப்பிட்டது. எனவே, சந்திரஸ்வாமி ராஜீவின் அடாவடித்தனத்திற்கு நிதியளித்தார் என்பதற்கு உறுதியான ஆதாரங்கள் இருந்தன.

இப்போது பெரிய கேள்வி என்னவென்றால், அப்போது அவர் ஏன் கைது செய்யப்படவில்லை? இந்தக் கேள்விக்குப் பிறகு பதில் சொல்லலாம். மற்றொரு கேள்வி என்னவென்றால், அவர் முழு சதியையும் தீட்டினாரா? இந்தக் கேள்வி முக்கியமானது. முன்பு குறிப்பிட்டது போல, உண்மையில் அவர் வி.பி.சிங்கைதவறாக சிக்க வைப்பதற்காக செயின்ட் கிட்ஸ் ஊழலில் கூட பங்கேற்றார். ஆனால் அவர் காங்கிரசில் ஒருவருக்கு இடைத்தரகராக செயல்பட்டார். அதுதான் அவரது வேடம். அவர் ஒரு அரசியல் தரகர். வி.பி.

சிங்கை சிக்க வையுங்கள் என்றால் அவர் பணத்திற்காகவும் அதிகாரத்திற்காகவும் அவ்வாறு செய்திருப்பார். யாராவது ராஜீவை சிக்க வைக்க லஞ்சம் கொடுத்திருந்தால், அவர் அதைச் செய்திருப்பார். யாராவது ராஜீவ் கொலை செய்ய லஞ்சம் கொடுத்திருந்தால், அவர் அவ்வாறு செய்திருப்பார். உண்மையில், அவர் அவ்வாறு செய்தார்.

அனைத்திற்கும் மேலாக சந்திரஸ்வாமி பிரதான சதிகாரராக இருந்திருந்தால், அவர் ஒருபோதும் புலிகளை நேரடியாகத் தொடர்பு கொண்டிருக்க மாட்டார். அவர் ஒரு இடைத்தரகரைத் தேர்ந்தெடுத்து பணத்தைக் கொடுத்திருப்பார். எடுத்துக்காட்டாக – அவர் A ஆக இருந்திருந்தால், அவர் B இடைத்தரகருக்கு) பணத்தை அனுப்பியிருப்பார், Bயும் C(LTTE) க்கு (LTTE) க்கு பணத்தைக் கொடுத்திருப்பார். ஆனால் இங்கே, அவர்தான் அந்தப் பணத்தை விடுதலைப்புலிகளுக்குக் கொடுத்தவர் என்ற கூற்றை ஆதரிப்பதற்குப் போதுமான ஆதாரங்கள் உள்ளன. அவர் விடுதலைப் புலிகளுடன் நேரடித் தொடர்பில் இருந்தார். 'ஜெயின் முனி' (சந்திரஸ்வாமி) தான் வெளிநாடு செல்ல உதவப் போகிறார் என்று சிவராசன் தன்னிடம் கூறியதாக பெங்களூர் ரங்கநாத் கூறினார். எனவே, அந்தப் பணத்தை விடுதலைப் புலிகளிடம் ஒப்படைப்பதற்காக யாரோ ஒருவர் அவரிடம் பணத்தை ஒப்படைத்தார் என்பது தெளிவாகிறது. யார் அந்த யாரோ?

அப்போது ராஜீவின் செயலாளராக இருந்த சரளா கிரேவால், செப்டம்பர் 23, 1987 அன்று அப்போதைய IB தலைவர் எம்.கே.நாராயணனுக்கு எழுதிய கடிதத்தில், சந்திரசாமி ராஜீவை நீக்க தீவிரமாக சதி செய்வதாக (அரசியல் ரீதியாகவோ அல்லது உடல் ரீதியாகவோ தெரியவில்லை) தெரிவித்த போதிலும், அவரால் ராஜீவின் இறுதிச் சடங்கில் கலந்து கொள்ள முடிந்தது, மேலும்யாசர் அரபாத்தின் அருகில் அமர்ந்திருந்தார். அவருக்கு அணுகலை வழங்கியது யார்? ஜூலை 1991ல் ராஜீவ் படுகொலையில் சந்திரசாமியின் பங்கு பற்றி ராஜிந்தர் ஜெயின் ஒரு வார இதழில் எழுதிய போதிலும், மார்கரெட் ஆல்வா ஜெய்ப்பூரில் உள்ள ஒரு தொலைதூர நகரத்தில் சந்திரசாமியின் தாயின் இரங்கல் கூட்டத்தில்(தேதி அறியப்படாத நாள்) சென்று கலந்து கொண்டார். நரசிம்மராவ் பிரதமராக இருந்தபோது இது நடந்தது. ராஜீவ்

காந்திக்கு நெருக்கமானவர்களுடன் சந்திரசாமிக்கு சில முக்கியமான தொடர்புகள் இருந்தன என்பது தெளிவாகிறது.

IB க்கு வரும்போது, IB அதன் மூடிமறைப்பு நடவடிக்கையை மே 22, 1991ல் இருந்தே தொடங்கியது. மே 21 ஆம் தேதி மாலை தாமதமாக ஒரு படுகொலை நடந்தது. 22ம் தேதி காலை, அவர்கள் போலீஸ் அதிகாரிகளுடன் வீடியோ கேசட் உரிமையாளர் பாபுவின் வீட்டிற்கு சென்றனர். அவர்கள் வீடியோ கேசட்டை பறிமுதல் செய்து எம்.கே.நாராயணனுக்கு அனுப்பி வைத்தனர். வீடியோ கேசட் சிதைக்கப்பட்டது. பின்னர் சில நாட்களில், சிதைந்த வீடியோ கேசட் பாபுவிடம் ஒப்படைக்கப்பட்டது. இதை வேறு யாரிடமாவது சொல்லத் துணிந்தால் கடுமையான விளைவுகளை சந்திக்க நேரிடும் என்று அவர் அச்சுறுத்தப்பட்டார். முதலாவதாக, போலீஸ் அதிகாரிகளுடன் செல்ல IB க்கு எந்த அதிகாரமும் இல்லை. அது அவர்களின் வேலை அல்ல, அதைச் செய்யக்கூடாது. ஆனால் அவர்கள் அதை செய்தார்கள். விஷயம் என்னவென்றால், யாரோ ஒருவர் தங்கள் IB தலைவர் எம்.கே.நாராயணனுக்கு அவ்வாறு செய்யுமாறு அறிவுறுத்தியதால் அவர்கள் அதைச் செய்தார்கள். படுகொலைக்குப் பிறகு உடனடியாகச் சென்று அனைத்து ஆதாரங்களையும் துடைத்தெறிய வேண்டும் என்று எம்.கே.நாராயணனுக்கு அறிவுறுத்திய நபர் யார்? அவரே உண்மையான சதிகாரர்.

80 சதவீத தீக்காயங்களுடன் சப்-இன்ஸ்பெக்டர் அனுசுயா, அப்பல்லோ மருத்துவமனையில் சிகிச்சை பெற்று வந்தார். அவர் உயிருடன் பிழைப்பார் என்று எதிர்பார்க்கப்படவில்லை. மரகதம் சந்திரசேகர் மிக சிறிய காயங்களுடன் அதே மருத்துவமனையில் அனுமதிக்கப்பட்டார். உண்மையில், மே 24 அன்று திருச்சி வேலுசாமி, சுப்பிரமணியம் சுவாமி மற்றும் எச் வி ஹண்டே ஆகியோர் அவரை பார்க்கச் சென்றபோது மூச்சுத் திணறல் இருப்பதாகக் காட்டிக் கொண்டிருந்தார். ஆனாலும் மோகன்ராஜ் கூறியது போல் உயிருக்குப் போராடிக் கொண்டிருந்த அனுசுயா புறக்கணிக்கப்பட்டார். லேசான காயம் அடைந்த மரகதம் டெல்லி எயிம்ஸ் மருத்துவமனைக்கு மாற்றப்பட்டார். காரணம் எளிமையானது. அது காயங்கள் அல்ல. அவர் அறிந்த உண்மைகள் அவை. SITயிடம் அவர் உண்மையைப் பேசுவதை அவர்கள் விரும்பவில்லை.

உண்மை என்ன? அது எளிமையாக இருந்தது. மருத்துவமனை படுக்கையில் இருந்த அனுசுயா, திருச்சி வேலுச்சாமி, ஹண்டே மற்றும் சுப்பிரமணியம் சுவாமி ஆகியோரிடம், மரகதத்தின் மகன் லலித் சந்திரசேகர் தான் ஸ்ரீபெரும்புதூரில் வந்து தாணுவை இறக்கிவிட்டார் என்பதை உறுதிப்படுத்தியுள்ளார். சிவராசன் டேரில்பீட்டர் மூலம் லலித் சந்திரசேகரை அணுகி ரூ. 5 லட்சம் செலுத்தினார். தனு, சிவராசன் மற்றும் சுபா ஆகிய கொலையாளி கும்பல் மூவரும் EPRLF தொண்டர்களுக்காக செயற்பட்டதோடு, ராஜீவ் காந்திக்கு மாலை அணிவித்து மரியாதை செய்ய ஒரு சந்தர்ப்பத்தை விரும்புவதாகவும் கோரிக்கை விடுத்தனர். அது மட்டுமல்ல. டெல்லியைச் சேர்ந்த ஒருவர் மரகதத்தை தொடர்பு கொண்டு அவர்களுக்கு ஒரு வாய்ப்பை வழங்குமாறு அழுத்தம் கொடுத்துள்ளார். மே 18ஆம் தேதி, ஸ்ரீபெரும்புதூரில் ஒரு கூட்டம் நடத்த வேண்டும் என்ற காங்கிரஸின் கோரிக்கைக்கு காவல்துறை ஒப்புதல் அளித்து, பள்ளி மைதானம் அவர்களுக்கு ஒதுக்கப்பட்டது.

ஆயினும்கூட, காவல்துறையினருக்குத் தெரிவிக்காமல், மரகதம் தானாகவே பள்ளி மைதானத்திலிருந்து புதர்களும் செடிகளும் நிறைந்திருந்த கோயில் மைதானங்களுக்கு அந்த இடத்தை மாற்றினார். அவர் ஏன் அதை செய்தார்? சிவராசன் ஒரு மாற்றத்தை விரும்பினார் என்பதே இதற்கு ஒரே காரணம் என்பது வெளிப்படை ஏன்? சிவராசனைப் பொறுத்தவரை, படுகொலை என்பது ஒரு பகுதியாகும். மற்றொரு பகுதி படுகொலைக்குப் பிறகு தப்பிப்பது. ஆரம்ப இடமாக இருந்த பள்ளி மைதானம் பிரதான சாலையில் இல்லை. அது உட்புறத்தில் இருந்தது. படுகொலைக்குப் பின்னர் ஏற்படும் குழப்பங்களுக்கு மத்தியில் அதிலிருந்து தப்பிப்பது ஒரு சவாலாக இருக்கும். அது உட்புறத்தில் இருந்ததால் பேருந்துகள் அல்லது ஆட்டோக்கள் எதுவும் கிடைப்பது கடினம். ஆனால் இடம் பிரதான சாலையில் இருந்தால், கொலைக்குப் பிறகு சிவராசன் மற்றும் கும்பல் தப்பிப்பது மிகவும் எளிதாக இருக்கும், ஏனெனில் பிரதான சாலையில் வாகனங்கள் செல்லும். ஆனால், அந்த இடத்தை மாற்றுமாறு மரகதத்துக்கு அவரால் நேரடியாக அறிவுறுத்த முடியவில்லை. எனவே டெல்லியில் உள்ள தொடர்பாளரைத் தொடர்பு கொண்டு இதைச் செய்தார். அந்த நபர், மரகதத்துடன்

தொடர்பு கொண்டார், மேலும் மரகதம் எதையும் சந்தேகிக்காமல் தேவையானதைச் செய்தார்.

ஆனால் படுகொலைக்குப் பிறகு, மரகதம் உண்மையை உணர்ந்து கொண்டார். அப்பொழுது. குண்டுவெடிப்பிற்குப் பிறகு மரகதம் வாழ்வார் என்று எதிர்பார்க்கப்படவில்லை. ராஜீவுடன் ஒரு நாடாளுமன்றத் தொகுதியில் நிற்கும் வேட்பாளர் என்பது அனைவரும் அறிந்ததே (இந்த விஷயத்தில் மரகதம்) எல்லா நேரத்திலும் அவருக்கு மிக அருகில் இருப்பார் எனவே குண்டுவெடிப்பின் தாக்கம் காரணமாக, ராஜீவ் காந்தியுடன் மரகதம் இறக்க வேண்டியிருந்தது. ஆனால் விதி விரும்பியபடி, அவர் ராஜீவை விட முன்னேறிச் சென்றதால் அவர் காப்பாற்றப்பட்டார், ஏனென்றால் மரகதத்தைபிடிக்காத லக்ஷ்மி ஆல்பர்ட் & கோ அடங்கிய பெண்கள் குழு ராஜீவை சுற்றி வளைத்து மரகதத்தை முழங்கையால் தள்ளினார். எனவே மரகதம் உயிரோடு இருந்தார். டெல்லியில் உள்ள சதிகாரர்களுக்கு அதிர்ச்சியாக இருந்தது, ஏனெனில் அவருக்கு உண்மை தெரியும். பத்திரிகைகளுக்கோ அல்லது SIT க்கோ அவர் அதை மழுங்கடிக்க ஒவ்வொரு வாய்ப்பும் உள்ளது. அதைத் தடுக்க, யாரிடமும் எதையும் பேசக்கூடாது என்று அவருக்கு (அச்சுறுத்தப்பட்ட) கடுமையான அறிவுறுத்தல்கள் வழங்கப்பட்டிருக்கலாம். அப்போலோ மருத்துவமனையில் சிறிது காலம் தங்கியிருந்த பின்னர், அவர் எய்ம்ஸ் மருத்துவமனைக்கு மாற்றப்பட்டார். அங்கு அவருக்கு சரியான சிகிச்சை அளிக்கப்பட்டிருக்கும். லஞ்சம் கொடுக்கப்பட்டதா/ பிளாக்மெயில் செய்யப்பட்டாரா/ அவரிடம் கெஞ்சினார்களா என்பது அவரவர் யூகித்து கொள்ளலாம். அதன் பிறகு மரகதம் முற்றிலும் மௌனமானார்.

சிவராசன் அவர் பத்மநாபாவைக் கொலை செய்துவிட்டு இந்தியாவிலிருந்து தப்பி ஓடினார். உண்மையில் இந்தியாவில் ஆட்சியில் இருந்த தி.மு.க. அரசாங்கம்தான் விடுதலைப் புலிகளை முழுமையாகஆதரித்தது. இந்தகொலை1990 ஆம்ஆண்டுஜூன்மாதம் 19ஆம் தேதி மாலை இடம்பெற்றது. இருப்பினும், கருணாநிதியின் அனைத்து ஆதரவும் இருந்தபோதிலும், சிவராசன் பீதியடைந்து, ஜூன் 21, 1990 வாக்கில் இந்தியாவை விட்டு வெளியேறினார். எனவே

நாட்டின் முன்னாள் பிரதமராக இருந்த ராஜீவ் காந்தியை அவர் படுகொலை செய்தபோது, அவர் இன்னும் பீதியடைந்து, அதேநாளில் அல்லது அதற்கு அடுத்த நாளில் இந்தியாவை விட்டு வெளியேற முயற்சித்திருப்பார் என்ற எதிர்பார்ப்பு இருந்தது. ஆனாலும், அவர் எந்தவித பதற்றமும் இல்லாமல் அமைதியாக தமிழகத்திலிருந்து தப்பிக்க முயற்சிக்கவில்லை. திருப்பதி, வேதாரண்யம் போன்ற இடங்களுக்கு மாட்டிக் கொள்வோமோ என்ற அச்சமின்றி வெளிப்படையாகவே சென்று கொண்டிருந்தார். அவருக்கு இருந்த நம்பிக்கை என்ன? அவருக்கு நம்பிக்கை கொடுத்தது யார்?

சிவராசன் எல்லோரையும் டெல்லிக்கு அனுப்பிக் கொண்டே இருந்தார். ஆதிரையும் கனகசபாபதியும் டெல்லி சென்றனர். சிவருபன் ஜெய்ப்பூர் சென்றார். அவரே பெங்களூர் சென்று டெல்லியை நோக்கி நகர்ந்து கொண்டிருந்தார். மேலும் ஆதிரை தற்கொலை குண்டுதாரியாக இருப்பார் என்றும், அவர் டெல்லியில் ராஜீவை கொலை செய்வார் என்றும் காப்பு திட்டம் இருந்தது. ஆதிரை மற்றும் கனகசபாபதி இருவருக்கும் இந்தி தெரியாது, டெல்லிக்கு புதிது. எனவே அவர்களில் யார் ராஜீவை அணுக முடியும்? எந்த அடிப்படையில் அவர்கள் டெல்லிக்குச் சென்றார்கள்? வெளிப்படையாக, காங்கிரஸில் மூத்த மற்றும் மிகவும் சக்திவாய்ந்த ஒருவரின் தொடர்பு நிச்சயமாக சிவராசனுக்கு இருந்திருக்க வேண்டும். அவர் கர்நாடகாவில் உள்ள பெங்களூர் சென்றார். மார்கரெட் ஆல்வா எங்கிருந்து வந்தார்? அவர் கர்நாடகாவின் மங்களூரைச் சேர்ந்தவர். இறுதியாக சிவராசன் எங்கே கண்டுபிடிக்கப்பட்டார்? அவர் ஆஞ்சநேயாவுக்கு சொந்தமான ஒரு வீட்டில் கண்டுபிடிக்கப்பட்டார், அவரது சகோதரர் அஸ்வத் ராமையா ஆவார், மார்கரெட் ஆல்வாவால் வளர்க்கப்பட்டவர் தான் இந்த அஸ்வத் நாராயணா.

மேலும், ராஜீவ் ராம்பூர், பரேலி மற்றும் மொராதாபாத்தில் மே 21 ஆம் தேதி இருந்திருக்க வேண்டும். ஆனால் அவர் தமிழ்நாட்டிற்குச் செல்வதற்காக அட்டவணை மாற்றப்பட்டது. தமிழ்நாட்டில் ஸ்ரீபெரும்புதூர் ஆரம்ப பட்டியலில் இல்லை. இது கடைசி நிமிடத்தில் சேர்க்கப்பட்டது. இறுதியாக அவர் ஸ்ரீபெரும்புதூருக்கு வந்து படுகொலை செய்யப்பட்டார். எல்லாம் படிப்படியாக எவ்வாறு திட்டமிடப்பட்டு செயல்படுத்தப்பட்டது என்பதை வாசகர்

கவனிக்க வேண்டும். பயணத்திட்டத்தைப் பொறுத்தவரை, மே 17 அன்று மாலை மார்கரெட் ஆல்வாதான் தொலைபேசியில் தொடர்பு கொண்டு, மே 21ஆம் தேதி ஶ்ரீபெரும்புதூரை மாநாட்டுக்கான இடமாக ஏற்றுக் கொண்டு அதற்குத் தேவையான ஏற்பாடுகளைச் செய்யுமாறு மரகதத்தை நிர்ப்பந்தித்ததாக பொன் கிருஷ்ணமூர்த்தி கூறுகிறார். ராஜீவ் காந்தியின் ஶ்ரீபெரும்புதூர் பயணத்தை மே 17ம் தேதி மாலைக்குள் மார்கரெட் ஆல்வா இறுதி செய்தார் என்பதை கார்த்திகேயனும், ரகோத்தமனும் ஒப்புக்கொண்டுள்ளனர். இருப்பினும், மார்கரெட் ஆல்வா, தனது 'தைரியமும் அர்ப்பணிப்பும்' என்ற புத்தகத்தில், ஶ்ரீபெரும்புதூர் மே 20 ஆம் தேதிதான் ராஜீவால் தேர்ந்தெடுக்கப்பட்டதைப் பற்றி அறிந்ததாக எழுதினார். பயணத்திட்டங்களை சரிசெய்யும் பொறுப்பில் அகில இந்திய காங்கிரஸ் கமிட்டியின் நபராக அவர் இருந்தபோது இது எப்படி சாத்தியமாகும்?

ராஜீவ் காந்தி படுகொலை என்பது காங்கிரசில் மிகவும் சக்திவாய்ந்த ஒருவரால் செய்யப்பட்ட ஒரு உள்நாட்டுக் கொலை என்பது இந்த உண்மைகளிலிருந்து தெளிவாகிறது. இதில்க்ளைமாக்ஸ் - சிவராசன் மே 12 ஆம் தேதி சுபாவுடன் மத்யபிரதேசத்திற்குச் சென்று சுரேஷ் பச்செளரியின் வீட்டில் இருந்தார். மெட்ராஸைச் சேர்ந்த பத்திரிகையாளர் தம்பதிகளான மிஸ்டர் அண்ட் மிஸஸ் ஐயர் என்று அவர் காங்கிரஸ் தொண்டர்களுக்கு அறிமுகப்படுத்தப்பட்டார். ஜெயின் கமிஷனில் ஒரு நபரால் பிரமாணப் பத்திரம் தாக்கல் செய்யப்பட்டதுமற்றும்ஏழுவெவ்வேறுகாங்கிரஸ்தொண்டர்களால் ஆதரிக்கப்பட்டது. இந்த 7 நபர்களில் 6பேர் பெண்கள்.

யார் இந்த சுரேஷ் பச்சோரி? அவரைப் பற்றிய ஒரே ஒரு தகவலை இந்த எழுத்தாளரால் கண்டுபிடிக்க முடிந்தது, அவர் சோனியா காந்தியின் நெருங்கிய நம்பிக்கைக்குரியவர் என்பதுதான்.[181]

கொக்குகள் மகிழ்ச்சியில் சிறகுகளை அடித்துக் கொண்டு பறந்தன.

---

181 திருச்சி வேலுச்சாமி (தமிழ்) – பக்கம் 152

ஒப்பீடுகள்

1. அருண் ஷோரி, *The Commissioner for Lost Causes*, பென்குயின் ரேண்டம் ஹவுஸ் இந்தியா, 2022.

2. நீனா கோபால், *The Assassination of Rajiv Gandhi* பென்குயின் புக்ஸ், 2016.

3. தா.பாண்டியன், ராஜீவ் காந்தியின் கடைசி மணிதுலளிகள் (தமிழ்), குமரன் பதிபபகம், 2005.

4. சந்திரசேகரன் பி, கிரிமினல்கள் ஜாக்கிரதை (தமிழ்), கிழக்கு பதிப்பகம், 2005.

5. ஃபராஸ் அகமது, *Assassination of Rajiv Gandhi – An inside job?* விடஸ்தா பப்ளிஷிங் பிரைவேட் லிமிடெட், 2015.

6. ரகோத்தமன் கே, ராஜீவ் காந்தியை கொலை செய்வதற்கான சதி சி.பி.ஐ கோப்புகள், மனாஸ் பப்ளிகேஷன்ஸ், 2018.

7. சிங் என் கே, தி ப்ளைன் ட்ரூத் - சிபிஐ அதிகாரியின் நினைவுகள், கோனார்க் பப்ளிஷர்ஸ் பிரைவேட் லிமிடெட், 1996.

8. ராஜீவ் ஷர்மா, பியாண்ட் தி டைகர்ஸ், காவேரி புக்ஸ், 2018.

9. ராகோத்தமன் கே, ராஜீவ் கொலை வழக்கு – மர்மம் விளையும் நேரம் (தமிழ்), கிழக்கு பதிப்பகம், 2009.

10. துரைசாமி எஸ், *Mysteries and Secrets behind the Rajiv Gandhi Murder* -ரவி பிரிண்டர்ஸ், 2014.

11. சிங் என்.கே, தி ப்ளெயின் ட்ரூத், கொனார்க் பப்ளிஷர்ஸ் பிரைவேட் லிமிடெட், 1996.

12. திருச்சி வேலுச்சாமி, தூக்கு கயிற்றில் நிஜம் (தமிழ்), பாட்ரிசியா பப்ளிகேஷன்ஸ், 2012.

13. நிரோமி டி சோசா, தமிழ் பெண்புலி (தமிழ்), *Umamahesh.com*, 2014.

14. தமிழினி, இன் த ஷேடோ ஆஃப் எ வாட், யோடா பிரஸ் / சேஜ் / செலக்ட், 2016.

15. கார்த்திகேயன் டி.ஆர் & ராதா வினோத் ராஜு, ட்ரையம்ப் ஆஃப் ட்ரூத்: தி ராஜீவ் காந்தி படுகொலை, ஸ்டெர்லிங் பப்ளிஷர்ஸ், 2004.

16. ரமேஷ் தலால், *Rajiv Gandhi Assassination: The Mystery unfolds* யுபிஎஸ் பப்ளிஷர்ஸ் டிஸ்ட்ரிபியூட்டர்ஸ் லிமிடெட், 2001.

17. சுப்ரமணியம் சுவாமி, *Assassination of Rajiv Gandhi: Unanswered Questions and Unasked Queries* கொனார்க் பப்ளிஷர்ஸ், 2000.

18. ஸ்டீபன் ஹெயின்ஸ், தி ப்ளீடிங் ஐலேண்ட், பார்ட்ரிட்ஜ் பப்ளிஷிங், இந்தியா, 2016.

19. நளினி முருகன், ராஜீவ் கொலை – மறைக்கப்பட்ட உண்ணையும் பிரியன்கா நளினி சந்திப்பும் (தமிழ்), யாழில் பதிபகம், 2016.

20. ரவிச்சந்திரன், ராஜீவ் காந்தி படுகோலை - சிவராசன் டாப் சீக்ரெட் (தமிழ்), யாழில் பதிபகம், 2018.

21. செல்லமுத்து குப்புசாமி, பிரபாகரன் ஒரு வாழக்கை (தமிழ்), கிழக்கு பதிப்பகம், 2008.21) நக்கீரன் & டீம், ராஜீவ் படுகொலையில் சர்வதேச கூலிகள் (தமிழ்), நக்கீரன் பப்ளிகேஷன்ஸ், 2021.

நேர்காணல்கள்

1. பொன் கிருஷ்ணமூர்த்தி (மரகதம் சந்திரசேகரின் உதவியாளர்)

2. நூருல்லா (பத்திரிகையாளர்)

3. மோகன்ராஜ் ஜெபமணி (ஓய்வு பெற்ற போலீஸ் அதிகாரி மற்றும் சிறப்பு புலனாய்வுக் குழு CBI உறுப்பினர்)

4. துரைசாமி (நளினி முருகனின் வழக்கறிஞர்)

5. ரகோத்தமன் (தலைமை விசாரணை அதிகாரி SIT)

6. அனுசுயா டெய்சி (போலீஸ் எஸ்.ஐ.)

7. நீதிபதி கே.டி.தாமஸ் (உச்ச நீதிமன்ற நீதிபதி)

8.   மேஜர் ரவி (முன்னாள் கமாண்டோ மற்றும் இந்திய ராணுவத்தின் ஓய்வு பெற்ற அதிகாரி)

சஞ்சிகை கட்டுரைகள் / புத்தகங்கள்

a.   *https://timesofindia.indiatimes.com/city/chennai/total-recall-on-the-day-of-rajiv-gandhi-assassination/articleshow/86829495.cms*

b.   *http://www.thesundayindian.com/cgi-sys/suspendedpage.cgi?article_id=15033*

c.   *https://timesofindia.indiatimes.com/city/bengaluru/with-a-scrap-of-paper-cops-hunted-down-rajiv-assassins/articleshow/52351328.cms*

d.   *https://www.indiatoday.in/magazine/investigation/story/19910715-rajiv-gandhi-assassination-ltte-supremo-pirabhakaran-ordered-the-killing-in-jaffna-in-october-1990-814580-1991-07-15*

e.   *https://www.outlookindia.com/magazine/story/night-of-the-suicide-bomb/300169*

ஜூனியர் விகடன் மே 29, 1991

1.   *https://bharatabharati.in/2012/11/17/crime-reward-the-curious-investigation-of-rajivs-assassination-sam-rajappa/*

2.   *https://tamilnation.org/books/eelam/singh.htm*

3.   *https://www.wikiwand.com/en/1991_Indian_general_election*

4.   *https://tamilnation.org/intframe/india/jaincommission/growth_of_tamil_militancy/ch3sec1.html*

5.   *https://tamilnation.org/intframe/india/jaincommission/growth_of_tamil_militancy/ch3sec6.html*

6.   *https://www.thehindu.com/news/national/tamil-nadu/former-cbi-official-says-he-did-not-record-perarivalans-confession-verbatim/article5384370.ece*

7.   *https://timesofindia.indiatimes.com/india/freedom-at-midlife-for-rajiv-gandhi-killing-convict/articleshow/91649661.cms*

8.   *https://www.indiatoday.in/magazine/nation/story/19960731-rajiv-gandhi-assassination-probe-court-ruling-on-mv-ahat-crew-comes-as-a-setback-to-sit-833602-1996-07-31*

9.   *https://www.upi.com/Archives/1993/01/20/Tamil-Tigers-claim-Indian-naval-piracy-led-to-their-leaders-death/5194727506000/#:~:text=NEW%20DELHI%2C%20New%20Delhi%20%2D%2D,waters%20by%20the%20Indian%20Navy*

10. *https://dbsjeyaraj.com/dbsj/archives/64965*

11. *https://www.colombotelegraph.com/index.php/the-murder-of-alfred-duraiappah/*

12. *https://www.newindianexpress.com/world/2010/oct/14/prabhakaran-did-not-kill-jaffna-mayor-scribe-195074.html*

13. *https://www.nytimes.com/2005/11/18/world/asia/sri-lankan-prime-minister-wins-presidential-election.html*

14. *https://www.rediff.com/news/2004/dec/13rajiv.htm*

15. *https://indiankanoon.org/doc/1404057/*

16. *https://indiankanoon.org/doc/1894969/?type=print*

17. *https://www.firstpost.com/india/chandraswami-the-life-and-times-of-self-* பாணியிலான-கடவுள்-யார்-ஆனார்-சர்ச்சைகள்-பிடித்த-குழந்தை-*3475296.html*

18. *https://zeenews.india.com/news/nation/justice-jain-indicates* - சந்திரஸ்வாமியின் பங்கு - ராஜீவ் கொலை - *case_192379.html*

19. *https://www.indiatoday.in/magazine/crime/story/19960430-accused-* சஞ்சய்-கண்ணா-வெளிப்படுத்துகிறது-சந்திரஸ்வாமிகள்-பாத்திரம்-குண்டு நடும்-இன்-பத்திரிகையாளர்-சமணர்கள்-கார்-*833464-1996-04-30*

20. *https://www.dawn.com/news/1066801*

21. *https://indianexpress.com/article/india/judge-who-handed-death-to-rajiv-* காந்தி-கொலைகாரர்கள்-எழுதுகிறார்-சோனியா-ஷோ-பெருந்தன்மை-*4939399/*

22. *https://www.yumpu.com/en/document/read/42840544/supreme-court-judgementjustice-d-p-wadhwa-rajiv-gandhi-*

23. *https://www.thenewsminute.com/article/rs-40-lakh-godman-and-his-aide-unanswered-questions-rajiv-gandhi-assassination-73053*

24. *https://m.facebook.com/nt/screen/?params=%7B%22note_id%22%3A352815799304181%7D&path=%2Fnotes%2Fnote%2F&refsrc=deprecated&_rdr*

25. *https://www.dailypioneer.com/2014/india/fabricated-versions-of-events-floated-as-truth.html*

26. *https://www.casemine.com/judgement/in/5609ad65e4b014971141147f*

27. *https://www.indiatoday.in/magazine/investigation/story/19960531-gaps-in-the-probe-753114-1996-05 - 31*

28. *http://www.indiandefencereview.com/spotlights/the-assassination-of-rajiv-gandhi/2/*

29. *https://parliamentofindia.nic.in/ls/lsdeb/ls12/ses2/0405089808.htm*

30. *https://www.history.com/topics/middle-east/persian-gulf-war*

31. *https://www.southasiamonitor.org/books/was-rajiv-gandhi-victim-foreign-intelligence-agencies*

32. *https://sangam.org/sri-lanka-the-untold-story-chapter-47/*

33. *https://www.dailymail.co.uk/news/article-4583004/Adnan-Khashoggi-shadowy-arms-dealer-friend-Nixon.html*

34. *http://www.thesundayindian.com/article_print.php?article_id=15033*

35. *https://www.deccanchronicle.com/nation/current-affairs/200817/my-commandos-were-ready-not-allowed-to-capture-em-alive-major-ak-ravindran.html*

36. https://timesofindia.indiatimes.com/city/chennai/total-recall-on-the-day-of-rajiv-gandhi-assassination/articleshow/86829495.cms

37. https://tamilnation.org/intframe/india/jaincommission/growth_of_tamil_militancy/ch3sec1.html

38. https://www.indiatoday.in/magazine/cover-கதை/கதை/19901115-அலுவலகம்-ஊழல்-வி.பி.-சிங்-ஆனால்-அது-காட்டியது-அவர்-இன்னும்-இன்னும்-ஒரு தலைவர்-813238-1990-11-15

39. https://www.ipsnews.net/2020/06/murder-foul-death-olof-palme/

40. https://inews.co.uk/news/long-reads/stieg-larsson-olof-palme-murder-jan-stocklassa-346203

41. https://www.rediff.com/news/column/who-got-the-bofors-money/20181023.htm

42. https://www.indiatoday.in/magazine/investigation/story/19871215-questions-raised-about-government-decision-to-buy-bofors-gun-799599-1987-12-15

43. https://www.rediff.com/news/2007/feb/23bofors.htm

44. https://www.rediff.com/news/2007/feb/24bofors.htm

45. https://www.rediff.com/news/2007/feb/24bofors2.htm

46. https://www.rediff.com/news/2007/feb/27bofors6.htm

47. https://www.rediff.com/news/2008/sep/05bofors.htm

48. https://www.opindia.com/2019/03/papers-long-buried-questions-that-were-never-asked-was-sonia-gandhi-italian-family-involved-in-the-bofors-scam/

49. https://openthemagazine.com/features/india/the-dangling-conspiracy-question/

50. https://economictimes.indiatimes.com/news/politics-and-nation/jailer-lied-on-priyanka-nalini-meet/articleshow/3007095.cms?from=mdr

51. https://www.boloji.com/articles/4573/was-priyanka-seeking-the-truth

52. *https://www.outlookindia.com/website/story/why-nalini-murugan-should-not-be-released/237349*

53. *https://www.indiatoday.in/magazine/cover-story/story/19861031-attempt-to-assassinate-prime-minister-rajiv-gandhi-exposes-chinks-in-his-security-armour-801365-1986-10-31*

54. *https://www.sify.com/news/interview-the-man-who-tried-to-gun-down-rajiv-gandhi--news-columns-jeivEKheefjsi.html*

55. *https://timesofindia.indiatimes.com/india/quattrocchi-issue-resurfaces-in-ls/articleshow/1971813.cms*

56. *https://www.indiatoday.in/magazine/the-big-story/story/20110117-he-met-sonia-21-times-after-rajivs-death-745483-2011-01-08*

57. *https://tamilnation.org/forum/sachisrikantha/vp/vp32.htm*

வீடியோக்கள்

1. *https://www.youtube.com/watch?v=OzdISculFKE* – சித்தண்ணனுடன் ரகோத்தமன் நேர்காணல் – ஆங்கிலம் அத்தியாயம் 2.

2. *https://www.youtube.com/watch?v=m85jzhZHsHc* – சித்தண்ணனுடன் ரகோத்தமன் நேர்காணல் (ஆங்கிலம்) – அத்தியாயம் 1

3. *https://www.youtube.com/watch?v=IlhVahYBhUQ* – சித்தண்ணனுடன் ரகோத்தமன் நேர்காணல் (தமிழ்) – பாகம் 1

4. *https://www.youtube.com/watch?v=25VIbw6z09Q* – சித்தண்ணனுடன் ரகோத்தமன் நேர்காணல் (தமிழ்) – பாகம் 2

5. *https://www.youtube.com/watch?v=YN9Tf7HS_8c* – சித்தண்ணனுடன் ரகோத்தமன் நேர்காணல் (தமிழ்) – பாகம் 3

6. *https://www.youtube.com/watch?v=EC4sCGMD2_c* – சித்தண்ணனுடன் ரகோத்தமன் நேர்காணல் (ஆங்கிலம்) – அத்தியாயம் 3

7. *https://www.youtube.com/watch?v=jsxalgSl5bA* – ரகோத்தமானுடன் சித்தண்ணன் நேர்காணல் (ஆங்கிலம்) – அத்தியாயம் 4

8. *https://www.youtube.com/watch?v=l0dhbAk6uHg* – சித்தண்ணனுடன் ரகோத்தமன் நேர்காணல் (ஆங்கிலம்) – அத்தியாயம் 5

9. *https://www.youtube.com/watch?v=Fm01Igl6H_M* – ரகோத்தமானுடன் சித்தண்ணன் நேர்காணல் (ஆங்கிலம்) – பாகம் 6

10. *https://www.youtube.com/watch?v=YN9Tf7HS_8c* – சித்தண்ணனுடன் ரகோத்தமன் நேர்காணல் (தமிழ்) – பாகம் 3

11. *https://www.youtube.com/watch?v=RkG4wTBg24M* – பொன் கிருஷ்ணமூர்த்தியுடன் சித்தண்ணன் (தமிழ்) – பாகம் 2

12. *https://www.youtube.com/watch?v=g7H1EsahKjM* – அனுசுயா டெய்சி பேட்டி

13. *https://www.youtube.com/watch?v=PA-cKv_cM8s* – ஆர்னாப் கோஸ்வாமி கார்த்திகேயன் மற்றும் ரகோத்தமானுடன் நேர்காணல், பாகம் 2 இன் 3

14. *https://www.youtube.com/watch?v=gT3s99o0krQ* – தொல். திருமாவளவன் பேச்சு

15. *https://www.youtube.com/watch?v=jxa9Z1Z1InY* – மைக்கேல் ஹெர்ஷ்மேன் பேட்டி

16. *https://www.youtube.com/watch?v=nWSIEI3aMTk* – மைக்கேல் ஹெர்ஷ்மேன் பேட்டி